செஹ்மத் அழைக்கிறாள்

ஹரீந்தர் சிக்கா

புதுதில்லியைச் சேர்ந்த ஹரீந்தர் சிக்கா இந்தியக் கடற் படையில் பணியாற்றியவர். பணிக்காலத்துக்கு முன்பே லெஃப்டினண்ட் கமாண்டராக ஓய்வு பெற்றவர். அவரது தயாரிப்பில் உருவான 'நானக் ஷா ஃபகீர்' என்னும் திரைப் படம், கேன்ஸ், டொரண்டோ, லாஸ் ஏஞ்சல்ஸ் ஆகிய நாடு களில் நிகழ்ந்த சர்வதேசப் படவிழாக்களில் பெரிதும் பாராட்டுப் பெற்றது. மூன்று தேசிய விருதுகளைப் பெற்றி ருக்கும் அந்தத் திரைப்படம் தேசிய ஒருமைப்பாட்டுக்கான நர்கீஸ் தத் விருதையும் வென்றிருக்கிறது.

'செஹ்மத் அழைக்கிறாள்' என்பது இவரது முதல் நூல். 'ராஸி' என்ற பெயருடன் மேக்னா குல்ஸாரால் திரைப்படமாக்கப் பட்டு 2018இல் வெளிவந்தது.

செஹ்மத் அழைக்கிறாள்

ஹரீந்தர் சிக்கா

தமிழில் : எம்.ஏ. சுசீலா

நற்றிணை பதிப்பகம்

Sehmad Azhaikkiral, a Tamil Translation of the English Novel
Calling Sehmat by Harinder Sikka

Copyright © Harinder Sikka 2018

First published in Penguin Books by Penguin Random House India, 2018

Translated into Tamil by M.A. Susila

Tamil translation © Natrinai Pathippagam Pvt. Ltd.

First Edition: September 2019

Published by: Natrinai Pathippagam Pvt. Ltd.
No. 6/84, Mallan Ponnappan Street,
Triplicane, Chennai - 600 005.
Mobile: +91 94861 77208
natrinaipathippagam@gmail.com
www.natrinai.in

Printed at:
Sai Thendral Printers,
Chennai - 600 005.

ISBN: 978-81-940162-7-4

Price: Rs. 300

This is a work of fiction. Names, characters, places and incidents are either the product of an author's imagination or are used fictitiously and any resemblance to any actual person, living or dead, events or locales is entirely coincidental.

தொடங்கும் முன்

விடியலின் அரையிருட் பொழுதில், பள்ளிவாசலில் பாங்கு ஒலிப்பவர் "அல்லாஹு அக்பர்" என்று ஓதிக் கொண்டிருந்தார். உரத்த குரலில், மிகுந்த தாகத்தோடு இறைவனிடம் மன்றாடிக் கொண்டிருந்த அந்த வார்த்தைகள், புலர்ந்து கொண்டிருந்த புதிய நாளின் அமைதியைக் கலைத்தபடி மலெர் கோட்லாவை உறக்கத்தி லிருந்து மெல்ல எழுப்பின. அதைத் தொடர்ந்து அடிவானத்தி லிருந்து எட்டிப்பார்த்த கதிரவனும் ஒளியால் நிரம்பிக் கொண்டிருந்த வானத்தைச் செவ்வண்ணமாக்கினான். அந்த ஊரில் வாழ்பவர் களுக்கு மற்றும் ஒரு நாள் விடிந்திருந்தது. ஒரே ஒருவர் நீங்கலாக.

சுற்றிலும் பச்சைப் பசும் புல் தரைகள் அடர்ந்து, நிறைந்த புகழோடு உயர்ந்து நின்று கொண்டிருந்த அந்த வெண்மையான சலவைக் கல் மாளிகை, அங்கே வாழ்ந்து கொண்டிருந்த முதன்மை யான ஒரு நபரை அன்று அதிகாலை வேளையில் இழந்திருந்தது. கிராம மக்களை, குறிப்பாக பெண்களைப் பொறுத்தவரை அந்த மாளிகை வெறும் கல்கட்டிடம் அல்ல. மாறாக அது அவர்களுக்கு அமைதிக்கான ஒரு அடையாளம். எந்த நேரத்திலும் அவர்கள் சென்று வரக் கூடியதும், அவர்கள் சொல்வதைக் கேட்டுக்கொள் வதுமான கோயில் அது.

அந்த நாளின் வருகை, செஹ்மத் வாழ்ந்த வீட்டுக்கு ஒரு துக்க தினமாக ஆகிப் போயிற்று. வயது முதிர்ந்த தாயும், பரந்து விரிந்து கிடக்கும் அந்த வீட்டின் இப்போதைய ஒரே நபருமான தேஜ், தன் மகளை இறுதியாக ஒரு முறை பார்த்த பிறகு அமைதியாக அறைக் கதவைச் சாத்தினார். செஹ்மத்தின் முகம் மரணத்திலும் கூட நிறைவான பேரமைதியுடன் இருந்தது. கண்ணீரை விழுங்கிக் கொண்டு தொலைபேசி அருகே சென்ற அவர், சமர்கானை அழைத் தாக வேண்டிய துன்பம் தந்த வலியைத் தாங்க முடியாதவராய்த் தள்ளாடினார். மறுமுனையில் 'எஸ்' என்ற சுருக்கமான குரல் ஒலித்ததும், அவர் அந்தச் செய்தியைச் சொன்னார்.

"உன் தாய் தூக்கத்திலேயே இறந்துவிட்டாள். வீட்டுக்கு வா"

தொலைபேசியை வைப்பதற்கு முன் சமர் விட்ட வேதனைப் பெருமூச்சின் ஒலி மெலிதாக அவருக்கும் கேட்டது. அவனுக்கு ஏற்பட்டிருக்கக் கூடிய மிகப் பெரிய அதிர்ச்சிக்கான அடையாளம் அது.

மறுமுனையில் இருந்த சமர்கான் மீது பெரும் துக்கம் கவிந்திருந்தது. அது அவனது இருப்பையே நிலைகுலையச் செய்தது. அமிர்தசரஸில் தான் பணியாற்றும் இடத்திலிருந்து, இரண்டு நாட்கள் முன்புதான் வார இறுதியில் தனக்கு விடுமுறை கேட்பதற்காக அவன் தில்லிக்கு வந்திருந்தான். மிக அண்மையிலே தான் கேப்டனாகப் பதவி உயர்வு பெற்றிருந்த அவன், புதிய சீருடைகள் தைக்க உற்சாகத்தோடு ஆயத்தம் செய்து கொண்டிருந்தான். அந்த உடையோடும் அதிலிருக்கும் பதக்கங்களோடும் தன் தாயின் முன்னிலையில் சென்று அவளிடம் காட்ட வேண்டும் என்று ஆசைப்பட்டுக் கொண்டிருந்தான். தன் மகனை இராணுவச் சீருடையில் பார்ப்பது எப்போதுமே செஹ்மத்துக்கு மகிழ்ச்சியும், பெருமையும் தரும் ஒரு விஷயம். மூச்சுவிடத் திணறியபடி, தலையை உலுக்கிக் கொண்டு தன் மனதைத் தெளிவுபடுத்திக் கொள்ள முயன்றான் அவன். தனித்துப் போய்விட்ட ஒற்றை மகனாக இனி அவன் பொறுப்பேற்றாக வேண்டும். அதைச் சொல்வது எளிது, செய்வது கடினம். அவன் மனதில் துயரம் நிறைந்திருந்தது. கண் பார்வை மங்குவது போலிருந்தது. அவனை ஆட்டிப்படைத்துக் கொண்டிருந்த துக்கத்திலிருந்து தங்களை விலக்கிக் கொள்ள முயல்வது போல் கண்ணீர்த் துளிகள் அவனிடமிருந்து பெருகி வழிந்து கொண்டிருந்தன.

தன்னைச் சற்று நிதானப்படுத்திக் கொண்டு, தனக்கு உத்தர விடும் அதிகாரியான பிரிகேடியர் பார்த்தசாரதியைப் பார்த்து அவசர விடுப்புக்கு அனுமதி வாங்க கேப்டன் சமர்கானுக்கு ஓர் ஆயுள் அளவு நேரம் பிடித்தது.

தன் வாழ்க்கையின் மிகவும் துயரமான ஒரு போர் முனைக்குச் செல்வதற்காக மிகவும் தேவையான பொருட்களை மட்டும் தன் பயணப் பையில் எடுத்து வைத்துக் கொண்டிருந்தான் சமர்கான். அதே நேரத்தில் செஹ்மத் குடும்ப உறுப்பினர் ஒருவரைத் தொலை பேசியில் அழைத்துக் கொண்டிருந்தார் கமாண்டிங் அதிகாரி. அந்தக் குடும்ப உறுப்பினரிடமிருந்து விலகியிருக்கவே செஹ்மத் முடிவு செய்திருந்தாள். அது யார் என்பது எவருக்குமே தெரியாத ஒன்று.

அதே நேரத்தில் தன் புதிய சீருடையை அணிந்தபடி வெள்ளை நிற மாருதி காரில் ஏறிக்கொண்டான் சமர்கான். தில்லியின் வெறுமையான வீதிகள் வழியே தேசிய நெடுஞ்சாலை எண் ஒன்றை

அடைந்த அந்த வாகனம் இன்னும் கூட அவனுக்கு ஒரு புதிராகவே இருந்து வரும் ஓர் இடத்தை நோக்கிச் செல்லத் தொடங்கியது. வழியில் எதிர்ப்பட்ட கிராமங்கள், சிறு நகரங்கள், பெரிய ஊர்கள் என்று இந்தியாவின் சிக்கலான வாழ்க்கை முறையைத் தெளிவாகக் காட்டும் எதுவும் அந்த இளம் கேப்டனின் உணர்ச்சிகரமான மனதில் ஒருமுறைகூடப் பதிவாகவில்லை. மாறாக அவன் உள்ளத்தில் அவனது தாய் செஹ்மத்தோடு தொடர்பு கொண்ட காட்சிகளும், ஒலிகளும், நறுமணங்களும் மட்டுமே கலவையாக மாறி மாறி ஓடிக் கொண்டி ருந்தன.

அவனுக்கு ஏழு வயதாக இருக்கும்போது அவனது வாழ்க்கைக் குள் வந்த அவள், சொற்களால் விவரிக்க முடியாத பேரழகு கொண் டவள்.

தூய்மையான பாதாம் வடிவக் கண்களோடும், சிறிய மென்மை யான கைகளோடும் இருக்கும் அவனது அம்மா.. கரையில் நேர்த்தி யான வெள்ளை 'லேஸ்' வைத்துத் தைத்திருக்கும் வெள்ளை 'ஷிஃபான்' துப்பட்டாவைப் போர்த்தியிருக்கும் அம்மா.. இரண்டு வருடங்களுக்கு முன்பு அவனுக்குக் காரைப் பரிசளித்தபோது அதன் சாவிகளை அவனிடம் தந்தபடி குறும்பாகச் சிரித்த அம்மா.. நறு மணம் மிகுந்த சந்தன ஊதுபத்திகளின் புகை கமழ வீற்றிருக்கும் தன் கடவுள்களோடு உடனிருக்கும் அம்மா.. எவருமே கண்டு கொள் ளாத மலெர் கோட்லாவை விட்டு வெளியேறச் சொன்னபடி தான் அவளிடம் சத்தம் போட்டபோதெல்லாம் உறுதியாக அதை மறுத்து நிராகரித்த அம்மா.. பாகிஸ்தான் பாதுகாப்பு அமைப்புக்குள் தனி ஒருத்தியாக ஊடுருவிச் சென்று அதைக் குலைத்துப் போட்ட மிக அழகான இந்திய ஒற்றராய் அம்மா..

நாலரை மணி நேரத்துக்குப் பின் லூதியானாவின் தெற்குப் பக்கம் திரும்பியபடி, தன் தாய்க்கு நெருக்கமாகத் தன்னை இட்டுச் செல்லும் புழுதி படிந்த, குறுகலான சாலைகள் வழியே சென்று கொண்டிருந்தான் சமர்கான்.

மலெர் கோட்லாவை நெருங்கியபோது, இந்த இருபது வருடங் களில் அதன் வளர்ச்சி ஏன் இந்த அளவு குறைவாக இருக்கிறது என்று எப்போதும் எழும் வியப்பு அப்போதும் அவனுள் எழுந்தது. கடந்த மூன்று நூற்றாண்டுகளாகவே அந்த நகரில் அதிக மாற்ற மில்லை என்று அவன் தாய் அடிக்கடி அவனிடம் சொல்லியிருக் கிறாள்.

"நம்முடைய நாடு வளர்ச்சி அடைய வேண்டுமென்றால் கிராமத்திலிருக்கும் பெண்களுக்குக் கல்வியறிவை உண்டாக்க

வேண்டும்" என்று அவள் அடிக்கடி குறிப்பிட்டிருக்கிறாள். சமரால் அதை ஏற்காமல் இருக்க முடியவில்லை. தில்லியிலிருந்து ஒரு சில மணிநேர தூரத்தில் இருக்கும் அந்த ஊரில் பெண்களின் நிலையில் எவ்வளவு வேறுபாடு? அங்கேயோ அலுவலகம் செல்பவர்கள் இங்கோ அடி மட்ட வறுமையில் சமூக அமைப்புக்கு அடிமையாகி உழல்பவர்கள். ஆனாலும் மற்ற எல்லா இடங்களையும் விட்டுவிட்டு அவன் அம்மா மலெர் கோட்லாவைத் தான் வசிப்பதற்குரிய இடமாகத் தேர்ந்தெடுத்தது ஏன்? அவனது ஆழ்மனதில் அதற்கான விடை தெரிந்திருந்தாலும், அது அவனை ஒருபோதும் சமாதானம் கொள்ளச் செய்ததில்லை. மலெர் கோட்லாவின் வரலாற்றை, பஞ்சாபில் இருந்த சீக்கியர்களால் அது ஏன் அந்த அளவு பாதுகாக் கப்பட்டு வந்ததென்பதை செஹ்மத் அவனிடம் சொல்லியிருப்பது அவன் நினைவில் இருந்தது.

லாகூருக்கும், சர்ஹிந்துக்கும் கவர்னராக இருந்த ஷேக் சத்ருதீன் சாதர்–இ–ஜாஹன், தில்லி சுல்தானாக இருந்த பஹ்லூல் கான் லோடியின் மகளைத் திருமணம் செய்து கொண்டபோது சீர்வரிசை யாக நிறைய கிராமங்களைக் கொடுத்தார். அவையனைத்தும் ஒன்று சேர்ந்தபடி 1454ஆம் ஆண்டில் உருவானதுதான் மலெர் கோட்லா சமஸ்தானம்.

18ஆம் நூற்றாண்டின் தொடக்கத்தில் அதுவரை பெரும்பாலும் முஸ்லிம்கள் வாழும் பகுதியாகவே இருந்த அந்த இடத்தில் இந்துக்கள் மற்றும் சீக்கியர்களின் எண்ணிக்கை பெருகத் தொடங் கியது. குருநானக்கின் உபதேசங்களே அதற்குக் காரணமாக அமைந் தன. சர்ஹிந்தின் ஆளுநராக இருந்த நவாப் வாசிர்கான் பத்தாவது சீக்கிய மதகுருவான குருகோவிந்த சிங்கின் இளம் புதல்வர்களை அனந்தபூரில் நடந்த போரின்போது கைது செய்து சிறைப்பிடித்தார். அவர்கள் விடுதலையாக வேண்டுமென்றால் இஸ்லாம் மதத்தைத் தழுவ வேண்டுமென்று நிபந்தனையும் விதித்தார். குரு கோவிந்த் சிங்கின் ஒன்பது வயது மகனான சொராவரும், ஏழு வயது மகனான ஃபதேசிங்கும் தங்கள் வயதுக்கு மீறிய மனஉறுதியை வெளிப்படுத்திய படி இஸ்லாத்தைத் தழுவ மறுத்தனர். மாறாக சாவைத் தழுவ விரும்புவதாகக் கூறினர்.

அந்த இரண்டு சிறுவர்களின் பிடிவாதத்தைக் கண்டு திகைப்பும் வியப்பும் கொண்ட வாசிர்கான், அகந்தை கொண்ட அந்தச் சிறுவர் களை உயிரோடு சமாதியில் வைக்குமாறு ஆணையிடவும் தயங்க வில்லை. அவரது கொடூரச் செயலைக் கண்டு அதிர்ச்சியடைந்த அவரது தூரத்து உறவினரும், மலெர் கோட்லாவின் நவாபுமான ஷேர் முகமதுகான் கடுமையான எதிர்ப்புத் தெரிவித்தபடி அரசவை யிலிருந்தே வெளிநடப்புச் செய்தார். ஆனால் அவரது எதிர்ப்புக்கு

எந்தப் பயனும் இருக்கவில்லை. எனினும் மனிதநேயத்தையும், துணிவையும் வெளிப்படுத்தியதற்காக பத்தாவது சீக்கிய குருவிட மிருந்து ஷேர் முகமதுவுக்கு நல்லாசிகள் கிடைத்தன.

அப்போது முதல் மலெர் கோட்லா, சீக்கியர்களின் பாதுகாப்பின் கீழ் இருந்தபடி நல்ல செல்வ வளத்தோடும் இருந்தது. இந்திய விடுதலைக்குப் பின் நடந்தேறிய இரத்தக் களறியான இந்து, முஸ்லிம் கலவரக் காலங்களிலும் கூட, நாடே இரண்டு துண்டாகப் பிளவு பட்டுக் கிடந்த அந்த நாட்களிலும் கூடப் பத்தாவது சீக்கிய குருவின் ஆசிகளால் மலெர் கோட்லா அமைதி தவழும் இடமாகவே இருந் தது. அவரது ஆசியின் வலு அத்தகையது.

சுற்றிலும் இருந்த லூதியானா, பாட்டியாலா, நபா ஆகிய செழிப் பான நகரங்களுக்கிடையே தூங்கி வழிந்து கொண்டிருந்த மலெர் கோட்லாவை நோக்கி காரை ஓட்டிச் சென்றான் சமர். வழியில் நெல், கோதுமை, கடுகு, சோம்பு, பருத்தி எனப் பலவும் பயிரிடப் பட்டிருந்த பெரிய வயல்கள் அவன் கண்ணில் தென்படவில்லை. ஒவ்வொரு இடத்தைக் கடந்து செல்லும்போதும் ஒரு உயரமான குருத்வாராவோ அல்லது ஒரு கோயிலோ அல்லது ஒரு மசூதியோ அவன் கண்களில் தென்பட்டுக் கொண்டே இருந்தது. அங்கிருந்த மக்கள் ஆன்மீகத்தில் எந்த அளவு பிடிப்புக் கொண்டிருந்தார்கள் என்பதற்கு அது அடையாளமாக இருந்தது. அவற்றைக் காணும் ஒவ்வொரு தடவையும் குறிப்பிட்ட ஒரு எண்ணம் அவன் மனதை ஆக்கிரமித்திருந்தது. முதலில் படிப்படியாக உருவாகி நழுவிப் போய்க்கொண்டிருந்த அந்த எண்ணம் பிறகு அவனைப் பழிவாங்கு வது போலத் தொந்தரவு செய்ய ஆரம்பித்தது.

“இந்தியன் என்றால் என்ன பொருள் என்பதை இங்கிருக்கும் மக்களைப் பார்த்தாவது நாட்டிலுள்ள மற்றவர்கள் கற்றுக் கொண் டால் என்ன?” அடக்கி வைத்திருந்த தன் ஆற்றாமைக்கு வடிகால் தருவது போல மெல்ல முணுமுணுத்துக் கொண்டான் சமர். அவனது விரல்கள் ஸ்டீயரிங் வீலை இறுக்கமாகப் பிடித்திருந்தன.

“எத்தனை காலம்தான் அரசியல்வாதிகளின் சாதி, மதப் பிரிவினைச் சூழ்ச்சிகளுக்கு நாம் இரையாகிக் கொண்டிருக்கப் போகி றோம்?” அந்தக் கேள்விகளில் எதற்கும் அவனிடம் பதில் இல்லை. அவனது ஒரே நம்பிக்கை அவனது தாய் மட்டும்தான்; ஆனால் அவளும் கூட அவனிடமிருந்து விடைபெற்றுக் கொள்ளாமலே சென்றுவிட்டிருந்தாள்.

அதன் பிறகு அவனது நினைவுகள், அவன் தாயை நோக்கித் திரும்பின. அவன் பிறந்தது முதல், அவள் எதிர்கொண்டு சமாளித்த சாதிப்பூசல்கள் பலவற்றை நேரடியாகவே அவன் பார்த்திருக்கிறான்.

அந்தத் தருணங்களில் ஒவ்வொரு முறையும் அவன் ஒரு மௌனப் பார்வையாளனாகவே இருந்திருந்தாலும் கூட, ஒவ்வொரு நிகழ்ச்சியும் அவன் மனதில் பதிவாகியிருந்தது. வங்கியில் போட்ட வட்டிக் கணக்குப் பணம் போல அது அவன் உள்ளத்தில் திரும்பியும் வந்து கொண்டிருந்தது.

பயணத்தின் இறுதிப் பகுதி மிக மிகக் கடினமாக இருந்தது. மிகக் கடுமையான வெயிலின் கொடுமையும், துக்ககரமான சூழலும் அவனது அழகான தோற்றத்தைப் பாதித்திருந்தது. கிட்டத்தட்ட ஊரை நெருங்கிய போது, குண்டு குழியான புழுதியடர்ந்த அந்தச் சாலைகளில் அவன் ஊர்ந்துதான் செல்ல வேண்டியிருந்தது. தன் தாயின் மரணச் செய்தியைக் கேட்டபோது நெஞ்சடைத்துக் கொண்டு வந்தது போல, இப்போதும் அவனுக்கு நெஞ்சடைத்தது. பளீரென்ற வண்ணம் கொண்ட தங்கள் துப்பட்டாக்களுக்குக் கீழிருந்து கிராமத்துப் பெண்கள் ஆர்வத்தோடு அவனைப் பார்த்துக் கொண்டிருந்தனர். அவனது தாய் அங்கே உள்ள எல்லோருக்கும் அறிமுகமானவள் என்பதால் தில்லி பதிவு எண் தாங்கிய அந்த வெள்ளை மாருதி எங்கே செல்லக் கூடுமென்பதையும் அவர்கள் அறிந்திருக்கலாம்.

புழுதி படிந்த தன் காரை அம்மா வீட்டுக்கு முன்னிருந்த வாசலருகே கொண்டு வந்து நிறுத்திவிட்டுக் கதவுகளைத் திறக்குமாறு தோட்டக்காரனை அழைத்தான் சமர். கதவுக் கம்பிகளின் வழியே, தோட்டத்தில் போடும் பிரம்பு நாற்காலி ஒன்றில் தன் பாட்டி அசையாமல் உட்கார்ந்திருப்பதை அவனால் பார்க்க முடிந்தது. அவள் அமைதியாக இருந்தாள். அவள் முகத்திலிருந்த சோகையான புன்னகை அவள் அனுபவித்துக் கொண்டிருந்த ஆழமான துக்கத்தை மூட முயற்சித்துக் கொண்டிருந்தது.

சமர், காரை விட்டு மெல்ல இறங்கினான். கோடைகாலத்தின் வரவை விரைவுபடுத்த மன்றாடியபடி எங்கோ ஒரு குயில் தொடர்ச்சி யாகக் கூவிக் கொண்டிருந்தது. விறைப்பான ஆலிவ் பச்சைநிற இராணுவ உடுப்பிலும், தலைத் தொப்பியிலும் மிகக் கச்சிதமான ஒரு இராணுவ அதிகாரியைப் போலவே மிடுக்காகத் தெரிந்தான் சமர். அந்த வட்டாரத்தில் இருந்த ஒரே ஒரு தேசியக் கொடி, சாதா ரணப் பிரஜையான அவன் தாயின் வீட்டு உச்சியில் பறந்து கொண் டிருந்த கொடிதான். அவன் பொறுக்க முடியாத துயரத்தோடு அதை நிமிர்ந்து பார்த்துப் புன்னகைத்தான். திடீரென்று வீசிய சுழற்சியில் ஒரு கனவுபோலப் படபடத்த அது சட்டென்று தன் அசைவை நிறுத்தியும் கொண்டது.

செஹ்மத்தின் கடந்த காலம் பற்றி கிராமத்தவர்கள் அதிகமாக ஏதும் அறிந்திருக்கவில்லை. அவர்களில் பலருக்கு அவள் எந்த மதத்தைச் சேர்ந்தவள் என்பது கூட உறுதியாகத் தெரியாது. ஆனால் தங்கள் உரிமைகளுக்காகவும், தாங்கள் இழந்த தன்மதிப்பை மீட்டுத் தருவதற்காகவும் அவள் போராடி இருப்பதால் அவர்கள் அவளைக் கொண்டாடி வந்தனர். அவளுக்கிருந்த மிக உயர்ந்த செல்வாக்கு, அங்கிருந்த ஆண்களையும் வியப்படைய வைத்திருந்தது. கிராமத் தலைவருக்கு அவளிடம் மிகுந்த பயம் கூட இருந்தது. எல்லோருக்கும் அளவு கடந்து உதவி செய்யும் மென்மையான அவளது வெளித் தோற்றம் ஒருபுறமிருக்க, உருக்குப் போன்ற அவளது மனஉறுதியையும், நம்ப இயலாத புத்திசாதுரியத்தையும் அவர் பலமுறை பார்த்திருந்தார். கிராமத்தில் ஏற்படும் சிக்கல்களைத் தீர்ப்பதற்கு அவள் கையாளும் புதுப்புது வழிகளைப் பார்த்து அவர் அடிக்கடி ஆச்சரியப்படுவதுண்டு. கிராமப் பஞ்சாயத்து சார்ந்த ஆலோசனைகளில் அவள் முக்கியமான ஓர் அங்கமாகி விட்டிருந்தாள்; அவர்கள் எழுப்பும் பிரச்சனைகளுக்கெல்லாம் உடனடித் தீர்வு ஒன்று இருந்தது.

சமர், தன் பாட்டியை நோக்கி வேகமாக நடந்து சென்று அவள் எழுந்து கொள்ள உதவினான். அவளது கண்களுக்குள் ஊடுருவிப் பார்த்தபோது, உணர்வுகளைப் பொழிந்து தள்ளச் சரியான தருணம் நோக்கி அவை காத்திருப்பதை உணர்ந்து கொண்டான். அவள் ஏதும் பேசவில்லை. அவள் அவனைப் பார்த்துப் புன்னகைக்க முயற்சித்தாள். ஆனால் அடுத்த நொடியிலேயே அது துயரம் கப்பிய முகபாவனையாக மாற்றமடைந்து விட்டது. கண்ணீரால் நிறைந்திருந்த அவள் விழிகள் மடை திறந்த வெள்ளமாக உணர்வுகளைக் கொட்டக் காத்திருந்தன. சமர், இவற்றையெல்லாம் முன்பே எதிர் பார்த்திருந்ததால் அவளைத் தன் வலிமையான கரங்களால் தழுவிக் கொண்டு, அவளது தலையைத் தன் நெஞ்சில் சாய்த்துக் கொண்டான். கடைசி முறையாக செஹ்மத்தைப் பார்த்த அந்த நேரத்துக்குப் பிறகு இப்போதுதான் அவள் முதல் தடவையாக வாய்விட்டு உடைந்து அழுதாள். தன் பாட்டியை என்ன சொல்லித் தேற்றுவதென்பது அவனுக்குப் புரியவில்லை. யதார்த்தமான உண்மை எதிரில் இருந்தாலும், அதை ஏற்கும் பக்குவம் இனிமேல் தான் வரவேண்டும். அவனுள் இருந்த இராணுவ வீரன், அவனது சொந்த உணர்வுகளை வெளிப்படுத்தாமல் கட்டுக்குள் கொணரப் போராடிக் கொண்டிருந்தான். அவளை மென்மையாகத் தாங்கிப் பிடித்து பிரம்பு நாற்காலியில் அமரவைத்துவிட்டு, அவளருகே தானும் ஒரு நாற்காலியை இழுத்துப் போட்டு உட்கார்ந்து கொண்டான். தன் கைப்பிடிக்குள்ளேயே அவள் இருக்குமாறு பார்த்துக் கொண்டிருந்தான்.

அந்த இருவரும் சிறிது நேரம் அப்படியே அசையாமல் அமர்ந் திருந்தனர். பிறகு, தன் கண்களில் அளப்பரிய துயரத்தைத் தேக்கிய படி சமரைப் பார்த்த அந்த மூதாட்டி, தன் நடுங்கும் விரல்களால் அவனது தலையைக் கோதி விட்டபடி,

"அவள் மாடியில் இருக்கிறாள். போய்ப் பார்த்து விட்டுவா" என்றாள்.

சமர் அதை ஏற்றபடி எழுந்து கொண்டான். அவனுக்குத் தொண்டை அடைத்தது. படியேறிச் சென்றபோது அவனுக்கு மிகவும் பரிச்சயமான ஒரு ஒளி வட்டம் அவனைச் சூழ்ந்து கொள்ளத் தொடங்கியது. அந்த இடத்தின் ஒவ்வொரு அங்குலமும், அவனது தாயின் இருப்பை எதிரொலித்துக் கொண்டிருந்தது. அங்கே சுவரில் மாட்டப்பட்டிருந்த மாமனிதர்களான பகத்சிங், சுகதேவ், ராஜகுரு, ராம்பிரசாத் பிஸ்மில், குதிராம் போஸ் ஆகிய ஆளுயரப் படங்களிலிருந்த மனிதர்களைப் போல, தன்னலமில்லாத தீரமான பெண் ஒருத்தி பூரணத்துவத்தின் அமைதியில் ஆழ்ந்தபடி தன் படுக்கையில் படுத்திருந்தாள். அவளது விருப்பப்படியே எந்தப் பாராட்டும், புகழ் பாடலும் இல்லாமல் அறியாத ஏதோ ஓர் உலகிற்கு அவள் சென்று விட்டிருந்தாள். அவளது அமைதியைக் குலைத்து விட அஞ்சியவன்போல அந்தப் பித்தளைக் கைப்பிடியை அவன் மென்மையாகத் திறந்தான். இராணுவப் பயிற்சியின் போது தனக்கு அளிக்கப்பட்ட மிடுக்கான நடையையெல்லாம் தூக்கிப் போட்டு விட்டுக் கவனமாக அடியெடுத்து வைத்து உள்ளே வந்தான். சுவரில் தொங்கிக் கொண்டிருந்த நாணச் சிரிப்போடு இருக்கும் அவனது தாயின் எளிமையான கறுப்பு வெள்ளை புகைப்படம் அவனோடு பேசுவது போலிருந்தபடி, அவனைத் தூக்கிவாரிப் போட வைத்தது.

முன்புறமிருந்த புல்வெளியைப் பார்த்தபடி படுக்கையில் படுத் திருந்தாள் செஹ்மத். அறை காற்றோட்டமாகவும் வெளிச்சமாகவும் இருந்தது. தேசியக் கொடியின் நிழல் மட்டுமே அங்கே விழுந்து கொண்டிருந்தது. மரணத்தின் புனிதத்தோடு இருந்த அவள் முகத்தில் வெளியே படபடத்துக் கொண்டிருந்த தேசியக் கொடியின் நிழல் மட்டுமே பிரதிபலித்துக் கொண்டிருந்தது. இனி ஒருபோதும் அவள் கண்திறந்து தன்னைப் பார்க்க மாட்டாள், கைகளால் தன்னைத் தழுவ மாட்டாள் என்பது சமருக்கு சட்டென்று உறைத்தது. அவள் மீது ஒரு போர்வை போர்த்தப்பட்டிருந்தது. 'ஷிஃபான்' துப்பட்டா அவளது தலையை மூடியிருந்தது. அந்தத் துப்பட்டாவின் மென்மை யான நேர்த்தி, அவனது எண்ணங்களிலும், இதயத்திலும் நிரந்தரமாய் உறைந்து போய்க் கலந்து விட்டிருக்கும் ஒன்று. அவளுக்கு விருப்ப மான சந்தன ஊதுபத்திகளிலிருந்து எழுந்த புகை பெரிய ஜன்னல் களின் வழியே வெளியேறிக் கொண்டிருந்தது. உயிரற்ற அவளது

முகத்தையும், உடலையும் ஒளிரச் செய்தபடி சூரியன் தனது ஒளியைத் தாராளமாக அவளது அறைக்குள் அள்ளி வழங்கிக் கொண்டிருந் தான்.

தனக்கே உரித்தான அந்தரங்கமான அவளது அந்த இடத்தைத் தனக்கு மிகவும் பிடித்தமானவர்களோடு மட்டுமே செஹ்மத் பகிர்ந்து கொண்டிருந்தாள். ஒன்று, அவளது கடவுளர்கள். அடுத்தது அவளது மகன். அல்லா, கணேசர், கிருஷ்ணர், இயேசு, வாஹேகுரு ஆகிய கடவுளர்கள், வழிபாடு செய்வதற்கேற்ற புனிதமான சிறு கருவறை ஒன்றில் பொருத்தமாக அமைக்கப்பட்டிருந்தனர். சுவரின் மறுபகுதி முழுவதும் சமரின் புகைப்படங்களால் நிறைந்திருந்தன. வெவ்வேறு வயதில் அவன் படிப்படியே வளர்ந்து ஆளாகும்போது எடுக்கப் பட்டவை அவை. இஸ்லாம், இந்து, கிறித்தவம், சீக் ஆகிய நம்பிக்கை களைக் குறிக்கும் உலோக உருவங்களின் மீது ஊதுபத்திகளிலிருந்து எழுந்த புகை, அடர்த்தியான மேகத் திரையைப் போலப் பரவியிருந்ததை சமர் கவனித்தான். அந்த உலோக உருவங்களைத் தாங்கிக் கொண்டி ருந்த மரப்பலகையின் கீழே தடித்த எழுத்துக்களால் ஒன்றே கடவுள் என்ற வாசகம் செதுக்கப்பட்டிருந்தது.

இராணுவச் சீருடையில் முதலில் தன்னைப் பார்த்தபோது தன் தாய் எத்தனை பெருமிதமடைந்தாள் என்பதை இப்போது நினைவு படுத்திக் கொண்டான் அவன்.

"இந்தச் சீருடைக்கு உரிய மதிப்பை நீ தரவேண்டும் மகனே" என்று கூறியபடி புதிதாகப் பதவியேற்றிருந்த அந்த இளம் இராணுவ அதிகாரியின் தோளிலிருந்த உலோக நட்சத்திரங்களைக் கையால் வருடிப் பார்த்து மகிழ்ந்து கொண்டிருந்தாள் அவள்.

"நீ இந்த உடைக்கு மதிப்புக் கொடுத்தால்தான் உன் ஆன்மாவும் உன்னை மதிக்கும். அபாயங்களை எதிர்கொள்ள அஞ்சாதே. அவற்றை நேருக்கு நேர் எதிர்கொள்ளும்போதுதான் துணிவாக இருக்கக் கற்றுக் கொள்கிறோம். நாட்டுக்கு நீ ஆற்ற வேண்டிய கடமை மட்டுமே உனக்கு முன்னால் இருக்க வேண்டும். உலகியல் வாழ்வில் சில சமயம் கிடைக்கும் அற்பப் பயன்களை நிறுத்துப் பார்த்தபடி நாட்டுப்பற்றை ஒருபோதுமே நீ குறைவாக மதிப்பிடக் கூடாது. உன் தாய்நாட்டுக்காக உன்னுடைய பங்களிப்பைச் செய்து விட்டோமென்ற உணர்வுடன் வாழ்வதையும் சாவதையும் விட வேறெந்த வெகுமதியும் பொருட்படுத்தக் கூடியதல்ல."

தனது இராணுவத் தொப்பியை எடுத்து இரண்டு கரத்துக்கடியே இடுக்கிக் கொண்டபடி, தன் குதிகால்களை 'அட்டென்ஷன்' நிலைக்குக் கொண்டு வந்தான் கேப்டன் சமர்கான். எவராலும் புகழ் பாடப்படாத இந்தியாவின் நாயகிக்காகக் கண்மூடிப் பிரார்த்தனை செய்தபோது இறுக மூடியிருந்த அவனது கண்களிலிருந்து கண்ணீர்

ஹரீந்தர் சிக்கா ❖ 15

வழிந்தோடிக் கொண்டிருந்தது. செஹ்மத் எப்படி அவனை எதிர் பார்ப்பாளோ அதற்கேற்பப் பெருமிதத்தோடு நின்றிருந்தான் அவன். தனது வலது உள்ளங்கையைத் தொப்பியின் மீது நேராக வைத்துக் கொண்டபடி அவளுக்கு 'சல்யூட்' செய்தான். பிறகு தன் தாயின் நெற்றியை இலேசாகத் தொட்டபடி...

"நான் கட்டாயம் அதைச் செய்வேன் அம்மா.. கட்டாயம்.." என்றான். அந்த அறையிலிருந்து அவன் மெல்ல வெளியேறிய பிறகும் அவனது சொற்கள் அந்த அறைக்குள் சுழன்று கொண்டிருந்தன.

படிக்கட்டின் கைப்பிடியைப் பிடித்தபடி மரப்படிகளில் மெல்லக் கால்வைத்து அங்கே மாட்டப்பட்டிருந்த கணக்கற்ற வீரர் களின் படங்களைப் பார்த்துக்கொண்டே இறங்கி வந்தான். அந்த எல்லாப் படங்களிலும் இருந்தபடி செஹ்மத் தன்னைப் பார்த்துப் புன்னகைத்துக் கொண்டும், ஆசீர்வதித்துக் கொண்டும் இருப்பது போன்ற வினோதமான உணர்வு அப்போது அவனை ஆட் கொண்டது.

வீட்டின் முகப்புக் கதவைத் திறந்து கொண்டு அவன் வெளியே வந்த போது அங்கிருந்த புல்வெளி, கிராம மக்களால் நிறையத் தொடங்கியிருந்தது. தங்களை மீட்க வந்தவளும், தங்களின் வழி காட்டியுமான அந்தப் பெண்மணியைப் பற்றி அவர்கள் விசாரிக்க வந்திருந்தனர். அவனைப் பார்த்ததும் அவர்கள் அவனிடம் விரைந் தனர். அவர்களில் பலரையும் தனிப்பட்ட முறையில் அறிந்திருந்தான் சமர். அவனது இளமைப் பருவம் அவர்களோடுதான் கழிந்திருந்தது; சிக்கலில்லாத, எளிமையான இயல்பு கொண்ட அந்த மனிதர்களின் மீது அவன் அன்பும், மரியாதையும் கொண்டிருந்தான். அவர்களது முகங்களைப் பார்த்தபோது உண்மையை வெளிப்படுத்துவதற்கான தருணம் நெருங்கிவிட்டதை அவன் உணர்ந்துகொண்டான். கிராமத்தைச் சேர்ந்த உள்ளூர் அரசியல்வாதிகள் எப்படியோ முன்னால் வந்து நின்று கொண்டிருந்தனர். அவர்களுக்கு முகமன் சொல்வதைத் தவிர்த்து விட்டுச் சற்றுப் பின்னால் சென்ற அவன் போர்டிகோ படிகளின் மீது ஏறிக் கொண்டான். கூடியிருந்த கூட்டத்தை வணங்கும் பாவனையில் கரங்களைக் குவித்தான்.

"அன்பிற்குரிய நண்பர்களே முதியவர்களே" என்று அழைத்த படி பேச ஆரம்பித்தான்.

"என் தாயான செஹ்மத், ஒரு சாதாரண நபர் இல்லை. தேசத் தின் நலனைக் காக்க வேண்டும் என்ற ஒரே ஒரு புனித நோக்கத் தோடு செயல்பட்ட வீரர் அவர். இன்று காலை அவர் அமரராகும் வரை தொடர்ந்து செய்து வந்ததும் அதையேதான்."

சமர் அதைச் சொல்லி முடிப்பதற்குள் பெருமூச்சுக்களால் அந்த இடம் நிறைந்தது. சமர் பேசுவதைக் கவனமாகக் கேட்டுக் கொண்டிருந்த தேஜ் தன்னை ஒருநிலைப்படுத்திக் கொள்ள முயல்வது போல் சட்டென்று அப்படியே அமர்ந்து கண்களை மூடிக்கொண்டாள். இரக்கமில்லாத இயற்கையின் கொடூர விதியை மாற்றும் வகையில் ஏதேனும் ஒரு அதிசயம் நிகழாதா என்று நம்பிக் கொண்டிருப்பவளைப் போலத் தெரிந்தாள் அவள். அவளைத் தொடர்ந்து அந்தக் கூட்டத்தாரும் தாங்கள் இருந்த இடத்திலேயே அமர்ந்து கொண்டனர். செஹ்மத் யார் என்பதைக் கேள்விப்பட்டதில் அவர்கள் பிரமித்துப் போயிருந்தனர். அவளைப் பற்றி மேலும் தெரிந்துகொள்ள அவர்கள் ஆர்வம் கொண்டிருந்தனர். அவர்களது முகங்கள் இரக்கத்தையும், வேதனையின் வலியையும் வெளிப்படுத்திக் கொண்டிருந்தன. அவன் பேசும் ஒவ்வொரு சொல்லையும் உள் வாங்கிக் கொள்ள விரும்புபவர்களைப் போலத் தாங்கள் உட்கார்ந்திருந்த நிலையிலேயே சற்று முன் நகர்ந்தனர். சீராகக் கோடு போட்டுப் பிரித்து வைத்தது போலப் புல்வெளியின் ஒருபுறம் பெண்கள் தங்கள் குழந்தைகளோடு அமர்ந்திருக்க, ஆண்கள் சற்றுத் தள்ளி உட்கார்ந்திருந்தார்கள்.

எல்லோரது கண்களும் கண்ணீரால் நனைந்திருந்தன. ஒரு சிலர் அழுது விம்மிக் கொண்டிருந்தனர். அவர்களுக்குப் பின்னாலிருந்து இயக்கும் சக்தியாக, அவர்களைச் சிக்கல்களிலிருந்து மீட்டெடுக்கும் தேவதூதர் போல இருந்தவள் செஹ்மத். அவர்களது வாழ்வை மட்டுமல்லாமல் மலெர் கோட்லாவையே சீராக மாற்றியிருந்தாள் அவள். தன்னுடைய இருப்பிடமாக அவள் அதை வரித்துக் கொண்டபின் அந்த ஊர் சுத்தமாக மாறிவிட்டிருந்தது. அரசாங்க இயந்திரம், ஒட்டுமொத்தமாகத் தூரெடுக்கும் முயற்சியில் இறங்கி நடவடிக்கையை விரைவுபடுத்தியது. எத்தனையோ காலமாக அடைபட்டே கிடந்த சாக்கடைகள் ஒழுங்காக ஓடத் தொடங்கியிருந்தன. அவ்வப்போது மின்இணைப்பு இல்லாமல் போவதும் மாறியிருந்தது. உள்ளூர் சாராயக் கடைகளும் கூடக் குறிப்பிட்ட நேரத்தில் மட்டுமே விற்பனை செய்தன. அந்த ஊரைச் சேர்ந்த அதிகாரிகளுக்கு அவளது தகுதியைப் பற்றி முழுமையாகத் தெரியாது என்றபோதும் அவளைச் சூழ்ந்திருந்த ஒரு புதிரான ஒளிவட்டத்தைக் கண்டு அவர்கள் எச்சரிக்கையோடு அஞ்சியிருந்தனர். அதற்கான காரணம், செஹ்மத் ஒருபோதும் தன்னை முன்னிறுத்திக் கொள்ளாதது மட்டுமே. ஆனாலும் ஊர்மக்கள், அதிலும் குறிப்பாக அங்குள்ள பெண்கள் தங்கள் அண்டை வீட்டுப் பெண்மணியான அவளுக்கு ஏதோ ஒரு முக்கியத்துவமும் செல்வாக்கும் இருக்கிறதென்பதை எப்படியோ

புரிந்து வைத்திருந்தனர். அவளது அடக்கமான பண்பு, இதமான அணுகுமுறை, பிறருக்கு உதவும் இயல்பு ஆகிய அனைத்தும் அவர்களை நெகிழச் செய்திருந்தன. அவ்வப்போது உள்ளூர் மார்க்கெட்டுக்கோ, மக்கள் வாழும் குடியிருப்புப் பகுதிகளுக்கோ, சுகாதார மையங்களுக்கோ, பள்ளிகளுக்கோ அவள் வெகு இயல்பாகச் செல்வதுண்டு. அவள் செல்லும் அந்த இடங்களை எப்படியோ தொடர்ந்து விடும் அதிகாரிகள், அங்கே நிலவும் பிரச்சனைகளைத் தீர்க்க உடனடியாக செயலில் இறங்கி விடுவார்கள். நிறையப் பெண்கள், தங்கள் தேவைக்குப் பணம் தந்து உதவியதற்காக அவளுக்கு நன்றிக் கடன் பட்டிருந்தனர். ஆனால் அந்தக் கடன்தொகையை அவர்கள் ஒருபோதும் அவளுக்குத் திருப்பிச் செலுத்தியதே இல்லை. அப்படிப்பட்ட கடன்களை செஹ்மத் வேண்டாமென்று கேட்காமல் விட்டு விடுவாள் என்பது அவர்களுக்குத் தெரியும்.

மேலே பறந்து கொண்டிருந்த மூவர்ணக் கொடி மீண்டும் படபடத்தபடி தன் தாயின் புகழ் நிறைந்த கடந்த காலத்தை நினைவுபடுத்தியது. ஞாபக அடுக்குகளுக்குள் இறங்கிச் செல்ல அது அவனுக்கு உதவியது. அவள் குறித்த நினைவுகளில் அவன் நேரடியாக அறிந்தவைகளும் உண்டு. பிறரிடமிருந்து கேட்டுத் தெரிந்து கொண்டவைகளும் உண்டு. இப்போது அந்தத் துண்டுகளை ஒருங்கிணைத்து அற்புதமான ஓர் உளவாளியின் கதையை அவன் சொல்லப் போகிறான்.

1

தேஜஸ்வரி சிங்குக்கும் ஹிதாயத்கானுக்கும் ஒரே குழந்தை யாய்ப் பிறந்தவள் செஹ்மத். காஷ்மீர் பள்ளத்தாக்கில் எத்தனையோ ஆண்டுகளுக்கு முன்பு குடியேறி, இப்போது செல்வச் செழிப்புடைய ஒரு வியாபாரியாக இருப்பவர் கான். தேஜ் என்ற செல்லப் பெயரால் அழைக்கப்பட்டு வந்த தேஜஸ்வரி தில்லியில் வாழும் பஞ்சாபி இந்துக் குடும்பத்தைச் சேர்ந்தவள். ஒரு முறை அவள் ஸ்ரீநகர் சென்றிருந்தபோது அவளும், ஹிதாயத்தும் காதல் வயப்பட்டனர். இமயத்தின் சொர்க்கம் போன்ற அந்த இடத்தில், அமைதியான அதன் சுற்றுப்புறத்தில் ஒரு குளிர்காலப் பிற்பகல் வேளையில் நடந்து கொண்டிருந்த தேஜ், திடீரென்று எழுந்த ஒரு தூண்டுதலால் 'பஷ்மீனா' சால்வைகளை விற்கும் ஆடம்பரமான துணிக்கடை ஒன்றினுள் நுழைந்தாள். அவற்றின் அழகான வேலைப்பாடுகள் அவளை ஈர்க்கத் தொடங்கவே, கடையில் பார்வைக்காக வைக்கப் பட்டிருந்த பலவற்றையும் ஆர்வத்தோடு பார்க்க ஆரம்பித்தாள். டில்லியிலுள்ள தன் தோழிகளுக்கு அவற்றில் எதை எடுத்துச் செல்வது என்று புரியாமல் அவள் வியப்பில் ஆழ்ந்திருந்த அந்த நேரத்தில் அவளுக்குப் பின்புறமிருந்து,

"நான் உங்களுக்கு உதவலாமா?"

என்ற இனிமையான குரல் ஒன்று கேட்டது. திரும்பிப் பார்த்த போது, இளம்பழுப்பு நிறக் கண்கள் கொண்ட ஒரு மனிதன் தன்னைப் பார்த்துக் கொண்டிருப்பதை அவள் உணர்ந்து கொண் டாள். கிட்டத்தட்ட ஆறடி இரண்டங்குலத்தில் உயரமாக இருந்த அந்த மனிதன் வெள்ளைநிற 'பதானி' கால்சராய் அணிந்திருந்தான். அவனது வெளிப்படையான எளிமையான அந்த அணுகுமுறை அவளைச் சற்று அசர வைத்தது. இலேசாகப் புன்னகை செய்தபடி அங்கே காட்சிக்கு வைக்கப்பட்டிருந்த புகழ்பெற்ற காஷ்மீர சால்வைகள் குறித்து அவனிடம் விசாரித்தாள். கடைக்குள் மிகுந்த சுவாதீனத்தோடு அவன் இயங்குவதைப் பார்த்தபின், மிகப்பெரிய அந்த விற்பனையகத்துக்கு அவன்தான் உரிமையாளனாக இருக்கக்

கூடுமென்று ஊகித்துக் கொண்டாள். நுண்ணிய வேலைப்பாடுகள் கொண்ட ஒரு சில 'பஷ்மீனா' சால்வைகளைத் தேர்ந்தெடுத்துக் கொண்டு பணம் செலுத்தும் இடத்தை நோக்கி நகர்ந்தாள்.

"காஷ்மீருக்கு நீங்கள் வருவது இதுதான் முதல் முறையா மேடம்?" அவன் குரல் இப்போது மென்மையாக இருந்தது. அதில் ஆர்வமும் கூடவே.

அவனுக்கு பதிலளிப்பதற்காக சற்று நின்றாள் தேஜ்.

"இல்லையே; நான் முன்பே இங்கு வந்திருக்கிறேன். எப்போதுமே காஷ்மீர் அமைதியான இதமளித்திருக்கிறது". அப்பொழுது அவளது இதழ்களில் புன்னகை ஒன்று நெளிந்து கொண்டிருந்தது. அவனது கனத்த குரலை இன்னும் சிறிது நேரம் கேட்க விரும்பியவளாகத் தான் அங்கே கழித்த விடுமுறை நாட்களைப் பற்றியும், அந்தப் பள்ளத்தாக்கின் மீது தான் கொண்டிருக்கும் பிரியத்தையும் அவனிடம் தொடர்ந்து பேசிக் கொண்டிருந்தாள். இருவருக்கும் இடையே சகஜமான உரையாடல் எளிதாகக் கைகூடியது. விரைவாகவே ஒருவருக்கொருவர் அறிமுகம் செய்து கொண்டனர்.

"என் பெயர் ஹிதாயத்" என்றான் அவன்.

"நான் தேஜஸ்வரி. தோழிகள் என்னை தேஜ் என்று கூப்பிடுவார்கள்." என்று பதில் தந்தாள் அவள்.

"நானும் தேஜ் என்றே கூப்பிடலாமா?" என்று வேகமாகக் கேட்டான் அவன்.

"ம்... கூப்பிடுங்களேன்" என்றபடி சால்வைப் பையைக் கையில் பிடித்தபடி பணம் செலுத்தும் இடத்திற்கு நகர்ந்தாள் அவள். கையிலிருந்த விலைச் சீட்டை ஒரு கணம் பார்த்தவள் மீண்டும் ஒருமுறை அதைப் பார்த்துவிட்டு ஹிதாயத்தை சற்று சந்தேகத்தோடு ஏறெடுத்து நோக்கினாள்.

"நண்பர்களிடம் லாப நோக்கம் பார்க்கக் கூடாதல்லவா? அதனாலே தான் இந்தத் தள்ளுபடி" என்று இலேசான சிரிப்போடு அவளுக்குப் பதிலளித்தான்.

தயக்கத்தோடு பணத்தைச் செலுத்திவிட்டுத் தன்னை உபசரித்த அவனுக்கு நன்றி கூறி முடித்து அந்தக் கடையின் பிரம்மாண்டமான கதவை நோக்கிச் சென்றாள். அங்கிருந்து வெளியேறியபோது அவளது இதயத்தில் இதமான ஓர் உணர்வு மெல்ல நிறையத் தொடங்கி இருந்தது. கொஞ்சம் கூட அறிமுகமே இல்லாத ஒருவனோடு அதுவும் குறுகிய நேரம் மட்டுமே நிகழ்ந்த ஒரு சந்திப்பு இத்தனை வலுவான உணர்வுகளைத் தனக்குள் கிளர்த்திவிடக் கூடுமா என்று எங்கோ ஓர் ஆழத்தில் அவளுக்குள்ளும் ஒரு வியப்பு எட்டிப் பார்த்

துக் கொண்டுதான் இருந்தது. அவனைப் பார்ப்பதும், வசீகரமான அவனது குரலைக் கேட்பதும் ஒருவேளை இதுவே கடைசி முறையாகக் கூட இருக்கலாம் என்ற எண்ணத்தில் அவள் நெஞ்சு துவண்டது. ஸ்தம்பித்துப் போன முக பாவனையோடு தன் கடையின் வாயிற் கதவருகே நின்றிருந்தான் ஹிதாயத். தன்னை ஒருநிலைப் படுத்திக் கொள்வது அவனுக்கு சாத்தியமாக இல்லை. கதவு மணிகள் பின்னணியில் குலுங்க, மீண்டும் அவளை ஒருமுறை அழைத்துப் பேச ஆரம்பித்தான்.

"இன்று மாலை நாம் சந்திக்க முடியுமா? உங்கள் ஆர்வத்தைத் தூண்டும் சில கடைகளுக்கு என்னால் உங்களைக் கூட்டிச் செல்ல முடியும். ஊருக்குத் திரும்பும் போது எடுத்துச் செல்வதற்கேற்ற நினைவுப் பரிசுகளை அங்கே நீங்கள் வாங்கலாம்".

தேஜூக்குத் தொண்டை அடைத்துக் கொண்டது போலிருந்தது. அவ்வாறானால் இது அவனைப் பார்க்கும் கடைசி முறை இல்லை. அமைதியாகத் தலையசைத்து ஒப்புதல் அளித்து விட்டு அங்கிருந்து நடந்து செல்லும் போது அவள் நெஞ்சு படபடத்துக் கொண்டிருந்தது. இதயத்தில் இனம் புரியாத ஒரு கிளர்ச்சியும் அவனைத் திரும்ப சந்திக்கும் ஆவலும் குடிகொண்டிருந்தன. சிறிது தூரம் நடந்து சென்றபின் சற்றுத் தாமதித்து நின்றபடி அந்தக் கடையைத் திரும்பிப் பார்த்தாள். அதன் நுழைவாயிலில் நின்றபடி அவளை நோக்கிக் கையசைத்துக் கொண்டிருந்தான் ஹிதாயத். அவளும் அதை ஏற்றுக் கொள்ளும் பாவனையில் கையை உயர்த்திக் காட்டிவிட்டு நகர்ந்து சென்றாள். தான் தங்கியிருந்த விடுதிக்குள் நுழைந்த பிறகும் கூட அந்தக் கடையின் முகப்பில் ஒலித்த இனிய மணிகளின் ஒலி அவள் காதுகளில் ரீங்கரித்துக் கொண்டிருந்தது.

அன்று மாலை, கடையின் அன்றாடக் கணக்கு வழக்குகளை வேகமாகப் பார்த்து முடித்து, சீக்கிரமே கடையைப் பூட்டி விட்டு மாலை மறைவதற்குள் அவள் தங்கியிருந்த விடுதியை நோக்கிச் சென்றான் ஹிதாயத்.

விடுதியின் முன் அமர்ந்தபடி பத்திரிகை ஒன்றைப் புரட்டிக் கொண்டிருந்தாள் தேஜ். அங்கே அவனைக் காண நேர்ந்ததால் ஏற்பட்ட வியப்பு அவள் முகத்தில் வெளிப்படையாகப் புலப்பட்டது. அந்நியன் ஒருவனோடு அவ்வாறு வெளியே செல்லத் தன் பெற்றோர்கள் அனுமதிக்க மாட்டார்கள் என்று அறிந்து வைத்திருந்ததால் அவனிடம் விரைவாகச் சென்ற அவள், மார்க்கெட் வரை தனியே சென்று வரப் பெற்றோரிடம் அனுமதி வாங்கி வரும் வரை காத்திருக்குமாறு அவனிடம் கேட்டுக் கொண்டாள். சொன்னது போலவே செய்து முடித்து விட்டு சில நிமிடங்களில் திரும்பி வந்த போது தேஜின் முகம் இலேசாக நாணத்தால் சிவந்திருந்தது.

மார்க்கெட் பகுதியை நோக்கி இருவரும் மெல்ல நடந்து செல்லத் தொடங்கினார்கள். சுற்றுலாப் பயணிகள் செல்ல இடம் தந்தபடி இருவரும் ஏரிக்கரையைச் சுற்றி நிதானமாக நடந்து கொண்டிருந்தார்கள். மெதுவாக நடந்து சென்றவர்கள் முன் குறுக்கிட்ட உள்ளூர்க்காரர்கள் பலரும் ஹிதாயத்துக்கு வணக்கம் செலுத்தினர். வியாபாரத்தில் முதலீடு செய்வது பற்றியும் சொந்தப் பிரச்சினைகள் குறித்தும் அவனிடம் ஆலோசனைகளும் கூடக் கேட்டுக் கொண்டார்கள். இளைஞனான அவனைத் தேடி அவன் வயதொத்தவர் மட்டுமல்லாமல் வயதில் மூத்தவர்களும் கூட வருவது தேஜூக்கு வியப்பாக இருந்தது. அந்த நகரத்தில் இருப்பவர்கள் ஹிதாயத் மீது கொண்டிருப்பது மரியாதை மட்டுமல்ல, அன்பும் கூடத்தான் என்பதை அவள் உணர்ந்து கொண்டாள்.

தொடக்கத்தில் அவனும் அவளும் பொதுவான உலகியல் விஷயங்களைப் பற்றி மட்டுமே பேசிக் கொண்டு சென்றார்கள். எனினும் அடுத்த சில நிமிடங்களிலேயே ஆரம்பத்திலிருந்த அசௌகரியமான உணர்வு அவர்களை விட்டு நீங்கிவிட ஒருவரோடொருவர் மிகவும் இயல்பாக உணரத் தொடங்கியிருந்தனர். மாலை மறைந்து கொண்டு வந்தது. தான் தங்கியிருந்த விடுதிக்குச் செல்ல நேரமாகிவிடக் கூடுமென்பதால் தலையைச் சுற்றிக் கட்டிக் கொள்ளும் வண்ணத் துணிகள் சிலவற்றை மட்டும் அவசரமாய்த் தேர்ந்தெடுத்து அவற்றுக்குப் பணம் செலுத்தினாள் தேஜ். பிறகு இருவரும் திரும்பிச் செல்லத் தொடங்கினர். ஏதோ சில பொருட்களை அவள் வாங்கியது போலப் பெற்றோரிடம் காட்டியாக வேண்டும் என்பது அவனுக்குப் புரிந்திருந்தது.

அவர்கள் உடனிருந்த அந்தக் குறைவான நேரத்துக்குள் உரையாடலோடு வேறு ஏதோ ஒன்றையும் கூட அவர்கள் பரிமாறிக் கொண்டிருந்தனர். தேஜூவின் கண்களைப் பார்க்கும் போது அவள் தன்னிடம் விட்டேற்றியாக இருப்பது போல ஹிதாயத்துக்குப் படவில்லை. தன் மனதிலுள்ள உணர்வுகளை அவளிடம் சொல்லித் தீர வேண்டுமென்று அவனது இதயம் துடித்துக் கொண்டிருந்த போதும் அவளை அச்சுறுத்த அவனுக்கு விருப்பமில்லை. அன்று காலை தனது கடைக்குள் நடந்து வந்த அந்த நேரத்தில் அவள் தன் இதயத்தைக் கொள்ளையடித்துவிட்டதை அவனால் எப்படிக் கூற முடியும்? அப்படிச் சொல்வதனால் அவள் பயந்து விட்டால். ஒருக்கால் அவனை வெறுத்து விட்டால்?

இருவரும் பேசிக் கொண்டே வந்ததில் மார்க்கெட் இருந்த தூரத்தைத் தாண்டி வெகு தூரம் வந்து விட்டிருந்ததை இருவருமே உணரவில்லை. அப்போது அவர்கள் புகழ் பெற்ற தால் ஏரிக்கரை முடிவடையும் ஒரு முனைக்கு வந்து சேர்ந்திருந்தார்கள். கடைகளின்

கூச்சலும் ஆரவாரமும் இல்லாமல் பரவசமூட்டும் அமைதியோடு ஏரி காட்சி தந்தது. ஆரஞ்சு, இளஞ்சிவப்பு, ஊதா வண்ணம் எனப் பல வகையான நிறக் கலவைகளோடு வானம் வண்ணமயமாக விரிந்திருந்தது. சுற்றியிருந்த மரங்கள் அந்த அழகுக்கு மௌன சாட்சி போல இருக்க அவற்றின் பின்னணியில் மலைத் தொடர்கள் புலப்பட்டுக் கொண்டிருந்தது. காற்றில் கலந்திருந்த குளிர், அந்தச் சூழலிலிருந்த கனவுத் தன்மைக்கு மேலும் இனிமை கூட்டியது. இதற்கு முன்னும் பலமுறை தேஜ் காஷ்மீருக்கு வந்துண்டு. ஆனாலும் இம்முறை ஒரு கவிஞன் எழுதிய காதல் கவிதையைப் போல அந்த ஏரியை அவளுக்கு ஆக்கி விட்டிருந்தான் ஹிதாயத். அவர்கள் பிரியும் வேளையில் ஏதோ ஒன்றை விட்டு விட்டுச் செல்வது போலவே இருவரும் உணர்ந்தனர்.

அன்றிரவு படுக்கைக்குச் செல்லும் முன் அன்று நடந்த சம்பவங்களையெல்லாம் மனக் கண்ணில் ஓட்டிப் பார்த்தாள் தேஜ். ஹிதாயத்தோடு தனக்கு ஏற்பட்டிருக்கும் பிணைப்பு முக்கியத்துவம் வாய்ந்ததென்பது அவளுக்கு உணர்வாயிற்று. அப்போதுதான் தொடங்கியிருந்த அவர்களது நட்பை உடனே விட்டு விடாமல் இருப்பதற்காக விடுமுறையைச் சற்று நீட்டிக்குமாறு பெற்றோரிடம் கேட்டுக் கொள்ள வேண்டும் என்று அவள் முடிவு செய்து கொண்டாள். அதே போல மறுநாள் காலைச் சிற்றுண்டியின் போது இன்னும் சில நாட்கள் காஷ்மீர் பள்ளத்தாக்கிலேயே தங்கியிருக்க தந்தையிடம் ஒப்புதலும் பெற்றாள். தன் செயலில் தானே நிறைவு பெற்றவளாய் முதல் நாள் இருவரும் பேசி வைத்துக் கொண்டபடி தன் விடுதியிலிருந்து நழுவி ஹிதாயத்தின் கடையை நோக்கிச் சென்றாள். அவர்களது இரகசியச் சந்திப்புக்கள் பலவற்றின் தொடக்கம் இதுதான். தேஜின் விடுமுறை முடிவுக்கு வந்தபோது அவர்கள் தங்கள் முகவரிகளை ஒருவருக்கொருவர் பரிமாறிக் கொள்ள, ஹிதாயத் அவளைக் காண தில்லி வருவதாக வாக்களித்தான்.

ஒருவரை விட்டு ஒருவர் பிரிந்திருப்பது இருவருக்குமே கடினமாகத்தான் இருந்தது. தலைநகருக்கு வரப்போவதாக ஹிதாயத் தனக்கு எழுதிய கடிதத்தைப் பார்த்து மிகவும் மகிழ்ச்சியடைந்த தேஜ் அவனது வருகைக்கான நாட்களை எண்ணத் தொடங்கினாள். அந்த நாளும் வந்து சேர, அவர்கள் சந்தித்துக் கொண்டனர். அப்போது முதல் இருவரும் தினந்தோறும் சந்தித்து மணிக்கணக்காக உரையாடிக் கொண்டனர். ஹிதாயத் தன் வியாபாரம் குறித்தும் அமைதியான எளிமையான காஷ்மீரத்து வாழ்க்கைக்கு நேர் மாறாக இருக்கும் அவசரகதியிலான தில்லி வாழ்க்கை குறித்தும் பேசுவான். அங்கிருந்து காஷ்மீர் பள்ளத்தாக்குக்கு அவன் திரும்பிச் சென்ற போது தன் காதலியோடான பந்தம் மேலும் இறுகிப் போயிருந்தது. இருவரும் தொடர்ந்து கடிதங்களைப் பரிமாறிக் கொண்டிருந்தனர்.

மேலோட்டமாகப் பார்க்கும் போது அந்தக் கடிதங்கள் பருவ காலங்களைப் பற்றியும், முக்கியமே இல்லாத விஷயங்களைப் பற்றியும் இருப்பவை போலத் தோன்றினாலும் கடித வரிகளுக்கிடையே ஒளிந்திருக்கும் சொல்லப்படாத சொற்களைத் தேடி அவற்றுக்கு விளக்கம் காண முயற்சித்துக் கொண்டிருந்தார்கள் அவர்கள்.

தொடர்ந்து வந்த அடுத்த கோடையில் தேஜூம் அவள் தாயும் காஷ்மீர் கிளம்பிய போது தில்லியில் வெயில் எரித்துக் கொண்டிருந்தது. இம்முறை கூடுதலான நேரத்தை ஒன்றாய்க் கழித்த தேஜூம் ஹிதாயத்தும் தங்கள் கனவுகளையும், ஆர்வங்களையும் ஒருவரோடொருவர் பகிர்ந்து கொண்டனர், இருவரும் அறிமுகமாகி ஓராண்டுக்கு மேல் ஆகியிருந்ததால் வார்த்தைகளும் உணர்வுகளும் தங்கு தடையின்றி அவர்களிடையே பொங்கி வந்தன. என்றாலும் கூட மிக முக்கியமான விஷயம் ஒன்றைப் பற்றி மட்டும் பேசாமல் இருவரும் அமைதி காத்தனர். மற்றவர் அதை எப்படி எடுத்துக் கொள்ளக் கூடுமோ என்ற தயக்கம் இருவரிடமுமே இருந்தது.

வண்ணங்களும், பறவைகளின் பாடல்களுமாய் அந்த இளஞ் ஜோடிக்குக் காஷ்மீர் உயிரோட்டம் கொண்டதாய் இருந்தது, தன் வாழ்வின் பெரும்பகுதியை அந்தப் பள்ளத்தாக்கிலேயே கழித்திருந்த ஹிதாயத்தும் கூட இப்போது ஒரு கவிஞனின் கண்களோடு அந்தப் பகுதியை ரசிக்கத் தொடங்கியிருந்தான். நாட்கள் விரைவாகக் கடந்து கொண்டிருந்தன. தன் உணர்வுகளைச் சீக்கிரம் வெளிப்படுத்த வேண்டுமென உணர்ந்துகொண்டான் அவன். இப்போது இல்லையென்றால் இனி ஒருபோதும் இல்லை. விடுமுறை முடிந்து அவள் அங்கிருந்து கிளம்புவதற்கு ஒரு வாரம் முன் தால் ஏரியில் ஒரு படகுச் சவாரிக்காக அவளை அழைத்துச் சென்றான் ஹிதாயத். படகைச் செலுத்திக் கொண்டிருந்தாலும் சரியான சொற்களை யோசித்தபடி பதட்டத்தோடு இருந்தான். சுற்றியுள்ள இயற்கைக் காட்சிகளில் லயித்தபடி அவன் மனதில் ஓடுவது என்னவென்று தெரியாதவள் போல அவள் இருப்பதை அவன் புரிந்து கொண்டான்.

“உனக்கு இந்த இடம் மிகவும் பிடித்திருக்கிறது அப்படித் தானே?” என்று கேட்டான்.

அவள் சம்மதித்து தலையசைத்தாள்.

“விடுமுறை முடிவுக்கு வரப்போகிறதே என்று வருத்தமாக இருக்கிறது”

“இங்கேயே நிரந்தரமாய்த் தங்கி விடுவது பற்றி என்ன நினைக்கிறாய்?”

தேஜ் முகத்தில் ஒரு வினாக்குறியோடு அவனைத் திரும்பிப் பார்த்தாள்.

அவன் உடனே பதில் அளித்து விடவில்லை. பேசியபோது அவன் குரலில் சிறு நடுக்கம் இருந்தது.

"நீ இங்கேயே இருக்க வேண்டுமென்பதே என் ஆசை. நான் உன்னை நேசிக்கிறேன் வாழ்க்கை முழுவதும் நமது பந்தம் தொடர வேண்டுமென்று விரும்புகிறேன். போன வருடம் நீ என் கடைக்குள் முதன்முதலாக நடந்து வந்தாயே அப்போதே உன்னை நான் காதலிக்கத் தொடங்கி விட்டேன் தேஜ். தயவுசெய்து என்னைத் தவறாக எண்ணி விடாதே." அதற்கு எவ்வாறு பதிலளிப்பது என்று தெரியாமல் அந்தப் படகின் அடிப்பகுதியிலிருக்கும் மரப்பலகை யிலேயே தேஜின் கண்கள் நிலைத்திருந்தன. ஸ்தம்பித்துப் போனபடி அமைதியாக இருந்தாள் அவள். உடனடியாகக் குற்ற உணர்வுக்கு ஆட்பட்டுப்போன ஹிதாயத் அப்படிச் சொல்லியிருக்கக் கூடாதோ என்று நினைத்தான். கலவரத்தோடு அவளிடம் மீண்டும் பேசத் தொடங்கினான்.

"உனக்கு வருத்தம் ஏற்படும்படி ஏதாவது சொல்லி விட்டேனா? இதற்கு முன்பு இப்படி நான் உணர்ந்ததே இல்லை. உன்னை நேசிக்கிறேன் என்பதைத் தவிர வேறெந்த தவறான நோக்கமும் என்னிடம் இல்லை. அப்படி என்னைத் தவறாகப் புரிந்து கொண்டு விடாதே."

தேஜ் அவன் கண்களுக்குள் ஊடுருவிப்பார்த்தாள். அவளது உள்ளத்தின் ஆழத்திலும் அவன் மீதான அதே வகையான ஈர்ப்பு அவளுக்கு ஏற்பட்டிருந்ததால் அவன் ஒருவழியாகத் தன் உணர்வு களை வெளிப்படுத்தியதில் அவள் மகிழ்ச்சியடைந்தாள். தன் தொண்டையைச் சரி செய்து கொண்டபடி மென்மையாக இவ்வாறு முணுமுணுத்தாள்.

"நானும் அதே போலத்தான் உணர்கிறேன்" வெட்கத்தால் முகம் சிவந்தபடி நாணம் கலந்த புன்னகை ஒன்றை உதிர்த்தாள். அளவுக்கு மீறிய மகிழ்ச்சியால் துள்ளிக் குதித்து விடாமல் இருக்க ஹிதாயத் துக்கு மிகுந்த சுயக்கட்டுப்பாடு தேவையாக இருந்தது. அதற்கு மாறாக மெல்ல அவளை ஏறெடுத்துப் பார்த்தான்.

பின் "என் இதயத்தை இப்படிப்பட்ட ஒரு நேசத்தால் நிறைத்த தற்கு நன்றி தேஜ்" என்று அவள் கரத்தைப் பற்றித் தன் கையோடு கோர்த்துக் கொண்டபடி சொன்னான் ஹிதாயத். பதிலுக்கு தேஜ் ஒரு புன்னகை மட்டுமே செய்தாள். அவளுக்கும் கூட இப்போது கொஞ்சம் கவலை வரத் தொடங்கியிருந்தது. அவள், வீட்டிற்கு ஒரே பிள்ளை என்பதால் அவளது பெற்றோரின் நம்பிக்கை முழுவதும்

அவளை மட்டுமே மையம் கொண்டிருந்தது. அவர்கள் அவளுக்கு ஏற்றதாக ஒரு வரன் தேடியபடி இருந்தனர். பஞ்சாபி இனத்தைச் சேர்ந்த பொருத்தமான ஒரு வரனைத் தேர்ந்தெடுப்பதில் மட்டுமே தன் பெற்றோர் முனைப்பாக இருந்து வருவது அவளுக்குத் தெரியும். ஆனால் அவளோ ஒரு முஸ்லிம் இளைஞனோடு இங்கே காதல் புரிந்து கொண்டிருக்கிறாள். அதிலும் ஆபத்தும் சிக்கலும் நிறைந்த காஷ்மீர் போன்ற ஒரு மாநிலத்திலிருந்து.

தேஜின் மனதிற்குள் நிகழ்ந்து கொண்டிருப்பது இன்னதென்று அறியாதவனாக லாவகமாகப் படகைச் செலுத்திக் கொண்டிருந்தான் ஹிதாயத். அந்தப் படகுச் சவாரியை முன் எப்போதையும் விட மிகவும் ரசித்தபடி இருந்தான். தண்ணீருக்குள் சரியான கோணத்தில் துடுப்பு வீசப்படும் ஒவ்வொரு முறையும், படகை மென்மையாக முன்னகர்த்திக் கொண்டு சென்றது அது. துடுப்பிலிருந்து தெறிக்கும் நீர்த்துளிகள் ஏரிக்குள் மீண்டும் வீழ்ந்தபடி இருந்தன. தேஜ் அமர்ந்திருந்த இடத்துக்கு நேர் எதிரே உட்கார்ந்திருந்த அவனால் தன் கண்களை அவளது எழிலான முகத்தை விட்டுப் பெயர்க்கவே இயலவில்லை. திரும்பத் திரும்ப "உன்னை நான் காதலிக்கிறேன்" என்று மட்டுமே சொல்லிக் கொண்டிருந்தான். ஒரு வழியாகத் துணிவையெல்லாம் ஒன்று திரட்டிக் கொண்டு தன் மன உணர்வுகளும் அப்படிப்பட்டவைதான் என்று அவள் ஏற்றுக் கொள்ளும் வரை அவன் அவ்வாறே சொல்லிக் கொண்டிருந்தான்.

2

தங்கள் குடும்பத்தார்கள் விரும்பவில்லை என்றபோதும் அவர்களின் காதல் மலர்ந்து திருமணத்தில் நிறைவு பெற்றது. இரண்டு தரப்புகளிலிருந்து எழுந்த எதிர்ப்புகளையும் துணிவோடு எதிர் கொண்டபடி அந்த இளம் தம்பதியினர் தங்கள் மணவாழ்வை அமைத்துக் கொண்டனர். இரண்டு ஆண்டுகள் கழித்துப் பிறந்த செஹ்மத் ஏற்கனவே முழுநிறைவுடன் இருந்த அந்தக் குடும்பத்துக்கு எல்லையற்ற மகிழ்ச்சியையும், மன அமைதியையும் கொணர்ந்தாள். வெவ்வேறு மதங்களைச் சார்ந்த தங்கள் திருமணம் குறித்து சுற்றிலும் நிலவும் வியப்பான பார்வைகள் பற்றிய முழுப் பிரக்ஞையுடனேயே ஹிதாயத்தும் தேஜூம் இருந்து வந்தார்கள். அதனால் தங்கள் மகளுக்கு உண்மையான மதச் சார்பின்மையைப் புகட்டவும், அதை அவளுக்குள் விதைக்கவும் அவர்கள் இருவரும் பெருமுயற்சி எடுத்து வந்தனர்.

கற்றறிந்தவர்களாகவும், நுண்ணுணர்வு கொண்டவர்களாகவும் இருந்த ஹிதாயத்தும், தேஜூம் தேவையற்ற மதச் சம்பிரதாயங்களையும், சடங்குகளையும் ஒதுக்கி வைத்திருந்தனர். தங்கள் மகள் மீது எந்த மதத்தையும் திணிக்க அவர்கள் இருவருமே முயலவில்லை. அதற்கு மாறாகப் பலதரப்பட்ட நம்பிக்கைகளைப் புரிந்துகொள்ளவும், மனிதப் பண்பு, ஒருமைப்பாடு, நாட்டுப்பற்று, தன் மதிப்பு ஆகியவற்றின் முக்கியத்துவத்தையும் புரிந்துகொண்டு அவற்றுக்கு சிறப்பு அளிக்கும் முறையிலுமே தங்கள் மகளுக்கு அவர்கள் தூண்டு கோல் அளித்து வந்தனர்.

வெவ்வேறு மதக் கோட்பாடு கொண்டவர்களாக இருந்த போதும் ஒரே கூரைக்கடியில் முழுமையான இணக்கத்தோடு வாழ்க்கையை நடத்தி வரும் தன் தாய் தந்தையரைப் பார்த்தபடியே செஹ்மத் வளர்ந்து வந்தாள். மதம் சார்ந்த ஒருவரின் செயல்பாடுகளில் அடுத்தவர் தலையிடாதபடி அவர்கள் வாழ்ந்து வந்தனர். பிரார்த்தனை மற்றும் தியானம் செய்வதற்காக ஒதுக்கப்பட்டிருந்த அறையில் மெக்காவின் படங்களோடு இந்துக் கடவுளின் படங்களும்,

வேறு பல மகான்கள் சூஃபிகள் ஆகியோரின் படங்களும் இருந்தன. மீராபாயின் பாடல்கள் செஹ்மத்தைக் குறிப்பாகக் கவர்ந்தன. தன் தாயுடன் சேர்ந்து அவளும் அவற்றைப் பாடி வந்தாள்.

"கடவுள் ஒருவரே" என்பதையே அவள் பெற்றோர் திரும்பத் திரும்ப அவளுக்குச் சொல்லிவந்தனர்.

"புனித நூல்களான குரானையோ கீதையையோ கையில் வைத்திருப்பதாலோ, நெற்றியில் திலகம் அணிவதாலோ தம்மருகே வருவித்து விடக் கூடிய தன்மை கொண்டவரல்ல கடவுள். தனக்கென்று வரையறுத்துச் சொல்லக் கூடிய வடிவமற்ற அவர் நம் முள்ளே உறைகிறார். அவர் எங்கும் நிறைந்திருப்பவர். எண்ணமும், இதயமும் தூய்மைப் பட்டால் மட்டுமே அவரைக் காண முடியும்."

தாய் தந்தையர் கற்பித்து வந்த அந்த மதிப்பீடுகள் பின்னொரு காலத்தில் தாய்த்திரு நாட்டின் குடிமக்களில் மிகவும் மதிக்கத் தக்கவளாகவும், நம்பிக்கைக்கு உரியவளாகவும் தன்னை உருவாக்கப் போகின்றன என்பதை அந்த இளம் வயதில் அவள் அறிந்திருக்க வில்லை.

செஹ்மத்திடம் தந்தையின் தாக்கமே கூடுதலாக இருந்தது. ஹிதாயத்தின் பெரும்போக்கான பண்பும், நேர்மறையான சிந்தனை களும் ஸ்ரீநகரில் அவரை ஒரு மாமனிதராக்கியிருந்தன. தன் தந்தையின் மிகச் சிறந்த பண்புகள் பலவற்றில் செஹ்மத்தைப் பெரிதும் ஈர்த்தும் அவள் ஆர்வத்தோடு பின்பற்ற விரும்பியதும் இந்திய தேசத்தின் மீது அவர் கொண்டிருந்த மாளாத காதலே. அடர்ந்து பரந்திருக்கும் "சினார்" மரக் கூட்டங்களுக்கு நடுவே தந்தையும் மகளும் வெகு தூரம் நடந்து செல்வார்கள்; அது அவர் களுக்கு மிகவும் பிடித்தமான ஒரு பொழுதுபோக்கு. அந்த நேரங் களிலும், குறுகலான பள்ளத்தாக்குகளின் வழி அவர்கள் நடந்து செல்லும் போதும், தாய் நாட்டின் பெருமைகளைப் பற்றித் தன் தந்தை பேசுவதையெல்லாம் பாடம் கேட்பது போலப் பரவசத்தோடு கேட்டுக் கொண்டிருப்பாள் செஹ்மத்.

அப்படி நடந்து செல்லும் போது, ஒருநாள் தான் சொல்ல வேண்டியதையெல்லாம் சொல்லி முடித்தபிறகு சட்டென்று அதை நிறுத்தி விட்டு மகளின் கைகளைப் பற்றிக் கொண்டார் அவர். உணர்ச்சியில் தோய்ந்திருந்த குரலுடன் மகளிடம் இவ்வாறு கூறினார்.

"நாம் இன்று வாழும் நல்ல நிலைக்கு நம் தாய் நாட்டுக்கே என்றும் நாம் நன்றியுடையவர்களாக இருக்க வேண்டும் செஹ்மத். தாய் மண்ணுக்கு விசுவாசம் செலுத்தாமலிருப்பது போன்ற நன்றி

கெட்ட செயல் வேறு எதுவுமே இல்லை. நான் இந்த மண்ணிலே தான் பிறந்தேன். அதனால் என்னால் முடிந்த வரை என்னால் ஆனதை இந்த மண்ணுக்கே அர்ப்பணித்தாக வேண்டும். இந்த மண்ணோடு கலக்கும் வேளையில் விசுவாசமான, நன்றிக்கடனோடு கூடிய ஒரு வாழ்க்கையைத்தான் நான் வாழ்ந்திருக்கிறேன் என்று என் மனச்சாட்சி பெருமிதம் கொள்ள வேண்டும்."

அந்த மாலை நேரத்தில் இளம் செஹ்மத் ஒரு வித்தியாசமான ஹிதாயத்தைக் கண்டாள். உலகிலுள்ள எந்த மதத்தையும் விட மானுடம் என்ற ஒன்றின் மீதே மிகுந்த மதிப்பு வைத்திருக்கும் உணர்ச்சிகரமான ஆர்வம் ததும்பும் ஒரு மனிதரை, தன் கற்பனைக்கு அப்பாற்பட்ட ஒரு மனிதரை அப்போது அவள் அவரில் கண்டாள். தாய்நாட்டுப்பற்று என்பது அவருக்கு எந்த அளவுக்கு முதன்மை யானது என்பதைத் தன் வாழ்வில் முதன் முறையாக அவள் கண்டு கொண்ட தருணம் அது. தொடர்ந்து வந்த அவள் வாழ்வில் முக்கிய மான பங்காற்றிய தருணமும் அதுதான்.

இந்துக்களுக்கும் முஸ்லிம்களுக்கும் இடையிலான பதட்டங் களைக் குறைப்பதிலும் இரு மதத்தாருக்கும் இடையில் சுமுகமான உறவை ஏற்படுத்தவும் தந்தை எடுத்து வரும் முயற்சிகளை நேரில் பார்த்தபடியே வளர்ந்து வந்தாள் செஹ்மத். அப்பகுதியில் தகராறு களையும், பிரச்சனைகளையும் தீர்த்து வைக்க ஹிதாயத் சொல்லும் வார்த்தையே இறுதிச் சொல்லாக மதிக்கப்பட்டு வந்தது. உண்மை யாகவே நிதி உதவி தேவைப்படுபவர்களுக்கும் ஹிதாயத் கை கொடுத்து வந்தார். வேறுபட்ட இரு நம்பிக்கைகள் கொண்டிருப்பவர் களிடையே எழும் பூசல்களைத் தீர்த்து வைத்து அவர்களிடையே பாலம் அமைப்பதில் ஹிதாயத்தின் குறுக்கீடு எப்படியெல்லாம் உதவி யிருக்கிறது என்று காஷ்மீரைச் சேர்ந்த பல பண்டிதர்கள் அவளிடம் பல சம்பவங்களைச் சுட்டிக் காட்டிக் கூறியதுண்டு.

அதன் பிறகு உயர்கல்விக்காக காஷ்மீர் பள்ளத்தாக்கிலிருந்து தில்லி சென்று விட்ட செஹ்மத், அங்கே கல்லூரிப் பட்டப் படிப் போடு ஓய்வு நேரத்தில் வயலின் வாசிக்கவும், இந்தியப் பாரம்பரிய நடனம் ஆடுவதற்கும் கற்றுக் கொண்டாள். விடுமுறைக்காக அவள் காஷ்மீர் வரும் போதெல்லாம் அவளது தந்தையின் சமயோசிதமான ஆலோசனை சார்ந்த பல கதைகள் அவள் செவிக்கு விருந்தாகக் காத்திருக்கும். பள்ளத்தாக்கில் வசிக்கும் இருபிரிவினருமே அங்கே நிலவும் அமைதிக்காகவும் நல்லிணக்கத்துக்காகவும் அவள் குடும்பத் துக்கு எந்த அளவுக்கு நன்றிக்கடன் பட்டிருக்கிறார்கள் என்பதை அவளுக்கு அவை எடுத்துக் கூறும். ஒவ்வொரு முறை செஹ்மத் காஷ்மீர் வரும் போதும் அவ்வாறான கதைகளின் எண்ணிக்கை கூடிக் கொண்டே சென்றது.

நேர்மை நிறைந்த ஒரு வியாபாரி என்ற அடிப்படையிலும் ஹிதாயத்தின் புகழும், மதிப்பும் கூடிக் கொண்டே வந்தது. தொலை தூரம் வரை அது பரவியும் இருந்தது. வகை வகையான துணிகளை உற்பத்தி செய்பவர் என்று அந்த வட்டாரத்தில் தனிப் பெயரெடுத் திருந்தார் அவர். அவரது துணிவான முயற்சிகளும், பரந்த மனப் பான்மையும் அவருக்கு உந்து விசையாக அமைய கம்பி வேலிகளுக்கு அப்பால் பிரிவினைக்குப் பிறகு இப்போது பாகிஸ்தான் என்று வழங்கப்படும் பகுதிகளிலும் கூட அவரது வாணிபம் விரிவடைந்து கொண்டே சென்றது. தன் வியாபார நிமித்தமான கடமைகளைச் செய்வதற்காகவும் மேலும் மேலும் நண்பர்களையும் தொடர்பு களையும் உருவாக்கிக் கொண்டு தன் தொழிலை விரிவுபடுத்திக் கொள்வதற்காகவும் இந்தியாவைத் தாண்டியும் அவர் வாடிக்கை யாகச் சென்று வந்து கொண்டிருந்தார். தொலைதூரத்தில், இந்தியாவின் தலைநகரில் இருக்கும் முக்கியமான அரசு அமைப்பு ஒன்று அவரையும் அவரது நடவடிக்கைகளையும் நெருக்கமாகக் கண்காணித்து வருவது பற்றி அதிர்ஷ்டவசமாக அவர் அறிந்திருக்க வில்லை. "ரா" எனப்படும் இந்தியப் புலனாய்வுப் பிரிவு தான் அந்த அமைப்பு. அதைச் சேர்ந்த சில மூத்த அதிகாரிகள் அவரை அணுகி, பாகிஸ்தானிலிருந்து தகவல் திரட்டுவதற்கான வலைப்பின்னல் ஒன்றை உருவாக்க உதவுமாறு கேட்டுக் கொண்டனர். அவருக்கு இருந்த மிகப் பரவலான தொடர்புகளோடு நாட்டின்பால் அவர் கொண்டிருந்த மாறாத அன்பும், அர்ப்பணிப்புமே இந்தச் செயலுக் கேற்ற பொருத்தமான நபராக அவரை ஆக்கியிருந்தன. எல்லை தாண்டி அவர் அமைத்துக் கொண்டிருந்த செழிப்பான வாணிபத் தொடர்புகள், அரசமைப்பு மேற்கொள்ள எண்ணியிருந்த திட்டங் களுக்கு அரணாக அமையக் கூடுமென்பது அவர்களது எண்ணம்.

தன்னிடம் முன்வைக்கப்பட்ட கோரிக்கையை ஹிதாயத் உடன டியாக ஏற்றுக் கொண்டபின், அதனை ஏற்றுக் கொள்வதால் அவ ருக்கு நேரக் கூடிய அபாயங்களைப் பற்றியும் அவர்கள் அவருக்கு முழுமையாகக் கூறினார்கள். அவரும் அவற்றை அறிந்திருந்தார். அவர் அவர்களை விடவும் ஒரு படி மேலே சென்ற படி தகவல் திரட்டுவதற்கான புதுப்புது வழிமுறைகளைப் பரிந்துரைத்தபடி இருந்தார். பாகிஸ்தானில் இருந்து வந்த மதுவிலக்குச் சட்டத்தால் அவர் விற்பனை செய்து வந்த பொருட்களில் ஒன்றான மது, கப்பல் வழியாகத்தான் எல்லை தாண்டி அனுப்பப்பட்டுக் கொண்டிருந்தது. ஒவ்வொரு கப்பலிலும் அனுப்பப்படும் மதுவின் அளவைக் குறைத்து விட்டு, அனுப்பும் கப்பல்களின் எண்ணிக்கை அடிக்கடி இருக்குமாறு செய்யலாம் என்றும் அதன் மூலம் எல்லைக்கு அப்பாலிருந்து தகவல் பெறும் கால இடைவெளியைக் குறைக்க முடியும் என்றும் அவர்

ஆலோசனை கூறினார். வணிகத் துறையில் தான் கொண்டிருந்த மதிநுட்பத்தைப் பயன்படுத்தித் தகவல் வலைப் பின்னலை லாகூர், இஸ்லாமாபாத், முல்தான் ஆகிய நகரங்களுக்கு விரிவுபடுத்தியதோடு பாகிஸ்தான் ராணுவத் தளத்துக்குள் ஊடுருவுவதற்கும் வழிவகை அமைத்துத் தந்தார். 1965 ஆம் ஆண்டு நிகழ்ந்த இந்திய பாகிஸ்தான் போர் சமயத்தில் ஹிதாயத் உருவாக்கியிருந்த வலைப்பின்னலே தகவல் சேகரிப்பின் மையப் புள்ளியாக விளங்கியது. குறிப்பிட்ட அந்தக் காலகட்டத்தில் தகவல் தொடர்புகள் இந்த அளவுக்கு வளர்ச் சியடைந்திருக்கவில்லை என்றபோதும், நம்பிக்கைக்குப் பாத்திரமான ஒரு குழுவை அவர் ஏற்படுத்தியிருந்தார். அந்தக் குழுவினர் புதுப் புது உத்திகளைக் கையாண்டபடி மிகவும் இரகசியமான நிறைய ஆவணங்களை இந்தியாவுக்குக் கொண்டு வந்து சேர்த்ததால் நூற்றுக்கணக்கான இந்திய இராணுவ வீரர்களின் உயிர்கள் காப் பாற்றப்பட்டன.

அந்தப் போரில் இந்திய இராணுவத்தால் அவமானகரமான தோல்வியை பாகிஸ்தான் சந்தித்தபின் இந்திய அரசின் அன்புக்கும் மதிப்புக்கும் உரியவரானார் ஹிதாயத். அவரது பணிகளும் சேவை களும் மிக மிக உயர்வானவையாக இந்திய அரசால் பாராட்டப் பட்டன. எல்லைக்கு அப்பாலிருந்த மற்றொரு தரப்பிடமும் தன் நம்பகத் தன்மையை அவர் தக்க வைத்துக் கொண்டதே பெரிதும் ஆச்சரியப்படுத்தக் கூடியது. தோல்விக்குப் பிறகும் கூட அவரது பங்கு அதில் இருக்கக் கூடுமென்ற ஐயம் பாகிஸ்தான் அரசுக்கு எழவில்லை. தன் துணிவையும், பலத்தையும் அதிகரித்துக் கொண்டே சென்றபடி, தன் வணிகச் சங்கிலியை விரிவாக்கிய அவர் பாகிஸ்தான் இராணுவ முகாம்களுக்குள்ளும் மெல்ல ஊடுருவத் தொடங்கினார். அங்கே தன் சரக்குகளை விநியோகம் செய்வது, தளபதிகளுக்கு இலவசமாக மது வழங்குவது என்று தன் எல்லைகளை விஸ்தரித் தார். எல்லைக்கு அப்பாலிருந்த மதுவிலக்கு அவருக்கு லாபகரமான தாக இருந்ததோடு அவரது வாணிக வளர்ச்சிக்கும் உதவியது.

1969ஆம் ஆண்டின் விடியல் கான் குடும்பத்தினருக்கு ஒரு கடுமையான அதிர்ச்சியைக் கொண்டு வந்து சேர்த்தது. வழக்கமான மருத்துவப் பரிசோதனைக்குச் சென்றபோது ஹிதாயத்தின் கழுத்தி லிருந்த கட்டி, புற்றுநோய்க் கட்டி என்பது கண்டறியப்பட்டது. தொடர்ந்த பரிசோதனைகளும் ஆய்வுகளும், கட்டுப்படுத்த முடியாத அளவுக்கு அந்தக் கொடும் நோய் அவருள் கிளை பரப்பி முற்றிப் போயிருந்ததை உறுதிப்படுத்தின. அந்தச் செய்தி கேட்டு நிலை குலைந்து போனாள் தேஜ். ஆனால் ஹிதாயத்தோ அது பற்றிக் கொஞ்சமும் கவலைப்படாமல் இருந்து வந்தார். அவரது மனம் வேறு ஏதோ ஒன்றின் மீது நிலை கொண்டிருந்தது.

எல்லை தாண்டியிருக்கும் அந்த மற்றொரு பகுதியிலிருந்த இராணுவ முகாமில் ஏதோ ஒரு சிக்கல் உருவாகிக் கொண்டிருந்தது. அந்த மறு தரப்பு ஏதோ ஒரு வகையான தாக்குதலுக்குத் திட்டமிட்டுக் கொண்டிருப்பதாக பல அறிக்கைகள் அவருக்கு வந்து கொண்டிருந்தன. இந்த மோசமான வேளையில் போய் தனக்கு இப்படி ஒரு நோய் வந்ததற்காக தேஜிடம் அவர் ஓயாமல் புலம்பிக் கொண்டிருந்தார். தேஜ் எத்தனை தடுத்தும் அதைக் கேட்காமல் தன் உடல் நாளுக்கு நாள் நலிந்து வருவது பற்றி அக்கறை கொள்ளாமல் தன் முழுச் சக்தியையும் முயற்சியையும் தகவல்களைத் திரட்டுவதற்கும் இந்தியப் புலனாய்வு அதிகாரிகளுக்கு அவற்றை அளிப்பதற்குமே அவர் செலவிட்டுக் கொண்டிருந்தார்.

அப்போது கிழக்குப் பாகிஸ்தான், பாகிஸ்தானின் தீவிரமான கலவர மையப் புள்ளியாகி இருந்தது. தவறான நோக்கங்களும், பார்வைகளும் கொண்ட போர் வியாபாரிகளின் தூண்டுதலால் பாகிஸ்தான் தலைமை, அதற்கு இந்தியாவே காரணம் என்று குற்றம் சாட்டியது. இந்த மாதிரியான புதிய போக்குகளை தேஜும் அறிந்து கொள்ளாமல் இல்லை. பல சந்தர்ப்பங்களில் முக்கியமான பல தகவல்களைப் புது தில்லிக்குக் கடத்த அவளே கூட உதவியதுண்டு தான். ஆனாலும் தனக்கு வந்திருக்கும் நோயைக் கூடப் பொருட்படுத்தாத கணவரின் பாராமுகம் அவளைச் சித்திரவதை செய்தது.

மருத்துவ ரீதியாக எந்த முயற்சியும் எடுக்காமலே ஹிதாயத்தை இழக்க நேர்ந்து விடுமோ என்ற எண்ணம் தேஜின் இதயத்தில் பாரமாக அழுத்தியது. வலிக் கொடுமையால் அவர் படும் அவஸ்தையைப் பார்த்துக் கொண்டே இருப்பதும் அவளை நடுங்க வைத்தது. இறுதியாகத் தன் துணிவை ஒன்று திரட்டியபடி புதுதில்லியிலிருந்த ஒரு எண்ணுக்குத் தொலைபேசியில் அழைத்தாள் அவள். அரசாங்க இயந்திரமும் விரைவாக நடவடிக்கை மேற்கொண்டது. சரியாக இருபத்து நான்கு மணி நேரம் கழித்து தொழுகையை முடித்துவிட்டுத் தேக்கு மரத்தால் இழைக்கப்பட்ட தன் படிப்பறைக்குள் சென்ற போது கம்பீரமான சீருடை அணிந்த இரண்டு அதிகாரிகள் தனக்காகக் காத்துக் கொண்டிருப்பதை ஹிதாயத் கண்டார். இருவரும் இந்தியப் புலனாய்வுப் பிரிவைச் சேர்ந்த உயர்மட்ட அதிகாரிகள். பல ஆண்டுகள் அவர்களோடு பழகியிருந்ததால் ஹிதாயத் அவர்களை நன்கறிந்திருந்தார் என்றாலும் அவர்களது வருகை அவருக்கு வியப்பை அளித்தது. “மிர்” என்ற குறியீட்டுப் பெயர் கொண்ட மானவ் சௌத்ரி “ரா” உளவு அமைப்பின் தலைவர். பத்து வருடங்களுக்கு முன்பு, பாகிஸ்தானிலிருந்து தகவல் சேகரிக்கும், வலைப் பின்னலை உருவாக்க முதன் முதலாக ஹிதாயத்தை அணுகியவர் அவர்தான். ஹிதாயத், மிர் ஆகிய இருவருமே ஒருவர் மீது மற்றவர்

அளவில்லாத அன்பும் மதிப்பும் கொண்டிருந்தவர்கள். இப்போது அவர்கள் இருவரும் ஒருவரையொருவர் தொடர்ந்து பார்த்துக் கொண்டே இருந்தார்களே தவிர, அங்கே நிலவிய மௌனத்தை எப்படி உடைப்பதென்று இருவருக்குமே தெரியவில்லை. முடிவில் அந்த அமைதியை உடைத்துப் பேச்சைத் தொடங்க முன் வந்தார் மிர்.

ஹிதாயத்தை நெருங்கி அவரது கைகளைத் தன் கையில் பற்றிக் கொண்ட மிர் தன் பழைய நண்பரையே உற்றுப் பார்த்தபடி இருந்தார். அவர்களது வருகைக்கான காரணத்தையும், சொல்லப் படாத வார்த்தைகளின் உட்பொருளையும் ஊகித்து விட்ட ஹிதா யத்தின் பார்வை மனைவியின் மீது படிந்தது. அவள் என்ன செய் திருக்கக் கூடும் என்பதை ஹிதாயத் உணர்ந்துகொண்டு விட்டதால் தேஜின் முகத்திலும் மெலிதான குற்ற உணர்வு இலேசாகப் படர்ந்தது.

தன் உணர்வுகளைக் கட்டுப்படுத்திக் கொள்ள சிரமத்தோடு முயன்றாலும் மிர்ரின் குரல் இலேசாக நடுங்கத்தான் செய்தது. அவரைப் பொறுத்தவரை ஹிதாயத் முக்கியமான ஓர் இணைப்புப் பாலம் மட்டுமில்லை. மதிக்கத்தகுந்த ஓர் இனிய நண்பராகவும் இருந்து வந்தார்.

“அமெரிக்க மருத்துவர்களோடு பேசி எல்லா ஏற்பாடுகளும் செய்து முடித்துவிட்டோம் ஹிதாயத்” என்றபடி தொடங்கினார் மிர். அவர்கள் உங்களுக்கு சிகிச்சை அளிப்பார்கள். மேலும்...

ஹிதாயத்தின் உறுதியான ஆனால் சுருக்கமும் பணிவான குரல் அதை உடனே மறுத்தது.

“இந்த நோயிலிருந்து நான் தப்பிப் பிழைப்பதற்கான வாய்ப் புக்கள் ஏதுவுமில்லை என்பதை நான் அறிவேன். மிர், நாம் பேசிக் கொண்டிருக்கும் இதே நேரத்தில் மிகப் பெரும் அபாயம் ஒன்று நம் நாட்டை நெருங்கிக் கொண்டிருப்பது பற்றி உங்களுக்கும் தெரிந்திருக்கும்”

மிர்ரின் பிடியிலிருந்த தன் கையை விடுவிடுத்துக் கொண்டு ஜன்னலை நோக்கி நடந்து சென்ற ஹிதாயத், தூரத்திலிருந்த ஒன்றை அவர்களிடம் சுட்டிக் காட்டினார். அறையிலிருந்த மற்ற மூவரும் அந்தத் திசையை நோக்கி விரைவாகத் திரும்பிப் பார்த்தனர். மிக நேர்த்தியாகப் பராமரிக்கப்பட்டிருந்த புல்வெளியின் நடுவே மென் காற்றில் இலேசாகப் படபடத்துக் கொண்டிருந்த இந்திய தேசியக் கொடியின் மீது ஹிதாயத்தின் பார்வை படிந்திருந்தது.

“மிர் உங்கள் கண்ணுக்கு அந்த அழகான மூவர்ணம் தெரி கிறதா? மரணம் வந்து கதவைத் தட்டும் வேளையில் அது உயர உயரப் பறக்க வேண்டும், அப்படி அதைப் பார்க்க வேண்டும் என்று

நான் விரும்புகிறேன். என்னால் இயன்றவரை என் தாய் மண்ணுக்குச் சேவை செய்திருக்கும் நான், அவள் மடியிலேயே கண்மூட விரும்புகிறேன். என் தாய்நாட்டில். என் வீட்டில். ஓர் அந்நிய மண்ணில் இல்லை. வரலாற்றின் தாழ்வாரங்களில் நான் அமைதியோடு உதிர்ந்து போக எண்ணுகிறேன். என் தாய் மண்ணில் மெய் மறந்து உறங்க ஆசைப்படுகிறேன். ஏதோ ஒரு அயல் தேசத்தில் அல்ல. மேலும், இன்னும் செய்தாக வேண்டிய வேலை நிறைய இருக்கிறது. இந்தியத் தரப்பில் செய்து முடிக்க வேண்டியவைகளை தேஜ் பார்த்துக் கொள்வாள். ஆனால் மிக மிக நம்பிக்கையான வேறொரு நபர் பாகிஸ்தான் தரப்பிலிருந்து உதவ வேண்டும். தாமதம் செய்யாமல் எல்லை தாண்டிச் சென்று அந்த இடத்திற்குள் பொருந்திப் போய்விட வேண்டும். நமக்கு இருக்கும் நேரம் மிக மிகக் குறைவு. இந்த சமயத்தில் என் உடல்நிலை பற்றிக் கவலைப்பட்டுக் கொண்டிருக்க வேண்டாம்."

தேஜ் கொண்டு வந்து தந்த தேநீரைப் பருகியபடி தன் நண்பரைப் பார்த்தார் மிர். ரா அமைப்பைப் பொறுத்தவரை ஹிதாயத்தின் பங்கு எவ்வளவு முக்கியமானது என்பதை அவர் அறிந்து வைத்திருந்தார். இவ்வளவு குறுகிய கால அவகாசத்தில் ஹிதாயத்தைப் போன்ற ஒரு நம்பகமான நபர் கிடைப்பதென்பது இயலாத காரியம் என்றும் அவருக்குத் தெரியும். எனவே ஹிதாயத் விரைவில் நலமடைய வேண்டுமென விரும்பிய அவர், சிகிச்சைக்காக அமெரிக்கா செல்லுமாறு அவரை வற்புறுத்தவே முயற்சித்தார்.

"ஹிதாயத் உங்கள் இடத்தை இட்டு நிரப்பக் கூடியவர் எவருமில்லை என்றே நான் கருதுகிறேன். மேலும் அத்தனை விரைவாக பாகிஸ்தானியர்கள் யாரையும் எளிதில் நம்பி விடவும் மாட்டார்கள். உடனே மோப்பம் பிடித்து விடக் கூடியவர்கள் அவர்கள். உங்கள் மேற்பார்வை இருந்தால் நீங்கள் நடத்தும் வியாபாரப் போர்வையின் கீழ் நம் இரகசிய நடவடிக்கைகள் எப்போதும் போல நிகழும். இந்த வேளையில் நாம் மிகச் சிறிய ஒரு தவறு செய்தாலும் கூடப் பல ஆண்டு காலமாக நீங்கள் அரும்பாடுபட்டுக் கட்டமைத்து வைத்திருக்கும் தகவல் வலைப்பின்னல் முழுவதுமே பாழாகிவிடும். நாம் அங்கே உருவாக்கி வைத்திருக்கும் எண்ணற்றத் தொடர்புகளின் உயிர்களுக்குக் கூட அதனால் பேராபத்து ஏற்பட வழியிருக்கிறது. அதனால் உங்கள் சிகிச்சை முடியும் வரை நமது நடவடிக்கைகளை ஒத்திப் போடுவது சிறந்தது. நாட்டுக்கு உங்கள் பங்களிப்பை மிகக் கூடுதலாகவே நீங்கள் செய்திருக்கிறீர்கள். இப்போது உங்களுக்கு உதவ அனுமதியுங்கள். மிகச் சிறப்பான அமெரிக்க மருத்துவர்களிடம் நான் பேசி முடித்து விட்டேன். உடனடியாக அறுவை சிகிச்சை செய்தாக வேண்டும் என்கிறார்கள். நமக்கு வெளிநாட்டில் அப்படி

ஒரு வாய்ப்புக் கிடைக்கும் போது அதைப் பயன்படுத்திக் கொள்வதுதான் நல்லது"

மிர்ரின் குரல் சீராக இருப்பது போலத் தோன்றினாலும் அதில் சமநிலையைத் தக்க வைத்துக் கொள்ள அவர் சிரமப்படுகிறா ரென்பதை மறைக்க முடியவில்லை. ஹிதாயத்தோடு பல ஆண்டுகள் நெருக்கமாகப் பணியாற்றியபடி நட்பையும், நம்பிக்கையையும் வளர்த்துக் கொண்டிருந்ததால் ஹிதாயத்தின் மரணத்தை அவரால் எளிதாக எடுத்துக் கொள்ள முடியவில்லை.

மிர் பேசிக் கொண்டிருப்பது ஏதும் அறியாதது போலத் தன்னை மறந்த நிலையில் வேறொரு உலகில் சஞ்சரித்துக் கொண்டி ருந்த ஹிதாயத்துக்கு, அந்தக் கொடூரமான நோயிலிருந்து தப்பிக்கக் கூடிய சாத்தியக் கூறுகள் மிகக் குறைவானவையே என்பதும் தெரிந்திருந்தது. அதே வேளையில் எல்லைக்கு அப்பால் உருவாகிக் கொண்டிருந்த ஏதோ ஒரு சிக்கலும் ஹிதாயத்தைத் தொந்தரவு செய்து கொண்டிருந்தது. அதற்குரிய சரியான வழியைக் கண்டடைய முடியுமா என்று அவர் யோசித்துக் கொண்டிருந்தார். அவரது பார்வை வேறெதிலோ நிலை கொண்டிருக்க எண்ணங்கள் பல்வேறு திசைகளில் சுழன்று கொண்டிருந்தன. தன் இடத்தை நிரப்பக் கூடிய தகுதியான ஆள் யாராக இருக்கும் என்ற தேடலில் அவர் உள்ளம் லயித்திருந்தது. வலுவான தகவல் வலைப் பின்னலை உருவாக்கப் பல ஆண்டுகாலம் கடுமையாக உழைத்திருந்த அவர், அத்தனை எளிதாக அது குலைந்து போவதை விரும்பவில்லை, திடீரென்று ஒரு தீர்வுக்கு வந்து சேர்ந்திருந்த அவர், தேஜின் பக்கம் திரும்பி நடந்தார். அவளது மென்மையான தோள்களில் தன் கைகளை இருத்தியபடி அவள் கண்களின் ஆழத்தை ஊடுருவிப் பார்த்தபடி இருந்தார். தன் வாழ்க்கையில் மிகவும் ஆழமாக அவர் நேசித்தி ருக்கும் பெண் அவள், அவரது அந்தப் பார்வை அவளைக் கலவரப் படுத்தியது. ஏற்கனவே அவரது நோய்க் கடுமை கண்டு மனம் கலங்கிப் போயிருந்த அவள், இப்போது தன் மனம் விரும்பாத ஏதோ ஒன்றை அவர் சொல்லவிருக்கிறார் என்பதைத் தன் உள்ளுணர்வால் உடனே இனம் கண்டுகொண்டாள்.

சிறியதொரு அமைதிக்குப் பிறகு ஹிதாயத் பேசத் தொடங் கினார்.

"தேஜ் நான் சொல்லப்போவது அபாயகரமானதுதான் என்பது எனக்குத் தெரியும். ஆனாலும் அப்படித் துணிந்து மேற்கொள்ளும் செயல்கள்தான் நம்மை தைரியசாலியாக்குகின்றன. இப்போது நிலவும் சூழலின் கடுமை என்னைப் போலவே உனக்கும் நன்றாகத் தெரிந்ததுதான். பாகிஸ்தானில் நிலைமை எவ்வளவு தீவிரமாக

இருக்கிறது, அங்கே என்னவெல்லாம் நடந்து கொண்டிருக்கிறது என்பதை உணர்ந்திருப்பவள் நீ. அதனால் இதை ஒத்துக்கொள்வாய். இந்த அளவு முற்றிய பிறகு, நம் செயல்களைத் தொடர வேண்டுமே தவிர அவர்களின் திட்டங்களை முறியடிக்கும் முயற்சிகளை நாம் பாதியில் நிறுத்தி விடக் கூடாது. எனக்கு வந்திருக்கும் நோய் கடுமையான அதிர்ச்சி ஏற்படுத்தியிருப்பது உண்மைதான். ஆனால் அதைவிடப் பயங்கரமான ஆபத்து நம் முன் காத்திருக்கிறது. முடிந்தால் இன்னும் கூட நூற்றுக்கணக்கான அப்பாவி உயிர்களை நம்மால் காப்பாற்ற முடியும். அதைச் சாதித்து முடிக்க வேண்டு மென்றால் எனக்கு பதிலாக என் இடத்தை நிரப்பக் கூடிய அளவுக்கு நம்பகமான ஒரு நபர் நமக்கு உடனே வேண்டும். எதிரிகள் முகாமில் எந்த சந்தேகமும் ஏற்பட்டு விடவும் கூடாது. என் பொறுப்பைத் தோள்மாற்றி ஏற்றுக் கொண்டு இந்த நல்ல செயலைத் தொடரக் கூடியவராக அவர் இருக்க வேண்டும்".

ஹிதாயத் சற்றே மூச்சு விட நிறுத்தியபோது அவர் தன் மனச் சான்றோடு போராடிக் கொண்டிருக்கிறார் என்பது தேஜுக்கு தெரிந்தது. அவளது நெஞ்சு சட்டென்று நடுக்குற்றது. இதயத் துடிப்பு அதிகமாயிற்று. தன் கணவர் சொல்லப் போகும் அடுத்த வார்த்தை, தனக்கு முடிவற்ற துயரை அளிக்கப் போவதாக இருக்குமென்று கிட்டத்தட்ட அவளுக்கு உறுதியாகி விட்டிருந்தது. அறை முழுவதும் நிலவிய பதட்டம் வெளிப்படையாகத் தெரிந்தது. மிர் அதை உணர்ந்திருந்தபோதும் ஹிதாயத் எதை மனதில் வைத்துக் கொண்டு பேசுகிறார் என்பதை அவரால் துளிக்கூட அனுமானிக்க முடிய வில்லை. அடுத்தாற்போலத் தான் தொடுக்கப் போகும் தாக்குதலி லிருந்து தேஜை ஆறுதல்படுத்த முற்படுவது போல ஹிதாயத் அவளை நெருங்கி வந்தபடி மிக மிக மென்மையான கம்மிப் போன குரலில் இவ்வாறு கூறினார்.

"என் இடத்தை நிரப்ப செஹ்மத் பொருத்தமானவளாக இருக்கக் கூடுமென்று உனக்குத் தோன்றுகிறதா தேஜ்?"

3

அறையிலிருந்த அனைவருமே அதிர்ச்சியில் உறைந்தனர். தேஜூக்குக் கண்ணீர் குமுறிக் கொண்டு வந்தது. ஒவ்வொரு கட்டத்திலும் ஆபத்தைத் தவிர வேறெதையும் எதிர்ப்பட வாய்ப் பில்லாத ஒரு செயலில், தன் ஒரே மகளைப் பிடித்துத் தள்ள வேண்டி யிருக்கிறதே என்ற எண்ணம் ஒன்றே அவள் நெஞ்சைப் பிளப்பதாக இருந்தது. அழுகையாலும், குமுறல்களாலும் குலுங்கிக் கொண்டி ருந்தது அவள் உடல். அவற்றைக் கட்டுக்குள் கொணர்ந்தபடி தன் கண்ணீரைத் துடைத்துக் கொண்டாள் அவள். தன் சக்தி முழுவதும் வடிந்து போனது போலிருந்தது அவளுக்கு. ஹிதாயத்தை இறுகப் பற்றித் தழுவிக் கொண்டாள் அவள். ஒரு தாய் என்ற நிலையில் மகள் சார்ந்த முடிவெடுப்பதில் அவளுக்கும் சமஉரிமை உண்டென்ற போதும் ஹிதாயத்தின் தீர்மானமான முடிவுக்கு மாறாகப் போவ தென்பது அவரது சுய கௌரவத்தை பாழ்படுத்திவிடக் கூடும். அதேநேரத்தில் அபாயகரமான ஒரு சூழலில் தன் மகளை விடுவதும் அவளுக்குச் சங்கடமான ஒன்றாகவே இருந்தது. இப்படிப்பட்ட முடிவெடுத்திருப்பது தன் கணவருக்கும் சிரமமான ஒன்றாகத்தான் இருக்குமென்பதை அவள் அறிவாள். தங்களுக்குள் போராடியபடி இருந்த அவர்கள் இருவரும் ஒருவரையொருவர் தழுவிக்கொண்டு அசையாமல் நின்றுகொண்டிருந்தனர். இருவரும் அனுபவித்து வரும் வேதனையைப் பரஸ்பரம் இருவருமே உணர்ந்திருந்தார்கள்.

ஜன்னலுக்கு வெளியே மாலை மயங்கத் தொடங்கி இருந்தது. இரவின் மென்மையான இருளுக்குப் பணிந்தபடி பிரகாசமான சூரிய வெளிச்சம் மெல்லக் குறைந்து கொண்டு வந்தது.

தேஜின் மெலிதான தேகத்தைத் தாங்கிப் பிடித்தபடி "நன்றி தேஜ். நீ புரிந்துகொள்வாய் என்ற என் நம்பிக்கை வீண்போக வில்லை" என்றார் ஹிதாயத். அறையிலிருந்த பிறர் அதைக் கேட்டு நம்ப முடியாமல் திகைத்தனர்.

கான் தம்பதியர் வெளிப்படுத்திய அர்ப்பணிப்பு உணர்வு, தன் பணிக்காலம் முழுவதும் மிர் எப்போதுமே பார்த்திராத ஒன்று. பேச

வார்த்தைகள் அற்றவராய் அங்கிருந்த விலையுயர்ந்த சோஃபாவில் அமிழ்ந்தபடி கான் குடும்பத்தின் தலைவரையே பிரமிப்போடு பார்த்துக் கொண்டிருந்தார். அதே நேரத்தில் ஹிதாயத்தும் அவரை நோக்கி நடந்து வந்தார். தனது பேரன்புக்குரிய அருமை மகளை தேசப் பணிக்காக அர்ப்பணிக்கத் துணிந்திருக்கும் ஒரு மனிதனிடம் என்ன பேசுவதென்றே அவருக்குத் தெரியவில்லை. ஹிதாயத் தன் நெடுநாள் நண்பனைத் தழுவிக் கொண்டார். அவர் மீண்டும் பேசத் தொடங்கியபோது அந்தக் குரலில் வருத்தமோ, உணர்ச்சிவசப்படும் தொனியோ இருக்கவில்லை.

"மிர், செஹ்மத்தை உங்கள் பெண்போலப் பார்த்துக் கொள்ளுங்கள். என்னுடைய பொக்கிஷத்தை உங்கள் பொறுப்பில் நான் ஒப்படைக்கிறேன். நாங்கள் இருவரும் அவளை மிகுந்த பிரியத்தோடு வளர்த்திருக்கிறோம். நாங்கள் எப்போதும் எதை நம்பினோமோ அதையே அவளுக்கும் கற்பித்திருக்கிறோம். இப்படிப்பட்ட ஒரு வேலையில் இளம்பெண்ணான அவள் ஈடுபடுவதென்பது அபாய கரமானதுதான். ஆனால் நமக்கு வேறு எவரும் இல்லை. எல்லைக்கு அப்பாலிருக்கும் அதிகாரிகளுக்கு சந்தேகம் எழாதபடி என் இடத்தை இட்டு நிரப்பக் கூடிய ஒரே ஆளாக அவள் மட்டும் தான் இருக்க முடியும். அவள் என் மகளாக இருப்பதால், என் உடல் நலிவின் காரணமாக அவள் என் தொழிலைத் தொடர்ந்து கொண்டிருக் கிறாள் என்று எல்லோரும் எளிதாக இதை ஏற்றுக் கொண்டு விடு வார்கள். ஆபத்து அவளை நிழல்போலத் தொடரும் என்பது உண்மைதான். ஆனால் நாம் எடுத்த காரியம் தொடர்ந்தாக வேண்டும். நாம் சென்றாக வேண்டிய தூரம் அதிகம். இலக்கை எட்டும்வரை நாம் ஓடியாக வேண்டும்.

ஹிதாயத்தின் குரல் கொள்கைப் பிடிப்போடு உறுதியாக ஒலித்தது. தான் மேற்கொண்டிருக்கும் புனிதமான செயலை விரைந்து முடிக்கத் துடிக்கும் ஒரு மனிதனை, தன் ஒரே வாரிசைத் தியாகம் செய்யும் அளவுக்கு நாட்டுப் பற்றால் ஆட்கொள்ளப்பட்டிருக்கும் ஒரு இராணுவ வீரனை ஹிதாயத்திடம் கண்டார் மிர்.

தேஜின் மனமும் குழப்பத்தில் சுழன்று கொண்டிருந்தது. அறையில் அமர்ந்திருந்த மனிதர்களைத் தாண்டி ஜன்னலுக்கு வெளியே படர்ந்திருந்த இருளை வெறித்துக் கொண்டிருந்தாள். எதிரியின் முகாமுக்குள் அழகான தன் மகள் திணிக்கப்படப் போவதை அவளால் கற்பனை செய்துகூடப் பார்க்க முடியவில்லை. புகைப்பட ஆல்பத்தைப் பிரித்துப் பார்ப்பதுபோல செஹ்மத்தின் குழந்தைப் பருவக் காட்சிகள் அவள் மனதுக்குள் விரிந்து கொண்டு சென்றன. அவள் அப்போதுதான் ஈன்றெடுத்த சிசுவாய், தட்டுத் தடுமாறி நடைபோட்ட மழலையாய், சுறுசுறுப்பும் துடிப்பும் மிகுந்த

இளம்பெண்ணாய், வளர வளர ஒவ்வொரு ஆண்டும் உற்சாகமும் வேகமும் கூடிக்கொண்டே செல்லும் பெண்ணாய் எப்படியெல்லாம் வளர்ந்து விட்டிருக்கிறாள்?

தந்தையும் மகளும் ஒருவர் மீது மற்றவர் கொண்டிருக்கும் பிணைப்பை தேஜ் நன்கு அறிவாள். அதனால் தந்தையின் முடிவை செஹ்மத் ஏற்றுக்கொண்டு விடுவாள் என்பது அவளுக்கு உறுதி யாகத் தெரிந்திருந்தது. ஆனால் அந்தச் செயலுக்குத் தேவையான மிகக் கடுமையான பயிற்சிக்கு அவள் உட்பட்டாக வேண்டுமே? அதை அவளால் தாக்குப் பிடித்துவிட முடியுமா? அதை எண்ணிப் பார்க்கக்கூட நடுக்கம் கொண்டாள் தேஜ். அவள் மனம் வேறு வேறு திசைகளில் அலைபாய்ந்து கொண்டிருந்தாலும், அதை மறுப்பதற் குரிய காரணத்தை வலுவாக முன்வைத்து விவாதிக்குமளவு அவள் உறுதியாக இல்லை. அந்தத் தாயின் ஆழ்மனம் தன் மகளுக்கு நேரக் கூடிய மிக மோசமான விளைவுகள் குறித்தே சிந்தித்துக் கொண்டி ருந்தது. அந்தச் சிந்தனையில் அவள் இதயம் பெரிதும் வலித்தது.

அதே நேரத்தில், நூற்றுக்கணக்கான கிலோ மீட்டர்களுக்கு அப்பாலிருந்த ஆரவார நகரமாகிய புதுதில்லியில் தன் கூந்தலை விரித்துப் போட்டுப் படுக்கையில் படுத்தபடி புத்தகம் வாசித்துக் கொண்டிருந்தாள் இளம்பெண்ணான செஹ்மத். கடினமான நடன வகுப்புக்களை முடித்துவிட்டு அவள் அப்போது தான் கல்லூரி யிலிருந்து திரும்பியிருந்தாள். புத்தகம் படிப்பதைத் தவிர வேறெதைச் செய்யவும் அவளுக்கு அப்போது தோன்றவில்லை. சுவாரசியமாகப் போய்க்கொண்டிருந்த அந்தப் புத்தகத்தின் ஒரு பக்கத்தைத் திருப்பு கையில் செஹ்மத்தின் பார்வை அருகிலிருந்த கடிகாரத்தின் மீது படிந்தது. மாலை நடைப்பயிற்சிக்குத் தாமதமாகி விட்டதை அறிந்த அவள் இலேசாக முணுமுணுத்துக் கொண்டாள்.

படுக்கையிலிருந்து எழுந்து கொண்ட அவள், செருப்புக்களை அணிந்துகொண்டு குளியலறைக்குச் சென்றாள். அவளோடு அதே அறையில் தங்கியிருந்த மிதாலியும், அவளும் அறையைப் பகிர்ந்து பயன்படுத்தி வந்தார்கள். இருவரும் ஒரே வகுப்பில் படித்து வந்த தோடு பாரம்பரிய நடனக் கலைமீது இருவருக்குமே ஆர்வம் இருந்தது. ஆனால் அவர்களுக்கிடையே இருந்த ஒற்றுமை அதுவரை மட்டும்தான். திறமையாக நாட்டியம் ஆடக் கூடியவளான மிதாலி புகழ், அங்கீகாரம் ஆகியவற்றையே தன் இலக்காகக் கொண்டிருக்க, செஹ்மத் ஆர்வத்தால் மட்டுமே நடனமாடி வந்தாள். அவளது கைகளும், கால்களும் உடலின் இயக்கத்தோடு மிக லாவகமாக ஒத்திசைந்து இயங்கியதன் காரணம் அவளது ஆன்மா அதை வழி

நடத்தியதுதான். நடனம் என்பதைத் தன்னை முழுமையாக உணர வைக்கும் தினசரி வழிபாடு போலவே அவள் கொண்டிருந்தாள்.

இரண்டு பெண்களும் ஒரே அறையில் வசித்து வந்தாலும் பொதுவாகக் கல்லூரி விடுதியில் ஒன்றாக இருக்கும் பெண்களைப் போல அவர்களுக்கிடையே நெருக்கமான நட்பு இல்லை. மிதாலி மிகவும் வெளிப்படையாகப் பேசிப் பழகக் கூடியவள். செஹ்மத் துக்கோ பிறரிடம் பேசிப் பழக வெகுநேரம் பிடிக்கும். மிதாலி நடுத்தர உயரமும், தேன்வண்ண நிறமும் கொண்டவள். செஹ்மத் உயர மானவள், நல்ல வெள்ளை நிறம் கொண்டவள். இலேசாகச் சீண்டி னாலும் கூடச் சட்டென்று சிவந்து போகும் மென்மையும், வெண் மையுமான தோல் அவளுடையது. ஆனாலும் அசைக்க முடியாத தன்னம்பிக்கை கொண்டிருப்பவள் அவள் என்பதை அவளது ஆழ்ந்த நீல நிறக் கண்கள் புலப்படுத்திக் கொண்டிருந்தன. அவளது துணிவும், மன உறுதியும் அந்தக் கண்களில் வெளிப்பட்டபடி இருந்தன.

செஹ்மத்தைப் பார்ப்பது, இயங்கிக் கொண்டிருக்கும் ஒரு கவிதையைப் பார்ப்பது போன்றது. சந்தனமும், இளஞ்சிவப்பும் கலந்த அவளது மேனி வண்ணமும், காஷ்மீர் பள்ளத்தாக்கில் வாழ்ப வர்களுக்கே உரிய சீர்மையான உடல்வாகும் ஒன்று கலந்தபடி இருக்கும் அவளைக் கண்டால் மூச்சுக் கூட நின்றுபோகும். அவள் நடந்து செல்கிறாளா அல்லது மிதக்கிறாளா என்று ஐயுறச் செய்யும் வண்ணம் அவளது இயக்கங்கள் மிகமிக லகுவானவை. அவளைப் பார்க்கும் ஆண்களுக்கு, அவள் இவ்வுலகப் பெண் போல அன்றி ஒரு விண்ணுலக தேவதை போலவே காட்சி தந்தாள். அவளுக்குப் பொக்கிஷமாய் வாய்த்திருப்பவை மானின் மருட்சியோடு கூடிய பெரிய நீலக் கண்கள். அவை அவளது சாதுரியத்தையும், புத்திசாலித் தனத்தையும் அவ்வப்போது குறும்பையும் கூட வெளிப்படுத்திக் கொண்டிருந்தன. மேற்குறித்த காரணங்களால் இயல்பாகவே எல்லோராலும் விரும்பப்படும் பெண்ணாகக் கல்லூரியில் திகழ்ந்து வந்தாள் அவள். ஆண்கள் அவளது கவனத்தைக் கவர்வதற்காகப் போட்டி போட்டுக் கொண்டிருந்தார்கள் என்றால் செஹ்மத்தின் அழகையும், எளிமையையும் எதிர்கொள்ள வழிதெரியாமல் பிற பெண்கள் விழித்துக் கொண்டிருந்தனர். பல மைல் சுற்றளவுக்கு அவளைப்போல அழகானவள் யாருமில்லை என்றபோதும் அவள் அதில் கர்வம் கொண்டிருக்கவில்லை. தேவையில்லாத கவன ஈர்ப்புக் களைத் தவிர்ப்பதற்காக எளிமையாகவும், தளர்வாகவும் இருக்கும் ஆடைகளை வேண்டுமென்றே உடுத்தி வந்தாள். சமூகத்தோடு அதிகம் கலந்து பழகாததோடு, நிறைய நண்பர்களையும் ஏற்படுத்திக் கொள்ளாமல் கட்டுப்பாட்டோடு வாழ்ந்து வந்தாள் அவள்.

ஆண்களோடு அதிகம் பேச்சுவார்த்தை வைத்துக்கொள்ளாமல் இருந்ததால் சொந்த ஊரில் அவளுக்கொரு காதலன் இருக்கக் கூடுமென்ற அனுமானம் பலருக்கும் இருந்தது. ஆனால் அவளுக்கு ஆண் நண்பர்கள் யாருமில்லை என்பது அவளது மிக நெருங்கிய நட்பு வட்டத்துக்கு மட்டுமே தெரியும். தன் பெற்றோர் வழியாக உண்மையான காதல் புனிதமானது என்பதை அறிந்திருந்தாள். ஏதேனும் ஒருநாள் தன் வாழ்க்கைப் பயணத்திலும் அது குறுக்கிடக் கூடுமென்ற எண்ணமும் அவளிடம் இருந்தது. எவ்வாறான ஒரு மனிதனைத் தான் காதலிக்கக் கூடும் என்பது பற்றியும் அவளிடம் ஒரு தெளிவு இருந்தது. அப்படிப்பட்ட ஒருவனைத் தன் கனவுகளில் அவள் கண்டு வந்தாள். அவன் அவளை அணுகுவான், அவள் வாழ்வைப் பொருளுடையதாக்குவான். சாதாரணமான இந்த உலகத்திலிருந்து ஒரு சொர்க்கலோகத்தை நோக்கி அவன் தன்னை இட்டுச் சென்றுவிடுவான் என்றும் அவள் எண்ணி வந்தாள். தன் கனவு மனிதனின் பண்புநலன்கள் குறித்த சித்திரம் அவளுக்குள் இருந்த போதும் அவனது முகம் மட்டும் அவளிடம் சிக்கவில்லை.

ஆனால் செஹ்மத் அதற்காகக் காத்திருக்கத் தயாராகவே இருந்தாள். அவளது கற்பனை குறித்து அவள் தோழிகள் கிண்டல் செய்தபோதும் குறிப்பிட்ட நேரத்தில் அவன் எதிர்ப்பட்டு விடுவான் என்ற நம்பிக்கை அவளிடம் இருந்தது. ஆனால் அது எப்படி நடக்கப் போகிறது என்பது பற்றி அவளுக்குத் தெரிந்திருக்கவில்லை. கல்லூரி ஆண்டுவிழாக் கொண்டாட்டங்களின் போதுதான் விதிவசமான அந்தச் சந்திப்பு 'அபிநவ்'வுடன் அவளுக்கு நேர்ந்தது.

தன் நெருங்கிய நண்பர்களால் அபி என்று செல்லமாக அழைக்கப்பட்டு வந்த அபிநவ் தில்லியிலுள்ள செல்வச் செழிப்பு மிகுந்த குடும்பத்தைச் சேர்ந்தவன். உயரமாக, விளையாட்டு வீரனைப் போலிருந்த அவன், காதல் கதைகளில் வரும் கதாநாயகனைப் போல் இருந்தான். சிலர் அவனது அட்டகாசமான தோற்றத்தை விரும்பினர். வேறு பலர் அவனது வங்கிக் கணக்கிலிருந்த பெருந்தொகையால் கவரப்பட்டிருந்தனர். கல்லூரி வளாகத்திலிருந்த அனைவருமே ஏதோ ஒரு வகையில் அவனிடம் மயங்கிப் போயிருந்த போதும் அவன் தன்னளவில் அடக்கமாகவே இருந்து வந்தான். பெரும்பாலும் வகுப்பறையிலிருக்கும் கடைசி பெஞ்சிலேதான் அவன் உட்காருவது வழக்கம்.

வகுப்பறையில் பாடக் குறிப்புக்களை எடுப்பதை விட்டு விட்டுத் தன் மனஉணர்வுகளை அவன் கவிதையாக வடித்து வந்தது எவருக்கும் தெரியாது. அவனது கவிதைக்கான ஒரே கருப்பொருள் அழகானவளும், அடைவதற்கு அரியவளுமான செஹ்மத் மட்டுமே. அவளது அழகு, அவனை முழுமையான வியப்பில் ஆழ்த்தியிருந்தது.

ஒரு அந்நிய நகரத்தில் இருந்தபடி தன் தனித்துவத்தைத் தொலைத்து விட்ட காஷ்மீர இளவரசி என்றே அவளை அடிக்கடி அவன் வருணிப்பான். தன் இளவரசியின் மீது ஆழ்ந்த நேசம் கொண்டிருந்த போதும் அவளை நெருங்குமளவு துணிவு அவனிடம் கூடியிருக்க வில்லை. மாறாகத் தன் மனஉணர்வுகளைக் கவிதைகளில் மட்டுமே அவன் வடித்து வந்தான். கல்லூரிப் படிப்பின் மூன்றாம் ஆண்டை எட்டுகையில் அந்தக் கவிதைகள் அருமையான ஒரு தொகுப்பாகவே ஆகியிருந்தன.

அவன் தன்னைப் பார்க்கும் பார்வை வித்தியாசமாக இருப் பதை செஹ்மத்தும் அடிக்கடி கவனித்துக் கொண்டுதான் இருந் தாள். ஆனால் பிற ஆண்களின் பார்வை தன்னை அசௌகரியப் படுத்தியது போல அபியின் பார்வையும் இருப்பதாக அவள் எண்ண வில்லை. அது வேறுவிதமாக இருந்தது. அவனது கண்கள் அவளது ஆன்மாவை ஊடுருவி ஏதோ ஒரு விடையைத் தேடிக் கொண்டி ருப்பது போல் இருந்தன. அபி தன் மீது கொண்டிருக்கும் அன்பை யும் அவன் காட்டும் ஆர்வத்தையும் தன் உள்ளுணர்வால் செஹ்மத் உடனே புரிந்து கொண்டாள். அவளும் அதுபோலவே உணர்ந்த போதும், அவசர கதியில் எதிலும் இறங்க வேண்டாம் என்று முடிவு செய்து கொண்டாள்.

ஒருநாள், அந்திமயங்கும் வேளையில் அருகிலிருந்த பூங்காவில் வழக்கமான மாலை நடைப்பயிற்சி செய்து கொண்டிருந்தாள் செஹ்மத். சாம்பலும் நீலமும் கலந்த வானத்தில் ஆரஞ்சு வண்ணச் சூரியன், தன் நிறத்தைப் பரப்பிக் கொண்டிருந்தது. 'டிராக் சூட்' அணிந்தபடி அவள் வேக வேகமாக நடந்து சென்றாள். 'ஜாகிங்' செய்பவர்கள் செல்லும் பாதையில் தன் இளவரசி நடந்து செல் வதைப் பார்த்தபடி, பூங்காவிலுள்ள தன் வழக்கமான இடத்தில் எவருக்கும் தெரியாமல் மரத்தின் பின்னால் மறைந்து நின்றிருந்தான் அபி. சட்டென்று நின்றபடி தன் வழியில் இடறிய ஏதோ ஒன்றைப் பார்த்துக் குனிந்தாள் செஹ்மத். அபியும் அது என்னவென்று நெருக்கத்தில் பார்ப்பதற்காகச் சற்றே சாய்ந்தான். அவள் ஒரு குட்டி அணில் மீது மிதிக்க இருந்திருக்கிறாள். அதை மென்மையாகக் கையிலெடுத்த அவள் மற்றவர்கள் நடந்து செல்லும் பாதையைத் தாண்டியிருந்த ஒரு புதருக்குள் அன்போடு அதை விட்டாள். அவளது கண்களில் அன்பும், மென்மையும் சுரந்து கொண்டிருக்க, அவளது கைவிரல்கள் அந்த ஜீவனை லாவகமாகவும், நளினமாகவும் கையாண்டு கொண்டிருந்தன. அவள் காட்டிய பரிவு ஆழமானதாகத் தான் இருந்திருக்க வேண்டுமென்பது அந்தக் குட்டி அணில் எந்த வகையான எதிர்ப்பும் காட்டாமல் இருந்ததிலிருந்து புரிந்தது.

தான் ஒரு மாயக்காட்சியைக் கண்டு கொண்டிருப்பது போல அபிக்குத் தோன்றியது. ஒளி மங்கிக் கொண்டு வந்த சூரியக் கதிர்கள் அடர்த்தியான அவள் கூந்தலில் பட்டுப் பிரதிபலித்தபடி அவளை ஒரு தேவதை போலக் காட்டிக் கொண்டிருந்தன. ஏதோ ஒரு மந்திரத்தால் கட்டுண்டிருப்பவன் போலத் தோன்றினான் அவன். இதற்கு முன் பல சந்தர்ப்பங்களில் செஹ்மத்தைப் பற்றிப் பல விஷயங்களை நினைத்துக் குழம்பியிருக்கிறான் அவன். அவளது மதம் அவனுடைய திலிருந்து பெரிதும் வேறுபட்டது. கட்டுப்பாடான ஆசாரம் மிக்க இந்துக் குடும்பத்தைச் சேர்ந்தவனாகிய அவனுக்கு இதனால் தீவிரமான சமூக எதிர்வினைகள் ஏற்பட வாய்ப்பிருக்கிறது. ஆனால் இந்தக் குறிப்பிட்ட கணத்தில் அந்த எல்லாவற்றையும் உதறித் தள்ளி விட்டு தன் உள்ளத்தை உண்மையாக உணர்ந்து கொண்டான் அவன். திருமணம் என்று ஒன்று நடந்தால் அது செஹ்மத்தோடு தான். இல்லையென்றால் திருமணமே வேண்டாம் என்று அபி உறுதியாகத் தீர்மானம் செய்தது அப்போது தான்.

4

கல்லூரியில் நடைபெறவிருக்கும் ஆண்டுவிழாக் கொண்டாட் டங்களை எல்லா மாணவர்களும் ஆவலோடு எதிர்பார்த்தபடி அதற்கான திட்டங்களை விரிவாகத் தீட்டிக் கொண்டிருந்தனர். அந்த விழாவின் கவர்ச்சியான பல அம்சங்களில் நடனப் போட்டியும் ஒன்றாக இருந்தது. எத்தனையோ ஆண்டுகளாக அந்த நிகழ்ச்சி மாணவர்களிடையே செல்வாக்குப் பெற்றிருந்தது. நகரத்திலிருக்கும் மிக முக்கியமான பிரமுகர்கள் அந்தப் போட்டிக்கு நடுவர்களாக வருவதால் கல்லூரிக்கும், அந்தப் போட்டியில் பங்கேற்பவர்களுக்கும் பெருமையும் மதிப்பும் கூட்டும் ஓர் அடையாளமாகவே அந்நிகழ்ச்சி ஆகிவிட்டிருந்தது.

போட்டிகளில் பங்கேற்பவர்கள் குறித்து ஆலோசனை வழங் கவும், பிறகல்லூரிகளின் பங்கேற்பு பற்றி கவனித்துக் கொள்ளவும் கல்லூரி நிர்வாகம் ஒவ்வொரு ஆண்டும் ஒரு குழுவை ஏற்பாடு செய்வது வழக்கம். போட்டிகளுக்கான நடுவர்கள் மிகுந்த கவனத் துடன் தேர்ந்தெடுக்கப்பட்டு வந்தார்கள். கல்லூரி முதல்வரான ராம்நரேஷ் மாதுர் பெரும் பதட்டத்திலிருந்தது புரிந்து கொள்ளக் கூடியதுதான். அவரது முதல்வர் பணியின் கடைசி ஆண்டில் நடை பெறும் இந்த விழா எல்லோரது எதிர்பார்ப்புக்களையும் விஞ்சுவதாக அமைய வேண்டுமென்று அவர் பெரிதும் விரும்பினார். இந்தக் கொண்டாட்டம் மட்டும் பெரியதொரு வெற்றியை அவருக்கு ஈட்டித் தந்துவிட்டால், இன்னும் ஓராண்டு பணி நீட்டிப்புக்கான அவரது விண்ணப்பம் ஏற்றுக்கொள்ளப் படுவதற்கான சாத்தியக்கூறு இருந்தது.

கருத்தரங்க அறை மேஜையில் நடுநாயகமான நாற்காலியில் மாதுர் அமர்ந்திருந்தார். கல்லூரியின் அறங்காவலர்களும் அவர் களது பிரதிநிதிகளும் அவரது இரு பக்கங்களிலும் சூழ்ந்திருந்தனர். தன்னைச் சுற்றிலும் வேகமாகப் பார்வையை ஓட்டியபடி அறங் காவலர்களின் முகங்களில் தெரிந்த வேறுபட்ட பல மாதிரியான பாவனைகளை அளவெடுத்துக் கொண்டிருந்தார் அவர். ஓரளவு

பருமனான உடல்வாகு கொண்டிருந்த அந்த ஐம்பத்தேழு வயது முதல்வர், தனக்கு எதிராகச் செயல்பட்டுக் கொண்டிருக்கும் அணியை எதிர்த்துத் தன்னால் போட்டியிட முடியாது என்பதை நன்றாக அறிந்திருந்தார். பட்டப் படிப்பின் இறுதி ஆண்டில் இருந்த தன் மகளுக்காகவாவது, இன்னும் ஓராண்டு காலம் தான் முதல்வராக நீடிக்க வழி கண்டுபிடித்தாக வேண்டும் என அவர் எண்ணினார். வெளிப்படையான செயல்பாடுகளும், உண்மையான சுபாவமும் கொண்டவர் அவர் என்பது அனைவருக்கும் தெரிந்ததே. எனினும் அந்த நேர்மையை வைத்து மட்டுமே காலம் தள்ளிவிட முடியாது என்பதையும் அவர் உணர்ந்திருந்தார்.

நிலைமையை மேலும் மோசமாக்கும் வகையில் மாதுரின் நம்பிக்கைக்குரியவரும், அறங்காவலர் குழுவில் மிகுந்த செல்வாக்கு உள்ளவருமான ரவிராஜ் சிங், இந்த முக்கியமான கூட்டத்தில் அன்று கலந்து கொண்டிருக்கவில்லை. பெரும்பாலான அறங்காவலர்கள், மாணவர் சேர்க்கைக்கான விதிகளைத் தங்கள் உறவினர்களுக்கு இடமளிக்கும் வகையில் திருத்தியமைப்பதிலும், கல்லூரி நிதியைத் தவறான முறையில் கையாளுவதிலும் மட்டுமே நாட்டம் கொண்டிருந்தனர். அவர்களின் தவறான செய்கைகளுக்கும், சூழ்ச்சிகளுக்கும் மாதுர் பெரும் தடைக்கல்லாக இருந்ததால் பல கல்லூரி நிர்வாகக் குழு உறுப்பினர்களையும், அறங்காவலர்களையும் தனக்கு எதிரிகளாக்கிக் கொண்டிருந்தார்.

பெரும்பான்மையான அறங்காவலர்கள் குறுகிய மனப்பான்மை கொண்ட இந்துக்களாக இருப்பதைத் தெளிவாக உணர்ந்திருந்ததால் ராதாவும், மீராபாயும் கண்ணன் மீது செலுத்திய அபூர்வமான காதலை முதன்மையான நடன நிகழ்ச்சியின் கருப்பொருளாக அவர் தேர்ந்தெடுத்திருந்தார். கைதட்டல்களுக்கும், அங்கீகாரத்தை வெளிப்படுத்தும் முணுமுணுப்புக்களுக்கும் இடையே நிகழ்ச்சியில் பங்குபெறும் பிற கல்லூரிகளின் பெயர்களையும், தங்கள் கல்லூரியிலிருந்து பங்கேற்பவர்களின் பெயர்களையும் வாசித்து முடித்தார் அவர். பங்கேற்பாளர்களின் பெயர்ப் பட்டியலில் மிதாலி ராதாவாகவும் செஹ்மத் மீராபாயாகவும் நடனமாடப் போகிறார்கள் என்பதே முதலாவதாக இருந்தது. மாதுர் அமரப் போன நேரத்தில் அறங்காவலர் குழுவில் மிகவும் வயது முதிர்ந்தவரும், சிக்கலான வருமான ஏ.வி. சாஸ்திரி குறுக்கிட்டுப் பேசினார். கூர்மையான மூக்கொலியோடு வெளிப்பட்ட அவரது பேச்சின் தொனி, இளக்காரம் நிறைந்ததாக இருந்தது.

"செஹ்மத், முஸ்லிம் குடும்பத்தைச் சேர்ந்தவள் இல்லையா மாதுர்?"

மாதுர், மெல்ல இருக்கையிலிருந்து எழுந்தபடி கவனமாகப் பதில் சொன்னார்.

"ஆமாம் சாஸ்திரி உண்மைதான்."

அவரது குரலில் மரியாதையும் அச்சமும் கலந்திருந்தது. தனது பணி நீட்டிப்புக்கான வாய்ப்பும், மறுப்பும் சிக்கலான நபர்களில் ஒருவரான அந்த அறங்காவலர் வசமும் இருந்ததை அவர் அறிந்திருந்தார்.

"பிறகு எப்படி அத்தனை முக்கியமான மீராபாய் பாத்திரத்துக்கு அவள் தேர்வு செய்யப்பட்டிருக்கிறாள்? எல்லா மாணவர்களின் உணர்வுகளையும் அது பெரிதும் பாதிக்கும். கொஞ்சமும் ஏற்றுக் கொள்ள முடியாத செயல் இது. இந்து மாணவர்கள் பலரும் இதனால் புண்பட்டுப் போவதோடு தெருவில் இறங்கிப் போராடவும் செய்யலாம். மீராபாய் பாத்திரத்தோடு ஒத்துப் போவது போல இந்துக் குடும்பத்தைச் சேர்ந்த யாராவது ஒருவரைத்தான் நாம் தேர்வு செய்தாக வேண்டும். ஒரு முஸ்லிம் பெண்ணால் அந்தப் பாத்திரத்தை எப்படிச் செய்ய முடியும்? நாம் வேறு எவரையாவது தேர்ந்தெடுக்க வேண்டும். இல்லையென்றால் நம் சொந்த மக்களுக்கு நடுவிலேயே நாம் கேலிப் பொருளாக மாறிப்போகக் கூடிய அபாயம் இருக்கிறது."

மாதுர் சுற்று முற்றும் பார்த்தார். அவருக்கு அதிர்ச்சியளிக்கும் வகையில் அங்கே கூடியிருந்தோரில் பலரும், அந்த வயதான மனிதரின் கருத்தையே உடன்படுபவர்கள்போல் இருந்தார்கள். மாதுர் அங்கே நிலவிய சூழ்நிலையை விரைவாகச் சமாளிக்க முற்பட்டார்.

"எல்லா உறுப்பினர்களுமே சாஸ்திரியின் கருத்தை ஏற்றுக் கொள்ளுவதாக இருந்தால் மீராபாயின் பாத்திரத்தை ஏற்க வேறு பொருத்தமான ஒரு மாணவியைத் தேடுவதைத் தவிர நமக்கு வழியில்லை."

"அட பரவாயில்லையே! மிக்க நன்றி மாதுர். பொதுவாக எங்கள் அபிப்பிராயங்களையும், ஆலோசனைகளையும் அதிகம் கேட்டுக் கொள்ளாதவரல்லவா நீங்கள்?"

செஹ்மத்தை எண்ணும்போது மாதுரின் மனம் இலேசாக வலித்தது. தேர்வு செய்வதற்காகப் பல ஒத்திகைகளைப் பார்த்திருப்பவர் என்ற வகையில் செஹ்மத்தின் திறமைக்கு ஓரளவு பக்கத்தில் வருமளவுக்குக் கூட எவருமில்லை என்பது அவருக்குத் தெரியும். தன் மனச்சாட்சியோடு அவர் போராடிக் கொண்டிருந்த நேரத்தில் கூடியிருந்த குழுவினர் தங்களுக்கு முன் மீதமிருந்த தின்பண்டங்களையும், தேநீரையும் விழுங்கிக் கொண்டிருந்தார்கள். நாற்காலிகளை நகர்த்தும் ஓசையும், தாள்கள் உரசிக் கொள்ளும் ஓசையும்

ஒருமித்து எழுந்துகொண்டிருக்க, அவர்கள் கருத்தரங்கக் கூடத்தி லிருந்து வெளியே செல்ல ஆயத்தம் செய்து கொண்டிருந்தார்கள்.

திடீரென்று எழுந்த இளமையான ஒரு குரல் அவர்களைத் தடுத்து இருக்கையோடு கட்டிப் போட்டது. பணிவாக ஒலித்தாலும் அந்தக் குரலில் அசைக்க முடியாத உறுதியும் தொனித்தது.

"நாம் ஏன் அப்படிச் செய்ய வேண்டும்?"

நீல நிற ஜீன்ஸும், டி-ஷர்ட்டும் அணிந்தபடி, உயரமான அபிநவ்ராஜ்சிங் அங்கே நின்று கொண்டிருந்தான். தன் தந்தை ரவிராஜ் சிங்குக்குப் பதிலாக அந்தக் கூட்டத்திற்கு அறிவிக்கப்படாத பிரதிநிதியாக வந்திருந்த அவன், அவ்வளவு நேரமும் அங்கிருந்த ஒரு மூலையில் அமைதியாக நின்றிருந்தான். ரவிராஜ், செல்வாக்கான ஒரு தொழிலதிபராக இருந்ததோடு அந்தக் கல்லூரியின் மிக முக்கி யமான அறங்காவலராகவும் இருந்து வந்தார். அவரது எண்ணங் களும், அவர் கொண்டிருந்த கொள்கைகளும், அவர் செய்து வந்த அறச் செயல்களும் பெரும்புகழை அவருக்குப் பெற்றுத் தந்திருந்தன. கல்லூரிக் குழுவைச் சேர்ந்த எல்லோருமே அவரிடம் மதிப்பும் அச்சமும் கொண்டிருந்தனர். இப்படிப்பட்ட ஒரு கூட்டத்துக்கும், தன் பதவி நீட்டிப்புக்கும் மாதுர் அவரைத்தான் நம்பிக் கொண்டி ருந்தார்.

தாங்கள் கூட்டாக எடுத்த முடிவைத் துணிச்சலாகக் கேள்வி கேட்கும் அந்த இளைஞனின் தைரியத்தைக் கண்டு கமிட்டி உறுப்பி னர்கள் அதிக ஆச்சரியம் கொள்ளவில்லை. மாறாக ரவிராஜின் மிகப் பெரிய தொழில் சாம்ராஜ்யத்தின் வாரிசாகி இருக்கும் அவனது அதிருப்திக்கு ஆளாகிவிடுவதால் ஏற்படக் கூடிய விளைவுகளை அவர்கள் அறிந்திருந்தனர். தங்கள் நிலைப்பாட்டை மாற்றிக்கொண்டு கூட்டத்திற்கு வந்திருந்த இளைஞனை அவர்கள் வரவேற்றனர்.

அபி, தன் கண்ணுக்குட்பட்ட முதல் நாற்காலியில் அமர்ந்தான். தன் இதயப் படபடப்பை உணர்ச்சிகளே இல்லாத முகத்தின் வழி அவன் மறைத்துக் கொண்டிருந்தான். தன் உடல் வழியாகவும் எந்தப் பதட்டத்தையும் அவன் வெளிப்படுத்தவில்லை. ஆனால் அவனது கண்கள் சற்றுக் கடுமையாகக் காட்சி தந்தன. ஏதோ ஒரு நோக்கம் கருதியே அவன் அந்தக் கூட்டத்துக்கு வந்திருக்கிறான் என்பதை அவை வெளிப்படுத்திக் கொண்டிருந்தன. முன் அறிவிப்பில்லாத தன் உரையைத் தொடங்குவதற்கு முன்பு அங்கிருந்த உறுப்பினர் களைப் பார்த்து அவர்களுக்குத் தலை தாழ்த்தி வணக்கம் செய்தான்.

"பண்பாட்டு வேறுபாடுகளைக் கல்லூரி வளாகத்திற்குள் கொண்டு வரும் வழக்கத்தை நாம் எப்போது முதல் தொடங்கியிருக் கிறோம்? புகழ்பெற்ற இந்தக் கல்வி நிறுவனத்தின் மதச்சார்பற்ற

தன்மையைக் குலைப்பதன் மூலம் அதன் பெருமைக்குக் கடுமையான தீங்கை நாம் ஏற்படுத்துகிறோம் என்று உங்களுக்கெல்லாம் தோன்ற வில்லையா ஐயா? இந்த விஷயங்களையெல்லாம் கூட நாம் அரசி யலாக்க வேண்டுமா? மதப்பிரிவினைவாதம் பேசிப் பிளவை உண்டாக்க வேண்டுமா?"

அரங்கத்தில் கணநேர அமைதி நிலவியது. ரவிராஜ் சிங்கை அறிந்திருப்பவர்கள், அங்கே பேசிக்கொண்டிருப்பது அவரது மகனில்லை, அவரேதான் என்று சத்தியம் கூடச் செய்துவிடுவார்கள் போலிருந்தது. மேலே சுழலும் காற்றாடிகளின் விர்ரென்ற சத்தம் அங்கே நிலவிய அமைதியினூடே எதிரொலித்துக் கொண்டிருந்தது. ஆனால் அவற்றிலிருந்து வெளிவந்த காற்றும் கூடப் பெரும்பாலான அறங்காவலர்களின் நெற்றியில் அரும்பிய வியர்வையைப் போக்கப் போதுமானதாக இல்லை. குறிப்பாக சாஸ்திரி பெரிதும் வியர்த்திருந்தார்.

புரிதலோடு கூடிய அபியின் பார்வை உறுதியானதாக அறிவுக் கூர்மையும், தர்க்கபூர்வமான நோக்கும் இணைந்ததாக இருந்தது. அவனது சொற்கள் அங்கிருந்த அறங்காவலர் குழுவினரைத் தர்ம சங்கடமான ஒரு சிக்கலுக்கு ஆட்படுத்தி இருந்தன. சாஸ்திரி, தன் கருத்தைத் தெரிவிக்க எழுந்து நின்றார். தன் நலம் நாடும் புரவலர் ஒருவரை அவரது மகன் வழியாகக் கூடப் புண்படுத்தக் கூடாது என்பதை அவர் அறிந்திருந்தார்.

"நல்லது. இப்போது நான் ஒரு யோசனை சொல்கிறேன் அபிநவ். மிகவும் முக்கியமானதும் புகழ்பெற்றதுமான ஒரு பாத்திரத்தை செஹ்மத்தால் சிறப்பாக நடிக்க முடியுமென்று கமிட்டி நினைத்தால் அப்படியே முடிவு செய்துவிடுவோம்."

விஷப்பாம்பு ஒன்றால் தீண்டப்பட்டவரைப் போல சாஸ்திரி யின் குரல் சோர்ந்து தொய்ந்திருந்தது. தீர்மானமும் உறுதியும் அந்தக் குரலின் தொனியில் தொலைந்து போயிருந்தன. அந்த மாற்றத்தை நொடியில் கண்டுகொண்ட மாதுர் சந்தர்ப்பத்தை சிக்கெனப் பற்றிக் கொண்டார்.

"அப்படியானால், நாம் செஹ்மத்தை தேர்வு செய்துவிட லாமா?"

இப்போது முதல்வரின் குரல் அவரது அதிகாரத்தைச் சற்று மீட்டெடுத்திருந்தது. எந்தச் சார்பும் இல்லாமல் நடுநிலையோடு பேசுவது போல அவர் காணப்பட்டாலும் தகுதியான ஒரு மாண விக்குத் தன் திறமையைக் காட்ட வாய்ப்புக் கிடைத்ததில் அவர் உள்ளத்தில் இரகசியமான நிம்மதி ஏற்பட்டிருந்தது. சிறிது நேரத் திற்குப் பிறகு செஹ்மத்தின் சார்பாக எடுக்கப்பட்ட முடிவில் அறங்

காவலர் குழுவினர் அரைமனதோடு முணுமுணுத்தபடி கையெழுத்திட்டனர். அதைத் தொடர்ந்து அன்றைய நிகழ்வை முடித்து வைக்கும் நோக்கில் முதல்வர் எழுந்து நின்றார். இப்போது எந்தக் குற்றஉணர்வும் அற்றதாக மனம் இலேசாகிவிட்ட நிம்மதியோடு பேசியதால் அவரது குரலில் வெற்றிப் பெருமிதமும் கலந்திருந்தது.

“கடந்த இரண்டு ஆண்டுகளாக செஹ்மத்தின் செயல்பாடுகளை வைத்து அவளை மதிப்பிட்டால் கல்வி சார்ந்த அவளது திறமையும், கல்லூரியின் கலைசார்ந்த சாதனைகளுக்கு அவள் செய்திருக்கும் பங்களிப்பும் சிறந்ததாகவே இருக்கிறது. அதனால் மீராபாயின் பாத்திரத்தில் நடனமாட அவளுக்கு வாய்ப்புத் தருவது எல்லா வகையிலும் நியாயமானதுதான். சிறுபான்மைச் சமூகத்தைச் சேர்ந்த ஒரு பெண்ணுக்கு வாய்ப்புத் தருவதன் மூலம் நம் நிறுவனத்தின் மதச் சார்பற்ற தன்மையை அழுத்தமாகவும் நேரடியாகவும் சமூகத்திற்கு நம்மால் எடுத்துச் செல்ல முடியும். முன்பு பலமுறை அவள் ராதாவின் பாத்திரத்தையும் ஏற்று நடித்திருக்கிறாள். அப்போது நம் எதிர்பார்ப்புக்களையெல்லாம் விஞ்சும் வண்ணம் அவள் அதைச் செய்திருக்கிறாள். அதனால் நடனத்தின் மையப் பொருளுக்கான நுணுக்கங்களை அவள் புரிந்துகொள்ள மாட்டாள் என்றோ, முதன்மையான அந்தப் பாத்திரத்தைச் சரிவரச் செய்ய மாட்டாள் என்றோ நாம் கவலைப்பட வேண்டியதில்லை. மிதாலி சர்மாவும், செஹ்மத்தும் இணைந்து செய்யும் நிகழ்ச்சி நமக்கெல்லாம் பெருமை தேடித் தரும் என்றும், மதிப்பு மிகுந்த சுழற்கோப்பையை நம் கல்லூரிக்குக் கொண்டு வந்து சேர்க்கும் என்று நான் உறுதியாக நம்புகிறேன்.

சுருக்கமான தன் உரையை முடித்துக் கொண்ட பிறகு முதல்வர் சுற்றியுள்ளவர்களின் எதிர்வினையை நோக்கினார். அறங்காவலர்களில் ஒருவரான வாஜ்பாய் தன் கையை உயர்த்திக் கொண்டிருப்பதைக் கண்டு, அவர் பேசுவதற்கு வாய்ப்பளித்தபடி தன் பேச்சை சற்றே நிறுத்திக் கொண்டார்.

“முதல்வர் அவர்களே நீங்கள் சொல்வதை நான் ஆமோதிக்கிறேன். அபிநவ், மிக முக்கியமான ஒரு கருத்தை முன் வைத்திருக்கிறான். அதை நான் வழிமொழிகிறேன்” என்று முகஸ்துதி செய்யும் தொனியில் பேசினார் வாஜ்பாய். அவருமே தன் தொழில்சார்ந்து அபியின் தந்தைக்குக் கடன்பட்டிருப்பவர் என்பதால் தன் விசுவாசத்தைக் காட்டிக் கொள்ளக் கிடைத்த வாய்ப்பைத் தவறவிட விரும்பவில்லை. வழக்கமான பிற சம்பிரதாயங்களோடு கூட்டம் நிறைவுபெற்றது.

செஹ்மத்தைத் தேர்ந்தெடுத்ததில் தன் பங்கை மறைவாகவே வைத்துக் கொள்ள விரும்பிய அபி, தேநீர் கூட அருந்தாமல் கமிட்டி அறையை விட்டு வெளியேறினான்.

தீவிரமான மதப் பற்றோடு இருக்கும் காஷ்மீர் பண்டிதர்கள் கொண்டிருக்கும் அபிப்பிராய பேதங்களைப் பற்றி செஹ்மத் அறிந்திருந்தாள். தான் ஒரு முஸ்லிமாக இருப்பதால் முதன்மையான பாத்திரத்துக்குத் தன்னைத் தேர்ந்தெடுக்கக் கூடுமென்று அவள் எதிர்பார்த்திருக்கவில்லை. அறிவிப்புப் பலகையில் குத்தப்பட்டிருந்த அறிவிப்பில் முக்கியமான பாத்திரத்துக்குத் தான் தேர்வு செய்யப் பட்டிருப்பதைக் கண்டதும் மகிழ்ச்சியில் துள்ளினாள். ஒரு பரவச நிலையில் அவள் இருந்ததாகவே சொல்லிவிடலாம். அவள் கண்களி லிருந்து நீர்த்துளி ஒன்று வழிந்தோடியது. அவளது தோழியர் அவளை இறுகப் பற்றி அணைத்துக் கொண்டனர். சிறிய அளவில் நடந்து முடிந்த அந்தக் கொண்டாட்டத்துக்கு நடுவே, அங்கே தாழ் வாரத்திலிருந்த தூணுக்குப் பின்னால் அபி நின்றுகொண்டிருப் பதோ அவள் படும் ஆனந்தத்தின் ஒவ்வொரு துணுக்கையும் அவன் ரசித்துக் கொண்டிருப்பதோ அவள் கண்ணில் படவில்லை. தாழ் வாரத்தின் மறு கோடியில் அவள் சென்று மறையும் வரை செஹ் மத்தையே பார்த்துக் கொண்டிருந்தான்.

5

சிறுமியாக இருந்தது முதல், தன் தாய் கிருஷ்ண பகவானைப் பூஜை செய்வதையும் பெரும் புகழ்பெற்ற மீராபாயின் பாடல்களைப் பாடுவதையும் பார்த்தே வளர்ந்தவள் செஹ்மத். பள்ளியிலும், கல்லூரியிலும் ராதை பாத்திரத்தை ஏற்று நடன மாடுவது அவளுக்கு எளிதாகவே இருந்தது. இருந்தாலும், மீராபாயின் பாத்திரத்திற்குள் தன்னைப் பொருத்திக் கொண்டு, தன்னை விமர்சிப்பவர்களுக்குப் பதிலடி கொடுப்பதென்பது ஒரு சவாலான செயல்தான். ஆனாலும் அதைச் செய்தாக வேண்டுமென்பதில் அவள் முனைப்பாக இருந் தாள். அந்தப் பாத்திரத்திற்குள் கூடு விட்டுக் கூடு பாய்வதற்காகக் கல்லூரி நூலகத்தில் கிடைத்த அது தொடர்பான புத்தகங்கள் எல்லா வற்றையும் அவள் படித்தாள். ஒத்திகை செய்யும் போதெல்லாம் அந்தப் பாத்திரத்தால் ஆட்கொள்ளப்பட்டவள் போலவே அவள் இருந்தாள்.

விழா நாளும் நெருங்கியது. வயிற்றில் பட்டாம்பூச்சிகள் பட படப்பது போன்ற உணர்வுடன், பக்தையைப் போல உடை உடுத்திய படி அவள் மேடை ஏறினாள். வெளிர்நிற ஆரஞ்சுப் புடவை அணிந்தபடி, இரண்டு சுரக் கம்பிகளை மட்டுமே கொண்டிருக்கும் 'தோதரா' என்ற மிகச் சிறிய இசைக் கருவியை அவள் கையில் ஏந்தி யிருந்தாள். மேடையின் மறுபுறத்திலிருந்து ராதை பாத்திரத்துக்குப் பொருத்தமான உடையணிந்தபடி வெளிப்பட்டாள் மிதாலி. செஹ் மத்தின் எளிய ஆடை அணிகளோடு ஒப்பிடுகையில் மிதாலியின் ஒப்பனையும், அவள் பூண்டிருந்த ஆடை அணிகலன்களும் ஆடம் பரமாக இருந்தன. நடனமாட ஆயத்தமாக இருந்த இருவரும் தங்க ளுக்கு முன்னால் நிரம்பி வழிந்து கொண்டிருந்த அவையினரை நோக்கி மரபு வழிப்படி இருகை கூப்பி வணக்கம் செய்தனர். பூனை கத்துவதுபோன்ற ஒலிகளும், விசில் சத்தங்களும், பலத்த கைதட்டல் ஓசைகளும் அரங்கிலிருந்து எழுந்தன. மேடைக்கு நடுவே, அவர வருக்கு உரிய இடங்களில் இரண்டு பெண்களும் வந்து நிற்கும் வரை அவையினர் தொடர்ந்து கைதட்டிக் கொண்டே இருந்தனர்.

பின்னணி இசை மெல்லத் தொடங்கி, உச்சஸ்தாயியை எட்டிய போது இரண்டுபேரின் நடனங்களிலும் தாளலயம் கூடத் தொடங்கியிருந்தது. பக்தி செய்யும் முறையிலமைந்த அந்த பஜனைப் பாடல்களின் தாக்கம் அரங்கம் முழுவதையும் நிறைத்திருந்தது. கடினமான அந்தப் பாடல் வரிகளை உள்வாங்கிக் கொண்டபடி இரண்டு பெண்களும் அவற்றுக்கேற்ற வகையில் விரைவான கதியில் இயங்கி ஆடிக் கொண்டிருந்தனர். கூடியிருந்த அவையினருக்கும், நடுவர்களுக்கும் ஒரு சிறிய பிசிறுதட்டுவதான உணர்வுகூட ஏற்பட வகையில்லாதபடி இருவரும் ஆடிக்கொண்டிருந்ததை அனைவராலும் காணமுடிந்தது.

தொழில்முறை நேர்த்தியைக் கிட்டத்தட்ட நெருங்கியபடி போட்டியில் வெல்வதே தன் இலக்கு என்பதைப் போல ஆடிக் கொண்டிருந்தாள் மிதாலி. தன்மீது தெய்வீக அருளைப் பொழியுமாறு கண்ணனிடம் இறைஞ்சியபடி காற்றில் நுண்மையாக அசைந்து கொண்டிருந்த அவள் கரங்களின் இயக்கத்தைக் கண்டு அவையினர் கட்டுண்டு போயிருந்தனர். ஒரு புல்லாங்குழலை ஏந்தியபடி தன் நுனிக்கால்களால் நடந்து சென்று கண்ணனைச் சூழ்ந்து கொள்பவள் போலவும், அவனைத் தள்ளுவது போலவும், சீண்டி விடுவது போலவும், அவனைக் குதூகலப்படுத்துவது போலவும் பாவனை செய்தபடி தன் கோரிக்கைக்கு இணங்குமாறு அவனை வேண்டி நடனமாடினாள் அவள். கச்சிதமாக, நளினமாக நடனமாடிய அவள் அவை முழுவதையும் அற்புதமான தன் நடன அசைவுகளால் மயங்கச் செய்து வசீகரித்துக் கொண்டிருந்தாள். அவள் அணிந்திருந்த வண்ணமயமான ஆடை அணிகளும் அவளது நடனத்துக்கு வலுச் சேர்க்க அவையினர் பலரும் நாற்காலியின் நுனிக்கே வந்து சேர்ந்திருந்தனர்.

செஹ்மத் நினைத்திருந்ததை விட அவள் எதிர்கொண்ட இந்தச் சவால் மிகக் கடுமையாக இருந்தது. இரண்டு பெண்களிலும் இனிமையான தோற்றம் கொண்டிருந்தவள் செஹ்மத்தான் என்ற போதும்; செஹ்மத்தின் ஆட்டமும் குற்றம் குறைகாண வழியில்லாமல் இருந்தது. நடுவர்களிடமிருந்தும், அவையினரிடமிருந்தும் அவளுக்கு பலமான கைதட்டல்களும் கிடைத்தன. இயல்பிலேயே மிகச் சிறந்த நடனமணியான அவளது அசைவுகள் அற்புதமான லாவகத்தோடு இருந்தன. தொடர்ந்து பாடப்பட்ட பாடலில் தன் பாத்திரத்தோடு ஒன்றிக் கலந்தாள் அவள். கண்ண பெருமானின் கருணையைப் பெறுவதற்காகத் தன் அத்தனையையும் அர்ப்பணித்திருக்கும் மாபெரும் அந்த மீராபாயாகவே அவள் மாறிவிட்டதைப் போலிருந்தது. ராதையின் கண்ணன் அவளோடு ஒளிந்து பிடித்துக் கண்ணா

மூச்சி ஆடுபவன். அந்த ராதையிடம் எந்த வகையான வன்மத்தையோ பொறாமை உணர்வையோ செஹ்மத் வெளிப்படுத்தவில்லை. தான் காட்டிய அன்பை அவனும் திரும்பத் தரவேண்டும் என்று வற்புறுத்தும் ராதாவுக்கு மாறாகத் தன் பிரபுவின் கடைக்கண் பார்வை தன்மீது விழுந்தால் போதும் என்று எண்ணும் மீரா பாயாகவே உருமாறிப் போயிருந்தாள் செஹ்மத்.

போட்டியில் விஞ்சியிருப்பது தன் நடனமே என்று எண்ணிய படி தன் போட்டியாளருக்கு ஈடுகொடுத்து நடனமாடிக் கொண்டிருந்தாள் மிதாலி. வாழ்க்கையில் எளிதாகக் காணமுடியாத ஓர் உன்னதமான பாத்திரத்தை ஏற்றிருக்கும் செஹ்மத் என்னும் முஸ்லிம் பெண்ணுக்கு எதிராக அவள் நிறுத்தப்பட்டிருக்கிறாள். அதனால் எது எப்படிப் போனாலும் அவள் வென்றேயாக வேண்டும். ஆசார மான ஓர் அந்தணக் குடும்பத்தில் பிறந்த இந்துப்பெண்ணான அவளால் செஹ்மத்துக்கு அடுத்தபடி தான் வருவதைப் பொறுத்துக் கொள்ள முடியாது.

நடனம் தொடர்ந்து கொண்டிருந்தபோது தன் கால்களுக் கடியில் ஏதோ பிசுபிசுப்பதை உணர்ந்தாள் மிதாலி. தாள கதியைத் தொடர்ந்தபடியே அது என்னவென்பதைப் பார்த்தபோது தன் பாதங்களில் இரத்தம் தோய்ந்திருப்பதை அவள் கண்டாள். அவளது கவனம் சற்றே சிதறியது. தன் கால்களிலிருந்து இரத்தம் வடிந்து கொண்டிருப்பதாகவே எண்ணியபடி அவள் நடனத்தை நிறுத்தி விட்டுக் கீழே குனிந்து நோக்கினாள். நல்ல காலமாக அவள் கால் களில் எந்தக் காயமும் இல்லை. அந்த இரத்தச் சுவடுகளைத் தொடர்ந்த படி செஹ்மத்தின் பாதத்தைப் பார்த்தபோது அவள் வியப்பில் ஊமையாகிப் போனாள். செஹ்மத்தின் வலதுகால் முழுவதும் இரத்தத்தில் மூழ்கியிருந்தது; அவர்கள் ஆடிக் கொண்டிருந்த மரத்தி னாலான தரையை அதுவே சிவப்பாக்கிக் கொண்டிருந்தது. மேடையில் தான் ஏற்படுத்தியிருக்கும் சலசலப்புக் குறித்துச் சற்றும் உணராதவளாய் செஹ்மத் தன் கண்களை மூடியிருந்தாள். மேடை யின் இருபுறத்திலும் நின்றுகொண்டிருந்த பணியாளர்கள் செஹ் மத்தை வியப்போடு பார்த்துக் கொண்டிருந்தார்கள்.

தன் வாழ்நாளின் மிக முக்கியமான ஒரு நடனத்தை ஆடிக் கொண்டிருந்த அவளிடம் நெருங்கிச் சென்று அவளைத் தடுக்கும் துணிவு எவருக்கும் இல்லை. வியப்பும், பிரமிப்பும் ஒருசேரக் கொண் டபடி என்ன செய்வதென்று அறியாதவர்களாய் அவர்கள் ஒன்று கூடி நின்றிருந்தனர்.

செஹ்மத் மேடையிலிருந்த மரப்பலகையின் மீது நடனமாடிக் கொண்டிருந்தபோது, திரும்பத் திரும்ப அதன் மீது அவள் குதித் தாடிய வேகத்தில் அங்கிருந்த இரும்பு ஆணி ஒன்று துருத்திக் கொண்டு வந்து அவள் கால்களைப் பதம் பார்த்திருக்கிறது. நடனத் தோடு ஒன்றிக் கலந்து போயிருந்ததால் அவள் வலியையோ, அங்கு சிந்திய இரத்தத்தையோ அறியவில்லை. மிதாலி அதை நம்ப இய லாமல் திகைத்துப் போயிருந்தாள். இன்னும் கூட அதே உணர்ச்சி வேகத்தோடு செஹ்மத் ஆடுவதைக் கண்ட மிதாலி அவளருகில் சென்று தான் தோல்வியுற்றதாக அவள் பாதம் பணிய வேண்டு மென்று கட்டுக்கடங்காத விருப்பம் கொண்டாள். ஆனால் அதற்குப் பதிலாக, எந்த இடத்தில் அந்த மரப் பலகை உடைந்து சரிந்து ஆணி நீட்டிக் கொண்டிருந்ததோ அங்கே சென்று அதைத் தன் இரு உள்ளங்கைகளாலும் மூடிக் கொண்டாள். அங்கே, அப்படியே அமர்ந்தபடி செஹ்மத் ஆடும் நடனத்தை வியப்போடு கவனித்துக் கொண்டிருந்தாள். மிக அண்மையிலிருந்து அதைப் பார்த்தபோது தான் அது போட்டிக்காக ஆடும் நடனம் அல்ல என்பதும், தெய் வீகத் தன்மை ஒன்றின் வெளிப்பாடு அது என்பதும் அவளுக்கு விளங்கியது.

விழாவில் உதவி செய்து கொண்டிருந்த தன்னார்வலர்கள் மேடையின் இரு பக்கங்களிலும் மறைந்து சென்றபடி மிதாலி நட னத்தை நிறுத்தியது ஏன் என்பதை வியப்போடு பார்க்க முற்பட் டனர். அரங்கிலிருந்த மக்களும் மேடையில் ஏதோ கோளாறாகி விட்டதை உணர்ந்து கொண்டு விட்டனர். அவர்களில் பலரும் இரத் தம் தோய்ந்த செஹ்மத்தின் பாதங்களைக் காண்பதற்காக நாற்காலி களிலும் கூட ஏறி நிற்க முற்பட்டனர். ஆனாலும் அவளது நடன அசைவுகளிலிருந்த நளினமான அருளைக் கண்ட பின்னர் அங்கே ஒலித்துக் கொண்டிருந்த இசையை நிறுத்த எவரும் முயற்சிக்க வில்லை.

தரையில் தொடர்ந்து விரைவாகக் குதித்தபடி செஹ்மத் நடன மாடியபடியே இருந்தாள். பின்னணி இசையோடு ஒத்திசைந்தபடி அவளது உடலும் கையிலிருந்த 'தோதரா'வும் லயத்தோடு இயங்கி இயைந்திருந்தன. உதவி செய்ய முன் வந்த தன்னார்வத் தொண்டர் களின் முகங்களில் இப்போது அச்சமே மிகுந்திருந்தது. செஹ்மத்தின் கவனத்தைக் கவர அவர்கள் முயற்சி செய்தபோதும், தன்னைச் சுற்றியுள்ள உலகத்தைப் பற்றிய பிரக்ஞையையே முற்றிலும் இழந்து விட்டதைப் போல அவள் தோன்றினாள். மீராபாயே செஹ்மத்தாக அவதாரம் எடுத்துவிட்டதைப் போலிருந்தது அந்தக்காட்சி.

பின்னணி இசை அதன் உச்ச ஸ்தாயியை எட்டியபோது அவளது நாட்டியமும் அதன் சிகரத்தைத் தொட்டது. சபைக்கு மண்டியிட்ட படி தன் நடனத்தை அவள் முடித்துக் கொண்டபோது பின்ன லணிந்த அவள் சடைக் கூந்தலும் அவளது மென்மையான அசைவு களுக்கேற்பக் கம்பீரமாக ஊசலாடியது. அவள் கண்களில் கண்ணீர் நிறைந்திருந்தது; அந்தக் கண்ணீர், புண்பட்ட அவள் கால்களால் விளைந்ததல்ல. கண்ணன் மீது மீராபாய் கொண்ட காதலால் விளைந்தது அது. முன்பின் அறிந்திராத ஏதோ ஒரு தெய்வீக சக்தியின் ஆசிகள் தன் மீது பொழிந்து கொண்டிருப்பதைப் போல, அதைத் தான் ஏற்றுக் கொண்டிருப்பதுபோல அவள் கண்கள் மூடியிருந்தன. அந்தக் கண்களை அவள் திறந்த போதுதான், காது களைச் செவிடாக்கும் அந்தக் கைதட்டல்களைக் கேட்டபோது தான், கல்லூரி ஆடிட்டோரியத்தின் மேடைமீது தான் நின்று கொண்டி ருப்பதே அவளுக்கு உணர்வாயிற்று. மிதாலியையும் அவையி னரையும் நோக்கி அவள் திரும்பினாள். பிறகு அவைக்கு வணக்கம் செலுத்தினாள். அதன் பிறகே இரத்தம் தோய்ந்த தன் பாதங்கள் மீது அவளது கவனம் சென்றது.

நீர் ததும்பும் கண்களோடு மிதாலி, செஹ்மத்தைப் பார்த்துப் புன்னகை செய்து கொண்டிருந்தாள். தன் கைகளைத் தாழ்த்தித் தோல்வியை ஒப்புக்கொண்டாள் அவள். ஆனால் அவளது அந்த பாவனையை அவையோர் புரிந்துகொண்டு விட்டதால் அவர்களது பலத்த கைதட்டலை அவள் வென்றாள். செஹ்மத்தின் அருகில் சென்று அவளை ஆரத் தழுவிக் கொண்டாள் மிதாலி. அரங்கம் மீண்டும் கைதட்டலால் அதிர்ந்தது.

வெற்றிக் கோப்பையைப் பெற்றுக் கொள்வதற்காக செஹ்மத் மறுபடி மேடைக்கு வந்தபோது கோப்பையின் ஜொலிப்பை விடவும் அவள் முகம் இன்னும் கூடுதலாக ஒளிர்ந்தது. பரிசைப் பெற்றுக் கொள்ளும்போது மிதாலியையும் தன்னருகில் இருக்குமாறு கேட்டுக் கொண்டாள் செஹ்மத். நடனமாடிய இருவரும் கைகோர்த்து ஒன்றாய் நின்றபடி வெற்றிக் கோப்பையைப் பெருமிதத்தோடு உயர்த்திப் பிடித்துக் கொண்டிருந்தனர். அவர்கள் இருவரும் மேடையை விட்டுச் சென்ற பிறகும் கூடக் கூட்டத்திலிருந்து கர வொலி எழுந்து கொண்டிருந்தது. இரண்டு பெண்களுமே வெற்றி பெற்றவர்கள்தான் என்பதை எல்லோருமே அறிந்திருந்தனர். கோப்பையை விட விலை மதிப்பற்ற வேறு ஏதோ ஒன்றை அவர்கள் வென்றிருந்தனர். ராதையும் மீராவும் அவர்களது பெருமானுடன் ஒன்றிவிட்டிருந்தனர்.

அந்தக் கூட்டத்தின் ஆரவாரத்தில் பங்குகொள்ளாமல் இருந்த ஒருவன் அபி மட்டும்தான். வெகுகாலமாகத் தன்னை மயக்கத்தில் ஆழ்த்தியிருக்கும் முகத்தின் மீதே அவன் கண்கள் படிந்திருந்தன. அவளது மற்ற இயல்புகளைப் போலவே இப்போதைய அந்த நிகழ்வும் அவனை ஆழமாக வசீகரப்படுத்தி அடிமையாக்கி இருந்தது. அவள் அழகாக நடனமாடக் கூடியவள் என்பதை அவன் அறிந்தி ருந்தாலும் இதுவரை அதைப் பார்த்ததில்லை. மதப் பிரிவினை என்ற கோட்டை அவளது நடனம் முற்றாக அழித்திருந்தது. அத்துடன் அவள் ஒரு அபூர்வமான பெண் என்ற எண்ணத்தையும், அவளைத் தன் வாழ்க்கைத் துணையாகக் கொள்ள வேண்டுமென்ற அவனது விருப்பத்தையும் அது உறுதிப்படுத்தி விட்டது.

அரங்கில் கூடியிருந்தவர்கள், தாங்கள் கண்ட காட்சியைப் பற்றி ஒருவரோடு ஒருவர் பேசிக் கொண்டிருக்க, எவருமறியாமல் அங்கி ருந்து நழுவிச் சென்றான் அபி. அவன் மனம் பல திசைகளில் வேக மாக அலைந்து கொண்டிருந்தது. செஹ்மத்திடம் நெருக்கமாகப் பழக வழி தேடித் திரிந்து கொண்டிருந்தது. அவளிடமிருந்து தன்னைப் பிரிக்கக் கூடிய சாதி, மதம் போன்ற சமூகத் தடைகளைப் புறந்தள்ள அவன் உறுதியோடிருந்தான். தன் காஷ்மீரத்து இளவரசியோடு வாழ்க்கை நடத்தப்போவது பற்றி அவன் கனவு காணத் தொடங்கி யிருந்தான்.

நிகழ்ச்சி முடிந்ததும், மேடைக்குப் பின்னால் விருந்தினர் களுக்காகச் சிறப்பாக ஒதுக்கப்பட்டிருந்த அறைக்கு செஹ்மத்தும், மிதாலியும் அழைத்துச் செல்லப்பட்டனர். மேலும் மேலும் பாராட் டுகள் அவர்கள் மீது பொழிந்தன. நிகழ்ச்சிக்கு செஹ்மத் தேர்வு செய்ததில் தன் மீதிருந்த சந்தேகம் இப்போது நீங்கி விட்டிருந்ததால் முதல்வர் பெரிதும் மகிழ்ச்சியடைந்திருந்தார். அவளது தோளைத் தன் வலக் கையால் சுற்றி அணைத்தபடி கல்லூரிக் குழுவைச் சார்ந்த உறுப்பினர்களுக்கும், நடுவர்களுக்கும் செஹ்மத்தை அறிமுகப்படுத்தி வைத்தார். இந்தப் போட்டியில் செஹ்மத் பங்கேற்பதை விரும்பாத அதே அறங்காவலர்கள் பலரும் இப்போது அவளைப் பாராட்டிக் கொண்டிருந்தனர். தன் முந்தைய செயலுக்காக மனம் வருந்திப் பேசிய சாஸ்திரியின் வழியாகவே, நாட்டியப் போட்டிக்குத் தான் தேர்வு செய்யப்பட்டதில் அபியின் பங்கு இருப்பதை அறிந்துகொண் டாள் செஹ்மத். அவனது நல்லுணர்வு அவளைத் தொட்டது. வெற்றி தந்த தன்னம்பிக்கை உணர்வால் அவனிடம் தனிப்பட்ட முறையில் நன்றி கூறவேண்டுமென்று முடிவு செய்துகொண்டாள்.

சிறிது நேரம் கழித்துத் தன் பைகளையும், ஒப்பனைப் பொருட்களையும் சுமந்தபடி, மிதாலியின் கரத்தைப் பற்றிக் கொண்டு விடுதி அறைக்குத் திரும்பிக் கொண்டிருந்தாள் செஹ்மத். தன் புதிய தோழியின்பால் எழுந்த நம்பிக்கை மிகுதியால் அபியைப் பற்றி சாஸ்திரி தன்னிடம் கூறியதைப் பகிர்ந்து கொண்டாள்.

"நீ அவனைக் கட்டாயம் சந்திக்க வேண்டும் செஹ்மத், அவனுக்கு உன்மீது விருப்பம் இருப்பது உனக்குத் தெரியும்தானே?"

"எனக்குத் தெரியாது மிதாலி. அவன் என்னைப் பார்ப்பதை சில சமயம் கவனித்திருக்கிறேன். ஆனால் அதையெல்லாம் பற்றி அவ்வளவாக யோசித்துப் பார்த்ததில்லை" என்று தயக்கத்தோடு பதிலளித்தாள் செஹ்மத்.

செஹ்மத்தின் தோள் மீது கை வைத்தபடி பேச ஆரம்பித்தாள் மிதாலி.

"நீ இதை எப்படி எடுத்துக் கொள்வாயோ எனக்குத் தெரியவில்லை செஹ்மத். ஆனால் அவன் உன்னை வெறித்தனமாகக் காதலிப்பது வகுப்பிலிருக்கும் எல்லோருக்கும் தெரியும். சொல்லப் போனால் அது கல்லூரி முழுவதற்குமே தெரிந்ததுதான். ஆமாம் உனக்கு அவனைப் பிடிக்கவில்லையா?"

செஹ்மத் பெருமூச்சு விட்டபடி படுக்கையில் புரண்டு படுத்தாள்.

"எனக்குத் தெரியவில்லை மிதாலி, அவன் அழகாகத்தான் இருக்கிறான். கண்ணியமானவனும் கூடத்தான். ஆனாலும் ஏதோ சில சந்தேகங்கள் என்னை ஆட்கொள்வதால் என்னால் உறுதியாகச் சொல்ல முடியவில்லை."

"அதைக் கண்டுபிடிக்க ஒரே ஒரு வழிதான் இருக்கிறது" என்றபடி தனக்கு வந்திருந்த ஒரு பூங்கொத்திலிருந்து நிறைய ரோஜாக்களைக் கையில் அள்ளி எடுத்தாள் மிதாலி. செஹ்மத்திடம் அவற்றைத் தந்துவிட்டுக் கண்ணடித்தாள்.

"போய் அவனுக்கு நன்றி சொல். பூக்களோடு அதைச் சொல்வதைத் தவிர வேறு எது சிறப்பானது? அந்த அழகான இளைஞனைக் கண்டுபிடிக்க நான் உனக்கு உதவி செய்கிறேன்."

6

மறுநாள் காலையில், தனது துப்பறியும் திறமை முழுவதையும் பயன்படுத்தி அபி எந்த இடத்தில் ஒளிந்து கொண்டிருக்கிறான் என்பதைக் கண்டறிய முயற்சி செய்தாள் மிதாலி. கடைசியாக அவன் நூலகத்தில் இருப்பதைப் பார்த்துவிட்டு செஹ்மத்திடம் விரைந்தாள். ஆனால் அதைக் கேட்ட மாத்திரத்தில் நிலை தடுமாறி விழுவதைப் போன்ற மிகுந்த பதட்ட உணர்வுதான் முதலில் செஹ்மத்துக்கு ஏற்பட்டது.

மிதாலி அவளை ஊக்கப்படுத்த முயற்சித்தாள்.

“போய் உன் கதாநாயகனைப் பார்த்துவிட்டு வா. உங்கள் உரை யாடலைக் கேட்க வேண்டுமென்று எனக்கு ஆசைதான். ஆனால் இப்போது நான் என் வகுப்புக்களுக்குப் போயாக வேண்டும். நடன ஒத்திகைக்காக நிறைய வகுப்புக்களை நான் தவறவிட்டு விட்டேன்.”

பதற்றத்தோடு இருந்த செஹ்மத்தை அப்படியே விட்டுவிட்டு – நிலைமையை அவளே கையாளட்டும் என்று எண்ணியவளாய்– அங்கிருந்து அகன்றாள் மிதாலி.

செஹ்மத் தயக்கத்தோடு நூலகத்திற்குச் சென்றபடி அபி எங்கிருக்கிறான் என்று சுற்று முற்றும் பார்த்தாள். அவளது வெற்றி யின் பின்னணியில் இருந்தவன் அவன்தான் என்பதால் தனக்கு எத்தனை தர்மசங்கடமாக இருந்தாலும் அவனுக்கு நன்றி செலுத்து வதே நியாயமானது என்று அவளுக்குள் ஏதோ சொல்லியபடி இருந்தது. நூலகத்திற்குள் இருந்த அரையிருட்டை அவள் துருவிப் பார்த்தாள். அவளது கண்களுக்கெட்டிய வரை அவன் எங்கிருக் கிறான் என்ற அடையாளமே புலப்படவில்லை. ஏமாற்றத்தோடு திரும்பிச் செல்ல முற்படுகையில், ஏதோ ஒரு கோடியில் மிகப் பெரிய படப் புத்தகம் ஒன்றில் முகத்தைப் புதைத்துக் கொண்டு அவன் உட்கார்ந்திருப்பதை அவள் கண்டாள். மெல்ல அவனை நோக்கிச் சென்றபோது அவனிடம் என்ன பேசுவது, உரையாடலை எப்படித்

தொடங்குவது என்று அவள் மனம் யோசித்துக் கொண்டிருந்தது. அவனருகே நெருங்கியபோது மீராபாய் என்ற தலைப்பில் இருந்த வண்ணப் படப் புத்தகம் ஒன்றில் அவன் ஆழ்ந்திருப்பதை அவள் கண்டாள். அவள் தனக்கு முன்னால் வந்து நிற்கும் வரை அவன் அவளைக் கவனிக்கவே இல்லை. இறுதியாக அவளைக் கண்டபோது ஏதோ ஒரு மின்னலால் தாக்கப்பட்டது போல உணர்ந்தான். தன் இடத்தை விட்டு விரைவாக எழுந்தவன், அவள் கையை மென்மை யாகப் பற்றியபடி அன்போடும் பரிவோடும் குலுக்கினான்.

"இதுவரை என் வாழ்நாளில் இப்படிப்பட்ட சிறப்பான ஒரு நடன நிகழ்ச்சியை நான் பார்த்ததே இல்லை. உன் ஆட்டம் அற்புதம். என் மனமார்ந்த வாழ்த்துக்கள்." இந்தச் சொற்கள் அத்தனை எளிதாக அவனிடமிருந்து உதிர்ந்து விடவில்லை. அவள் திடீரென்று தன் முன் வந்ததில் ஏற்பட்ட இன்ப அதிர்ச்சியால் இலேசாக நடுங்கிக் கொண்டிருந்தான் அவன்.

செஹ்மத் பதிலுக்குப் புன்னகைத்தாள். அபி திகைப்பில் ஊமை யாகி விட்டிருப்பதை அவளால் கண்டுகொள்ள முடிந்தது. தன் கையி லிருந்த மலர்க்கொத்தை உடனே அவனிடம் தந்தாள். அந்த ரோஜா மலர்களைப் பூரிப்போடு அவளிடமிருந்து பெற்றுக் கொண்ட அவன், அவள் உட்காருவதற்கு ஒரு நாற்காலியை நகர்த்திக் கொடுத்தான். செஹ்மத் சற்றுக் கூச்சத்தோடுதான் அதில் அமர்ந்தாள். ஆனாலும் அவன் படும் அசௌகரியத்தைக் கண்ட பின் தானே பேச வேண்டு மென்று முடிவு செய்தாள்.

"முன்பின் தெரியாத ஒருவருக்குச் செய்திருக்கும் உதவியை வெளிப்படையாகக் காட்டிக் கொள்ளக் கூட விரும்பாத ஒருவருக்கு நான் எப்படி நன்றி செலுத்தி விட முடியும்? எனக்கு உதவியதற்காக ஆழ்ந்த மனமார்ந்த நன்றிகளை உங்களுக்கு நான் செலுத்துகிறேன். உங்களது உதவி இல்லாவிட்டால் என் வாழ்க்கையிலேயே மிகவும் சிறப்பான அந்தத் தருணத்தை நான் எட்டியிருக்க முடியாது."

செஹ்மத்தின் மென்மையான, ஆறுதலான சொற்கள் அபியின் உணர்வுகளைக் கிளர்ந்தெழச் செய்தன. தன்னுடைய உணர்வுகளை அங்கேயே அப்போதே வெளிக்காட்டி விட வேண்டுமென்றும், வெறும் நட்பைப் போலப் பாசாங்கு காட்டிக் கொண்டிருக்கத் தேவை யில்லை என்றும் அவன் உடனே முடிவு கட்டிக் கொண்டான். அவளைப் பார்த்துப் புன்னகை செய்தான். இதுவரை தான் கண்டி ருந்த புன்னகைகளிலேயே மிகுந்த நேசத்தோடும் பரிவோடும் கூடிய தாக அது செஹ்மத்துக்குத் தோன்றியது. அவன் இருக்கையிலிருந்து

எழுந்து வந்து அந்த ரோஜா மலர்களை மேஜையின் மீது வைத்தான். அவர்களுக்கிடையே ஏதோ ஒரு மின் ஓட்டம் பாய்வது போலிருந்த கணம் அது. நூலகத்திலிருந்த மாணவர்களெல்லாம் ஆர்வத்தோடு அவர்கள் இருந்த திசையையே பார்த்துக் கொண்டிருந்தனர். அபி முதன்முறையாக செஹ்மத்தின் கண்களுக்குள் ஊடுருவிப் பார்த் தான். அந்தக் கண்களில் தெரிந்த பரிவு அவனிடம் இருந்த தயக் கத்தை விரட்டப் போதுமானதாக இருந்தது. இன்னும் நெருக்கமாக அவளருகே சென்ற அவன், இலேசாகக் குனிந்தபடி, தன்னைக் கட்டுண்டு போக வைத்திருக்கும் அவளது ஆழ்நீலக் கண்களாகிய பொய்கைகளை நேருக்குநேராக நோக்கினான்.

“என் இளவரசியான நீ, ஒருபோதும் எனக்கு அறிமுகமாகா தவள் இல்லை. நாம் இதுவரை முறைப்படி சந்தித்ததில்லையே தவிர எப்போதும் என் எண்ணங்களிலும் இதயத்திலும் நீ குடியிருக்கிறாய். இந்தக் கல்லூரியில் நீ அடியெடுத்து வைத்த நாள் முதல் நான் உன்னை அறிவேன். உன்னோடு பேச விரும்பினாலும் சரியான நேரம் வாய்ப்பதற்காகக் காத்திருந்தேன். நீ மற்றவர்களிடமிருந்து வேறுபட்டவள். நீ நடந்துகொள்ளும் முறை பேசும் விதம் என்று எல்லாவற்றிலுமே நீ என் கனவின் அங்கம், நான் எழுதும் கவிதை யின் மையம்.”

செஹ்மத், தன் நாற்காலியை விட்டு எழுந்து அவன் முன்பு நின்றுகொண்டிருந்தாள். ஒருவரது மூச்சுக்காற்றை அடுத்தவர் உணரும் வண்ணம் இருவரும் அத்தனை நெருக்கமாக நின்றிருந்தனர். அபி, தன் பேச்சுக்குச் சிறிது இடைவெளி விட்டான். அவன் கண்கள் செஹ்மத்தின் கண்களிடம் சிறைப்பட்டிருந்தன. அவன் மிகவும் மெதுவான தாழ்ந்த குரலிலேதான் பேசிக் கொண்டிருந்தான். ஆனாலும் நூலகத்திலிருந்த எல்லாச் செவிகளும் அவர்களுக்குள் நிகழும் வார்த்தைப் பரிமாற்றங்களைத் தவறவிடாமல் கவனிப்ப திலேயே குவிந்திருந்தன. ஆனாலும் கூட இதுவே தனக்கேற்ற தக்க தருணம் என்பதையும், தன் மனதைத் திறந்து காட்டியாக வேண்டும் என்றும் அவன் உறுதியாக முடிவு செய்து கொண்டான். இப்போது இல்லையென்றால் ஒருபோதும் இல்லை.

“உன்னை நான் விரும்புகிறேன். அது பற்றி என்ன நினைக் கிறாய். உன்னை முதன்முதலாகப் பார்த்த அந்தக் கணத்திலிருந்து உன்னை நான் காதலித்து வருகிறேன். நீ இல்லா விட்டால் என் வாழ்வு முழுமை பெறாது என்பதையும் உணர்ந்திருக்கிறேன்.”

செஹ்மத்தை அதிர்ச்சிக்குள்ளாக்கிய நேரம் அது. அபியிட மிருந்து இப்படிப்பட்ட ஓர் எதிர்வினையை அவள் அப்போது சற்றும் எதிர்பார்த்திருக்கவில்லை. பிறரோடு உறவு கொண்டாடு வதிலிருந்து விலகியிருக்கவே அவள் எப்போதும் முயன்று வந்திருக் கிறாள். இப்பொழுது அவன் செய்த காதல் பிரகடனம் அவளைக் குப்புற வீழ்த்தி விட்டது. அபியைப் பற்றியோ, அவனது குடும்பம் மற்றும் அதன் பின்னணி பற்றியோ ஏதும் அறியாதவள் அவள். அவனது முகத்தை, அதில் நொடிக்கொரு முறை வேகமாக மாறிக் கொண்டிருக்கும் பாவங்களையே பார்த்தபடி அவள் நின்றிருந்தாள். அவன் தன்னை வியப்போடும், ஆர்வத்தோடும் பார்த்துக் கொண்டி ருந்த முந்தைய சில கணங்களை அவள் இப்போது நினைவு கூர்ந்தாள். சட்டென்று அவளுக்குள் ஒரு மன எழுச்சி பிறந்தது; புத்துயிர்ப்பும், புதியதொரு விழிப்பும் அவளுக்குள் கிளர்ந்தெழுந்தன. தன் எதிரே நின்றபடி, தன் காதலை அவளிடம் சொல்லிக் கொண்டிருக்கும் மனிதனுக்கும், தன்னுள் அவள் கனவு கண்டு வந்த நாயகனுக்கும்தான் எத்தனை ஒற்றுமை. அதனாலேதான் அபியின் பால் அவளுக்கு ஈர்ப்பு ஏற்பட்டிருந்திருக்கிறது. அவள் நினைத்துக் கொண்டிருந்த மனிதன் அவன்தான். அபியின் மீது அவள் காதல் வயப்பட்டது எப்போது? இந்த நிமிடம் வரை அவனைக் காதலிக் கிறோம் என்பது தனக்குப் புரியாமல் போனதுதான் ஏன்? அவள் தன் உணர்வுகளோடு போராடியபடி தான் என்ன நினைக்கிறோம் என்பது குறித்து ஒரு முடிவுக்கு வர முயன்று கொண்டிருந்தாள்.

அதே நேரத்தில் செஹ்மத்தின் மௌனம் அபியால் பொறுத்துக் கொள்ள முடியாத ஒன்றாக இருந்தது. அவள் என்ன நினைக்கிறாள் என்றே அவனால் புரிந்துகொள்ள முடியவில்லை. ஒருவேளை அவள் தன்னை மறுத்து விட்டால்? அந்த உணர்வு என்றென்றும் அவனை ஆட்டிப் படைத்துவிடும். அவள் மறுத்து விடுவாளோ என்ற அச்சத்தில் அவன் இதயம் கூடக் கிட்டத்தட்டத் துடிக்க மறந்தி ருந்தது.

தன் உணர்வுகள் வழிகாட்டும் பாதையில் செல்ல முடிவெடுத் தாள் செஹ்மத். இப்படி உணர வேண்டுமென்பதற்காகவே அவள் வெகுகாலம் காத்திருந்ததால் இப்போது துணிவாக முடிவெடுக்க முற்பட்டாள் அவள். தன் உணர்வுகளை சற்றே சமன் செய்து கொள்வதற்காகத் தலையை இலேசாக அசைத்தாள். வேறெதுவும் பேசாமல் “ம்” என்று மட்டும் மெல்லிய குரலில் முணுமுணுத்த போது அவள் முகத்தில் கண்ணீர் வழிந்து ஓடிக் கொண்டிருந்தது.

"ம்... என்றால் என்ன அர்த்தம் செஹ்மத்" என்று தவிப்போடு கேட்டான் அவன்.

செஹ்மத் அபியைப் பார்த்தாள். அவன் கொண்டிருந்த நம்பிக்கை வீண்போகவில்லை என்பதை அவள் கண்களில் குடியிருந்த உணர்ச்சி பாவம் வெளிப்படுத்தியது. செஹ்மத் அடுத்த படியை நோக்கி முன்னேறிச் சென்றாள்.

"நானும் கூட உங்களை நேசிக்கிறேன். அதை உணர்ந்து கொள்ள எனக்கு இத்தனை காலமாகியிருக்கிறது. அவ்வளவுதான்."

அபியின் முகத்தில் நிம்மதி பரவியது. கண்ணுக்குப் புலப்படாத ஏதோ ஒரு மாய சக்தியால் உந்தப்பட்டதைப் போல அவன் கரங்கள் அவள் கைகளைப் பற்றிக் கொண்டன.

அவர்களது இனிமையான அந்தக் கணத்தை இடையூறு செய்யும் வகையில் மேஜையைச் சுற்றித் திடீரென்று சில ஆரவார ஒலிகள் எழுந்தன. புதிர் விடுபட்ட நிம்மதியோடு சுற்றியிருந்த மாணவர்கள் அங்கிருந்த மேஜைகளையும் நாற்காலிகளையும் தட்டி ஒலியெழுப்பியபடி அந்தப் புது ஜோடிக்கு வாழ்த்துச் சொல்லிக் கொண்டிருந்தனர். அபி, செஹ்மத்தின் கண்ணீரைத் துடைத்துக் கொள்ள உதவினான். அவள் முகம் சிவந்தது. ஒரே நேரத்தில் நாணமும் புன்னகையும், அழுகையும் அவளிடமிருந்து மாறிமாறி வெளிப்பட்டுக் கொண்டிருக்க, வம்பளப்பவர்களுக்கு வசதியாக அபியின் சட்டையில் அது பல கறைகளை விட்டுச் சென்றது.

"நாம் இந்த இடத்தை விட்டு வெளியேறுவது நல்லது. இல்லா விட்டால் இங்கே ஒரு கலாட்டாவை ஏற்படுத்தி விட்டதாக நம்மை தண்டித்துவிடப் போகிறார்கள்" என்றபடி அவளது கையை உறுதி யாகப் பற்றி வெளியே வழிநடத்திச் சென்றான் அபி. அவர்கள் இரு வரும் ஒருவருக்கொருவர் மிகப் பொருத்தமான ஜோடிகளாக அமைந் திருந்தனர். அழகும் மென்மையும் கொண்ட செஹ்மத், அழகும் உரமும் கொண்ட அபியுடன் கைகோர்த்து நடந்தாள். இருவரும் அபியின் காருக்கு அருகே சென்றனர்.

காரில் ஏறிய பிறகு அபி செஹ்மத்தின் பக்கம் திரும்பியபடி அவன் இவ்வாறு கூறினான்.

"இது கனவில்லை என்றே நம்புகிறேன். நான் உன்னை எப் போதும் நேசிப்பேன் என்று சத்தியமாகச் சொல்கிறேன். செஹ்மத், வெகுசீக்கிரமாகவே நான் இப்படிச் சொல்லி விட்டேன் என்று உனக்குத் தோன்றலாம். ஆனால் உன்னை முதன்முதலாகப் பார்த்த திலிருந்து நான் இதேபோலத்தான் நினைத்து வருகிறேன்."

செஹ்மத்தை அவனது சொற்கள் தொட்டன. அப்போது அவர்கள் உடனிருந்த அந்த ஒவ்வொரு கணத்தையும் அவள் ரசித்துச் சுவைக்க விரும்பினாள். நிச்சயமில்லாத விஷயங்களைப் பற்றி அப்போது கவலை கொள்ள அவளுக்கு விருப்பமில்லை. ஒரு முறை தன் தாய் தன்னிடம் சொல்லியிருந்தது அவளுக்கு நினைவு வந்தது.

'காதல் என்பது ஒரே ஒரு முறைதான் சம்பவிக்கும். அது சம்பவிக்கும்போது அதுதான் உண்மையான காதல் என்று உன் உள்ளம் சொல்லிவிடும். அப்படி ஒன்று நடக்கும்போது அதை நீ அனுமதித்து விடலாம்.'

தன் மனதிலிருந்த எண்ணங்களை அபியிடம் அவள் வெளிப்படுத்த அவன் பக்கவாட்டில் அவளைத் திரும்பிப் பார்த்துப் புன்னகை செய்தான். அவனது இடத்தோளில் சாய்ந்திருந்த அவளது தலையின் கதகதப்பை அப்போது அவன் ரசித்துக் கொண்டிருந்தான். எந்த இலக்குமின்றிப் பல மணிநேரம் இருவரும் காரில் சுற்றிய பிறகு அவளது விடுதியை நோக்கி வண்டியை செலுத்தினான் அவன்.

"உன்னை வெளியே தூக்கிப் போட்டு விட வேண்டுமென்று வார்டன் முடிவு செய்வதற்குள், வா.. உன் விடுதிக்குப் போய் விடலாம்" என்று கிண்டல் செய்தான்.

"இந்த இரண்டு நாட்களும் உண்மையிலேயே என் வாழ்வில் பொன்னாட்கள். உங்களுக்குத்தான் நான் நன்றி சொல்ல வேண்டும். முதலில் என் நடன நிகழ்ச்சிக்கான வாய்ப்பு, அடுத்து உங்கள் நேசம்" என்றபடி பெருமூச்செறிந்தாள் செஹ்மத்.

"ஒருநாள் முழுவதும் போதுமான அளவுக்கு பரபரப்போடு இருந்து விட்டதால் இப்போது இந்தப் பெண்மணியின் மாளிகையில் அவளது தேர் அவளை இறக்கிவிடப் போகிறது. அப்போதுதான் அவள் நல்ல ஓய்வெடுத்துக் கொண்டு காலையில் புத்துணர்ச்சியோடு எழுந்திருக்க முடியும்" என்று புன்னகையோடு கூறியபடி காரை நிறுத்தினான் அபி. காரின் கதவை அவளுக்காகக் கம்பீரமாக அவன் திறந்துவிட, செஹ்மத் அதிலிருந்து இறங்கி விடுதியின் வாயிற் கதவை நோக்கி நடந்தாள். அவனுக்குக் கைகாட்டி வழியனுப்ப முனைந்த போது அவன் முகத்தில் இலேசான சோகத்தின் சாயல் படர்ந்திருந்தது. விரைந்து சென்று அவன் கன்னத்தை இலேசாகத் தீண்டியபடி அவனை இலகுவாக்க முயன்றாள் அவள்.

"நாம் இருவரும் தினந்தோறும் சந்தித்துக் கொள்ளலாம் அபி. யார் கண்டார்கள்... அடிக்கடி சந்திக்கும்போது உனக்கு நான் அலுத்துக் கூடப் போய்விடலாம்"

"அட! இந்தப் பெண்ணுக்கு நல்ல நகைச்சுவை உணர்வு கூட இருக்கிறதே" என்றபடி உற்சாகமடைந்தான் அபி.

"இதோ பார் இந்த உலகிலேயே மிகமிக அற்புதமான பெண்ணை நான் தேர்ந்தெடுத்திருக்கிறேன். ஆனால் இப்போது நீ திரும்பிச் செல்லவில்லையென்றால் தன் இராஜ்ஜியத்திலிருந்து உன் சிற்றன்னை உன்னை நாடு கடத்தி விடுவாள்."

இன்னும் கூடுதலாகப் புன்னகைத்தபடி தன் அறையை நோக்கி ஓடினாள் செஹ்மத்.

இரண்டு தலையணைகளை அடுக்கி வைத்துக்கொண்டு அவற்றின் மீது தலையைப் புதைத்தபடி புத்தகம் படித்துக் கொண்டிருந்த மிதாலி, செஹ்மத்தைப் பார்த்ததும் புத்தகத்தைக் கீழே வைத்து விட்டுக் குறும்புத்தனமாகக் கண்ணடித்தாள்.

"மிக மிக நீண்ட ஒரு நன்றி அறிவிப்பு போலிருக்கிறதே? என்ன செஹ்மத் சரிதானே" என்று கேலி செய்தாள். நூலகத்தில் அபியும், செஹ்மத்தும் சந்தித்துக்கொண்டது காட்டுத் தீயைப் போல எங்கும் பரவியிருந்தது. ஆனாலும் நடந்த முழுக் கதையையும் அவள் வாய் மொழி மூலமாகவே கேட்க வேண்டுமென்று நினைத்தாள் மிதாலி.

செஹ்மத் மிதாலியிடம் சென்று அவளை அணைத்துக் கொண்டாள். "என்ன நடந்தது என்று உன்னால் ஊகித்துப் பார்க்கக் கூட முடியாது மிதாலி. நான் நன்றி தெரிவிக்கத்தான் போயிருந்தேன். ஆனால்"

"தெரியும். எல்லாம் தெரியும். உங்கள் காதல் கதைதான் இப்போதைக்கு இங்கே சூடான பேச்சு. ஆனால் நீ இப்படியெல்லாம் ஏதேதோ அரைகுறையாய்ச் சொல்ல நான் விடமாட்டேன். உன்னை விட்டுவிட்டு வந்த அந்த நேரத்திலிருந்து இப்போது நம் அறைக்குள் நீ துள்ளிக் குதித்துக்கொண்டு வந்தது வரை ஒன்று விடாமல் என்னிடம் சொல்லியாக வேண்டும். இரவு உணவுக்குச் செல்ல இன்னும் அரைமணி பாக்கியிருக்கிறது. ஆமாம் நீ ஏன் முதலில் குளித்து உடை மாற்றிக் கொள்ளக்கூடாது?" மிதாலி செஹ்மத்தின் காலைப் பார்த்தாள். இலேசான வீக்கத்தைத் தவிர அதில் வேறு பாதிப்பு ஏதுமில்லை.

செஹ்மத், மிதாலி சொன்னபடியே செய்தாள். வேறு புதிய உடைகளை எடுத்துக்கொண்டு குளியலறைக்குள் சென்றவள் பத்தே நிமிடத்தில் புது மலர்ச்சியோடு திரும்பி வந்தாள். அவளது பாதத்தில் வலி இருந்தபோதும் இதயம் மகிழ்ச்சியால் நிரம்பியிருந்ததால் அதை

அவள் பொருட்படுத்தவில்லை. மிதாலி குளித்துக் கொண்டிருந்த போது மிகுந்த களைப்போடு படுக்கையில் படுத்திருந்தாள் செஹ்மத். அவள் கண் மூடியபடி அன்றைய நாள் நிகழ்ச்சியை அசைபோட்டுக் கொண்டிருந்தாள். குளித்து முடித்துவிட்டு மிதாலி வருவதற்குள் செஹ்மத் நன்றாக உறங்கிப் போயிருந்தாள்.

மிதாலி அவளையே பார்த்துக் கொண்டிருந்தாள். பெண்களின் உரிமைகள் தொடர்பான பிரச்சினைகள் விவாதிக்கப்படும்போது அதற்கு செஹ்மத் ஆற்றும் எதிர்வினைகளை அவள் சில சமயம் கண்டதுண்டு. கூச்சசுபாவம் கொண்டவளும், எவருடனும் எளிதில் கலந்து பழகாதவளுமான அவள் அப்படிப்பட்ட நேரங்களில் தீவிரமான ஒரு சமூகச் செயல்பாட்டாளர் போன்ற தோரணை யோடு கருத்துக்களை ஆவேசத்தோடு பேசுவதை அவள் பார்த்திருக் கிறாள். இப்போது இங்கேயோ உணர்வின் பிடியில் சிக்கியிருக்கும் மென்மையான பெண்ணாக, தன் கனவுகளுக்குள் மூழ்கிக் கிடக்கும் ஒருத்தியாக செஹ்மத் இருந்தாள்.

அப்பாவித்தனமான அவளது முகம் அற்புதமாக ஒளிர்ந்து கொண்டிருந்தது. பூரண அமைதியோடு அவள் உறங்கிக் கொண்டி ருந்த அந்தப் பொழுதில் அவளது உடல்மொழி, முழுமையான மனநிறைவை வெளிப்படுத்திக் கொண்டிருந்தது. ஒருவேளை அவள் அபியைக் குறித்துக் கனவு கண்டு கொண்டிருக்கக் கூடும்.

ஒரு வழியாக மீராபாய் தன் கண்ணனைக் கண்டுபிடித்து விட்டாள்.

7

எளிமையான அந்த விடுதி அறைக்குள் நுழைந்த சூரிய ஒளி, ஜன்னலருகே உறங்கிக் கொண்டிருந்த அந்தப் பெண்ணின் முகத்தை முத்தமிட்டது. கைகால்களை நீட்டி முறித்தபடி செஹ்மத் படுக்கையிலிருந்து எழுந்து கொண்டாள். அவளது அறைத்தோழியான மிதாலி இன்னும் கூட உறங்கிக் கொண்டிருப்பதைக் கண்டாள். குளியலறைச் செருப்புக்களைக் காலில் நுழைத்துக் கொண்டு காலைத் தேநீர் அருந்துவதற்காக விடுதி 'மெஸ்'ஸுக்குச் செல்ல முடிவு செய்தாள். கீழே சென்று பார்த்தபோதுதான் சமையற்காரர் இன்னும் வரவில்லையென்று தெரிந்தது. மிக இனிமையாக இருந்த அந்தக் காலை வேளையில் விடுதியிலிருந்த மைதானத்துக்குள் வெறுமனே சுற்றி வரலாமென முடிவு செய்தாள்.

காற்று புத்துணர்வு தருவதாக வீசிக் கொண்டிருக்க, பறவைகள் இரை தேடி அலைந்து கொண்டிருந்தன. தரையில் ஏதோ ஒன்றைக் குறிபார்த்தபடி அவளுக்கு முன்பாக ஒரு புறா வேகமாய்ப் பறந்து சென்றது. செழுமையான புல்வெளியால் ஈர்க்கப்பட்ட அந்தத் தனிப் பறவை, பரந்த பச்சைக் கம்பளம் போல விரிந்து கிடந்த அந்தப் பரப்பைத் தன் சாம்ராஜ்ஜியமாக்கியபடி அதை வட்டமிடத் தொடங்கியது. அதற்குப் பின்னால் அணிவகுத்து வருவது போலப் பல புறாக்கள் உடன் சேர்ந்து கொண்டு அதன் தனி அதிகாரத்துக்கு சவால் விட்டன. வானில் ஒரு பறவைச் சண்டை தொடங்கிவிட்டது போலிருந்தது.

படிகளில் உட்கார்ந்தபடி இயற்கையின் உன்னதமான சிறப்பை ரசித்துக் கொண்டிருந்தாள் செஹ்மத். அவள் முகத்தில் அரும்பிய புன்னகை சீக்கிரமாகவே வாய்விட்டுச் சிரிக்கும் சிரிப்பாக மாறியிருந்தது. அதற்குப் புறாக்களின் போட்டி நடனம் காரணமில்லை. நேற்று நூலகத்தில் வைத்து, அவள் மீதான காதலை அபி ஒத்துக் கொண்டதை நினைவு கூர்ந்ததே அவளை அவ்வாறு சிரிக்க வைத்திருந்தது. அந்த நேரத்தில் தன் முகம் எப்படி ஜொலித்துக் கொண்டிருந்தது என்பதை மட்டும் அவளால் பார்க்க முடியவில்லை. உலகில்

கிடைக்கக்கூடிய எந்த ஒரு ஒப்பனைப் பொருளாலும் உருவாக்க முடியாத இயற்கையான ஜொலிப்பு அது.

செஹ்மத், தன் எண்ணங்களில் மூழ்கியிருந்தபோது சமையற் காரர் சமையலறைக்குத் திரும்பியிருந்தார். அமைதியில் ஆழ்ந்து கிடந்த செஹ்மத்தைப் பார்த்தபோது அவரால் அந்தக் காட்சியை ரசிக்காமல் இருக்க முடியவில்லை. அவள் எதற்கோ கூச்சப்பட்டுக் கொண்டிருக்கிறாளென்பதை அவர் கவனித்தார். ஆனால் அதன் காரணம் அவருக்குப் புரியவில்லை. அவள் மீது அக்கறை கொண்டவரான அவர், அப்படிப்பட்ட உற்சாகமான மனநிலையில் அவள் இருப்பதைக் கண்டு மகிழ்ச்சியடைந்தார். தேநீர்க் கோப்பையை ஒரு தட்டில் ஏந்தியபடி அவளருகே சென்றார்.

"காலை வணக்கம் செஹ்மத். உன்னுடைய நடனம் நேற்று மிகவும் அற்புதமாக இருந்ததென்று கேள்விப்பட்டேன். பாராட்டுக் கள். எப்போதுமே நீ நல்ல புகழோடு திகழ வேண்டும்"

அந்த வயதான சமையற்காரரைப் பார்த்துப் புன்னகை செய் தாள் செஹ்மத்.

"நன்றி தீரஜ் அண்ணா.. உங்கள் பிரியத்துக்கு மிகவும் நன்றி. கடவுளின் அருளால் எல்லாம் நன்றாக நடந்தது. எனக்கு உதவியவை உங்கள் வாழ்த்துக்களும் கூடத்தான்"

அவளது எளிமையான பண்பு அந்தச் சமையற்காரரை நெகிழச் செய்தது.

தேநீர்க் கோப்பை இருந்த தட்டை அவளிடம் நீட்டியபடி வானத்தைச் சுட்டிக்காட்டி அவர் இவ்வாறு பேசினார்.

இறைவன் உன்னைப் போன்ற எளிமையான, ஆதுரமான ஜீவன்களை ஒவ்வொரு நாளும் படைத்துக் கொண்டிருப்பதில்லை. மீராபாய்க்குள் தன்னைப் பொருத்திக் கொள்வது ஒன்றும் சுலபமான வேலை இல்லை. எந்த மனிதர்களை எந்தப் பாத்திரங்களுக்கு அவன் தேர்ந்தெடுக்கிறான் என்பது அவனுக்குத்தான் வெளிச்சம்."

செஹ்மத் அவரது புகழ்ச் சொற்களையும், தேநீரையும் பணி வோடு ஏற்றுக்கொண்டாள். அவரது எளிய சொற்களில் ஒரு பெரிய வாழ்க்கைப் பாடமே இருந்ததாக அவளுக்குப் பட்டது. தேநீரை விரைவாக உறிஞ்சியபின் வியப்போடு புருவங்களை உயர்த்தி அதை ரசித்த அவள், இன்னுமொரு கோப்பை வேண்டுமென்று கேட்டுக் கொண்டாள். சமையற்காரரும் அவ்வாறே கொண்டு வந்து கொடுக்க, இரண்டு கோப்பைகளையும் கையில் ஏந்தியபடி தன் அறைக்குச் செல்லும் படிக்கட்டில் ஏறத் தொடங்கினாள். தன்னைப் போலவே

சீக்கிரமாக எழுந்து கொண்டு காலைத் தேநீருக்கு வந்து கொண்டிருக்கும் வேறு சிலரோடு குறுகலான அந்த இடத்தில் அவள் மோதிக் கொண்டாள். இரண்டாம் ஆண்டு மாணவியான அஞ்சலி அவளுக்கு வாழ்த்துக் கூறினாள். செஹ்மத்தின் வகுப்புத் தோழியான ஹெலனின் சொற்களில் சற்றுப் பரிகாசமும் இணைந்திருந்தது.

"ஒரே நாளில் இரண்டு பரிசுக் கோப்பைகளை ஜெயித்து விட்டாயே. நீ பெரிய அதிர்ஷ்டக்காரிதான்."

செஹ்மத், பதிலுக்கு இலேசாகப் புன்னகை மட்டும் செய்தபடி படிகளில் ஏறிச் சென்றாள். அறைக் கதவைத் தள்ளித் திறந்தபோது தன் அறைத்தோழி இன்னும் உறங்கிக் கொண்டிருப்பதைக் கண்டாள். நடனப் போட்டி நடந்த மேடையில் மிதாலி காட்டிய பெருந்தன்மையான போக்கு அவர்களுக்கிடையே இருந்த அவநம்பிக்கையைக் களைந்து, நடனத்தில் சிறந்தவர்களான அந்த இருவரையும் முன்னைவிட நெருக்கமாக்கியிருந்தது.

"எழுந்திரு தூங்குமூஞ்சி... இதோ பார் அறையிலேயே கொண்டு வந்து விட்டேன் உன் தேநீரை" என்றாள் செஹ்மத். எந்த பதிலும் வராதபோது அவள் மேலும் பேச்சைத் தொடர்ந்தாள். "ஓ நேற்று நடந்த முழுத் தகவல்களையும் தெரிந்து கொள்ள நீ விரும்பவில்லை போலிருக்கிறது? இதோ பார் இன்னும் சரியாகப் பத்தே நிமிடங்கள் தான் தருவேன். அதற்குப் பிறகு நீ எவ்வளவு கெஞ்சிக் குழைந்தாலும் உன்னிடம் எதுவுமே சொல்லமாட்டேன்."

மின்சாரத்தால் தாக்கப்பட்டது போலப் படுக்கையிலிருந்து துள்ளி எழுந்தாள் மிதாலி. ஒரே நேரத்தில் புன்னகை செய்து கொண்டும் கொட்டாவி விட்டுக் கொண்டும் இருந்தவள் தன் தேநீர்க் கோப்பையைக் கையில் எடுத்துக் கொண்டாள். அவள் கண்களில் தெரிந்த குறும்பு அவள் நல்ல விழிப்பு நிலையில் இருப்பதையும், செஹ்மத் சொல்வதைக் கேட்கத் தயாராக இருப்பதையும் வெளிப்படுத்தியது.

"காலைத் தேநீரை என் கையில் கொண்டுவந்து தருமளவுக்கு உன் காதல் உன்னைத் தூண்டியிருக்கிறது என்றால், அந்தக் காதல் எப்போதும் உன்னிடமிருந்து விலகாதிருக்கட்டும் என்று நான் வேண்டுகிறேன்."

"ஏதோ இன்று காலை மட்டும்தான் இப்படி கண்ணே! என்னவோ இன்று சீக்கிரம் எழுந்து கொண்டேன். உன்னிடம் இனிமையாக இருக்க வேண்டுமென்றும் தீர்மானித்துக் கொண்டேன். அவ்வளவுதான்" என்று கிண்டலடித்தபடி தலையணையை மடியில் வைத்துக்கொண்டு மிதாலியின் படுக்கையில் அமர்ந்த செஹ்மத்

நடந்த நிகழ்ச்சி முழுவதையும் ஒன்றுவிடாமல் விவரித்தாள். சற்று முன் படியில் எதிர்ப்பட்ட ஹெலன் வெளியிட்ட கருத்தைக் கூட விட்டு வைக்காமல் சொல்லி முடித்தாள் அவள்.

ஹெலன் கூறியதைச் சட்டை செய்ய வேண்டியதில்லை என்பது போல மென்மையாகக் கையசைத்து ஒதுக்கினாள் மிதாலி. நிலைமையைத் தானாகவே சமாளித்துக் கொள்ளக் கூடிய திறமை செஹ்மத்துக்கு உண்டென்பது அவளுக்கு நன்றாகவே தெரியும்.

“இதோ பார் செஹ்மத், இந்தப் பெண்கள் இப்படிப் பொறாமைப்படக் காரணமில்லாமல் இல்லை. நீங்கள் இரண்டு பேருமே அழகால் அசர அடிப்பவர்கள். கல்லூரியில் சேர்ந்த நாள் முதல் எல்லோரின் மனங்களையும் கொள்ளை கொண்டவன் அபி. பிறகு, நீ வந்து சேர்ந்தாய் எங்கே தங்கள் வழியில் நீ குறுக்கிட்டு விடுவாயோ என்று எல்லோருக்கும் பயம். அபிக்கு உன்மீது காதல் உண்டு என்று எங்கள் எல்லோருக்குமே உறுதியாகத் தெரியும். ஆனால் நீ அவனைப் பற்றி என்ன நினைக்கிறாய் என்பதுதான் எங்களுக்குத் தெரியாமல் இருந்தது.”

கல்லூரிக்குக் கிளம்பும் முன் கிட்டத்தட்ட ஒரு மணிநேரம் அவர்கள் இருவரும் அரட்டையடித்துக் கொண்டிருந்தனர். செஹ்மத், கல்லூரியின் முதல் நாளன்று செல்பவளைப் போல கவனமாகத் தன்னை அலங்கரித்துக் கொண்டாள்.

இனிமையான பார்வைகளோடு எரிச்சலான பார்வைகளையும் எதிர்கொண்டபடி அந்த நீண்ட தாழ்வாரத்தில் அவர்கள் நடந்து சென்று கொண்டிருந்தனர். மகிழ்ச்சியோடு வகுப்பறைக்குள் நுழைந்தனர். ஒரு சில மாணவ மாணவியரே அங்கிருந்தனர். அவர்களுக்கிடையே அபி இருக்கிறானா என்று தேடினாள் செஹ்மத். வழக்கமாக அவன் அமர்ந்து கொள்ளும் கடைசி பெஞ்சை அவள் கண்கள் தேடித் துருவிக் கொண்டிருந்தன. அவள் அடைந்த ஏமாற்றத்தைச் சட்டென்று கண்டுபிடித்து விட்டாள் மிதாலி.

“ஓ.. இப்பொழுது முதல் இந்தப் பெண்மணி, வகுப்பறையின் பின்பகுதியில் அமர்ந்து நன்றாகப் பார்த்து ரசிக்க வேண்டுமென்று விரும்புகிறாளோ? வகுப்பறைப் பாடம் கேட்பதைவிடக் காதல் பாடத்தைக் கேட்க ஆசைப்படுகிறாளோ?”

செஹ்மத் பதிலேதும் கூறாமல் மெலிதாய்ப் புன்னகைத்தாள். அவளது முழங்கையைப் பற்றியபடி வகுப்பறையிலிருந்த படிக்கட்டில் ஏறி கடைசி வரிசையை அடைந்தாள் மிதாலி. நிறைய மாணவர்கள் வந்து விட்டிருந்ததால் வகுப்பு பெரும்பாலும் நிரம்பியிருந்தது.

பின்பகுதியில் ஐந்தாவது பெஞ்சில் இருவரும் அமர்ந்தனர். ஏமாற்றம் தோய்ந்த செஹ்மத்தின் முகத்தைப் பார்த்தபடி இவ்வாறு கூறினாள் மிதாலி.

"அவன் இப்போது வந்து விடுவான் பார். ஆண்கள் கிளம்பி வர சற்றுத் தாமதமாகும். பார்க்கப் போனால் இது அவனுக்கும் கூட முதல் நாள்தானே?"

ஷேக்ஸ்பியர் பற்றிய முதல் வகுப்பு முடிவில்லாமல் நீண்டு கொண்டு போவதைப் போலிருந்தது. வகுப்பு மேடையின் குறுக்கு நெடுக்காக நடந்தபடி ஜூலியட்டின்பால் ரோமியோ கொண்டிருந்த என்றும் அழியாக் காதலை விவரித்துக் கொண்டிருந்தார் பேராசிரியர். ஜூலியட் பால்கனியில் வந்து நிற்கும்போது ரோமியோ அவளைப் பார்க்கும் அந்தக் காட்சியை வருணித்துக் கொண்டிருந்தார் அவர். "நீ." என்றபடி ரோமியோவின் வசனத்தை அவர் கூறத் தொடங்கினார். தான் எடுத்துக் கொண்டிருந்த பாடத்தில் அப்படியே ஆழ்ந்து போயிருந்ததால் அந்தக் காட்சியை நடித்துக் காட்டும் வகையில் அவரது கை அசைந்து கொண்டிருந்த பாணி மிகவும் வேடிக்கையாக இருந்தது. மாணவர்கள் அதைப் பார்த்து வெடித்துச் சிரித்தனர். ஆனால் செஹ்மத் எதையும் கவனிக்க வில்லை. கையால் தலையைத் தாங்கிப் பிடித்தபடி தன்னுடைய ரோமியோவின் வருகைக்காக அவள் காத்திருந்தாள். அவள் கண்கள் மூடியிருந்தன. வகுப்பில் நடந்து கொண்டிருந்த அந்த வேடிக்கை யான நாடகம் பற்றி ஏதும் அறியாதவளாகத் தன்னுள் இருந்த பேரானந்தத்தில் மூழ்கிக் கிடந்தாள் அவள்.

"நீ." என்ற குரலை மீண்டும் கேட்ட போதுதான் அது தனக்குப் பரிச்சயமானதாக அவளுக்குத் தோன்றியது. கண்களைத் திறந்து சுற்றும் முற்றும் பார்த்தபோது அபி தனக்குப் பின்னால் அமர்ந்து, வாய் கொள்ளாத சிரிப்புடன் தன்னைப் பார்த்துக் கொண்டிருப் பதைக் கண்டாள் அவள். "நீ" என்று மீண்டும் முணு முணுத்தபடி இலேசாகக் கண்ணடித்தான் அவன். செஹ்மத் நாணத்தால் பெரிதும் சிவந்தவளாய் பேராசிரியர் இருந்த பக்கம் முகம் திருப்பிக் கொண் டாள். கிட்டத்தட்ட அதே நேரத்தில் அந்த வகுப்பு முடிவதற்கான மணி ஒலித்தது. ஏதோ தீவிரமாய்க் கூடி விவாதித்துக் கொண்டி ருந்தது போலிருந்த அந்த மூன்று பேரைத் தவிர வகுப்பறை முழு வதும் ஒரு சில நிமிடங்களில் காலியாகியிருந்தது. மிதாலி, குழுத் தலைவர் போலப் பிரதான பங்கை எடுத்துக் கொண்டு அபிக்கு ஆலோசனை வழங்கிக் கொண்டிருந்தாள்.

“ரோமியோ அவர்களே. வெறுமனே ‘நீ’ என்று மட்டும் கூப்பிட்டுக் கொண்டிருப்பது இப்போது முதல் போதாது. விடுதியிலிருந்து செஹ்மத்தைக் கல்லூரி வரை கூட்டிச் சென்று – ஒவ்வொரு நாளும்--நாள் முழுக்க அவளருகிலேயே நீங்கள் இருக்க வேண்டுமென்று எதிர்பார்க்கிறேன். ஒருவேளை, ஒரு சில வகுப்புக்களைப் புறக்கணிக்க வேண்டுமென்று நீங்கள் முடிவு செய்தாலும்தான் என்ன ஆகிவிடப் போகிறது? நிச்சயமாக வானம் ஒன்றும் இடிந்து விழுந்துவிடப் போவதில்லை. சரிதானே?”

அபி, பதிலுக்குப் புன்னகை செய்தான்.

“எங்களை ஒன்று சேர்த்து வைத்ததற்கு மிகவும் நன்றி மிதாலி. உங்களுக்கு மிகவும் நன்றிக்கடன் பட்டிருக்கிறேன் என்பதைத் தவிர எனக்கு வேறேதும் சொல்லத் தெரியவில்லை.”

மிதாலியிடம் பேசும்போது அபியின் குரலில் ததும்பிய நன்றியுணர்வைக் கவனித்தாள் செஹ்மத். ‘இவன் உண்மையிலேயே வித்தியாசமானவன்தான்’ என்று தனக்குள்ளேயே சொல்லிக் கொண்டாள். கணநேரம் கண்களை மூடிக் கடவுளிடம் ஒரு சிறு பிரார்த்தனை செய்தாள்.

அங்கே நிலவிய மௌனத்தைக் கலைத்தவள் மிதாலிதான்.

“உண்மையில் எனக்குத்தான் அதில் சந்தோஷம். நீங்கள் இருவருமே அழகானவர்கள். ஒருவருக்கொருவர் பொருத்தமானவர்கள். என்றோ ஒருநாள் நடக்க வேண்டியதுதான் இது. இப்பொழுது தயவுசெய்து நீங்கள் இரண்டுபேரும் இங்கிருந்து கிளம்பப் போகிறீர்களா இல்லையா?”

மூன்று பேரும் அறையை விட்டு ஒன்றாக வெளியேறி கார் நிறுத்தத்தில் பிரிந்தனர். மிதாலி அவர்களுக்கு விடை கொடுத்து அனுப்பியபடி, கல்லூரி வாயில் வரை நீண்டிருக்கும் பாதையில் அபியின் கார் செல்வதைப் பார்த்துக் கொண்டிருந்தாள். அபியின் அருகில் இருந்த செஹ்மத் இன்னும் சற்று நெருங்கி அமர்ந்தாள். அவர்கள் இருவரும் பிரிக்க முடியாத இணைபோலக் காட்சியளித்தனர்.

நாளொரு மேனியாய் அவர்களது காதல் வளர்ந்து தழைத்தது. வகுப்பறையைத் தவிர வேறு எந்த இடத்திலும் அவர்களைத் தனியே பார்ப்பது அரிதாகவே இருந்தது. வகுப்பில் பாடம் கேட்கும் நேரங்களிலும் கூட அதில் கவனம் செலுத்தப் போராடிக் கொண்டிருந்தாள் செஹ்மத்.

அபி, எப்போதும் போல கடைசி பெஞ்சிலேயே உட்கார்ந்திருந்தான். ஆனால் செஹ்மத்தைப் பற்றி அவன் எழுதியிருந்த மிகப் பெரிய கவிதைத் தொகுப்பு அதற்கு மேல் வளராமல் வற்றிப் போயிருந்தது. அதற்குப் பதிலாகக் காதல் வேகத்தோடு அவளை ரசித்துக் கொண்டிருந்த அவன் அவ்வப்போது அவளது உடைகளைப் பற்றியும், கூந்தல் எழில் பற்றியும், அவர்கள் சந்திப்பதற்கான திட்டங்கள் குறித்தும் சிறுசிறு துண்டுச் சீட்டுக்களை அவளுடன் பரிமாறியபடி இருந்தான். அந்தச் சீட்டுக்களில் இரண்டிரண்டு அடிகளாகத் தொடுத்து ஒன்றோ இரண்டோ கவிதைகளை அனுப்புவான் அவன். அவற்றிலிருக்கும் அவனது சொல்லாட்சி கண்டு திக்கு முக்காடிப் போவாள் செஹ்மத். விலைமதிப்பற்ற பொக்கிஷங்களைப் போல அந்தத் துண்டுச் சீட்டுக்களை அவள் பாதுகாத்து வந்தாள். ஒவ்வொரு நாளும் முடிந்தபின் அவற்றை ஒரு ஏட்டில் அவள் குத்தி வைப்பாள். இப்போது அவளுக்குப் பிடித்தமான பொழுதுபோக்கு என்பதே அந்தச் சீட்டுக்கள்தான். தனிமை வாய்க்கும் நேரங்களில் எல்லாம் அவற்றுக்குள் மட்டுமே அவள் ஆழ்ந்து விடுவாள்.

ஆண்டு இறுதித் தேர்வுக்கான பரபரப்பு கல்லூரி வளாகத்தை ஆட்டி வைத்துக் கொண்டிருந்த நேரத்திலும் கூட அவர்கள் இரு வரும் வழக்கமான முறையில் சந்தித்துக் கொண்டுதான் இருந்தனர். கவனமாகப் படிப்பதாக அவளிடம் வாக்களித்தாலும் அபியால் அதில் முழுமையாகத் தன்னை ஒருமுகப்படுத்த இயலவில்லை. தொடர்ந்து வரப்போகும் கோடைவிடுமுறையில் தன் காதலி தன்னை விட்டுப் பிரிந்து சென்றுவிடுவாளே என்று அவன் கவலையோடு இருந்தான்.

ஒருக்கால், அடுத்தாற்போல அவர்கள் வாழ்வில் வீசப்போகும் புயலைப் பற்றிய ஏதோ ஒரு பயம் கலந்த உள்ளுணர்வு அவனையும் அறியாமல் அவனுள் இருந்திருக்கலாம்.

இறுதித் தேர்வை முடித்துவிட்டு அறையை விட்டு செஹ்மத் வெளியேறுவதற்கும், முன்பின் தெரியாத யாரோ ஒரு நபர் அவளை அணுகுவதற்கும் சரியாக இருந்தது. தன்னை அறிமுகப்படுத்திக் கொண்ட அவன் 'சீல்' வைக்கப்பட்ட கடித உறை ஒன்றை அவளிடம் அளித்தான். அபி செய்யும் குறும்புகளில் ஒன்றாகவே முதலில் அதை நினைத்த செஹ்மத், உறையைக் கவனமாகப் பரிசீலித்தபடி அதன் அடியிலிருந்த அனுப்புநரின் பெயரை வாசித்தாள். உடனே அவளுக்குள் எழுந்த வியப்போடு அந்த உறையைப் பிரித்து அதிலிருந்த சிறுதுண்டுச் சீட்டை வாசித்தாள். உடனே ஸ்ரீநகருக்கு விமானத்தில் கிளம்பி வருமாறு மிர் அவளுக்கு வேண்டுதல் விடுத்திருந்

தார். மறுநாளே அங்கிருந்து ஸ்ரீநகர் செல்வதற்கான விமானப் பயணச் சீட்டும் அந்த உறையில் இருந்தது.

தன் வீட்டில் ஏதோ சரியில்லை என்பதை நொடியில் புரிந்து கொண்டாள் செஹ்மத். சற்று நேரம் கழித்து முதல்வர் அறையில் அமர்ந்து தொலைபேசியில் தன் தாயுடன் பேசிக் கொண்டிருந்தாள் அவள். அவளருகே நிதானமான பாவனையோடு அபி உட்கார்ந் திருந்தான். தன் மகளின் அச்சத்தைப் போக்கி அவளை அமைதிப் படுத்தப் பெரிதும் முயன்று கொண்டிருந்த தேஜ், வீட்டில் எல்லாம் சரியாக இருப்பது போலக் காட்டிக் கொள்ள எண்ணினாலும் அவ ளால் அது இயலவில்லை. செஹ்மத்தின் முகத்தில் பழைய ஆனந் தத்தை வருவிக்க அபியாலும் முடியவில்லை. அவர்கள் எதுவும் பேசாமல் அமைதியாக இரவு உணவை உண்டபின் அபி அவளை விடுதியில் கொண்டு போய்விட்டான். உடனே சில மணி நேரங்களி லேயே அவளை விமான நிலையத்துக்கும் அவன் அழைத்துச் செல்ல வேண்டியிருந்தது.

ஒரு வகையில் செஹ்மத் குற்ற உணர்வோடு இருந்தாளென்றே சொல்ல வேண்டும். கடந்த சில வாரங்களாக அவள் தன் பெற்றோர் பற்றி நினைக்கவே இல்லை. காதலில் மூழ்கியிருந்ததால், தான் வழக்கத்துக்கு மாறான சுயநலத்தோடு இருந்து விட்டோமோ என்ற குற்ற உணர்வும், கவலையும் அவளை ஒரு சேர ஆட்கொண்டிருந்தன. அபி பொறுமையாக, ஆனால் கவலையோடு இருந்தான்.

"வீட்டுக்குப் போனவுடன் என்னை அழைத்துச் சொல்லி விடு. என் உதவி தேவைப்பட்டால் அடுத்த விமானத்திலேயே வந்து விடுவேன் என்ன? நான் சொல்வது கேட்கிறதா செஹ்மத்?"

செஹ்மத் தன் தனிப்பட்ட எண்ணங்களுக்குள் ஆழ்ந்து கிடந் தாள். அவனிடமிருந்து விடை பெற்ற போது அபி சொன்னதை வெறுமனே கேட்டுக் கொண்டாள். விமானத்தில் பயணம் செய்யும் போது பல்வேறு எண்ணங்கள் அவளைக் கவலைப்படுத்திக் கொண் டிருந்தன. 'இப்படி அவளை உடனே அங்கே வரச் சொல்லும் அளவுக்கு அங்கே அவர்களுக்கு என்ன நடந்திருக்கும்? அவளுடைய தந்தை அவளோடு பேசவில்லை, நலமாக இருக்கிறாரா என்று தெரிய வில்லை.'

அவள் சோர்வோடு பெருமூச்சு விட்டபடி ஜன்னலுக்கு வெளியே பார்த்தாள். வீடு போய்ச் சேரும் வரை அந்தக் கேள்விகளுக்கு விடை தெரியக் காத்திருக்கத்தான் வேண்டும் என்பது அவளுக்குப் புரிந் திருந்தது.

வீடு போய்ச் சேர்ந்ததும் அங்கே என்ன நடந்ததென்பதை மெல்ல அறிந்துகொண்டாள் செஹ்மத். தந்தைக்கு வந்திருக்கும் நோயின் கடுமை பற்றி அறிந்தபோது அவர் இறந்துவிடக் கூடுமோ என்ற பயத்தில் ஒரு நாள் முழுவதும் அழுதுகொண்டே இருந்தாள்.

செஹ்மத்தின் தாய் அமைதியாக அவளிடம் பேசி இரவு முழுவதும் விஷயங்களையெல்லாம் விளக்கிச் சொல்லிக் கொண்டிருந்தாள். செஹ்மத் அபியைப் பற்றித் தாயிடம் கூறினாள். இருவரும் தங்களைக் கண்ணீரில் கரைத்துக் கொண்டு அமைதி காண முற்பட்டனர். எல்லை தாண்டிய புலனாய்வுத் தகவல் சேகரிப்பில் செஹ்மத்தும் ஓர் அங்கமாக ஆக வேண்டியிருக்குமென்ற சாத்தியக் கூறு பற்றி தேஜ் செஹ்மத்திடம் கூறினாள். அதைப் பற்றிப் பேசுவதற்கே அவளுக்கு நடுக்கமாக இருந்தபோதும், அது எப்படிச் செயல்படப் போகிறது என்பதை செஹ்மத்திடம் விவரித்தாள் அவள்.

“அபியை விட்டுக் கொடுப்பது நீ செய்யும் ஒரு சிறிய தியாகம் தான். உன் தந்தை மிகக் கடினமான அபாயங்களையெல்லாம் கூட நம் நாட்டுக்காக எதிர்கொண்டிருக்கிறார். நமக்கு எதிராக இருக்கும் மாற்றுத் தரப்பைக் கண்காணிப்பதற்காக உன்னை இங்கிருந்து அந்தப் பகுதிக்கு அனுப்பி வைக்க அவர் விரும்புகிறார். பாகிஸ்தானிய தளபதிகள் அளவுக்கு மீறிய தன்னம்பிக்கையோடு போருக்கான ஆயத்தங்களில் முனைந்திருக்கிறார்கள். அதுபற்றி நாம் தகவல் திரட்டவேண்டும். மேலும் சையீது குடும்பத்தார் நமக்குப் பல வருடங்களாகப் பழக்கமானவர்கள். அவர்கள் குடும்பத்தைச் சேர்ந்த இக்பால் நல்லவன், நாகரிகம் தெரிந்தவன், படித்தவன். நீ அங்கே மிகவும் மகிழ்ச்சியாகவும், பாதுகாப்போடும் இருப்பாய்” என்று சொல்லி முடித்தாள் தேஜ்.

பாகிஸ்தானிய பிரிகேடியராக இருந்த ஷேக் சையீதின் மகனுக்கு, திருமணம் செய்விக்கப்பட இருந்தாள் செஹ்மத். இந்தியாவுக்கு எதிராக அந்த நாட்டில் நடைபெற்று வரும் இரகசிய நடவடிக்கைகளைத் தெரிந்துகொள்வதற்காக அப்படிப்பட்ட துணிச்சலான முடிவு எடுக்கப்பட இருந்தது.

தேஜின் ஆழ்மனம், தன் மகளுக்காக வலித்துக் கொண்டுதான் இருந்தது. தன் மகளின் திருமணம் எப்படியெல்லாம் நடக்க வேண்டுமென்று அவள் ஆசைப்பட்டுக் கொண்டிருந்தாள்? இப்போது அப்படியா நடக்கப் போகிறது அது? செஹ்மத், தன் பேச்சுக்கு உடன்படுவாளென்பது அவளுக்குத் தெரியும். அதே நேரத்தில் எதிரி முகாமுக்குத் தன் ஒரே மகளை அனுப்புவதால் ஏற்படக்கூடிய விளைவுகளைப் பற்றியும் அவள் அறிந்திருந்தாள்.

அபியையும் தன் தந்தையையும் ஒரு சேர இழக்கப் போகிறோ மென்ற அதிர்ச்சி, செஹ்மத்தால் பொறுத்துக் கொள்ள இயலாததாக இருந்தது. தனது அறையில், தனிமையில் இறைவனிடம் அழுது மன்றாடியபடி இந்தக் கொடுமைக்கு விளக்கம் கேட்டு மன்றாடிக் கொண்டிருந்தாள். ஒருவேளை இது அவளுக்கு வைக்கப்பட்ட சோதனையாக இருந்தால் தன் குடும்பத்தையும், அபியையும் இழப் பதைவிட அந்தச் சோதனையில் தோற்றுப்போவது கூட சரியாக இருக்கும் என்று கடவுளோடு விவாதித்துக் கொண்டிருந்தாள்.

சினத்துக்கும், துயரத்துக்கும் இடையிலான ஊசலாட்டத்தில் இருந்த அவள், எவராலும் பதிலளிக்க முடியாத விடைகளைத் தேடிக் கொண்டிருந்தாள். இருள் கப்பிய அந்த இரவு அவளது மனநிலை யைப் பிரதிபலிப்பது போலிருந்தது. அந்த நிசப்தத்தினூடே துயர் மண்டிய ஏதோ ஓர் இருண்மையான ஓசை எதிரொலித்துக் கொண் டிருப்பது போலிருந்தது. எதிர்வரப் போகும் தீய நிகழ்வுகளுக்கான மோசமான அறிகுறி அது என்று செஹ்மத்துக்குத் தோன்றியது. அவளுக்காகக் காத்திருந்த அபியை நோக்கி அவள் சிந்தனைகள் பறந்து சென்றன. தன் விதியின் மீது அவளது சினம் திசை திரும் பியது. அவளால் தன் தந்தையை விட்டுக் கொடுக்க முடியாது. அதே வேளையில் அபியோடு இருக்க வேண்டுமென்றும் அவள் விரும்பி னாள். ஆனால் அதற்கான வழி ஏதுமில்லை.

மறுநாள், ஹிதாயத்கானின் படிப்பறையில் தந்தையும் மகளும் வெகுநேரம் பேசிக் கொண்டிருந்தனர். தன் தந்தை நாட்டின் மீது வைத்திருக்கும் எல்லையற்ற நேசத்தையும், தகவல் வலைப்பின்னலை மிகுந்த சிரமத்தோடு அவர் உருவாக்கியது எப்படி என்பதைப் பற்றியும் அவள் அறிந்துகொண்டாள். இப்போது தகுதியான ஒருவர் அந்த வலைப்பின்னலுக்குப் பொறுப்பேற்றுக் கொண்டாக வேண்டு மென்பதும் அவளுக்குப் புரிந்தது. அவளைத் தவிர வேறு எவரையும் நம்ப இயலாத நிலை பற்றியும் தந்தை அவளிடம் குறிப்பிட்டார். தந்தையின் முகத்தில் மாறிமாறிப் புலப்பட்டுக் கொண்டிருந்த உணர்வுகளின் கொந்தளிப்பை செஹ்மத் கவனமாகப் பார்த்துக் கொண்டிருந்தாள். அவர் அனுபவித்துக் கொண்டிருக்கும் வேதனை யின் கடுமையையும் தன்னிடம் அவர் ஒப்படைக்கப் போகும் வேலையின் தீவிரத்தையும் அவள் புரிந்துகொண்டாள். 'அவரை, அவளால் எப்படி விட்டுக் கொடுத்துவிட முடியும். இதிலிருந்து எப்படி அவளால் விலகிச் சென்றுவிட முடியும்? அடிப்படையான விதிமுறைகளுக்குக் கட்டுப்பட அவள் மறுத்தால் அவர்கள் மேற்

கொண்டிருந்த நடவடிக்கை முழுவதுமே அபாயத்திற்கு ஆளாகும். அவளது குடும்ப கௌரவம் கேள்விக்குரியதாகிவிடும். திரும்பியே பார்க்காமல் மிகப் பெரிய தியாகம் ஒன்றை அவள் செய்தே ஆக வேண்டும். உண்மையான தன் காதல் நினைவுகளைக் காலத்திற்குள் அவள் புதைத்துவிட வேண்டும். அவள் செய்ய வேண்டியது அது மட்டுமே; ஆனால் அதைக் குறித்து அவள் விரைவாக முடிவெடுத் தாக வேண்டும்.

தான் எடுத்தாக வேண்டிய அந்த முடிவைப் பற்றி நாள் முழு வதும் சிந்தித்தாள் செஹ்மத். அவளது பெற்றோர் எந்த வகையிலும் அவளைத் தொந்தரவு செய்யவில்லை. வற்புறுத்தவும் முயலவில்லை. ஆனாலும் அவர்களது கண்களில் எதிர்பார்ப்பு இருந்தது. அன்று இரவும் கூட அவளுக்கு அமைதியின்றித்தான் கழிந்தது. மறுநாள் காலை பெற்றோரிடம் தன் முடிவைச் சொல்லுவதற்காக மாடியி லிருந்து கீழிறங்கிச் சென்றாள் அவள்.

வழக்கமாக வேலை செய்யும் பணியாட்களுக்குப் பதிலாக வரவேற்பறையில் குடும்ப நண்பர்களும், அக்கம்பக்கத்தினரும் கூடி யிருந்ததைக் கண்டு கணநேரம் குழப்பமடைந்தாள். மிகுந்த மனச் சோர்வுடன் பெற்றோரின் அறையை நோக்கிச் சென்றாள். ஹிதாயத் தின் அருகே மண்டியிட்ட நிலையில் தேஜ் அழுது கொண்டிருப்பதை அவள் கண்டாள். தனது படுக்கையில் படுத்திருந்த ஹிதாயத்தின் கண்கள் மூடியிருந்தன.

மிக மோசமான ஏதோ ஒன்று நடந்து விட்டதோ என்று அஞ்சிய படி தந்தையின் அருகே விரைவாகச் சென்றாள் செஹ்மத். தன் மகளின் உணர்வுகளைப் புரிந்துகொண்ட தேஜ் அப்படி இல்லை என்றபடி தலையசைத்தாள்.

"இன்று காலை அவரது உடல் நிலையில் திடீரென்று ஒரு சிக்கல் ஏற்பட்டு விட்டது. டாக்டர் வந்து பார்த்து ஊசி போட்டு விட்டுப் போயிருக்கிறார். இப்போது அவருக்குத் தேவை ஓய்வுதான்" என்று மெல்லிய குரலில் கூறினாள். செஹ்மத், இன்று சற்று மாறிப் போயிருந்தாள். மிகக் கொடுமையாக திசை திரும்பிப் போய்விட்ட தன் வாழ்க்கையிலிருந்து விடுபடவோ, அதற்கு எதிர்வினையாற்றவோ வழியே இல்லாத அந்த இளம்பெண்ணின் கண்களில் இப்போது கண்ணீரின் சாயல் துளியும் இல்லை.

அதன் பிறகு செஹ்மத், தான் எடுத்திருந்த முடிவைப் பற்றிப் பேசத் தொடங்கினாள். அவர்கள் எதிர்பார்த்தபடியே அவள் நடந்து

கொள்வாள். மூன்று மாதம் கழித்து திருமணமும் செய்துகொள் வாள். ஆனால் அதற்கு முன்பு ஒருமுறை தில்லி சென்று வரவேண்டும் அவளுக்கு. அவளுடைய பெற்றோர் ஒருவகையில் நிம்மதியடைந்தாலும் அவளை எண்ணிக் கவலையும் கொண்டனர். கனத்த இதயத்தோடு கடைசியாக ஒருமுறை தில்லி சென்றுவர விடைகொடுத்தனுப்பினர்.

செஹ்மத் முதன்முதலாகச் சந்தித்தது தன் ஆத்மாவின் தோழனைத்தான். தனக்கு விதிக்கப்பட்டிருக்கும் செயலை அவள் கூறியபோது அவன் அதிர்ச்சியோடும், பிரமிப்போடும் அதைக் கேட்டுக் கொண்டிருந்தான். அவனிடம் அவள் முழுமையான நம்பிக்கை கொண்டிருந்ததால், மிர் அவளிடம் கூறியிருந்த கண்டிப்பான அறிவுரைகளையும் மீறி, பாகிஸ்தான் கேப்டனைத் தான் விரைவில் திருமணம் செய்துகொள்ளப் போவதற்கான காரணங்களையும் அந்த அடிப்படை இரகசியத்தையும் அவனிடம் பகிர்ந்து கொண்டாள்.

"என் தந்தை, நம் நாட்டுக்காகத் தன்னையே தியாகம் செய்திருப் பவர் அபி. அவர் தன் வாழ்வின் இறுதிக் கட்டத்தை நெருங்கிக் கொண்டிருக்கும் இந்த நேரத்தில் அவருக்குக் குறைந்தபட்சம் ஒரு சிறிய நிம்மதியையாவது நான் கொடுத்தாக வேண்டும். அது மட்டு மல்ல நம் தாய்நாட்டுக்காகப் பணியாற்றுவதென்பது பெரும் கௌ ரவம்" என்றபடி தன் முடிவைக் குறிப்பிட்டாள்.

அபியால் எளிதில் சமாதானமடைய முடியவில்லை. செஹ்மத், தன்னை விடுத்து வேறொருவனுக்குச் சொந்தமாகி விடப் போகிறாள் என்பதோடு அவளுடைய தனிப்பட்ட பாதுகாப்புக்கும் கடுமையான அச்சுறுத்தல்கள் இருந்ததை அவனால் அனுமானிக்க முடிந்தது.

"இப்படிப்பட்ட அபாயகரமான நடவடிக்கையில் ஈடுபடப் பொருத்தமானவளென்றா நீ உன்னை நினைக்கிறாய்? ஒற்றறியும் வேலையில் இருப்பவர்கள் தப்பித் தவறிப் பிடிபட்டால் எப்படி நடத் தப்படுவார்கள் என்பது கொஞ்ச நஞ்சமாவது உனக்குத் தெரியுமா?"

செஹ்மத் பதில் எதுவும் கூறவில்லை. அவன் கண்கள் தாங்க முடியாத வலியோடு இருந்ததை அவள் கண்டாள். இன்னொரு மனிதனைத் திருமணம் செய்து கொள்ள முடிவெடுத்த கணத்தி லிருந்தே அபியுடனான உறவிலிருந்து கௌரவமாக விலகிக்கொள்ள வேண்டுமென்றே அவள் நினைத்திருந்தாள். ஆனால் அவளது மனம் அதற்கு ஒத்துழைக்கவில்லை. அபியின் ஆத்மாவுடன் ஒன்றிணைந்து கலக்க வேண்டுமென்று அது கலகம் செய்து கொண்டிருந்தது. வாழ்வில் இரண்டாவது முறையாகத் தன் உணர்வுகள் கூட்டிச் செல்லும் பாதையில் செல்ல அவள் முடிவெடுத்தாள். அபியிடம் மிக நெருக்கமாகச் சென்றபடி இவ்வாறு முணுமுணுத்தாள்.

"தயவுசெய்து என்னை உங்கள் கரங்களில் ஏந்திக் கொள்ளுங்கள் அபி. நாளை என்ன நடக்குமென்று எவருக்குத் தெரியும்? என் எஞ்சிய வாழ்நாளை உங்கள் மீதான காதல் நினைவுகளோடு கழிக்க விரும்புகிறேன்."

அவர்கள் ஒருவரையொருவர் இறுகத்தழுவிக் கொண்டபோது, அவர்களின் முகங்கள் கண்ணீரால் நனைந்து கிடந்தன. அபியால் மூச்சுவிடக் கூட முடியவில்லை. செஹ்மத் இல்லாத ஒரு வாழ்வை அவனால் கற்பனை கூடச் செய்ய முடியவில்லை. அவளது களங்க மற்ற சிரிப்பு, புன்னகை அவளிடமிருந்து வீசும் இனிய மணம் என அவை எல்லாமே அவனது ஒவ்வொரு உயிரணுவிலும் உறைந்து கிடந்தன. ஆனால் இப்போது அவன் அவளை விட்டுக் கொடுத்தே ஆகவேண்டும். அவளது கண்களைப் பார்த்தபடி அவன் இவ்வாறு கூறினான்.

"இளவரசி, நான் உன்னைக் காதலித்தவன். எப்போதும் காதலிப்பவன். நான் உனக்காகவே எப்போதும் காத்திருப்பேன். எப்போது வேண்டுமானாலும் நீ என்னைத் தொடர்பு கொண்டால் போதும். எது எப்படியானாலும் அங்கே நான் வந்துவிடுவேன்."

செஹ்மத் கண்ணீரோடு தலையசைத்தாள். எங்கே மற்றுமொரு பலவீனமான கணம் தன்னைக் கோழையாக்கி விடுமோ என அஞ்சியபடி அவனிடமிருந்து மெல்லத் தன்னை விலக்கிக் கொண்டு கண்ணீரைத் துடைத்துக் கொண்டாள். பிறகு அவன் வாழ்வி லிருந்தும், தன் வாழ்விலிருந்தும் கூட அகன்று போனாள் அவள்.

8

ஒரு மாதம் கழித்து ஹிதாயத் மறைந்தார். தான் விரும்பியது போலவே மென் காற்றில் படபடத்துக் கொண்டிருக்கும் மூவர்ணக் கொடியைப் பார்த்தபடி, மனைவியும் மகளும் உடனிருக்க அவர் இறந்தார்.

குறுகிய நாட்களுக்குள் தான் நேசித்த இரண்டு ஆண்களையும் இழந்திருந்தாள் செஹ்மத். அவளது உணர்வுகளெல்லாம் வடிந்து போயிருந்தன. தன் முன்னால் இருக்கும் கடமை ஒன்றே இப்போது அவளுக்கு முக்கியம். தன் தந்தையையும், நாட்டையும் அதன் வழி அவள் பெருமைப்படுத்தியாக வேண்டும்.

அடுத்த ஒரு மாதமும் தலைநகரின் இதயம் போன்றிருந்த செங்கோட்டைக்குள் இருந்தபடி புலனாய்வு அதிகாரிகளிடமிருந்து பன்னிரண்டு மணிநேரத் தீவிரப் பயிற்சி எடுத்துக் கொண்டிருந்தாள். முதல் இரண்டு வாரங்கள் நுட்பமாகக் கேட்கும் ஒலிக்கருவிகளைப் பொருத்துவது பற்றியும், அவற்றைப் பயன்படுத்துவது குறித்தும் அவள் கற்றுக்கொண்டாள். மாதத்தின் பிற்பகுதி இன்னும் கடுமை யானதாக இருந்தது. சிறுசிறு ஆயுதங்கள், வெடிமருந்துகள், வெடிக்க வைக்கும் கருவிகள் ஆகியவற்றை நேரடியாகக் கையாள அவள் பழகிக் கொண்டாள்.

ஒற்றறியும் உத்திகளைக் கற்றுக் கொள்ளுவதிலும் உள் வாங்கிக் கொள்வதிலும் அபாரமான, சாமர்த்தியத்தை வெளிப்படுத்திக் கொண்டிருந்தாள் செஹ்மத். நாளின் முடிவில் தன் சக்தியெல்லாம் வடிந்து களைத்துப் போகும் வரை கூடுதலாகவே தன் உழைப்பைச் செலுத்தி வந்தாள். ஆனால் அவள் என்ன செய்த போதும் அபியின் உருவம் அவள் மனதில் சித்திரமாய்ப் பதிந்தபடி அங்கிருந்து நீங்க மறுத்தது. முன்பு துண்டுச் சீட்டுக்களை ஒட்டி வைத்திருந்த அந்த நோட்டுப் புத்தகத்தையே அவள் மணிக்கணக்கில் பார்த்துக் கொண்டிருப்பாள். அந்தக் கணங்கள் மட்டும்தான் அவள் உணர்ச்சி வசப்படும் கணங்கள். அவளுக்குத் தரப்பட்ட பயிற்சி ஒரு முடிவுக்கு வருவதற்கு முன்னரே உளவு பார்க்கும் உத்திகள் பலவற்றில் அவள்

நிபுணத்துவம் பெற்றிருந்தாள். மாதக் கடைசியில் மிர் அவளைச் சந்தித்தபோது தந்தைக்கேற்ற மகள் அவள் என்பதில் பெருமிதம் கொண்டார்.

ஒரு மாதத்திற்குப் பின் லாகூரிலுள்ள பாகிஸ்தானிய காலாட் படையைச் சேர்ந்த கேப்டன் இக்பால் சையீதைத் திருமணம் செய்து கொண்டாள் செஹ்மத். இக்பாலின் தந்தை ஷேக் சையீது அதே பிரிவில் பிரிகேடியராக இருந்தார். மிக உயர்மட்டத்திலுள்ள பல இராணுவ அதிகாரிகளுக்கு அவர் நெருக்கமானவர் என்பது எல்லோருக்கும் தெரியும். உயர்மட்டத்திலுள்ள நபர்களைக் கவன மாகத் தேர்ந்தெடுத்து நண்பர்களாக்கிக் கொண்டபடி இராணுவப் பதவி ஏணியில் அவர் ஏறிக்கொண்டார். கூரிய மதிநுட்பத்தோடு காரியத்தைக் கணக்குப் போட்டுச் செய்பவரான அவர் தன் மூத்த மகன் மேஜர் மெஹபூப் சையீதுக்கு இராணுவத் தளபதி ஒருவரின் மகளை மணம் செய்து வைத்திருந்தார். பணி உயர்வு சார்ந்த நெருக் கடி ஏற்பட்ட போது, பிரிகேடியருக்கு அது சாதகமாக அமைந்து விட்டது.

இராணுவ ஆட்சி முறை பாகிஸ்தானிய இராணுவத்துக்குப் பழகிப் போனதும், பிடித்தமானதும் என்பதால் சட்டப் புத்தகங் களையும், அதிலுள்ள வழிகாட்டுதல்கள், நீதிமுறைகள் ஆகியவற்றை யும் விட தனிப்பட்ட விசுவாசத்தில் இராணுவத் தளபதிகள் பெயர் போனவர்களாய் இருந்தனர்.

முறையாகத் திட்டம் வகுப்பதில் பிரிகேடியர் சையீத் சுமாரா னவர் என்றாலும் நிலைமையை விரைவாகச் சாதுரியமாகக் கையாள் வதன் மூலம் அதை ஈடுகட்டி விடக் கூடியவர். மிகவும் கெட்டிக் காரர்களாக இருப்பவர்களும் கூட மிக உயர்ந்த பதவியில் இருப்பவர் களுக்கு சவால்தான் என்பதையும், அவர்கள் உடனே ஓரங்கட்டப் பட்டு விடுகிறார்கள் என்பதையும் அவர் புரிந்து வைத்திருந்தார். தன்னை, தன் நலனைக் காப்பாற்றிக் கொள்வதற்காக 'ஆமாம் சாமி' போடுவதையே அவர் விரும்பினார். அதையே செய்து கொண்டும் இருந்தார். ஆலோசனைக்காக அழைக்கப்பட்ட நேரங்களில் தன் மேலதிகாரிகள் எதை விரும்புகிறார்கள் என்று பார்த்துக் கொண்டு அதற்கேற்றபடி தன் கருத்தை வெளியிடுவதையே வழக்கமாக்கிக் கொண்டிருந்தார் அவர்.

ஹிதாயத்கானும் அவரும் லாகூரிலுள்ள கல்லூரியில் ஒன்றாய்ப் படித்தவர்கள். நெருங்கிய நண்பர்கள். பிரிவினைக்குப் பிறகு ஹிதா யத்தின் வியாபாரம் விரிவடைய சையீத் வழியமைத்துத் தந்தார். பதிலுக்கு சையீத் தரும் இராணுவ விருந்துகளில் விலையுயர்ந்த மதுவகைகளையும், விதவிதமான பரிசுப் பொருட்களையும் தந்து உதவுவது ஹிதாயத்தின் வழக்கம். சையீதைப் பொறுத்தவரை தன்

மகனை ஓர் இந்தியப் பெண்ணுக்கு மணம் செய்து வைப்பது அபாய கரமானதுதான் என்றாலும் இராணுவத்தில் அவர் பெற்றிருக்கும் செல்வாக்கால் அதை எளிதாகச் சமாளித்துவிட முடியும் என்பது ஹிதாயத்துக்கு உறுதியாகத் தெரிந்திருந்தது. மற்றொரு விஷயத்திலும் சையீத் மகிழ்ச்சியாக இருந்தார். அதுதான் ஹிதாயத்தின் மிகப்பெரிய தொழில் சாம்ராஜ்யம். அதன் ஒரே வாரிசாக இருந்தவள் செஹ்மத் மட்டுமே.

சையீத் குடும்பத்தாரோடு செஹ்மத் பத்திரமாக இருப்பா ளென்பது மிர்ருக்குத் தெரியும். இந்தியப் புலனாய்வுப் பிரிவின் பொறுப்பு கூடுதலாகிக் கொண்டிருப்பதையும் அவர் அறிந்திருந்தார். அபாயகரமான இப்படி ஒரு வேலைக்கு செஹ்மத்தை அனுப்ப வேண்டாமென்று ஹிதாயத்திடம் மறுத்துச் சொல்ல அப்போது அவருக்கு மனமில்லை. அதனால் இப்போது தன் நண்பரின் மகளுக்குப் பாதுகாப்பு தருவது தன் பொறுப்பு என்று முடிவு செய்து கொண்ட அவர், இஸ்லாமாபாத்தில் உள்ள இந்தியத் தூதரகத்தில் இருந்த நம்பகமான அதிகாரிகளைக் கொண்டு செஹ்மத்தைச் சுற்றி ஒரு பாதுகாப்பு வளையம் அமைத்திருந்தார். தேவைப்பட்டால் அவள் தப்பித்துச் செல்வதற்கு அவர்களைக் கொண்டு ஒரு மாற்று வழி அமைத்துக் கொள்ள முடியும்.

திருமணச் சடங்குகள் முடிந்த பிறகு புதிய சூழ்நிலைக்கு விரை வாகத் தன்னைத் தகவமைத்துக் கொண்டாள் செஹ்மத். பழையதை நினைத்துக் கொண்டிருக்காமல் தனக்கு ஒதுக்கப்பட்டிருக்கும் புதிய பொறுப்பில் கவனம் செலுத்துவதே அவளுக்கு முக்கியமாக ஆயிற்று. சையீத் குடும்பத்தினரின் நட்புரீதியான அணுகு முறை, அபியின் நினைவுகளிலிருந்து விடுபட அவளுக்கு ஓரளவு உதவியது. ஆனால் அதே நேரத்தில் ஒவ்வொரு நாளும் தன் தாய் நாட்டுக்கு விரோதி யாகிக் கொண்டிருக்கும் ஓர் அந்நிய பூமியில் தான் வாழ்ந்து கொண்டிருக்கிறோம் என்பதை ஜீரணிப்பதற்கும் அவள் போராடிக் கொண்டிருந்தாள்.

மத ஆசாரங்களை இறுக்கமாகக் கடைப்பிடித்து வரும் மற்ற பாகிஸ்தானியக் குடும்பங்களைப் போல அல்லாமல் சையீது குடும்பம் சற்று முற்போக்கான பார்வை கொண்டிருந்தது. அந்தக் குடும்பத்துப் பெண்கள், ஆண்கள் முன்னிலையில் பேசுவதும், முக்கியமான முடிவுகளை எடுக்கும்போது தங்கள் கருத்துக்களை வெளிப்படுத்துவதும் தவறாக எண்ணப்படாமல் இயல்பாக ஏற்கப் பட்டு வந்தது. அந்தக் குடும்பத்திலிருந்த ஒவ்வொரு ஆணும் பாகிஸ் தான் இராணுவத்தில் பணிபுரிபவராகவோ, அதிலிருந்து ஓய்வுபெற்ற வராகவோ மட்டுமே இருந்தனர். அதனால் அவர்களுக்கு அபார மான அரசியல் தரப்பு ஆதரவும் இருந்தது. சையீது குடும்பத்தார்

புழங்கும் சமூக வட்டங்களில் அவர்கள் மீதான மரியாதையை விட அச்சமே மேலோங்கியிருந்ததை செஹ்மத் சீக்கிரமே புரிந்து கொண்டாள்.

புதுக் குடும்பத்தினரின் பழக்க வழக்கங்களை மிக வேகமாகப் பரிச்சயம் செய்து கொண்டாள் செஹ்மத். குடும்பத்தில் உள்ள ஒவ்வொருவரின் மனப்போக்கு, வெளியிலுள்ள பழக்க வழக்கங்கள், குடும்ப உட்பூசல் என்று எல்லாவற்றையும் அமைதியாகக் கவனித்த படி உள்வாங்கிக் கொண்டாள். அந்த வீட்டின் இளைய மருமகள் அவள் என்பதால் குடும்ப உறுப்பினர்களும், பணியாட்களும் அவள்மீது அன்பையும் அக்கறையையும் ஒருசேரப் பொழிந்து கொண்டிருந்தனர். குடும்பத்தில் தனக்கென்று ஒரு இடத்தை நிலைப்படுத்திக்கொள்ள அது அவளுக்கு உதவியது. தனக்கு ஏற்பட்டிருந்த தனிப்பட்ட சோகத்தையும் மீறிக்கொண்டு குடும்பத்தி லிருந்த எல்லோரிடமும் அவள் இனிமையாகப் பழகியதில் சையீத் குடும்பத்தார் எல்லோருமே அவளைப் பெரிதும் பாராட்டிக் கொண்டிருந்தனர். தனக்கு எத்தனை கடினமான வேலைகள் இருந் தாலும் எப்போதும் மாறாத புன்னகையுடன் மட்டுமே இருந்தாள் அவள்.

அந்தக் குடும்பத்திலிருந்த ஆண்களுக்குத் தன்மீது தொழில் ரீதியான நம்பிக்கையையும் விரைவில் ஏற்படுத்திக் கொண்டாள் செஹ்மத். அப்படிப்பட்ட முதல் கூட்டம் ஒன்றில் நிலைமையை மிகத் திறமையாகவும் லாவகமாகவும் கையாண்டபடி தன் மாமனா ரையும் கணவரையும் முழுமையான ஆச்சரியத்தில் ஆழ்த்தினாள். சமையலுக்குப் பயன்படும் விலையுயர்ந்த நறுமணப் பொருட்களை இறக்குமதி செய்வதற்காக வந்த மிகப் பெரிய கப்பல் ஒன்று கராச்சி துறைமுகத்தில் பிடிபட்டிருந்தது. அபராதத் தொகை மிகவும் கூடுதலாக இருந்ததால் அதை இறக்குமதி செய்தவன் தனக்கு வந்த சரக்கை எடுத்துக் கொள்ள மறுத்துவிட்டான். ஓரளவு இலாபத்தோடு சரக்கை எடுத்துக்கொள்ள ஒரு சில வியாபாரிகளிடம் ஏற்பாடு செய்தபடி முழு சரக்குக்கான தொகையையும் செலுத்த உதவி செய் தாள் செஹ்மத். சையீத் குடும்பத்தார் இதனால் மிகப் பெரும் லாப மடைந்தனர். பணம் கொட்டுவதைப் பார்த்த மகிழ்ச்சியில் தனது சொந்த அலுவலகச் செயல்பாடு உட்படப் பல விஷயங்கள் குறித்தும் செஹ்மத்திடம் ஆலோசனை கேட்கத் தொடங்கினார் சையீத்.

வாழ்க்கை ஒருபுறம் அமைதியாகப் போய்க் கொண்டிருந்தாலும் தன் காரியத்தில் கவனத்தைக் குவித்தபடியே இருந்தாள் செஹ்மத். தனக்குக் கிடைக்கும் ஒவ்வொரு சந்தர்ப்பத்திலும் ஒலிக்கருவிகளைப் பொருத்துவதற்கு ஏற்ற பாதுகாப்பான இடங்களைத் தேடுவதே குறி என்று இருந்தாள் அவள். மாமனாரின் அறையில் இருந்த சட்ட

மிட்ட இரண்டு பெரிய புகைப்படங்கள் அவளுக்குப் பிடித்தமான இடங்களாக இருந்தன. பகல் வேளையில் ஆண்கள் வேலையிலும் பெண்கள் சின்ன உறக்கத்திலும் ஆழ்ந்திருக்கும் அந்த நேரத்தில், மிக நுட்பமான ஒலிக்கருவிகளை அபாரமான திறமையோடு பொருத்தித் தனக்குச் சொல்லிக் கொடுக்கப்பட்டிருப்பது போல அவற்றை மறைத்தும் வைத்து விடுவாள். பிறகு தன் குளியலறையில் பாதுகாப்பாக இருந்தபடி கைக்கடக்கமான வேறொரு கருவியின் மூலம் அந்த ஒலிக்கருவிகளை விருப்பம் போல் கட்டுப்படுத்தவும், இயக்கவும் அவளால் முடியும்.

அந்தக் குளியலறை விரைவில் அவளது கட்டுப்பாட்டு அறை யாகவே ஆகியது. அங்கிருந்து 'எஸ் ஓ எஸ்' செய்திகளை அனுப்பவும் ஆபத்தான தருணத்தில் அவசர அழைப்புகளைச் செய்யவும் அவ ளால் முடியும். காதில் அணிந்து கொள்ளும் மிகச் சிறிய ஒலிக்கருவி களைப் பயன்படுத்தியபடி, பிரிகேடியர் தன் மாளிகையில் உதவி யாளர்களோடு நடத்தும் கூட்டங்களைக் கூட அமைதியாக ஒட்டுக் கேட்கத் தொடங்கியிருந்தாள் அவள்.

அவ்வாறு செய்ய வேண்டாமென்று மிர் அவளை எச்சரித் திருந்தபோதும் மோர்ஸ்கோட் கருவியைப் பொருத்தி அதை இயக் கியும் வந்தாள். தண்ணீர் விழும் ஓசையில் பிறருக்குக் கேட்காதபடி முக்கியமான தகவல்களை எல்லைக்கு அப்பால் அனுப்பிக் கொண்டும் இருந்தாள்.

தன் நடவடிக்கைகள் குறித்து எவருக்கும் எந்த சந்தேகமும் எழ அவள் வாய்ப்பளிக்கவில்லை. அன்பும், நட்பும் கலந்த அவளது சுபாவம் சையீது குடும்பத்தாரின் இதயத்தைக் கவர்ந்திருந்தது. உறுத்தலோடு இருந்த ஒரே ஒருவன் சையீது குடும்பத்தாரின் பணியாளான வயதில் மூத்த அப்துல்தான். அந்த வீட்டில் இருபது வருடங்களுக்கு மேலாகப் பணியாற்றி வருபவன். நரைத்துப் போன அடர்ந்த தாடியும், சுருக்கம் விழுந்த முகமுமாய் இருந்த அப்துலின் துளைப்பது போன்ற கூர்மையான கண்கள் அத்தனை சுலபத்தில் எதையும் தவற விட்டு விடாது. அப்துல் மட்டும் செஹ்மத்தை நம்ப வில்லை. அவள் அவனது நம்பிக்கையைப் பெற எத்தனை முயற்சி எடுத்தும் அது மட்டும் சாத்தியமாகவில்லை. அதனால் அவள் எல்லா நேரத்திலும் கூடுதல் விழிப்போடு இருக்க வேண்டியிருந்தது.

சையீத் குடும்பத்தாருக்கு வெறித்தனமான விசுவாசத்தோடு பணியாற்றி வந்தான் அப்துல். வீட்டு வேலையாள் போலக் கரு தாமல் ஒரு குடும்ப உறுப்பினர் போலவே அங்குள்ளவர்கள் அவனை நடத்தி வந்தனர். ஒருமுறை தன் எஜமானரின் உயிரைக் காப்பாற்று வதற்குத் தன் உயிரைக் கூட அவன் பணயம் வைத்ததுண்டு. முன்புற

ஹரீந்தர் சிக்கா ❖ 83

மிருந்த புல்வெளியில் ஒருநாள் காலை வேளையில் நடந்து கொண்டி ருந்தார் பிரிகேடியர். அப்போது அவரைக் கடிக்கவிருந்த பாம்பை அசாத்திய வீரத்துடன் கையால் பிடித்துச் சுழற்றி வீசிய அப்துலை ஒன்றும் அந்த விஷ ஜீவன் கடிக்காமல் விட்டுவிடவில்லை. அப்துல் எப்படியோ தப்பிப் பிழைத்து விட்டான். அதன் பிறகு சையீத் குடும்பத்தினர் அவன்மீது ஆழ்ந்த நன்றி பாராட்டிய படி அவனைத் தங்கள் வீட்டைச் சேர்ந்த மூத்த உறுப்பினராகவே நடத்தி வந்தனர்.

அப்துல் மனதில் இந்தியர்கள் மீது கட்டுக்கடங்காத வெறுப் புணர்ச்சியே வளர்ந்து நிறைந்திருந்தது. அதற்குக் காரணங்களும் இருந்தன. பிரிவினைக்குப் பிறகு அவன் மட்டும் எப்படியோ பாகிஸ்தான் தப்பிவந்து விட்டாலும் அவன் கண்ணுக்கு எதிரிலேயே அவனது குடும்பம் முழுவதும் இந்து-முஸ்லிம் கலவரங்களால் சிதைந்து போயிருந்தது. கேப்டன் இக்பாலுக்கும் செஹ்மத்துக்கும் நடைபெற்ற திருமணத்திற்கும் கூட அவன் தன் எதிர்ப்பையே தெரிவித்திருந்தான். ஆனால் அதை யாரும் கேட்டுக் கொள்ள வில்லை. என்றாலும் அந்தப் புதுமணப்பெண்ணின் மீது நம்பிக்கை வைக்க அவனால் முடியவே இல்லை.

அப்துலின் மனதில் இருந்த ஆழமான வடுக்களும், இந்தியர்கள் மீது அவன் கொண்டிருந்த வெறுப்பும் சையீத் குடும்பத்தார்க்கும் தெரிந்ததுதான். அந்த ஒரு வன்முறை நிகழ்வுக்காக ஒரு நாட்டையே குற்றம் சாட்டி வந்த அவன் உள்ளம் அதுகுறித்த கசப்புணர்வால் மட்டுமே நிறைந்திருந்தது. அவன் உள்ளத்தில் உறைந்திருந்த வலி மிகுந்த துயர நினைவுகள் என்றாவது ஒருநாள் மறைந்து விடுமென்று சையீத் குடும்பத்தினர் நம்பினர். வேடிக்கையும் விளையாட்டுமாக இருக்கும் செஹ்மத்தால் அவனது மனக்காயம் ஆறிவிடக் கூடு மென்று உறுதி கொண்டிருந்தனர். அவனது உள்ளத்திலிருந்த கசப் புணர்வை மாற்றி அவனது நம்பிக்கையைப் பெறுவதற்கான சந்தர்ப் பத்தை செஹ்மத்தும் எதிர்நோக்கி இருந்தாள். அதற்கான வாய்ப்பும் அவளை நாடி வந்தது.

அவளது மாமனாரின் பொறுப்பிலிருக்கும் படைப்பிரிவுகளைப் பார்வையிடும் வருடாந்திரக் கண்காணிப்புக்காக அமீர்கான் வர விருந்தார். தளபதிகளுக்கெல்லாம் மேலான (ஜி.ஓ.சி.) பதவி வகிப்ப வரான அவர், தனது முரட்டுத்தனத்துக்குப் பெயர் பெற்றவர். அவ ரோடு எளிதில் மோதி எவராலும் வென்றுவிட முடியாது.

தன்னுடைய நீண்ட நாள் இராணுவப் பணியில் தான் விரும் பிய உயர்பதவியை அவர் எட்டியிருந்த போது அவரது மேலதிகார மும், கடுகடுப்பான மூர்க்கமும் கூட அவற்றின் உச்சத்தை எட்டி யிருந்தன. தன் பொறுப்பிலிருக்கும் படைப்பிரிவுகள் உயர்ந்த தரத்தில்

இருப்பவைதான் என்பதை நிறுவிக் காட்ட எதையாவது செய்தாக வேண்டிய கட்டாயத்தில் இருந்தார் பிரிகேடியர் சையீத்.

தனது பிரம்மாண்டமான மாளிகையிலிருந்த புல்வெளியில் முன்னும் பின்னும் உலவியபடி ஜி.ஓ.சி.யை எப்படியெல்லாம் சரிக்கட்டுவது என்று தன்மூளையைக் கசக்கிக் கொண்டு அதற்கான பல வழிகளையும் பதட்டமாக யோசித்துக் கொண்டிருந்தார். தன் மாமனாரின் குழப்பமான மனநிலையைப் பார்த்துக் கொண்டே இருந்த செஹ்மத் அவரது நம்பிக்கையைப் பெறுவதற்கு வாய்த்த பொன்னான சந்தர்ப்பமென்றே அதைக் கருதிக் கொண்டாள்.

தங்கள் வீட்டிலிருந்து சற்று தூரம் தள்ளியிருந்த ஜாமா மஸ்ஜித் என்ற பொதுவான மசூதிக்குச் செல்லும் சாக்கில் ஒரு புர்காவை அணிந்துகொண்ட செஹ்மத் காரில் ஏறி விரைந்தாள். மசூதிக்குச் செல்லும் முன் அங்கிருந்த கட்டணத் தொலைபேசிக் கடை ஒன்றில் நுழைந்த அவள் ஒரு எண்ணுக்கு விரைவாக டயல் செய்தாள். எந்த முன்னறிவிப்பும் இல்லாமல் மிர் அவளுக்கு அளித்த பயிற்சியில் தொலைபேசி எண்களை மனப்பாடம் செய்வதும் ஒரு பகுதியாக இருந்தது.

அவள் டயல் செய்ததும் மறுமுனையில் ஒரு குரல் 'எஸ்' என்றது.

"இது ரோமியோ 221022. ஸுலூ காலாட்படைத் தளபதிகளில் உயர்பொறுப்பு (ஜி.ஓ.சி.) வசிக்கும் லெஃப்டினண்ட் ஜெனரல் அமீர்கான் பற்றிய முழுத் தகவல்கள் வேண்டும். குடும்பப் பின்னணி, அவரது பொழுதுபோக்கு, பலவீனங்கள் என்று சகலமும் வேண்டும். நாளை அழைக்கிறேன்."

மறுமுனை, கணநேரம் அமைதி காத்தது. முதன்மைச் செயலாளரைத் தான் வியப்பில் ஆழ்த்தி விட்டிருப்பதை உடனே உணர்ந்து கொண்டாள் செஹ்மத். மறுபக்கத்தில் அவள் யாரென்பதை விரைவாக உணர்ந்து கொண்டு விட்டிருந்தனர். 'அப்படியே' என்ற சுருக்கமான பதில் அவளுக்குக் கிடைத்தது.

தொலைபேசியின் ரிசீவரை வைத்துவிட்டு உடனே மீண்டும் அதைக் கையில் எடுத்து மீண்டும் ஏதோ ஒரு போலி எண்ணுக்கு டயல் செய்துவிட்டு மீண்டும் ரிசீவரை வைத்தாள். தான் எந்த எண்ணுக்கு டயல் செய்தோம் என்பதை எவரும் கண்டுபிடிக்காமல் இருக்கவே அவ்வாறு செய்தாள். பிடிபட்டு விடுவதற்கான சுவடுகளை எந்த வகையிலும் விட்டுப் போய்விடக் கூடாது என்று தன் குறுகியகாலப் பயிற்சியில் மிர் அவளுக்குத் திரும்பத் திரும்பக் கற்பித்திருந்தார்.

மறுநாள் வேறொரு தொலைபேசியகத்துக்குச் சென்றாள் செஹ்மத். அமீர்கானைப் பற்றிய தகவல்களைக் கேட்டு இலேசாகப் புன்னகை செய்தவள், 'நன்றி' என்று மெல்லக் கூறியபடி ரீசிவரை வைத்துவிட்டு முதல்நாள் செய்தது போலவே மீண்டும் செய்தாள். பிறகு நேரே தன் கணவரின் அலுவலகத்திற்குக் காரை ஓட்டிச் சென்றவள், எதிர்ப்பட்ட காவலாளிகளைப் புன்னகையால் கடந்தபடி அங்கிருந்த தடிமனான பச்சை நிற சோஃபாவில் அமர்ந்தாள்.

மனைவி அங்கே வந்திருக்கிறாள் என்ற செய்தி எட்டியபோது கேப்டன் இக்பால் சையீத், தன் அலுவலர்களுக்கு ஏதோ ஆணை பிறப்பித்துக் கொண்டிருந்தான். வியப்போடும் அதிர்ச்சியோடும் தன் அலுவலக அறையை அவன் அடைந்தபோது சுவரிலிருந்த வரை படத்தைக் கவனமாகப் பார்த்துக் கொண்டும், சில இடங்களை சிவப்பு மையால் வட்டமிட்டுக் குறித்துக் கொண்டும் இருந்தாள் செஹ்மத்.

"இந்த நேரத்தில் இங்கே என்ன செய்து கொண்டிருக்கிறாய் செஹ்மத்? 'மேப்'பில் ஏன் அப்படி கிறுக்கிக் கொண்டிருக்கிறாய்? இது ஒன்றும் விளையாடுவதற்கான நேரமில்லை தெரியும்தானே? இன்னும் பதினைந்து நாட்களில் இங்குள்ள பிரிவுகளை மேற்பார்வை யிடுவதற்காக ஜி.ஓ.சி. வரப் போகிறார். எனக்கு மூச்சுவிடக் கூட நேரமில்லை. நீ இப்படி இங்கே திடீரென்று வந்தது தெரிந்தால் அப்பா மிகவும் கோபம் கொள்ளப் போகிறார்" என்றான்.

"நான் இப்போது அப்பாவைத்தான் பார்க்கப் போகிறேன். அதற்கு முன்பு இந்த வரைபடத்தைப் பார்க்க விரும்பினேன். அவ் வளவுதான். இப்பொழுது என்னை உடனே அப்பாவிடம் அழைத்துச் செல்வீர்களா?" அவள் குரலில் கொஞ்சலான ஒரு விளையாட்டுத் தொனி இருந்தது. அதோடு தன் நீண்ட அழகான விரல்களால் அந்தத் தோல் சோஃபாவில் வட்டம் போட்டுக் கொண்டே இருந்தாள் அவள்.

இக்பால் பேச்சற்றுப் போனான். அப்படிக் காத்திருக்கக் கூட முடியாதபடி அவனுடைய மனைவி தந்தையிடம் என்ன சொல்ல விரும்புகிறாள்? பிரிகேடியர் அப்போது வேலை இறுக்கத்தோடு, மோசமான மனநிலையில்தான் இருப்பார் என்பது அவளுக்கு நன்றாகத் தெரிந்திருந்தும் இந்த விளையாட்டுக்கு ஏன் அவள் முயற் சிக்கிறாள்? அவன் பதில் சொல்வதற்கு முன்பே அவள் அலுவல கத்தை விட்டு வெளியேறி அங்கே நின்றிருந்த இக்பாலின் காரில் ஏறிக் கொண்டு பிரிகேடியர் சையீதின் அலுவலகத்துக்குச் செல்ல வேண்டும் என்று ஓட்டுநரிடம் சொல்லிவிட்டாள். இக்பால் விரைந்து வந்து காரில் ஏறிக்கொண்டதும், அடுத்த புது இடம் நோக்கி அது விரைந்தது. குழப்பத்தால் ஆடிப் போயிருந்த அவள்

கணவன் அடுத்தடுத்து அவளைக் கேள்விகளால் துளைக்கத் தொடங்கும் முன்பே அது சையீதின் அலுவலகத்துக்கு வந்து சேர்ந்தும் விட்டது.

இப்பொழுது புர்கா அணியாமல் இருந்த செஹ்மத் இக்பாலுக்கு ஓரடி முன்பாகவே நடந்து கொண்டிருந்தாள். அவளைப் பார்த்து வியப்படைந்த காவலாளிகள் அவளுக்குச் செலுத்திய வணக்கத்தை இலேசாகத் தலைதாழ்த்தி நாசூக்காக ஏற்றுக் கொண்ட அவள் மாமனாரின் அலுவலகத்தை அடைந்தபின் அறைக் கதவை மென்மையாகத் தட்டினாள்.

"நான் உள்ளே வரலாமா அப்பா" என்றாள். மேஜையைச் சுற்றி அமர்ந்திருந்த பதினைந்து அதிகாரிகளும் அவள் நுழைந்த மறு கணமே இருக்கையைவிட்டு எழுந்தபடி அவளைப் பார்த்துப் புன்னகைத்தனர். எதிர்பாராத அவளது வருகை, உற்சாகமற்ற அந்த அறைக்கு வண்ணம் சேர்த்திருந்தது. ஆனால் அவளது வருகையில் பிரிகேடியர் மகிழ்ச்சியடையவில்லை.

ஆனால் அதை வெளிக்காட்டாது "வா.. வா.. உன்னைப் பார்ப்பது சந்தோஷமான விஷயம்தான் ஆமாம் எல்லாம் ஒழுங்காய் இருக்கிறதுதானே" அவளிடம் இவ்வாறு பேசிக் கொண்டே இக்பாலைக் கடுமையாக உறுத்துப் பார்த்துக் கொண்டிருந்தார். தன் மீது எந்தக் குற்றமுமில்லை என்று அவரிடம் இறைஞ்சி மன்றாடுவது போன்ற முகபாவனையை வருவித்துக் கொள்ள முயற்சித்துக் கொண்டிருந்தான் அவன். செஹ்மத்தை அழைத்துக் கொண்டு சோஃபாவை நோக்கிச் சென்ற அவர், மற்ற அதிகாரிகளைத் திரும்பிப் பார்க்க அவர்கள் நன்றி கூறிய படி விரைவாக அங்கிருந்து அகன்றனர்.

மாமனாரின் கையைப் பிடித்துக் கொண்டு சுவரில் இருந்த மிகப் பெரிய இராணுவ வரைபடத்திற்கருகே அவரைக் கூட்டிச் சென்றாள் செஹ்மத்.

"இப்போது நடக்கவிருக்கும் மேற்பார்வை, இங்கேதான் தொடங்கவும், முடியவும் போகிறது அப்பா" என்று மிகுந்த நம்பிக்கையோடு கூறியபடி தன் விரலால் வரைபடத்திலிருந்த ஏரிப்பகுதியை சுட்டிக் காட்டினாள். அடுத்த அரைமணி நேரம் அவளது பேச்சை ஏதும் குறுக்கிட்டுப் பேசாமல் மிகுந்த அமைதியோடு கேட்டுக் கொண்டிருந்தார் பிரிகேடியர். தான் வகுத்து வைத்திருந்த திட்டங்களை அவள் சொல்லச் சொல்ல இறுக்கமாக இருந்த அவரது முகம் இலகுவாகிக் கொண்டே வந்தது.

கார் வரை அவளைக் கொண்டு வந்து விட்டபடி இவ்வாறு கூறினார் அவர்.

“புதுமணப் பெண்கள், தங்கள் புகுந்த வீட்டுக்கு அதிர்ஷ்டத்தைக் கொண்டு வருவார்கள் என்று இதுவரை கேள்விப்பட்டிருக்கிறேன். இப்போது அதை முழுமையாக ஏற்றுக் கொள்கிறேன்.”

இக்பால் தன் மனைவியின் புத்திக்கூர்மையையும் துணிவையும் கண்டு அதிசயித்தான். அவள் அற்புதமான ஒரு திட்டத்தோடு மட்டும் வரவில்லை. அவனது தந்தையின் அலுவலகத்துக்குள் முன் அறிவிப்பின்றி நுழையும் துணிவோடும் வந்திருக்கிறாள். அங்கிருந்து எந்தச் சேதாரம் இன்றி வெளியேறியும் விட்டாள்.

அடுத்த இரண்டு வாரங்களும் செஹ்மத்தும், சையீதின் நம்பிக்கைக்குரிய பணியாளான அப்துலும் ஏரிக்கரைக்கு மீன் உணவைக் கொண்டு சென்று குறிப்பிட்ட ஒரு இடத்தில் தொடர்ந்து அதைப் போட்டுக் கொண்டிருந்தனர். குடும்பத்திலிருந்த மற்றவர்களுக்கு ஆச்சரியமாக இருந்தாலும் செஹ்மத், தனக்குள் புன்னகைத்தபடி இறுதி நாளுக்காகக் காத்திருந்தாள்.

மேற்பார்வைக்காகக் குறிக்கப்பட்டிருந்த நாளில் தனக்குத் தரப்பட்ட அணிவகுப்பு மரியாதையை ஏற்றுக்கொண்டு தன் துணை அதிகாரியுடன் நடந்து சென்று கொண்டிருந்த ஜி.ஓ.சி. யை அணுகிய பிரிகேடியர், தன் புது ஆசிரியையான செஹ்மத் சொல்லிக் கொடுத்திருப்பது போலவே பேசத் தொடங்கினார்.

“சார், பயிற்சி நிகழ்ச்சியில் ஒரு சிறிய மாற்றம் இருக்கிறது. எங்கள் தலைமையகம் முழுவதையும் நீங்கள் மிக அற்புதமாகப் பார்க்கும் வகையில் அதிகாரிகளோடான தேநீர் விருந்து ஏரிக்கரைப் பக்கம் ஏற்பாடு செய்யப்பட்டிருக்கிறது.”

“எதற்காக அப்படிச் செய்தீர்கள்? அதை என்னிடம் முன் கூட்டியே தெரிவிக்காதது ஏன்?” என்று இரைந்தார் ஜி.ஓ.சி.

“சார் நீங்கள் கொண்டிருக்கும் தொலைநோக்குப் பார்வையாலும், உங்களிடமுள்ள பல சிந்தனைகளாலும் எதிர்காலத் திட்டமிடலில் இந்தப் பிரிவு சிறப்பாக முன்னேற முடியும் என்று இங்குள்ள எல்லோரும் நினைக்கிறார்கள். எங்களிடமுள்ள அமைப்பு முழுவதையும் ஒட்டுமொத்தமாகப் பார்த்தால் எங்களிடம் இல்லாதது எது என்பது உங்களுக்குப் புலப்பட்டு விடும் என்று அவர்கள் உறுதிபடச் சொல்கிறார்கள். மேலும் தற்செயலாகப் பார்த்தபோது மிகச் சிறந்த மீன்கள் பலவற்றால் இந்த ஏரி நிரம்பியிருப்பதைக் காண முடிந்தது. இன்னும் அவற்றை யாரும் தூண்டிலில் போட்டுப் பிடிக்கவில்லை. உங்களுக்கு அதில் விருப்பமிருந்தால், அதிகாரிகள் ஏரிக்கரையில் வந்து கூடும்நேரம் நீங்களும் சற்று நேரம் மீன் பிடிக்கலாமே” என்று தன் ஆலோசனையை முன் வைத்தார் சையீத்.

அந்தச் சூழலில் நிர்வாக ரீதியாக அது சரியாக இருக்கக் கூடுமா என்று அமீர்கான் யோசித்துக் கொண்டிருந்தபோது பிரிகேடியரின் வயிறு வாய்க்கு வந்துவிடும் போலிருந்தது. ஆனால் தூண்டில் போடுவதில் ஆர்வம் கொண்ட எல்லோரையும்போல அவராலும் மீன் பிடிக்க வேண்டுமென்ற ஆசையை அடக்கிக் கொள்ள முடிய வில்லை. அவர் தன்னுடைய பணி முடிவை நெருங்கிக் கொண்டி ருந்த அந்த நேரத்தில், வழக்கமான சம்பிரதாயங்களிலிருந்து ஒரு சிறிய மாற்றத்தைச் செய்வதால் ஒன்றும் ஆகிவிடப் போவதில்லை.

"நல்லது சையீத்" என்றபடி பேசத் தொடங்கினார். வழக்கமான மேற்பார்வைப் பயிற்சியின்போது திடீரென்று வேறு திசையில் விலகிப் போவதைப் பொதுவாக நான் விரும்புவதில்லை. ஆனால் இப்போது நீங்கள் இப்படி ஒரு ஏற்பாட்டைச் செய்து விட்டதால் அதன்படியே செய்வோம். மேலும் நம்மோடு உடனிருக்கும் மனிதர் களின் உணர்வுகளுக்கு மதிப்புக் கொடுப்பதும் முக்கியம். ஆமாம் உண்மையாகவே அந்த ஏரியில் அத்தனை மீன் இருக்கிறதா என்ன? அந்த ஏரியைப் பற்றி இவ்வளவு நாட்களாக நான் ஏன் கேள்விப் பட்டிருக்கவில்லை?"

ஏரிக்கரையில் அமர்ந்து மற்ற அதிகாரிகளெல்லாம் தேநீர் அருந்திக் கொண்டிருந்த அந்த நேரத்தில், அவர்களது ஜி.ஓ.சி. யோ தூண்டில் போட்ட அரைமணிநேரத்துக்குள் தான் எத்தனை மீன் களைப் பிடித்திருக்கிறோம் என்று எண்ணுவதில் மும்முரமாக இருந் தார். வெகுநாள் காத்திருந்து கிடைத்த வெற்றிக் கோப்பையைத் தூக்கிக் காட்டுவதுபோலத் தான் பிடித்த பெரிய மீனை மகிழ்ச்சி யோடு உயர்த்திப் பிடித்தபடி தனது துணை தளபதியிடம் இவ்வாறு கூறினார்.

"சையீத், இதன் அளவைப் பார்த்தீர்களா? கிட்டத்தட்ட ஒரு டன் இருக்கும் போலிருக்கிறது"

சையீத் ஏதோ சொல்ல முற்பட்டார். ஆனால் அதற்குள் தன் மருமகள் சொல்லிக் கொடுத்த வார்த்தைகள் அவருக்கு நினைவுக்கு வந்து விட்டன. ஆழ்ந்த சிந்தனை வயப்பட்டவர் போல ஏரியைப் பார்த்துக் கொண்டிருந்துவிட்டுப் பிறகு இப்படிச் சொன்னார்.

"சார் மீன் பிடிப்பதைப் பற்றியெல்லாம் எனக்கு அதிகமாக ஏதும் தெரியாது. ஆனால் தூண்டில் முள்ளால் பிடிப்பதைவிட மனதின் சக்தியால்தான் அது பிடிக்கப்படுகிறது என்பதில் நான் உறுதியாக இருக்கிறேன்."

சையீதின் சொற்கள், ஜி.ஓ.சி.யின் காதுக்குள் தேன் பாய்ச்ச, அவர் கண்கள் பிரகாசமாய் ஒளிர்ந்தன. இதுதான் உண்மை.

அதனை எத்தனை பொருத்தமாகச் சொல்லியிருக்கிறார் அவர். கூடி யிருந்த அதிகாரிகளை அவர் ஒருமுறை பார்த்தார், எல்லோரும் கை தட்டத் தயாராய்க் காத்துக்கொண்டிருந்தனர். தனது தன்முனைப்பு தட்டிக் கொடுக்கப்பட்டதில் உலகின் உச்சியில் இருப்பதாய் உணர்ந்த ஜி.ஓ.சி. சையீதின் பக்கம் திரும்பினார்.

"புத்தகங்களை நீங்கள் மிகவும் ஆழமாகப் படித்திருக்கிறீர்கள் சையீத், இத்தனை காலம் அது எனக்குத் தெரியவே இல்லையே. எனக்கு மிகவும் மகிழ்ச்சி."

"நன்றி சார் ஆனால், இது கொண்டாடப் படவேண்டிய ஒரு நிகழ்வு. சரித்திரப் புத்தகத்தில் இந்த ஏரியின் பெயரும் பொன் னெழுத்துக்களால் பொறிக்கப்பட்டுப் பெருமை பெற வேண்டும். அதனால் இந்த இடத்திலிருந்தபடியே நீங்கள் எங்கள் எல்லோரி டமும் பேசினால் அது மிகவும் பொருத்தமாக இருக்கும்."

"ஆமாம் நீங்கள் சொன்னது நல்ல யோசனைதான். உங்கள் இராணுவ அணிகள் மிகச் சிறப்பான ஒழுங்குமுறையோடு இருப் பதைக் கண்டு நான் பெரிதும் மகிழ்கிறேன். அதற்காக எடுத்து வரும் முயற்சிகளுக்காக அவர்கள் அனைவருமே பாராட்டப்படவேண்டிய வர்கள்தான். இனி 'இன்ஸ்பெக்ஷன்' என்று தனியே வேறெதுவும் தேவையில்லை. அவர்கள் கலைந்து சென்று இளைப்பாறிக் கொள்ள லாம். மாலையில் நான் அவர்களைச் சந்திக்கிறேன். ம்... இன்னும் சில மீன்களை என் வீட்டுக்கு அனுப்பி வையுங்கள். மாலை விருந் தில் மீதமிருப்பதைச் சமைத்துக் கொள்ளலாம்."

அந்த நாளின் பாக்கிப்பொழுது, ஜி.ஓ.சி.யின் மீன்பிடித் திறமை யைப் பற்றிய புகழுரைகளை விவாதிப்பதிலேயே கழிந்தது. ஒரு அதிகாரி கூறியதை இன்னொருவர் விஞ்சியபடி வயதான சிடுசிடுப் பான தங்கள் உயர் அதிகாரியை மகிழ்ச்சிப்படுத்த முயன்று கொண் டிருந்தனர். சிப்பாய்களுக்கு ஜி.ஓ.சி. வழங்கிய உரையும் கூடத் தூண்டில் போடும் தந்திரங்களை உட்பொதிந்ததாகவே அமைந்தது. தூண்டில் போடும் தன் திறமையை, எண்ணிப் பெருமகிழ்வடைந் திருந்த ஜி.ஓ.சி, பகைவர்களை மீன்களோடு ஒப்பிட்டுப் பேசியபடி மனோ சக்தியால் பிடிக்கப்பட வேண்டியவர்கள் அவர்கள் என்று விவரித்தார்.

அன்று காலையில் ஏரிக் கரையில் ஜி.ஓ.சி அடைந்த வெற்றியை மனதில் கொண்டபடி இரவு விருந்துக்கு மிகவும் கவனத்தோடு ஏற்பாடு செய்திருந்தாள் செஹ்மத். முடிந்தவரை அங்கிருந்த அனைத் துமே ஒரு மீனைப் போலவே வடிவமைக்கப்பட்டிருந்தது. மீன் பிடிக்கும் வலைகள் உணவு பரிமாறும் மேஜைகளைச் சுற்றிலும் தொங்கவிடப்பட்டுத் தூண்டில் முட்களும் அவற்றில் குத்தி வைக்கப்

பட்டிருந்தன. காலையில் அவர் பிடித்த மீன்களைப் போன்ற உரு வங்கள் தெர்மாகோலில் செதுக்கப்பட்டு 'கட் அவுட்' களாகக் காட்சி யளித்தன. மதுக் கலவைகளுக்குக் கூடப் புதுப்புதுப் பெயர்களைச் சூட்டியிருந்த செஹ்மத், ஜி.ஓ.சிக்கான முதல் பானத்தை அவரிடம் தானே கொண்டு சென்றாள்.

அந்த விருந்துக்காகவே திட்டமிட்டு கவனமாகத் தன்னை ஒப் பனை செய்து கொண்டு உடையணிந்திருந்த செஹ்மத், அசர அடிக் கும் அழகோடு காட்சி தந்தாள். அன்று மாலை முழுவதும் அவளை வைத்த கண் வாங்காமல் பார்த்துக் கொண்டிருந்தார் ஜி.ஓ.சி. கறுப்பு நிற 'கிரேப்' துணியாலான ஆடை அவளது அற்புதமான உடலைப் போர்த்தியிருந்தது. நீண்டு தொங்கிய அவளது ஆடை, அவளது உடலின் வளைவுகளையும், கழுத்து வளைவுகளையும் அழுத்தமாகக் கோடிட்டுக் காட்டிக் கொண்டிருந்தது. ஆபாசமில்லாத நாகரிகமான உடைதான் அது என்றபோதும் கிளர்ச்சியூட்டும் வண்ணம் இருந்தது.

மதுக்கோப்பைத் தட்டை ஏந்திய பணியாளோடு செஹ்மத் அவரருகே நெருங்கியதும், அதைப் பெற்றுக் கொண்ட அவர் வண் ணமயமான அந்த மதுவையும், உயிரைக் கவரச் செய்யும் அழகுள்ள ஒரு பெண் அதைத் தனக்கு அளிப்பதையும் ஆர்வத்தோடு கவனித் தார். மதுக்கோப்பையின் விளிம்பில் இருந்த சிறிய காகிதக் குடைக்குக் கீழே உட்கார்ந்து மீன் பிடிப்பவனின் சிறிய உருவம் இருந்தது. குட்டி மீன் போன்ற வடிவத்தில் வெட்டப்பட்டிருந்த ஒரு அன்னாசிப்பழத் துண்டு அவனது தூண்டில் நுனியில் இருந்தது.

"தளபதி அவர்களே, இன்றைய இந்த நாள் உங்களுடையது. உங்கள் தூண்டிலில் சிக்குவதற்காக ஏரியிலுள்ள அத்தனை மீன்களும் போட்டி போட்டுக் கொண்டிருந்ததைப் போலிருக்கிறது. நீங்கள் அத்தனை மீன்களையும் பிடித்து விட்டதால் விருந்துக்கானதை சந்தைக்குப் போய் வாங்கவேண்டிய தேவையே எங்களுக்கு ஏற்பட வில்லை. இன்னும் நிறைய மீன்கள் உங்களுக்குக் கிடைக்கட்டும்" என்றபடி மதுக்கோப்பையை மேலே உயர்த்தினாள் செஹ்மத். மயக்கு வது போன்ற கவர்ச்சிகரமான அவளது கண்கள் செய்வதறியாமல் தன் வலைக்குள் விழுந்து கொண்டிருந்த தளபதியைப் பார்த்துக் கொண்டிருந்தன.

மதுவைச் சற்று அதிகமாகவே உறிஞ்சியபடி உதடுகளைச் சுற்றி நாக்கைச் சுழற்றி அதை ருசித்துக் கொண்டிருந்த அமீர்கான், பல முறை ஒத்திகை பார்த்து செஹ்மத் தனக்கு வழங்கிய பாராட்டு ரையையும் அதுபோலவே உள்ளிறக்கிக் கொண்டிருந்தார்.

"நீ மிக மிக அழகாக இருக்கிறாய், இப்படிப்பட்ட அபாரமான ஏற்பாடுகளுக்காக மிக்க நன்றி. ஆமாம் இது ஒரு குறிப்பிடத்தகுந்த

நாள்தான். என் வாழ்வில் நான் இத்தனை வெற்றிகரமாக ஒரு போதும் இருந்ததில்லை. என் அதிர்ஷ்டத்தை என்னாலேயே நம்ப முடியவில்லை. இப்போது பார்த்தால் கலையழகோடு கூடிய இந்த மதுக் கலவையைக் கொண்டுவந்து என்னிடம் அளித்துக் கொண்டிருக்கிறாய், இதற்குள் இரகசியமாக எதுவும் இல்லையென்றே நம்புகிறேன்."

"இல்லை இல்லை தளபதி அவர்களே, அப்படியெல்லாம் ஒளிவு மறைவு எதுவும் இல்லை. இது 'ஜி.ஓ.சி. ஸ்பெஷல்' அவ்வளவு தான்" என்றபடி வேறு தவறான எதுவும் தோன்றி விடாதபடி நாசூக்காக தன்னை விலக்கிக் கொண்டு அங்கிருந்து அகன்றாள்.

அந்தப் பரந்த புல்வெளி முழுவதும் நடந்து சுற்றிவர விரும்பிய அமீர் அங்கிருந்த ஒவ்வொரு சிறிய விஷயத்தையும் ரசித்துப் பார்த்தபடி திரும்பத் திரும்ப செஹ்மத்தைப் புகழ்ந்து கொண்டே வந்தார். அந்த இரவை ஒரு மறக்க முடியாத இரவாக்குவதற்காக சையீத் குடும்பத்தினர் எத்தனை சிரத்தை எடுத்து முயற்சி செய்திருக்கிறார்கள் என்பது அங்குள்ள ஒவ்வொன்றிலும் அவருக்குப் புலப்பட்டது. அவற்றைக் கவனத்தோடு அங்கீகரித்துக் கொண்டிருந்தார் அவர். அவரருகே நடந்து சென்று கொண்டிருந்த செஹ்மத், முழங்காலளவு நீண்டு தொங்கும் சமையல் பணியாள்களின் கோட் பொத்தான்களாக, மீன் தூண்டில் கொக்கிகள் பயன்படுத்தப் பட்டிருப்பதை அவருக்குச் சுட்டிக் காட்டினாள்.

"எல்லாம் இக்பால் கொடுத்த யோசனைதான் தளபதி அவர்களே, மீன் பிடிப்பதில் உங்களுக்கு நிகராக வரமுடியாது என்று அவருக்குத் தெரியும். ஆனால் காலையில் நீங்கள் பிடித்த மீன்களின் எண்ணிக்கையைத் தூண்டில் கொக்கிகளைக் காட்டியே மிஞ்சிவிடப் போகிறார் அவர்" என்றபடி சிரிப்பு பீறிடக் கூறினாள் செஹ்மத்.

"ஓ... அப்படியானால் கேப்டன் தன் மனைவியோடு சேர்ந்து செய்த வேலையா இது? நான் இதை ஊகிக்காமல் விட்டுவிட்டேனே? நல்லது பேகம் சாகிபா நீங்கள் அளித்திருக்கும் மிகச் சிறப்பான இந்த வரவேற்பு என்னை ஆழமாக நெகிழ்த்தி விட்டது என்பதை நான் ஒத்துக் கொள்கிறேன். கடினமான இந்த உழைப்புக்காக உங்கள் குடும்பத்துக்குப் பொருத்தமான வெகுமதி ஒன்றைத் தந்தே ஆக வேண்டும் அது சீக்கிரமாகவே கிடைக்கும் என்று நான் உறுதி அளிக்கிறேன். ஆமாம் இப்போது இக்பால் எங்கே பணியில் இருக்கிறார்?"

"இராணுவ முகாமிலிருக்கும் காலாட்படையில் இருக்கிறார். ஜி.ஓ.சி.யுடன் சேர்ந்து பணியாற்ற வாய்ப்புக் கிடைத்தால் தனது சிந்தனைத் திறனை நிரூபித்துக் காட்ட அவரால் முடியலாம்."

அமீர்கானுக்குக் கீழே பணியாற்றுவதற்குப் பெரும்பாலான அதிகாரிகள் பயந்து நடுங்கிக் கொண்டிருந்தார்கள் என்பது செஹ்மத்துக்குத் தெரியும். ஆனால் அதே வேளையில் இக்பால் போன்ற தகுதி கொண்ட ஓர் அதிகாரி அங்கு சென்றுவிடாதபடி அதற்குத் தடையாக வேறு பல அதிகாரிகள் இருந்து கொண்டிருப்பதும் அவளுக்குத் தெரிந்திருந்தது. எல்லாவற்றுக்கும் மேலாக ஜி.ஓ.சி. தலைமையகத்திலிருந்து தகவல் திரட்ட, அவளுக்கு ஒரு வழிய மைத்துக் கொள்ள வேண்டியது அவசியமாக இருந்தது.

தன்னுடைய சொந்தத் திறமை பற்றியும் அறிந்து வைத்திருந்த ஜி.ஓ.சி. செஹ்மத் வெளியிட்ட விஷயத்தைக் கேட்டு வியப்படைந் தார்.

"நீ சொல்வது சரியாகத்தான் தோன்றுகிறது. என் அலுவல கத்தில் சிந்தனைத் திறன் கொண்டவர்கள் உண்மையிலேயே குறை வாகத்தான் இருக்கிறார்கள். மேலும் நாம் அடிக்கடி சந்திக்க இதன் வழி ஒரு வாய்ப்புக் கிடைக்கும், இல்லையா பேகம் சாகிபா?"

"நீங்கள் அப்படிச் சொல்வது என்னைப் பெருமைப்படுத்துகிறது தளபதி அவர்களே".

"நல்லது. அடுத்த திங்கட்கிழமையே இக்பால் பணியில் சேர்ந்து விடலாம். நாளைக்கே அதற்கான உத்தரவை நான் பிறப்பித்து விடுகிறேன். வேறொரு முக்கியமான கூடுதல் பயிற்சிக்காகச் செல்லும் மேஜர் ஹுசைனின் இடத்தில் இக்பால் வந்துவிடலாம்."

சிறிது தொலைவிலிருந்தபடி இதையெல்லாம் பதட்டத்தோடு பார்த்துக் கொண்டிருந்தான் இக்பால். மிகவும் எளிதாகவும், லாவக மாகவும் அந்தச் சூழ்நிலையைத் தன் மனைவி கையாண்டு வருவதைக் கண்டு அவனுக்கு மேலும் மேலும் வியர்த்தது. ஒரு கட்டத்தில், தன்னோடும் ஜி.ஓ.சி.யோடும் வந்து சேர்ந்து கொள்ளு மாறு அவனிடம் இரகசியமாக சைகை காட்டி அழைத்தாள் செஹ்மத். கணநேரம் விறைப்பாக நின்றபடி ஜி.ஓ.சி.க்கு வணக்கம் செலுத்தினான் அவன். தன்னுடைய ஏறுமாறான நடத்தையில் பெயர் பெற்றிருந்த ஒரு மனிதருக்கு முன்பாக நின்று கொண்டிருந்த போது அவன் கால்கள் நடுங்கிக் கொண்டிருந்தன.

ஜி.ஓ.சி. எதுவும் சொல்ல முற்படுவதற்கு முன்பு முந்திக் கொண்ட செஹ்மத், அவனிடம் நெருங்கியபடி பரவசத்தோடு அவன் கரங்களைப் பற்றிக் கொண்டாள்.

"ஜி.ஓ.சி.க்கு உங்கள் வேலைத் திறமை மிகவும் பிடித்திருப்பதால் உங்களுக்குப் பதவி உயர்வு தர முன் வந்திருக்கிறார். அவருக்குக் கீழே மேஜர் ஹுசைனின் இடத்தில் இனி நீங்கள் பணியாற்றப் போகி றீர்கள்."

செஹ்மத்தின் சொற்கள் ஜி.ஓ.சி. இக்பால் ஆகிய இருவரையுமே ஒருசேர வியப்பில் ஆழ்த்தி விட்டன. அவர்களது முகபாவனைகளில் தெரிந்த மாற்றத்தைக் கண்ட செஹ்மத், தன் குரலைத் தாழ்த்திக் கொண்டு அப்பாவித்தனமான ஒரு பாவத்தை அதில் வருவித்துக் கொண்டாள்.

"ஏன் ஏதாவது தவறாகச் சொல்லி விட்டேனா?"

அமீர்கான் உடனடியாக அவளது உதவிக்கு வந்தார்.

"இக்பால் அது நேரடியான பதவி உயர்வு என்று சொல்லிவிட முடியாது. ஆனால் குறிப்பிட்ட தரத்தில் இருக்கும் ஓர் அதிகாரியின் இடத்தில் உன்னை நியமிக்கப் போவதால் நீ தற்காலிகமாக அந்தப் பொறுப்பில் இருப்பாய்."

"மிக்க நன்றி சார். என்னால் முடிந்த வரை உங்கள் எதிர்பார்ப்பிற்கேற்ப நடந்து கொள்கிறேன்" இதைச் சொல்லிவிட்டு பூட்ஸ் கால்களை விறைப்பாக மேலுயர்த்தி அவரிடமிருந்து கிடைத்த நல்ல செய்திக்காக வணக்கம் செலுத்தினான். ஜி.ஓ.சி. அவனோடு கை குலுக்கிவிட்டுத் தன்னை நோக்கி வந்து கொண்டிருக்கும் பிற அதிகாரிகளின் மீது பார்வையைச் செலுத்தினார். கூடுதல் சலுகைகளோ கூடுதல் சம்பளமோ கிடைக்கப் போவதில்லை என்றாலும் அந்தத் தகுதிக்குரிய அடையாளச் சின்னத்தைத் தன்னால் அணிந்து கொள்ள முடியும் என்றும் பதவி உயர்வுக்குத் தகுதியானவனாக இருக்க முடியும் என்றும் இக்பால் அறிந்திருந்தான். செஹ்மத்தான் இதற்குக் காரணமென்பதை உணர்ந்திருந்த அவன் அவளை வியப்போடு நோக்கினான். கச்சிதமாகத் திட்டமிட்டு அதைச் செயல்படுத்தவும் செய்ததால் அவனின் அண்ணனுக்குச் சமமான தகுதிக்கு அவனைக் கொண்டு வந்து சேர்த்திருந்தாள் அவள்.

மிகுந்த மகிழ்ச்சியோடு மதுக்கூடத்தை நாடிச் சென்ற இக்பால் தனக்கு ஒரு 'ரம்'மும் 'கோக்'கும் ஆர்டர் செய்தான். சற்று அதிகமாக ஒரு வாய் உறிஞ்சிய பிறகு, கண்ணாடிக் கோப்பையில் மிதந்து கொண்டிருந்த எலுமிச்சம் பழத்தில் சீராகக் குத்தி வைக்கப்பட்டிருக்கும் ஒரு பிளாஸ்டிக் மீன் அவன் கண்ணில் பட்டது. கோப்பையை விரைவாகக் காலி செய்துவிட்டு அந்த நீல நிற பிளாஸ்டிக் துண்டை வெளியிலெடுத்தான். அந்த மீன் வயிற்றில் ஜி.ஓ.சி. என்ற மூன்றெழுத்துச் சொல் அழகாகப் பொறிக்கப்பட்டிருந்தது.

9

இரண்டு ஆண்டுகள் கழிந்தன. இக்பாலின் அதிகாரம் ஒரு பக்கம் பெருகிக் கொண்டே சென்றது. மற்றொருபுறம், தன் அன்றாட வாழ்க்கையின் எல்லாச் செயல்பாடுகளுக்குமே செஹ்மத்தை முழு மையாகச் சார்ந்திருந்தான் அவன். மாமனாருக்கும் செஹ்மத்தின் தேவை மிகவும் முக்கியமானதாக இருந்தது. தான் எடுக்கும் இராணுவ நடவடிக்கைகள் குறித்த தகவல்களை மருமகளோடு பகிர்ந்து கொண்டு அவளது ஆலோசனைப்படி நடப்பதால் அவரது பிரிவைச் சார்ந்த தலைமையகத்திலிருந்து அவருக்குப் பல சாதகங்கள் கிடைத்து வந்தன.

பாகிஸ்தானில் சமூக மதிப்புப் பெற்றிருக்கும் மிகுந்த உயர்மட்ட மக்களோடு தொடர்பு வைத்துக் கொள்வதற்காகப், புகழ்பெற்ற ஏதேனும் ஒரு பள்ளியில் பாட்டு கற்றுக் கொடுக்கத் தன்னை அனுமதிக்குமாறு குடும்பத்தாரின் சம்மதத்தை செஹ்மத் வேண்டி னாள். 'இது தன்னை ஆக்கபூர்வமாக இயங்க வைத்துக் கொண்டி ருக்கும்' என்று வற்புறுத்திக் கூறினாள். மேல் மட்டத்திலுள்ள குடும்பப்பெண்கள் வேலைக்குச் செல்வது அத்தனை கௌரவமான தாகக் கருதப்படாததால் பிரிகேடியர் சையீத் அதற்கு ஒத்துக்கொள்ள சிறிது நேரம் எடுத்துக் கொண்டார். தன் மனைவிக்காக மகனும் தூது வந்த பின் அவரும் அதற்கு ஒப்புதல் அளித்து விட்டார்.

தான் கற்பிக்க ஏற்ற பள்ளிகளின் பட்டியலைத் துருவித் தேடிக் கொண்டிருந்தாள் செஹ்மத். தரமான இசையைக் கற்பிப்பதற்குப் பணக்காரத்தனமான உயர்ரகப் பள்ளிகளில் அதிக வாய்ப்புக்கள் இல்லையென்பதை அவள் உணர்ந்து கொண்டாள். செல்வமும், செல்வாக்கும் உள்ள குடும்பங்களிலிருந்து வரும் மாணவர்கள் சரிசம மாக இருக்கும் ஒரு பள்ளியை அவள் தனக்கெனத் தேர்வு செய்து கொண்டாள். இசை கற்பிக்கும் ஆசிரியர்கள் கிடைப்பது கடினமாக இருந்ததால் அவளுக்கு வேலை கிடைப்பதில் சிக்கல் எதுவுமில்லை. அவளுக்கு வேலை தருவதில் பள்ளி முதல்வர் மகிழ்ச்சியடைந்தார். இதற்கு முன்பு அங்கு வேலை பார்த்த இசை ஆசிரியர்கள் குறித்த

தகவல்களையெல்லாம் புரட்டிப் பார்த்தபோது அவர்களில் எவருமே, தொடர்ச்சியாக ஆறுமாதத்துக்கு மேல் அங்கே பணியாற்றியிருக்க வில்லை என்பது அவளுக்கு ஆச்சரியமளித்தது. அவள் வித்தியாச மானவளாக இருக்க வேண்டுமென்று தீர்மானித்துக் கொண்டாள்.

மறுவாரம் ஒரு மாணவர் கூட்டத்துக்கு நடுவே செஹ்மத் நின்று கொண்டிருந்தாள். அவர்கள் எல்லோருமே பணம் அல்லது அதிகார பலம் மிக்க குடும்பத்தைச் சேர்ந்தவர்கள். தங்கள் பெற்றோர் விரும்பியதால் மட்டுமே இசை கற்க வந்திருந்தவர்கள். பள்ளி நிர்வாகி உடன் வர வகுப்பறைக்குள் அவள் நுழைந்தபோது பாட்டு ஒத்திகை செய்து கொண்டிருப்பதற்குப் பதிலாக மாணவர்கள் சாக்லெட்டுக்காக சண்டை போட்டுக் கொண்டிருந்தார்கள். புது ஆசிரியை உள்ளே நுழைவதைப் பார்த்ததும் சண்டையைச் சற்று நிறுத்தியவர்கள், அவள் அங்கிருப்பதைக்கூடப் பொருட்படுத்தாமல் உடனே அதைத் தொடங்கி விட்டனர். செஹ்மத், சற்றே தயங்கினாள். பிறகு சாக்லெட் இருந்த பெரிய கோப்பை ஒன்றை அவர்களிட மிருந்து வேகமாகப் பற்றி இழுத்தாள். அவள் செயலில் உறுதி இருந்த தால் அந்தப் பணக்காரப் பிள்ளைகள் பின்வாங்கித்தான் ஆகவேண்டி யிருந்தது. சாக்லேட் கோப்பையை அலமாரியில் வைத்தபின் மாண வர்களின் பக்கம் திரும்பிய அவள், தன்னை அறிமுகம் கூட செய்து கொள்ளாமல் அவர்களை நோக்கிப் பேசத் தொடங்கினாள்.

“இசை என்பது ஒருவரின் உள் ஆழத்திலிருந்து வருவது. மனதின் சுவர்களைத் திறந்து கொண்டு, மனதிலிருக்கும் பல தடை களை உடைப்பது அது. அகம் அமைதி கொள்ள மிகச் சிறந்த படிக் கல் அதுதான். நீங்கள் பெயரும், புகழும் பெற்று வாழவும், உங்கள் பெற்றோரும் நாடும் உங்களால் பெருமை கொள்ளவும் இது துணை புரியும். இலக்குகளை அடைந்தாக வேண்டுமென்பதில் உங்களுக்கு உண்மையாகவே ஆர்வம் இருந்தால் சின்னச் சின்ன விருப்பங் களையும், ஆசைகளையும் விட்டு முதலில் நீங்கள் விலக்கிக் கொள்ள வேண்டும். அப்பொழுதுதான் இசையின் உள்ளார்ந்த சக்தியை உங்களால் உணர்ந்து கொள்ள முடியும்.’’

வகுப்பு மௌனத்தில் உறைந்தது. அதிலிருந்த எல்லா மாணவர் களுமே சமூகத்தின் செல்வாக்கான பிரிவைச் சேர்ந்தவர்கள். குறிப்பாகத் தங்கள் செல்வாக்கின் வலிமையை உணர்ந்திருப்பவர்கள், தங்களுக்குச் சாதகமாக அதைப் பயன்படுத்த ஒருபோதும் தயங்காத வர்கள்.

பள்ளி நிர்வாகியும் செஹ்மத் பேசியதைக் கேட்டுத் திகைத்துப் போயிருந்தார். அவர் வெகு காலமாக அங்கே இருப்பதால் தன்னால் முடியக்கூடியது என்ன என்பது அவருக்குத் தெரிந்திருந்தது. மாண வர்களிடம் கண்டிப்புக் காட்டும் எவரும் இந்தப் பள்ளியில் காலம் தள்ள முடியாதென்ற உண்மையையும் அவர் அறிந்திருந்தார்.

செஹ்மத் தொடர்ந்து பேசினாள்.

"யார் வேண்டுமானாலும் வயலின் வாசிக்க முடியும். ஆனால் நம்மைச் சுற்றியிருக்கும் லௌகீகமான விருப்பங்களிலிருந்து தங்கள் மனதை விடுவித்துக் கொள்பவர்களால் மட்டுமே அதில் வெற்றி பெற முடியும்."

இறுதியாக அப்படி ஒரு முத்திரை பதித்து விட்டு வகுப்பறையிலிருந்து வெளியேறினாள் செஹ்மத். மாணவர்கள் ஆழ்ந்த அமைதியுடன் அவள் முன் வைத்த வலுவான செய்தியைப் பற்றிச் சிந்தித்துக் கொண்டிருந்தனர். நாள் முடிவில் கதவுகளைப் பூட்டுவதற்கு வந்த காவலர் அங்கிருந்த சாக்லெட் கோப்பையில் பாதிக்கு மேல் பாக்கி இருப்பதைப் பார்த்து ஆச்சரியமடைந்தார். வியப்போடும் சுற்றும் முற்றும் பார்த்தபடி மீதமிருந்த சாக்லெட்களைத் தன் சட்டைப் பைகளுக்குள் திணித்துக் கொண்டார்.

அங்கிருந்த மாணவர்களின் பட்டியலையும் அவர்களின் நெருங்கிய உறவினர்கள் எவர் என்பதையும் அடுத்த வாரம் மிகவும் கவனமாகப் பரிசீலனை செய்தாள் செஹ்மத். குழந்தைகளோடு நட்பு முறையில் பழகியபடி அவர்களின் நுட்பமான தன்முனைப்புக் களையும் புரிந்து கொண்டாள். அவளது மென்மையான, வருடுவது போன்ற குரலும் பிரியமான அணுகுமுறைகளும் அவளுக்கு முன்பு வேலை பார்த்த இசை ஆசிரியரின் போக்கிலிருந்து முழுக்க முழுக்க வேறுபட்டிருந்தன. அன்வர்கான் என்ற சிறுவனைக் குழுத் தலைவனாகத் தேர்வு செய்து வளர்த்தெடுக்க முடிவு செய்தாள். அங்கிருந்த மாணவர்களுக்குள் மிகவும் வயது குறைந்தவனான அன்வரிடம் இயல்பான திறமைகளும் இல்லை; இசையின் நேர்த்தியான கூறுகளை வசப்படுத்திக் கொள்ளும் திறமையும் இல்லை. ஓரளவு அடிமட்ட நிலையில் அவனைத் தகுதிப்படுத்தக் கூடத் தான் பெரிதும் பாடுபட வேண்டியிருக்கும் என்பது செஹ்மத்துக்குத் தெரிந்திருந்தது. ஆனாலும் அவள் அந்தச் சிக்கலைத் துணிவோடு எதிர்கொண்டு பயணப்பட மனதை ஆயத்தம் செய்து கொண்டாள். அன்வரிடம் பல குறைகள் இருந்தாலும் ஒரே ஒரு வலுவான தகுதி மட்டும் இருந்தது. பாகிஸ்தான் இராணுவத்தின் இரண்டாவது 'கமாண்டிங்' அதிகாரியாக இருந்த லெஃப்டினண்ட் ஜெனரல் இமிதியாஸ்கானின் பேரன் அவன் என்பதே அந்தத் தகுதி.

ஆண்டுவிழா நெருங்கி வந்து கொண்டிருந்தது. தன் தாத்தாவிடம் கொடுப்பதற்கு ஓர் அழைப்பிதழைத் தானே வரைந்து வண்ணமடிக்க அன்வருக்கு உதவி செய்தாள் செஹ்மத். அதைக் கொண்டு போய் பிரிகேடியர் சையீதிடம் தந்து, இஸ்லாமாபாதில் இருக்கும் தளபதியிடம் அதைத் தனிப்பட்ட முறையில் சேர்க்குமாறு சொன்னாள்.

"நிறைய பேரோடு அவர் இருக்கும் நேரம் பார்த்து இதை அவரிடம் கொடுங்கள். மிகப் பெரிய அரங்கில் பெருங் கூட்டத்தின் நடுவே அவரது ஒரே பேரன் மேடையிலேறி இசை நிகழ்ச்சி நடத்தப் போகிறான் என்பதன் முக்கியத்துவத்தை அவருக்குப் புரியும்படி விளக்குங்கள். தன் பேரனின் தன்னம்பிக்கையும், துணிவும் மேலும் கூடுதலாவதற்கு அவரது வருகை துணைபுரியும் என்று சொல்லுங்கள்." செஹ்மத்தின் குரல் மென்மையாக இருந்தாலும் அதிலிருந்த தன்னம்பிக்கை உச்சத்தில் ஒலித்தது. தான் எதைச் சொல்ல முயல்கிறோம் என்பதை அவள் புரிந்து வைத்திருந்தாள்; அதைவிட முக்கியமானது, அவளுக்கு இந்தத்துறையில் இருந்த தேர்ச்சியை பிரிகேடியரும் அங்கீகரித்ததுதான்.

செஹ்மத் சொன்னது போலவே நடந்து கொண்டார் பிரிகேடியர். இராணுவ விமானம் ஒன்றில் தளபதியைக் கூட்டிக் கொண்டு சரியான நேரத்தில் விழாவுக்குப் பறந்து வந்தார். செஹ்மத்தும் அவளது மாணவர்களும் கூட்டத்தை மயக்கிக் கட்டிப் போடுவது போல மறக்க முடியாத ஒரு நிகழ்வை அளித்தனர். மேடையிலிருந்த திரையில் பாதி மறைந்தபடி மாணவர்களை நேருக்குநேர் பார்த்தபடி நின்றுகொண்டிருந்தாள் செஹ்மத். பன்னிரண்டு வயலின்கள் ஒரு சேர இசைத்த அந்தப் பாடலை அவள் மெல்ல முணுமுணுத்துக் கொண்டிருந்தாள். அந்தப் பாடலின் சொற்களை அவள் மனப்பாடமாக அறிந்திருந்தாள்; பாகிஸ்தான் வந்த பிறகு நூற்றுக்கணக்கான முறை அவள் பாடியிருக்கும் பாடல் அது.

"வீசும் காற்றே
என் அருமை தேசத்துக்கு
ஒரு சேதி சுமந்து தூது செல்வாயா?
அவளின்றி நான் தனிமையாய் உணர்வதை
அவளிடம் சொல்
அவளின்றி வெறுமையாய் உணர்வதை
அவளுடனேயே இருக்க விழைவதை
அவளிடம் சொல்
அவளன்றி என் வாழ்வில் பிறிதேதுமில்லை
என்பதை அவளிடம் சொல்
என்றோ ஒரு நாள் நான் திரும்பி வருவேன்
அவள் மடியில் எப்போதும் உறங்குவதற்கு
எப்போதும் எப்போதும் எப்போதும்"

செஹ்மத்தைப் பொறுத்தவரை அந்தப் பாடல் வரிகள், அவளுக்குள் ஓர் உறுத்தலையே ஏற்படுத்திக் கொண்டிருந்தன. அந்தப் பாடலைப் பாடியவர்கள் பாகிஸ்தானியக் குழந்தைகள் என்றாலும் அவளது

எண்ணங்கள், அவளது நேசத்துக்குரிய தாய்நாட்டிலும், அழகான அதன் பள்ளத்தாக்குகளிலும், பனிமூடிய சிகரங்களிலும், அடர்த்தியான பச்சைப் பசும் புல்வெளிகளிலும், வண்ணமயமான அதன் திருவிழாக்களிலும் மட்டுமே நிலை கொண்டிருந்தன. பெற்றோர் மீதும், அபியின் மீதும் அவள் கொண்டிருந்த அழுத்தமான அன்பும், அவர்களை இழக்க நேர்ந்ததால் ஏற்பட்ட வேதனையும் அவளது நினைவு இழைகளில் நெய்யப்பட்டிருந்தன. தன் உணர்வுகளைக் கட்டுப்படுத்த எவ்வளவுதான் முயன்றாலும் இயலாதபடி கண்ணீர் அவள் கன்னங்களில் தானாகப் பெருக்கெடுத்து ஓடிக் கொண்டிருந்தது.

அன்றைய நிகழ்ச்சியின் நட்சத்திரமாக, எல்லோரின் கவனத்தையும் கவரும் மையப் புள்ளியாக அன்வர் இருந்தான். வயலின்களிலிருந்து எழுந்து அடங்கிய இசையும், டிரம்ஸ் எழுப்பிய கனமான ஓசையும் ஜுரவேகம் போன்ற உச்சத்தை எட்டிக் கொண்டிருந்தன; அதற்கேற்றபடியே சிறுவன் அன்வர்கானின் கைகளும் இயங்கின. அதன் தொடர்ச்சியாக, பார்வையாளர்களின் பக்கமாய்த் திரும்பித் தன் கைகளை இருபுறமும் அகல விரித்தபடி அந்த நிகழ்ச்சியை சட்டென்று முடிவுக்குக் கொண்டு வந்தான் அவன். உடனே அந்த மௌனத்தை இட்டு நிரப்புவதுபோலக் கூட்டம் கரவொலி எழுப்பத் தொடங்கியது. தளபதி இமிதியாஸ்கானும், அவரது மனைவியும் சற்றுமுன் தாங்கள் கேட்டதை நம்ப முடியாதவர்களைப் போன்ற பிரமிப்பில் ஆழ்ந்திருந்தனர்.

இசைக்குரிய செவிகள் தங்கள் பேரனுக்கு இல்லையென்றே அவர்கள் எண்ணிக் கொண்டிருந்தார்கள் ஆனால் அப்படி இல்லை இசை உணர்வு அவனிடம் இருக்கிறது என்பதை இந்த நிகழ்ச்சி எடுத்துக் காட்டி விட்டது. அவர்களைப் பொறுத்தவரை தங்கள் பேரனை எல்லோர் கண்களுக்கு முன்பும் நடுநாயகமாக நிறுத்தியபடி ஓர் அற்புதத்தையே நிகழ்த்தி விட்டிருந்தாள் செஹ்மத்.

செஹ்மத் உருவாக்கியிருந்த இளம் கலைஞர்கள், காதைச் செவிடாக்கும் கைதட்டல் ஒலிகளையும், அரங்கில் கூடியிருந்தோர் எழுந்து நின்று செய்த ஆரவாரங்களையும் அமைதியாக, அடக்கத் தோடு ஏற்றுக் கொண்டனர். பாராட்டுக்களை ஏற்றுக் கொண்ட போது வரிசையாக நின்று கொண்டு, தலையை இலேசாகத் தாழ்த்தியபடி இருந்தனர். பிறகு மேடையின் வலப்புறம் செஹ்மத் இருந்த திசைநோக்கித் திரும்பிய அவர்கள் அவளைப் பார்த்து மண்டியிட்டபடி வெளியே வருமாறு அவளை வற்புறுத்தினர். திகைத்துப் போன செஹ்மத்துக்கு அந்தப் பெரிய திரைமறைவிலிருந்து வெளியே வருவதைத் தவிர வேறு வழியில்லை. அவள் எத்தனை முயன்றும், தன் கண்களிலிருந்து பெருகி ஓடிக் கொண்டிருக்கும் கண்ணீரை

அவளால் மறைத்துக் கொள்ள முடியவில்லை. சற்றே முன்னகர்ந்து மாணவர்களைத் தழுவிக்கொண்டபடி தன்னுள் அடைபட்டுக் கிடக்கும் உணர்வுகளுக்கும் ஒரு வடிகால் தந்தாள் அவள்.

மாணவர்களிடம் இந்த அளவு அர்ப்பணிப்போடு இருக்கும் ஓர் ஆசிரியரைக் காண்பது பார்வையாளர்களின் உள்ளத்தைப் பெரிதும் தொட்டது. இப்போது அவர்கள் அவளுக்காக எழுந்து நின்று கைதட்டி ஆரவாரித்தனர். தளபதி இமிதியாஸ்கான் முதன்மை விருந்தினராகவும் இருந்ததில் கூடுதலாகவே பூரித்துப் போயிருந்தார். நிகழ்ச்சிகளால் பெரிதும் ஈர்க்கப்பட்டிருந்த அவர் பள்ளிக்குப் பலவகையான பரிசுகளை அறிவித்ததோடு செஹ்மத்தை கௌரவிக்கும் வகையில் ஒரு சிறப்பான இரவு விருந்தளிக்கவும் முடிவு செய்தார். அதன் வழியே செஹ்மத்துக்கான வாய்ப்புக்களைத் தான் திறந்துவிட்டுக் கொண்டிருப்பது பற்றி அவருக்கு அப்போது தெரிந்திருக்கவில்லை.

அன்றிரவு படுக்கைக்குச் சென்றபோது, படுக்கைக்கருகே இருந்த விளக்கைப் போட்டுக்கொண்டு, தன் டைரியில் எதையோ கிறுக்கத் தொடங்கினாள் செஹ்மத். அன்றைய நாளின் நிகழ்வுகள் அவளுக்கு மிகுந்த நிறைவை ஏற்படுத்தி இருந்தாலும் அவளது உள்ளம் வலித்துக் கொண்டுதான் இருந்தது. அரைமணி நேரம் கழிந்தபின், தான் எழுதிய கவிதை வரிகளை, மென்மையான குரலில் வாய்விட்டு வாசித்தாள். மூடப்பட்டிருந்த அந்த அறையின் எல்லைக்குள் அவளது வலியைச் சுமந்தபடி அவள் கவிதை வரிகள் மிதந்து கொண்டிருந்தன.

"இயற்கையே
காலக் கூண்டில் சிறைப்பட்டபடி
சுற்றிலும் மோகமும் தாகமும்
இன்னும் இன்னும் என்ற
பேராசையுடன் சூழ்ந்திருக்க
சுதந்திரமாய்ப் பறக்கத் துடிக்கும் பறவை என்னுள்
கரையிலிருந்து வெகுதூரமாய்
எதன் நடுவிலோ நானிருக்கிறேன்
பொருள் முதன்மையான வட்டங்களுக்குள்
என் வாழ்க்கைப் படகைச் செலுத்தியபடி
என் ஆன்மாவை விடுவித்துக்கொள்வது
எப்படியென்று வியந்தபடி
சுதந்திரமாய்ப் பறக்கும் நம்பிக்கையோடு
சூரிய ஒளியோ பறவைகளின் சத்தமோ
என்னருகே இல்லை
காற்றைத் தழுவும் மேகங்களோ

தூய்மையான பனித்துளியோ நேசமோ ஏதுமில்லை
ஆனாலும் என் தாகம் தணிக்க அவாவுகிறேன்
சுதந்திரமாய்ப் பறப்பதையே இலக்காக்கியபடி
என்னிடமுள்ள உணர்வுகள்
பொருளற்றவை
என் துணிவு பயனற்றது
இலக்கில்லாத பயணத்திலும்
இலக்கை எட்ட கனவு காண்கிறேன்
சுதந்திரமாய்ப் பறக்க வேண்டியபடி
இரும்பாலும் மண்ணாலும்
கான்கிரீட்டாலும் ஆன காடுகளில்
என்னைப்போல் சிறைப்பட்ட
எத்தனையோ குட்டிமீன்கள்
வேலைச்சுமைகளால் சமூகத் தளைகளால்
கட்டுண்டபடி
உதவாத நம்பிக்கைகளோடு..
நான் இன்னும் கற்கவில்லை, மாறவுமில்லை
ஆனாலும் இன்னும் கூட சுதந்திரமாய்ப் பறக்க ஏங்கியபடி"

கவிதையின் இறுதிவரிகள் இரவின் அமைதியோடு இயைந்து கலந்த பின்பு, டைரியைத் தள்ளி வைத்துவிட்டுக் கண்களை மூடிய படி மென்மையான தன் விலையுயர்ந்த தலையணையில் சரிந்தாள் செஹ்மத்.

அவளது இடப்புறமாகப் படுத்திருந்த இக்பால், விளக்கு அணைக்கப்பட்டதும் எழுந்து கொண்டான். அவனுக்கு அந்தக் கவிதையிலிருந்து எதையும் கண்டறிய முடியவில்லை என்றாலும், அவளது குரலிலிருந்த வலியை அவனால் கண்டுகொள்ள முடிந்தது. கவிதையின் ஆழத்திற்குள் அவனால் ஊடுருவிச் செல்ல முடிய வில்லை. அவளிடம் அதுபற்றிக் கேட்கும் துணிவும் அவனிடமில்லை. உறங்கும் வரை புருவத்தைச் சுருக்கிக் கொண்டு அதன் உள்ளர்த் தத்தைக் காணும் முயற்சியிலேயே இருந்தான் அவன்.

தளபதி இமிதியாஸ்கானுக்கு கோல்ஃப் விளையாட்டின் மீது அதி தீவிர மோகம் இருப்பதைத் தெரிந்துகொள்ள செஹ்மத்துக்கு அதிக நேரமாகவில்லை. அவருடைய கூட்டாளிகளோடு தொடர்பு வைத்துக்கொண்டு அந்த விளையாட்டை கவனமாகப் பின்தொடரக் கிடைத்த எந்த வாய்ப்பையும் அவள் தவற விடவில்லை. மூன்று வாரங்களுக்குள்ளாகவே பிரிகேடியர் சையீதுக்கு கோல்ஃப் விளை யாட வழியமைத்துக் கொடுத்ததோடு, தன் மாமனாரின் பதவி உயர் வுக்காகவும் கூடவே ஒரு திட்டம் வகுத்தாள். அடுத்த இரண்டு

வாரங்கள் கோல்ஃப் பந்தைக் கவ்விக் கொண்டு செல்ல ஒரு குட்டி நாயைப் பயிற்றுவிப்பதில் கழிந்தது.

கோல்ஃப் விளையாட்டைப் பற்றி எக்கச்சக்கமான புத்தகங்களிலிருந்து துருவித் தேடி விரிவாகப் படித்தாள் செஹ்மத். உயர் மட்டத்தவர்கள் விளையாடும் அந்த விளையாட்டின் நுணுக்கங்களையும் நெளிவுசுளிவுகளையும் கற்றுக் கொண்டாள். மேலும் மேலும் படிக்கப் படிக்க அதன் மேலான அவளது விருப்பம் அதிகரித்துக் கொண்டே சென்றது.

'கோல்ஃப் விளையாடுபவர்களின் மனப்போக்கு முற்றிலும் வேறானது' என்று அவள் வாசித்து அறிந்து கொண்டாள்.

'அவர்கள் தனிப் பிறவிகள். கோல்ஃப்பில் ஆர்வம் கொண்டிருப்பவர் ஒரு முக்கியமான பிரச்சனையையோ, கடமையையோ, மனைவியின் பிறந்த நாள் அல்லது திருமண நாள் போன்றவற்றையோ கூட மறந்துவிடக் கூடும். ஆனால் கோல்ஃப் மைதானத்தில் தான் பெற்ற வெற்றிகளை மட்டும் அவர் ஒருபோதும் மறப்பதில்லை. உடன் விளையாபடுபவர் நண்பராக இருந்தாலும் கூடத் தான் பெற்ற ஒவ்வொரு வெற்றியும், ஒவ்வொரு சின்னத் தகவலும் கூடப் பல வருடங்கள் கழிந்த பிறகும் கூட அவரிடமிருந்து வெளிப்படும்.'

'உண்மையான கோல்ஃப் வீரன் என்பவன் மனைவியுடன் படுக்கையிலிருப்பதை விடவும் கோல்ஃப் மைதானத்தில் இருக்கவே விரும்புவான்' போன்ற தகவல்களும் அவளுக்கு ஆச்சரியமளித்தன.

கோல்ஃப் விளையாட்டு பற்றிய தகவல்களைப் போதிய அளவு திரட்டிக் கொண்ட பிறகு, இராணுவத் தலைவரின் வீட்டுக்கு வழக்கமாகச் சென்ற நாட்கள் ஒன்றில், சையீதின் விளையாட்டுக்கான நேரத்தை அமைத்தாள் செஹ்மத். அந்த விளையாட்டுக்கு இரண்டு நடுவர்களையும் அவள் தேர்வு செய்தாள். தளபதியின் பலங்களையும், பலவீனங்களையும் புரிந்துகொண்டு, அவர் தரப்பே முன்னணியில் இருப்பதாக முடிவு கூறும் வகையில் அந்த நடுவர்களை அவள் திட்டமிட்டுத் தேர்ந்தெடுத்தாள். சையீத், முதன்மைத் தளபதி கானின் இயல்பான ஜோடியாக அமைந்து போய்விட நட்பு முறையிலான அந்த நான்கு பந்து விளையாட்டு, இராணுவத்துக்கும், நியாயத் தீர்ப்பு வழங்கும் நீதி அமைப்புக்கும் இடையிலான அதிகாரப்பூர்வமல்லாத ஒரு போட்டியைப் போல அமைந்து போயிற்று.

அப்துலிடம் நெருங்குவதற்கும் இது ஏற்றதொரு வாய்ப்பு என்று செஹ்மத்துக்குத் தோன்றியதால் தங்கள் வீட்டின் மிக விசுவாசமான பணியாளையும் இந்த விளையாட்டுத் திட்டத்தில் ஈடுபடுத்திக் கொள்ளலாம் என்று மாமனாரிடம் கேட்டாள் அவள்.

“அப்பா இந்த முக்கியமான வேலைக்கு அப்துல் மாமாவை விட நம்பகமானவராக வேறு எவர் இருக்க முடியும்?” என்று அப்துலின் முன்னிலையிலேயே சொன்னாள் செஹ்மத். அவள் குரலில் தொனித்த உண்மையையும், மரியாதையையும் அப்துலும் கவனிக்காமலில்லை. அவன் முகத்தில் ஆச்சரிய ரேகைகள் கோடிட்டன. தொடர்ந்து அதற்கு பதில் தேடுவதுபோல பிரிகேடியரின் முகத்தைக் கேள்விக் குறியோடு ஏறிட்டு நோக்கினான் அவன். ஆனால் சையீத், பதிலேதும் கூறாமல் அமைதியாகவே இருந்தார்.

அவர்கள் இருவரையும் தனியே விட்டு விட்டு மாளிகைக்குள் சென்று விட்டாள் செஹ்மத். சில நிமிடங்களுக்குப் பிறகு அந்த இரு முதியவர்களும் ஏதோ இரகசியமாகப் பேசிக் கொண்டிருந்தனர். தனது எஜமானிடமிருந்து எழும் கட்டளைகளைக் கேட்டபடி அவ்வப்போது அதற்கேற்பத் தலையாட்டிக் கொண்டிருந்தார் அப்துல். கோல்ஃப் விளையாட்டிலுள்ள நுணுக்கங்கள் அவருக்கு விளங்காதபோதும், அடுத்த ஒரு வாரமும் அதில் தான் பெறவிருக்கும் பங்கைத் திறமையாக ஆற்றுவது பற்றி செஹ்மத்துடன் பேசிக் கொண்டிருந்தார். அப்துல் தன் மீது கொண்டிருந்த காழ்ப் புணர்வைக் குறைக்க அவள் போட்டிருந்த திட்டம் பயனளிக்கும் போலத் தோன்றியது.

பாதுகாப்புக் காரணங்களுக்காக ஆட்டம் தொடங்கிய முதல் ஒரு மணிநேரம் விளையாடுமிடத்தை அடைத்து விட்டிருந்தாள் செஹ்மத். பார்வையாளர்களின் எண்ணிக்கையைக் கட்டுப்படுத்த அது உதவியது. ஆட்டம் தொடங்கிய போது முதல் நான்கு குழிகளும் சமமாகப் பொருந்தியிருந்தன. இராணுவ அணியைத் தங்கள் கட்டுப்பாட்டில் வைத்துக் கொள்வதற்காக நடுவர்கள் மிகப் பிரமாதமாக விளையாடிக் கொண்டிருந்தனர்.

ஐந்தாவது முறை பந்தை அடிக்க வேண்டியது ‘பார் த்ரீ’* எனப்படும் ஒரு குழியில் அது ஒரு சிறிய பாதையருகில் இருந்தது; பாதிக்கு மேல் மரங்களும் அதை மறைத்திருந்தன. பசுமைப் பரப்பில் குழிக்கு மேல் பறந்து கொண்டிருக்கும் கொடியை மட்டுமே தாங்கள் பந்தை அடிக்கும் முன்பு கோல்ஃப் விளையாடுபவர்களால் பார்க்க முடிந்தது. விளையாட்டு தொடங்குவதற்கு முன்பே அதே போன்ற ஒரு பந்தை செஹ்மத் குழிக்குள் வைத்து விட்டிருந்தாள்; அதேபோல சையீதின் நம்பிக்கைக்குரிய பணியாளாகிய அப்துல், நாய்க்குட்டி என்ன செய்யவேண்டும் என்பதற்குப் பொறுப்பேற்றிருந்தான்.

---

* ‘பார் த்ரீ’ – பார் என்பது திறமையான கோல்ஃபர் ஒரு குழியை ஆட குறைந்தபட்சம் எடுத்துக் கொள்ளும் ஷாட்களின் எண்ணிக்கையாகும். எந்த ஒரு குழியையும் ஆட குறைந்தபட்சம் ஒரு ‘டி ஷாட், இரண்டு தள்ளல்கள் தேவைப்படும். அதுவே ‘பார் த்ரீ’.

இமிதியாஸ்கான் சிறந்த கோல்ஃப் வீரர்தான் என்றாலும், மற்ற கோல்ஃப் வீரர்கள் பலரைப் போல ஒரே அடியில் குழிக்குள் பந்தைத் தள்ளியதில்லை. ஐந்தாவது குழியை நோக்கி தளபதி கோல்ஃப் மட்டையை வீசிய உடனேயே அவரது வீச்சின் நேர்த்தி கண்டு சையீதும், நடுவர்களும் ஒருங்கே கைதட்டி ஆரவாரம் செய்தனர். தளபதி அடித்த பந்து மேலே உயரச் சென்று பசுமைப் பரப்பை அடைந்தது. பந்து செல்லும் திசையிலேயே எல்லோரது கண்களும் குவிந்திருந்தன. விழுந்த பந்தை நாயின் துணை கொண்டு அப்துல் அகற்றுவதை அவர்கள் பார்த்துவிடாமல், அவர்களின் கவனத்தை செஹ்மத் வேறுபுறம் திருப்ப வேண்டியிருந்தது.

அந்தச் சந்தர்ப்பத்தைச் சரியாகப் பயன்படுத்த எண்ணிய செஹ்மத், சமதளமில்லாத அந்தத் தரையில் தடுமாறி விழுந்து விட்டது போல பாவனை செய்தாள். அவளுக்கு உதவி செய்வதற்காக தளபதி முன் வந்தபோது அங்கிருந்த மற்றவர்களும் அவளுக்குக் காயம் எதுவும் ஏற்பட்டதா என்று கவலையோடு கூடிவிட்டதால், கவனம் அவள் மீது குவிந்தது. இவ்வாறு, கவனத்தைத் திசை திருப்பியதால் ஏற்கனவே பழக்கப்படுத்தியிருந்த அந்தக் குட்டிநாய்க்கு கோல்ஃப் பரப்பில் விரைந்தோடுவதற்கும், வெள்ள நிறப்பந்தை வாயில் கவ்விய படி அப்துலின் கரங்களுக்குள் மறைத்துக் கொள்ளவும் போதிய நேரம் கிடைத்துவிட்டது.

தளபதி 'கோல்ஃப் பரப்பில்' தான் அடித்த பந்தைத் தேடிக் கொண்டிருக்க, சையீத், மிக இயல்பாகச் செல்வது போலக் குழியை நோக்கிச் சென்றார். அவரது இதயம் வேகமாக அடித்துக் கொண்டி ருந்தது. செஹ்மத்தின் முகபாவனைகளிலிருந்து அவர்கள் போட்ட திட்டம் வெற்றிகரமாகத்தான் நடந்திருக்க வேண்டுமென்பதை அவர் அறிந்து கொண்டார். ஆனால் ஒரு சின்னத் தவறு நேர்ந்தாலும் கூட அது தன் வேலைக்கு ஆபத்தாகி விடக் கூடுமென்பதையும் அவர் உணர்ந்திருந்தார். குழியின் அருகே செல்வதற்கு முன்பு அங்கும் இங்கும் தேடுவது போல பாவனை செய்த அவர், குனிந்து பார்த்தபடி கோல்ஃப் பரப்பிலிருந்த கொடியை இரும்புக் கம்பியோடு சேர்த்துத் தூக்கி விட்டு மகிழ்வோடு கத்தினார்.

"இதோ பந்து குழிக்குள் இருக்கிறது" சையீதின் உற்சாகம் ஜுர வேகத்தை எட்டியிருந்தது. திகைப்பிலும், பிரமிப்பிலும் ஆழ்ந்திருந் தார் முதன்மைத் தளபதி. எத்தனையோ ஆண்டுக்காலமாக அவர் கோல்ஃப் விளையாடி வந்தபோதும் ஒரே அடியில் குழிக்குக் கொஞ் சம் அருகில் கூடப் பந்து வந்ததில்லை. இப்போதோ ஒரே அடியில் பந்தைத் தள்ளிய பெருமிதத்தோடு அந்தப் பந்தை ஏந்திக் கொண்டு அவர் நின்றிருக்கிறார். அது அவரது வெற்றிக்கு ஓர் அடையாள மாகப் போகிறது.

விளையாட்டு ஒரு முடிவுக்கு வந்தது. தொடர்ந்து அளிக்கப் பட்ட சிறப்பான பெரிய விருந்து செஹ்மத்துக்கு அர்ப்பணிக்கப் பட்டது. அவளது தூண்டுதலால் மட்டுமே தளபதி விளையாட ஒத்துக் கொண்டிருந்தார். இப்படி ஒரு சாதனையைச் செய்ய வேண்டு மென்ற அவரது வாழ்நாள் ஆசையை அது பூர்த்தி செய்திருக்கிறது. அவரது சாதனை உண்மைதான் என்பதை வலுப்படுத்தும் வகையில் இரண்டு உயர் நீதிமன்ற நீதிபதிகளும் கூட அங்கே உடனிருந்திருக் கிறார்கள்.

"என் பேரனுக்கு மட்டுமன்றி எனக்கும் கூட ஒரு நன்னிமித்த மாக வாய்த்திருக்கிறாய் பேகம் சாகிபா" என்றார் இமிதியாஸ்கான்.

"எங்களுக்கெல்லாம் இத்தனை மகிழ்ச்சி சேர்த்த உனக்குத்தான் நாங்கள் நன்றி சொல்ல வேண்டும். அந்த நன்றிக் கடனைத் திருப்பிச் செலுத்த உரிய சந்தர்ப்பம் என்றேனும் வாய்க்குமா என்றே நான் எதிர்பார்க்கிறேன்."

செஹ்மத் இலேசாகத் தலையசைத்தாள். அவர் தன்னைப் பெரு மைப்படுத்தியதை ஏற்றுக்கொள்ளாமல் அல்லாவின் கருணைக்கே நன்றி செலுத்தினாள். தளபதியும் அவர் மனைவியும் செஹ்மத்தின் எளிய குணத்தைக் கண்டு பெரிதும் நெகிழ்ந்திருந்தனர். திருமதி கான் ஒருபடி மேலே சென்றபடி, எப்போது தன் உதவி தேவைப்பட்டாலும் தொடர்பு கொள்ளலாம் என்று தன் தனிப்பட்ட தொலைபேசி எண்ணை அவளிடம் தந்தார். இளம் சிறுவனான அன்வர்கானைப் பொறுத்தவரை அவள் அவனது ஞானத் தாயாகவே ஆகியிருந்தாள்.

இரண்டு வாரங்களில் சையீது மேஜர் ஜெனரலாகப் பதவி உயர்வு பெற்றார். ஐ.எஸ்.ஐ. என்னும் உளவு அமைப்பின் துணை முதன்மை அதிகாரி என்ற பதவியை ஏற்றார். எல்லோருமே ஆசைப் படும் பதவி அது. மேஜர் மெஹ்பூப் அதனால் சற்று ஏமாற்றமடைந் தார். சொந்தத் தந்தையாலேயே புறக்கணிக்கப்பட்டதைப் போலி ருந்தது அவருக்கு. ஆனால் பாகிஸ்தான் இராணுவத்தினரின் மிக முக்கியமான இரகசியத் தகவல்களை அறிந்துகொள்ள செஹ்மத் துக்கு வாய்ப்புக் கிடைத்திருந்தது.

சையீது குடும்பத்தில் அவளது அந்தஸ்து உயர்ந்து கொண்டே வந்தாலும், தன் மைத்துனருக்கு ஏற்பட்டிருக்கும் வருத்தத்தை அவள் முன்கூட்டியே ஊகித்திருந்தாள். அதனால் தன் ஓரகத்தியான முனிரா 'மெஹ்பூப்'புடன் நெருக்கமானவளாகத் தன்னை ஆக்கிக் கொள்ள, என்ன முடியுமோ அதையெல்லாம் செய்தாள். முனிராவுடன் சேர்ந்து கடைகளுக்குச் சென்று வந்தாள். அந்த மாளிகையின் தினசரி செயல் பாடுகளில் அவளது ஆலோசனையைக் கேட்டுப் பெற்று அதன்

படியே நடந்து வந்தாள். விலையுயர்ந்த நறுமணத் தைலங்களையும், ஆடைகளையும் வேறு பல பரிசுப் பொருட்களையும் அவளுக்கு அளித்தாள். மேஜர் 'மெஹ்பூப்'புக்கும் செஹ்மத்தை மிகவும் பிடித்துப் போயிருந்தது. குடும்பத்தின் மீது அவள் கொண்டிருக்கும் அக்கறையை அவர் பெரிதும் பாராட்டினார். செஹ்மத் தன் மனைவிக்குத் தரும் அக்கறையும், அவளை விட்டுக் கொடுக்காமல் நடந்து கொள்வதும் அவருக்கு மகிழ்ச்சி தருவதாக இருந்தன.

ஏதோ காரணத்தால் அந்த வீட்டின் இளைய மருமகளான செஹ்மத்தை அப்துலால் மட்டும் நம்ப முடியவில்லை. அவளை அவன் தொடர்ந்து கண்காணித்துக் கொண்டே இருந்தான். அவளிடம் அவன் நடந்து கொள்ளும் முறை, முன்பை விட சற்று இதமாக மாறியிருந்தாலும் அவள் மீதான தன் கண்காணிப்பை அவன் விட்டு விடவில்லை. செஹ்மத் சொல்லும் எந்த ஆலோசனையென்றாலும் அதைச் சந்தேகப்படாமல் ஏற்க அவனால் முடியவில்லை. அவன் ஒரு எளிய மனிதன் என்பதால் அவனது சிந்தனை ஓட்டமும் அப்படித்தான் என்று செஹ்மத் அதை எடுத்துக் கொண்டாள். அவனுக்கும் தனக்குமிடையே நட்புப் பாலம் அமைக்க செஹ்மத்தால் முடியவில்லை. தன் முதுகுக்குப் பின்னால் தன்னைப் பற்றிப் புறம் பேசாமலாவது அவன் இருக்கிறானே என்று அவள் சமாதானப் படுத்திக் கொண்டாள். துருவுவது போலத் தன்னை அப்துலின் கண்கள் பார்த்துக் கொண்டிருப்பதையும், தன் எல்லா அசைவுகளையும் நுணுக்கமாகக் கவனித்துக் கொண்டிருந்ததையும் அறிந்து வைத்திருந்தாள் செஹ்மத். ஆனால் அந்தக் குடும்பத்திலிருந்த மற்ற அனைவரின் நம்பிக்கைக்கும் உரியவளாக அவள் ஆகிப் போயிருந்ததால் அதைப் பற்றிக் கலவரப்படவில்லை. ஆனாலும் அவள் அத்தனை பாதுகாப்பாக இல்லை என்பதை அவளது உள்ளுணர்வு அவளுக்கு நினைவூட்டிக் கொண்டேதான் இருந்தது.

10

தில்லி திரும்பிய மிர், செஹ்மத் சீரான இடைவெளிகளில் அனுப்பிவந்த இரகசியச் செய்திகளையும் அவற்றை அனுப்புவதில் அவள் காட்டிய அளவுகடந்த ஆர்வத்தையும் கண்டு திகைத்துப் போயிருந்தார். புறத் தூண்டுதல் ஏதுமின்றித் தனக்குள் இருந்த எழுச்சியால் மட்டுமே இயங்கிக் கொண்டிருந்தாள். எத்தனை இலகுவாக அவள் எல்லாவற்றையும் தியாகம் செய்துவிட்டாள் என்பதை நினைத்துப் பார்த்து நெகிழ்ந்து போனார் அவர். தான் காதலித்த மனிதனிடமிருந்து பிரிந்து சென்றுவிடுவது அவளுக் கொன்றும் அத்தனை எளிதாக இருந்திருக்காது; மேலும் அவனோடு செல்வதற்கான வாய்ப்பும் அவள் முன் இருக்கத்தான் செய்தது. நாளுக்கு நாள் மிகப் பெரிய எதிரியாக மாறிக் கொண்டு வரும் ஓர் அந்நிய நாட்டில் வாழ்வதென்பது அவளுக்கு மிகப் பெரிய சிக்க லாகவும், துன்பம் தருவதாகவும்தான் இருக்கும். தன்னுடைய எல்லா வற்றையும் தன் தாய்நாட்டுக்குத் தருவதன் வாயிலாக செஹ்மத் தன் குற்றஉணர்வுக்கு ஒரு வடிகால் தேடிக் கொண்டு அதைப் போக்க முயற்சிக்கிறாளோ என்று கூட அவர் அடிக்கடி வியந்திருக்கிறார். சமீப காலமாக சங்கேதக் குறியீடுகளைப் பரிமாறத் தொடங்கியதில் அவளுக்கு ஏற்படக் கூடிய தேவையில்லாத அபாயங்களே அவரைப் பெரிதும் கவலைக்குள்ளாக்கிக் கொண்டிருந்தன. கடுமையான ஏதேனும் ஒரு சிக்கலில் மாட்டிக் கொள்வதற்கு முன் அவளைச் சற்று நிதானமாகச் செயல்படுமாறு கூறியாக வேண்டும்.

செஹ்மத் கைக்கொண்டிருந்த பணி, அவளை முழுமையாக ஆட்கொண்டிருந்தது. தந்தையின் அடிச் சுவட்டில் அவளுக்குத் தன் தாய்நாடே மதம் என்று ஆகியிருந்தது. இரவு முழுவதையும் ஏதேதோ ஆலோசனை செய்வதிலும், திட்டம் வகுப்பதிலும் அவற்றைக் கச்சித மாக நிறைவேற்ற வழி தேடுவதிலும் செலவிட்டபடி முக்கியமான தகவல்களை இரகசியமாய்ப் பெற வழிகளையும் ஆராய்ந்து கொண் டிருந்தாள். புதிய தொடர்புகளையும், இனிய அறிமுகங்களையும் பெருக்கிக் கொள்ள முயன்றபடி அவளது பகற்பொழுதுகள் கழிந்தன.

தேவைப்படும் நேரத்தில் அவர்கள் தனக்கு ஏதேனும் உதவி செய்யக்கூடும் என்று அவள் எண்ணிக் கொண்டாள். தான் எதிரி தேசத்திலிருந்து வந்திருப்பவள் என்பதை அவள் கணமும் மறக்க வில்லை. அதேபோல தன்னைக் கண்காணிக்கத் தொடங்கும் எவரையும் அவள் ஒருபோதும் மன்னிக்கவும் இல்லை.

ஒருநாள் மாலை வழக்கம் போல மிக இரகசியமான தன் மாம னாரின் பைஃல்களை நோட்டம் விட்டுக் கொண்டிருந்தபோது தன் காலடியிலிருந்து தரையே நழுவிப்போவது போன்ற அதிர்ச்சியை உண்டாக்கும் முக்கியமான தகவல் ஒன்றைக் கண்டாள். பாகிஸ் தானிய நீர்மூழ்கிக்கப்பல்கள் இந்தியக் கடல் எல்லைக்குள் நுழைய இருக்கின்றன என்ற தகவல்தான் அது. நடுங்கும் கரங்களோடு அந்த ஆவணத்தைப் பார்த்தபோது அதிலிருந்த ஒவ்வொரு சொல்லும் அவளைக் கவலைக்குள்ளாக்குவதாக இருந்தன. 'தாக்கும் எல்லையில் விக்ராந்த் இருக்குமாறு பார்த்துக் கொள்ளவும்' என்பது சுருக்கமான அந்த ஆணை. அந்தக் கோப்பில் ஐ.என்.எஸ். விக்ராந்தின் புகைப் படமும் இருந்தது. விமானங்களை ஏற்றிச் செல்லக் கூடிய ஏதோ ஒரு இந்தியக் கப்பல் அது. கரையில் இருக்கும்போது அதிலுள்ள ஆயுதங்கள் மற்றும் மனிதர்களின் எண்ணிக்கை குறித்த தகவலும் அதில் இருந்தது.

தனக்குக் கிடைத்த தகவலின் தீவிரத்தன்மையை உணர்ந்திருந்த செஹ்மத் அந்தக் கோப்பைக் குளியலறைக்கு எடுத்துச் சென்றாள். தான் அஞ்சல் செய்ய வாய்ப்புள்ள எந்தத் தகவலையும் அவள் தவற விட விரும்பவில்லை. நீர்மூழ்கிக் கப்பல்கள் எங்கெங்கே நிறுத்தப்பட இருக்கின்றன என்பதைச் சுட்டிக் காட்டும் சிக்கலான பல தகவல் களும் அதில் இருந்தன. இதயம் படபடவென்று அடித்துக் கொண்டி ருக்க, முக்கியமான அந்தத் தகவலை 'மோர்ஸ் கோட்' மூலம் நேரடி யாக மிர்ருக்கே சங்கேதம் மூலம் அனுப்பிக் கொண்டிருந்தாள். அப்போது அப்துல் கதவைத் தட்டினான். அவளது மாமனார் அன்று சீக்கிரமாகவே வீட்டுக்கு வந்திருந்தார்; அந்த ஆவணத்தையே பரபரப்பாகத் தேடிக் கொண்டும் இருந்தார். செஹ்மத்துக்கு அந்தச் செய்தி வியப்பளிக்கவில்லை.

மாலை நேரமாக இருந்தபோதும் வீடு முழுவதும் கிட்டத்தட்ட அப்போது காலியாகத்தான் இருந்தது. அவளது ஓரகத்தி தன் பெற்றோரைப் பார்த்துவரப் போயிருந்தாள். அவளது கணவர், மைத்துனர், மாமனார் மூவருமே கடந்த இரண்டு வாரங்களாக இரவு நேரத்தில் மிகமிகத் தாமதமாகவே வந்துகொண்டிருந்தனர். பாகிஸ் தானிய இராணுவம் இந்தியா மீது தாக்குதல் தொடுக்க இரகசியமாக ஆயத்தமாகிக் கொண்டிருந்தது. இரு தரப்புக்களிலும் இராணுவம் மட்டுமே போரிடும் பழைய காலப் போர்களைப் போலல்லாமல்

கப்பற்படை, விமானப் படை முதலியவைகளையும் யுத்த களத்தில் களமிறக்கிவிட்டிருந்தது பாகிஸ்தான்.

தன் வாழ்நாளில் செஹ்மத் ஒரு நீர்மூழ்கிக் கப்பலைப் பார்த்ததே இல்லை; அது எப்படியிருக்கும் என்பதும் அவளுக்குத் தெரியாது. ஆனால் அங்கிருந்த வகை பிரிக்கப்பட்டிருந்த பல ஆவணங்களிலிருந்து நீர்மூழ்கிக் கப்பல்களின் தனித்தன்மை பற்றி அவள் அறிந்துகொண்டாள். நீருக்கு அடியில் நீந்திச் செல்லும் திறன் படைத்த அவை வாரக்கணக்காகக் கண்டுபிடிக்கப்படவே முடியாதபடி கடலுக்கு அடியில் இருக்கமுடியும் என்பது அவளுக்கு விளங்கியது. தன் கையிலிருந்த கோப்பின் தீவிரத்தை உணர்ந்த அவள், எவ்வளவு முடியுமோ அவ்வளவு செய்திகளை அதிலிருந்து கிரகித்துக் கொள்ள முயன்று கொண்டிருந்தாள். ஆனால் அப்துல் தொடர்ச்சியாகக் கதவைத் தட்டும் சத்தமும், காணாமல் போயிருக்கும் அந்தக் கோப்பு பற்றியே விசாரிப்பதும் தொடர்ந்து தன் வேலையைச் செய்ய முடியாமல் அவளை ஆக்கியிருந்தன.

இறுதியாக அவனுக்குப் பதில் தந்த அவள், தான் வரும்வரை வரவேற்பறையில் காத்திருக்குமாறு அவனிடம் கூறினாள். அவளது தொனி சற்றுக் கடுமையாக இருந்தது. அவள் குரல் அவனைக் கொஞ்சம் புண்படுத்தும் வகையில் அவனை எட்டி நிறுத்துவதான அதிகாரப் போக்கில் இருந்தது. கையிலிருக்கும் வேலையை முடிக்க வேண்டுமென்றால் அந்த வேலையாளை அவனுக்குரிய இடத்தில் நிறுத்துவதைத் தவிர வேறு வழியில்லை என்பது செஹ்மத்துக்குப் புரிந்திருந்தது. அப்துல் அங்கிருந்து மெல்ல விலகிப் பின்வாங்கிச் சென்றான். ஆழமாகப் புண்படுத்தப்பட்டதால் அவன் முகம் வேதனையோடு இருண்டிருந்தது. எத்தனையோ ஆண்டுகளாக வேலை பார்த்து வரும் அவன் அந்தக் குடும்பத்திலிருந்த எவரும் இவ்வளவு கடுமையான தொனியில் பேசியதில்லை. வரவேற்பறையை நோக்கித் திரும்பிச் சென்றபோது தலையைத் தொங்கவிட்டுக் கொண்டிருந்தான் அவன்.

மீதமுள்ள செய்தியையும் விரைவாக அனுப்பிய பிறகு செஹ்மத் அந்த ஆவணத்தை மணிலா கவருக்குள் திரும்ப வைத்தாள். தன் துப்பட்டாவுக்குள் அதை மறைத்து வைத்தபடி சையீத்தின் படிப்பறைக்குச் சென்றாள். ஆனால் அவளுக்கிருந்த அவசரத்தில், குளியலறையிலிருந்த செய்தி அனுப்பும் கருவிகளைக் கழற்றத் தவறியிருந்தாள். கவலையோடிருந்த அந்த முதியவரிடம் வேகமாகச் செல்வதற்கு முன்பு தன் படுக்கையறைக் கதவை மூடிப் பூட்டிவிட்டாள். அவள் மனதிலிருந்த சூறாவளியையும், பதட்டத்தையும் வெளிக் காட்டி விடாமல் அவள் முகம் அமைதியாக இருந்தது.

படிப்பறைக்குப் பின்பக்கத்தின் வழியாக வேண்டுமென்றே சென்ற அவள், அங்கிருந்த நிறைய கோப்புகளோடு அந்த உறையையும் வைத்தாள். பிறகு அங்கிருந்த புத்தக அடுக்குகளினூடே சாமர்த்தியமாக விரைந்து நடந்து சென்று, தன் மாமனார் அமர்ந்திருந்த அறையில் இன்னொரு பகுதிக்குச் சென்றாள். அவளைக் கண்டதும் முகம் மலர்ந்த அவர், தான் சீக்கிரம் திரும்பி வந்ததற்கான காரணத்தையும் தான் முக்கியமான ஒரு கோப்பைத் தேடிக் கொண்டிருப்பதையும் அவளிடம் விவரித்தார். செஹ்மத் மிகுந்த தந்திரத்தோடு அறையில் சென்று ஓய்வெடுக்குமாறு அவரை அனுப்பி வைத்துவிட்டுத் தான் அதைத் தேடித் தருவதாக உறுதியளித்தாள். ஐந்தே நிமிடங்களில் தொலைந்த ஆவணத்தைக் கையில் எடுத்துக் கொண்டு திரும்பி வந்தாள் அவள். அந்த மஞ்சள் கவரை வேகமாக ஒருமுறை பார்த்து அதில் எல்லாம் இருக்கிறதா என்று உறுதிசெய்து கொண்ட சையீத், காலமறிந்து செய்த உதவிக்காக செஹ்மத்துக்கு மிகவும் நன்றி சொல்லிவிட்டு, இராணுவக்கொடி பறக்கும் தன் காரில் ஏறி விரைந்தார்.

அவரை அனுப்பிவிட்டுத் தன் அறைக்குத் திரும்பிய செஹ்மத்துக்கு அதிர்ச்சி காத்திருந்தது. அவளது படுக்கையறை, குளியலறை இரண்டுமே திறந்து கிடந்தன. மோர்ஸ் கோட் இயக்கும் இயந்திரம், அதன் அடிப்புறத்திலிருந்து அப்புறப்படுத்தப் பட்டிருப்பதைக் கண்டு வயிறு கலங்கிப் போனாள். வேகமாக வெளியில் வந்தபோது சமையலறை வழியாகப் பின்புறம் உள்ள புல்வெளியை நோக்கி அவளுக்குப் பரிச்சயமான ஒரு நிழல் உருவம் சென்று கொண்டிருப்பதைக் கண்டாள். கணநேரம் கதவருகே நின்று அதை உற்றுப் பார்த்தாள்; அந்த நிழலுருவம் இருளில் கரைந்து மறைந்தது. செஹ்மத் சுற்று முற்றும் பார்த்தாள். மாளிகையின் பின்புற வாயிலுக்குப் பக்கத்தில் இராணுவத்துக்கு வழக்கமாக 'ரேஷன்' பொருட்களைக் கொண்டு செல்லும் டிரக் ஒன்று அங்கே நின்று கொண்டிருந்தது. முன்னேற்பாடு எதுவும் செய்து கொள்ளாத அவளது திட்டத்துக்கு உதவ அது அவளுக்குப் போதுமானதாக இருந்தது. தான், செருப்புக் கூட அணிந்து கொண்டிருக்கவில்லை என்பதையும் பொருட்படுத்தாமல் அந்த இராணுவ வாகனத்திற்குள் ஏறிக் கொண்டாள்.

வீட்டிலிருக்கும் பணியாட்கள் எவரும் தன்னைக் கவனிக்கவில்லை என்பதை ஒருமுறை உறுதிப்படுத்திக் கொள்வதற்காக ஒருமுறை எட்டிப் பார்த்தாள். பிறகு டிரைவர் இருக்கையை நோக்கிக் குதித்து ஸ்டியரிங்வீல் மீது இருந்த ஒரு பழைய தொப்பியைத் தலையில் போட்டுக் கொண்டாள். தன் முழுசக்தியையும் பயன்படுத்தி 'இக்னிஷன் சுவிட்ச்'சை அழுத்தினாள்; அது தன்னைக் கைவிட்டுவிடக் கூடாதென்று வேண்டிக் கொண்டாள். அவளுக்கு

ஒரே ஒரு நோக்கம் மட்டும்தான் இருந்தது. அவள் ஒற்றறிவதற்குச் சாட்சியாக இருந்துவிடக் கூடிய அந்த நபரை அப்புறப்படுத்துவது தான் அது. மூன்று டன் எடை கொண்ட அந்த வாகனம் பலத்த சத்தத்தோடு உறுமிக் கொண்டு பிரதான சாலையில் ஓடத் தொடங் கியது. முதல் ஐம்பது மீட்டர் தூரம் சற்று நெளிந்து வளைந்து ஓடிய வண்டி, பிறகு சீராக ஒரே நேர்கோட்டில் ஓடத் தொடங்கியிருந்தது.

தன் மெல்லிய கைகளால் அந்தக் கனரக வாகனத்தைச் செலுத்திக் கொண்டிருந்த செஹ்மத் அப்துல் சென்ற அதே திசையில் தொடர்ந்து சென்றாள்; வழியில் தடுப்புக்களான ஒரு சோதனைச் சாவடி குறுக் கிட்டது. தற்காலிகமாக அமைக்கப்பட்டிருந்த ஒரு குடிலுக்கு அருகே ஒரு காவலன் தனியாக அமர்ந்திருந்தான். டிரக் வருவதைப் பார்த் ததும் வழக்கமான சோதனைகளுக்காக அது நிற்கக் கூடுமென எண்ணியபடி அவன் எழுந்து கொண்டான். மிகவும் இருட்டிப் போயிருந்த அந்த வேளையில் தீர்மானமான ஓர் உறுதி செஹ்மத்தின் முகத்தில் ஒளிவிட்டுக் கொண்டிருந்தது. சூழ்நிலை எப்படிப்பட்டதாக இருந்தாலும் தன் முயற்சியில் அவள் தோற்றுவிடப் போவதில்லை. ‘கேஸ் பெடலை’ அழுத்தமாக மிதித்து, மூச்சுத் திணற அடிக்கும் வேகத்தில் என்ஜினுக்கு அழுத்தம் கொடுத்தபடி சோதனைச் சாவ டியை வேகமாகக் கடந்தாள். தடுப்புக் கட்டைகளை துவம்சம் செய்த படி அந்த டிரக் கடந்து சென்றது. அங்கிருந்த காவலன், பின்பக்கம் விரைந்து குதித்தபடி அவள்மீது வசைமாரி பொழிந்தான்.

மூன்று சாலைகள் பிரியும் திருப்பம் வந்தபோது தங்கள் மாளி கைக்கு மிக அருகிலிருக்கும் மேஜர் ‘மெஹ்பூப்’பின் அலுவலகத்தின் பக்கம் திரும்பினாள் அவள். ‘மெஹ்பூப்’போடு அப்துல் கொண்டி ருக்கும் நெருக்கம் குறித்து அவள் அறிந்திருந்ததால் அவன் வேறெங்கும் அடைக்கலம் தேட மாட்டான் என்பதை அவள் புரிந்து வைத்திருந் தாள். சையீத் குடும்பத்தாரின் கௌரவத்துக்குப் பாதிப்பு ஏற்படுத்தி அவர்களைப் பழிக்கு ஆளாக்கும் இந்தச் செய்தியையும், கருவியையும் வேறெந்த வெளியாளிடமும் அவன் கொடுக்கத் துணிய மாட்டான் என்பதும் அவளுக்குத் தெரிந்திருந்தது.

வாகனம் வேகமெடுத்துச் சென்று கொண்டிருந்தது. செஹ்மத் துக்கு அதைக் கட்டுப்படுத்துவது கடினமாகத்தான் இருந்தது; ஆனாலும் தன் முன்னாலிருந்த சாலையில் முழுக் கவனத்தையும் குவித்திருந்தாள். இன்னுமொரு நூறு மீட்டர் தூரம் உருண்டோடிய பின் வாகனத்தின் வேகம் சற்றே குறைந்தது. அங்கிருந்து சிறிது தூரத்தில் சாலை நடுவே ஓடிக் கொண்டிருந்தான் அப்துல்; தன் கிழட்டுக் கால்களால் எந்த அளவு வேகமாக ஓட முடியுமோ அந்த அளவு வேகமாக.

தன் அருகே டிரக் நெருங்கிக் கொண்டிருக்கும் ஓசையைக் கேட்டதும் அது யாருடையது என்று பார்ப்பதற்காக நின்றான். எப்போதுமே சற்றுக் கடுமையுடன் இருக்கும் அவனது கண்கள் அது இராணுவ வாகனம் என்பதால் பிரகாசமடைந்தன. மூச்சு விடவே சிரமப்பட்டபடி தன் இரண்டு கைகளையும் வெறித்தனமாக ஆட்டிக் கொண்டும் 'நிறுத்து நிறுத்து' என்று உரக்கக் கத்திக் கொண்டும் இருந்தான் அவன். இராணுவ அதிகாரிகள் அணியும் மேலுடையை அவன் அணிந்திருந்தான். பல காலம் முன்பு மேஜர் மெஹ்பூப் அதை அவனுக்கு அளித்திருந்தார்.

அப்துலை நெருங்கியதும் அந்த வாகனத்தின் வேகம் மேலும் குறைந்தது. செஹ்மத்தின் இரும்புக் கரங்கள் ஸ்டீயரிங் வீலை இறுக்கமாகப் பற்றிக் கொண்டிருந்தன. தன்னிடம் சிக்கிக்கொண்ட துரதிர்ஷ்டம் பிடித்த இரையை உற்றுப் பார்த்துக் கொண்டிருக்கும் காட்டுப் பூனையைப் போல் அவளது பிரகாசமான நீலநிறக் கண்கள் பாவப்பட்ட அந்தப் பணியாளையே பார்த்துக் கொண்டிருந்தன. கணநேரம் அவள் தன் முழங்கால்களில் ஒரு பலவீனத்தை உணர்ந்தாள். அவளது உடல் முழுவதும் நடுங்கிக் கொண்டிருக்க, தான் செய்யவிருக்கும் செயலை எண்ணிப் பார்த்ததும் இரத்தம் உறைந்து போய்விடும் போலிருந்தது அவளுக்கு. வியர்வையில் குளித்திருந்த தன் முன் நெற்றியைப் பொறுமையின்றித் துடைத்துவிட்டுக் கொண்டபடியே இருந்தாள்.

அப்துல், தன் புகுந்த வீட்டாரிடம் கொண்டிருந்த விசுவாசத்தையும், அவனிடமிருந்த கடமை உணர்வையும் அவள் எப்போதுமே வியந்ததுண்டு. ஆனால் அவளுக்கு அப்போது வேறு எந்த வழியும் இருக்கவில்லை. அவள் கண்களில் ஈரம் கசிந்திருந்தது; ஆனாலும் தன் தேசத்துக்கு இன்னும் சிறிது காலம் சேவை செய்ய வேண்டுமென்றால் அவன் கையில் சிக்கியிருக்கும் சாட்சியத்தையும், சாட்சியாக இருந்த அவனையும் அவள் ஒருசேர அழித்தேயாக வேண்டும்.

"என்னை மன்னித்து விடு அப்துல், என் தாய்நாட்டுக்கே முதலிடம். தன் வலது காலை 'கேஸ்பெடல்' மீது அழுத்துவதற்கு முன்பு இவ்வாறு முணுமுணுத்துக் கொண்டாள் அவள்.

அப்துலின் முகம் திக்பிரமை பிடித்துக் கிடந்தது. ஒருவேளை அந்தப் பழைய காக்கி நிறத் தொப்பிக்குள் மறைந்து கிடந்த செஹ்மத்தின் முகத்தை அவன் இனம் கண்டு கொண்டிருக்கலாம். அந்தக் கனரக வாகனத்தில் சிக்கியபடி வயதான அந்த மனிதனின் உடல் சுக்கு நூறாக உடைந்து கொண்டிருந்ததைக் கேட்டபோது செஹ்மத்துக்கு வெளியே வந்து வாந்தி எடுக்கவேண்டும் போலிருந்தது.

வருத்தத்தைத் தூண்டக் கூடிய அந்த ஒலி, வாழ்நாள் முழுவதும் அவளுடனேயே இருந்தபடி எஞ்சிய அவளது வாழ்வை அலைக் கழிக்கப் போகிறது.

அந்தக் கனரக வாகனத்தை இன்னுமொரு கிலோமீட்டர் தூரம் வரை செலுத்திய பின், குறுகலான ஒரு சந்துக்குள் அதைத் திருப்பினாள் செஹ்மத். அழிவு வேலைக்கு உதவி செய்த அந்தப் பருத்த உலோக வண்டியைச் சட்டென நிறுத்திவிட்டு அதிலிருந்து குதித்தாள். பெரும்பாலும் இராணுவப் பிரிவைச் சார்ந்த கடைநிலை ஊழியர்களும், அதிகாரிகளின் பணியாட்களுமே அந்தப் பகுதியில் அதிகம் வசித்து வந்தனர். மங்கலான விளக்குகள் எரிந்து கொண்டிருந்த அந்தக் குறுகிய சந்துக்குள் விரைந்து சென்றாள்.

அச்சமூட்டும் அந்த இருளைத் தனக்குச் சாதகமாகப் பயன் படுத்திக் கொண்டு ஒரு சில வீடுகள் தாண்டி வேகமாக நடந்தாள். வரிசையாக இருந்த அந்த வீடுகளின் வாசலில் தொங்கிக் கொண்டிருந்த கொடிக் கம்பியிலிருந்து ஒரு 'புர்கா'வை உருவி எடுத்துக் கொண்டு அதற்குள் தன்னை மறைத்துக் கொண்டாள். தலை முதல் கால் வரை அது அவளை மறைத்துப் போர்த்தியிருந்தது. தான் செய்து முடித்த காரியத்தில் மனதை அலைக்கழிய விடாமல் கன்டோன்மென்ட் பகுதியை நோக்கிப் பதட்டத்தோடு விரைந்தாள்.

அந்தப் பகுதியின் ஒவ்வொரு மூலை முடுக்கையும் அவள் தனக்குப் பரிச்சயமாக்கி வைத்திருந்தாள். அதன் சந்து பொந்துகள், குறுக்கு வழிகள் என்று எல்லாமே அவளுக்குத் தெரிந்திருந்ததால் மாளிகையை அவளால் விரைவாக அடைந்து விட முடியும். நில வொளி இல்லாத அந்த அடர்த்தியான இருட்டில் கறுப்பு உருவமாக அவள் ஒளிந்து மறைந்து சென்று கொண்டிருந்தாள். சற்றுமுன் தான் இழைத்திருக்கும் மன்னிக்க முடியாத படுபாதகம் ஒன்றிலிருந்து தப்பித்து விலகிச் செல்ல தான் முயன்று கொண்டிருப்பதைப் போலத்தான் அவளுக்குத் தோன்றியது.

யுகக் கணக்கில் நீண்டு செல்வது போன்ற அந்த நடைக்குப் பிறகு ஒரு வழியாக அவள் மாளிகையை அடைந்தாள். பரந்து விரிந்து கிடந்த அந்த மாளிகையை அதன் பின் வாயில் வழியே அணுகிய அவள் சமையலறைக் கதவருகே சென்றாள். ஒரு கல்லை எடுத்துப் பின் வாயிலின் முதல்படி ஓரத்தை இலேசாகத் தட்டித் திறந்தாள். பிளாஸ்டிக் காகிதத்தால் சுற்றப்பட்ட ஒரு உலோக சாவி, உடைந்த படிக்கட்டுக்குள் இருந்தது. புகுந்த வீட்டுக்கு வந்த ஒரு வாரத்துக்குள்ளாகவே அவசர காலத்தில் தேவைப்படக் கூடுமென்ப தற்காக அந்தச் சாவியை அங்கே மறைத்து வைத்திருந்தாள் செஹ்மத்.

ஹரீந்தர் சிக்கா ❖ 113

கதவை ஓசைப்படாமல் திறந்த அவள், சுற்றுமுற்றும் கவன மாகப் பார்த்தாள். நல்ல வேளையாக அப்போது வீட்டில் யாரு மில்லை. சமையலறையைத் தாண்டி அங்கிருந்த புல்வெளிகள் வழியே பாதுகாப்பான தன் அறையை நோக்கி ஓடினாள். குளிய லறைக்குள் தன்னை அடைத்துப் பூட்டிக் கொண்ட பின்பு நெடுமூச் செறிந்தாள். அவளது தலைமுடி கலைந்து கிடந்தது. அப்போது அவளை எவராவது பார்த்தால் அவளது தோற்றத்தில் வித்தியாச மான ஏதோ ஒன்று ஒளிந்து கொண்டிருப்பதை எளிதாக இனம் கண்டுவிட முடியும். தண்ணீரை முகத்தில் வாரியிறைத்துக் கொண்டு உடைகளைக் கழற்றி விட்டு மங்கலாக விளக்கெரிந்து கொண்டிருந்த தன் அறைக்குள் நுழைந்தாள். குளியலறைக் கதவு திறந்து கிடந்தது. அந்த வெளிச்சத்தைக் கொண்டு உடலைக் கதகதப்பாக்கிக் கொள் ளும் கணப்படுப்பின் அருகே அமர்ந்தபடி, நடுங்கும் கரங்களால் அதைப் பற்ற வைத்தாள். பிறகு மீண்டும் குளியலறைக்குச் சென்று எல்லாக் குழாய்களையும் திறந்துவிட்டாள். தண்ணீர்த் தொட்டிக்குள் அமிழ்ந்தபடி தன் உடலைத் தேய்த்து விட்டுக் கொண்டபோது அன்று மாலை நடந்து முடிந்திருந்த நிகழ்ச்சியையும் அதோடு சேர்த்துக் கழுவி அகற்ற முயன்றாள்.

அவளது மனச்சாட்சி பெருஞ்சுமையாகக் கனத்துக் கொண்டி ருந்தது. அதன் அழுத்தம் தாங்க முடியாமல் தன் உடலைத் துடைத்த படி அவள் அழுது கொண்டிருந்தாள். பதினைந்து நிமிடம் சென்ற பின் குளியலறையிலிருந்து வெளியே வந்தாள் செஹ்மத். தான் எடுத்து வந்த 'புர்கா'வைக் கொண்டே வழிநடையையும், தன் அறை யையும் துடைத்திருந்தாள். அவளைக் காட்டிக் கொடுக்கக் கூடிய ஆதாரங்களாக இருந்த மண்சுவடுகளை அதன் வழி நீக்கியிருந்தாள். சில நிமிடங்களுக்குப் பிறகு குளியலறையிலிருந்த இணைப்புக் கம்பிகளையும் தளர்ந்து தொங்கிக் கொண்டிருந்த வயர்களையும் அகற்றினாள். 'புர்கா' துணியையும், தான் அப்போது அணிந்திருந்த வீட்டு உடைக்குள் பொதிந்து ஒரு மூட்டையாக்கி நெருப்புக்குள் வீசி எறிந்தாள். அந்த ஆதாரங்கள் அனைத்தும் முழுமையாக எரிந்து சாம்பலாகும் வரை அதனருகிலேயே அமர்ந்திருந்தாள். பொறுக்க இயலாத கால்வலியும், களைப்பு மிகுதியும் அவளை ஆட்கொண்டி ருந்தன.

தன் மாமனாரைப் பார்ப்பதற்கு விரைந்தது முதல் நடந்த சம்ப வங்கள் அனைத்தையும் அவள் மனம் ஓட்டிப் பார்த்துக் கொண்டி ருந்தது. அவள் மட்டும் இன்னும் சிறிது கவனத்தோடு இருந்திருந்தால் ஓர் உயிரை அழித்திருக்க வேண்டியிருக்காது. அந்தக் கொலைக் காட்சியை நினைவுகூர்ந்தபோது அப்துலின் கடைசித் தருணங்கள்

படிப்படியாக அவளுக்குள் எழுந்தன. அப்துலின் தலை மீது டிரக்கை மோதி, அதன் சக்கரங்களுக்கடியில் அவனைச் சிதைத்திருந்தாள் அவள். அவன் உடனடியாக இறந்திருப்பான் என்பதில் அவள் உறுதியாக இருந்தாள். டிரக்கைப் பற்றியும் அவள் அவ்வளவாகக் கவலைப்படவில்லை; இதற்குள் யாரேனும் அதைக் கண்டிருக்கக்கூடும். பொதுவாக வாகன ஓட்டிகளிடையே குடிப்பழக்கம் என்பது இயல்பான ஒன்றாகவே இருந்தது. வாகன ஓட்டிகளின் குடியிருப்புகளுக்கு அருகே அந்த வாகனம் நிறுத்தப்பட்டிருந்ததால், வாகனஓட்டி குடித்துவிட்டு வண்டி ஓட்டியதன் விளைவுதான் அந்த விபத்து என்று யாரும் எளிதாக நம்பிவிடுவார்கள். ஆனாலும் அப்துல் குறித்த ஏதோ ஒரு சந்தேகம் அவளைக் குடைந்து கொண்டு தான் இருந்தது. ஆனால் தற்போதைக்கு அவனது நிலை பற்றி அறிந்து கொள்ள அவளுக்கு எந்த வழியும் இல்லையென்பதால் மறுநாள் காலை வரை அவள் காத்திருக்க வேண்டியிருந்தது.

நடந்து முடிந்த செயல்பாடுகளில் மகிழ்ச்சி தரக் கூடியதாக இருந்த ஒன்றே ஒன்று, தன் கடமையை அவள் சரிவர நிறைவேற்றி விட்டாள் என்பதே. மிக முக்கியமான தகவலையும் கூட அவள் அனுப்பியிருந்தாள். அவளுடைய தந்தை இருந்திருந்தால் அவள் செய்த காரியத்தில் மிகவும் பெருமைப்பட்டிருப்பார். ஆனால் அந்தக் காரியம் வெளிப்படாமல் இருப்பதற்கு அவள் செய்த அந்தச் செயல் அவளுக்குத் தலைகுனிவு ஏற்படுத்தாமல் இருக்குமா என்பதைப் பற்றி அவளால் உறுதியாகச் சொல்ல முடியவில்லை.

11

அந்தக் குறிப்பை நூறாவது முறையாகப் படித்தார் மிர்.

'பாகிஸ்தானிய துருப்புக்கள் கச்சத்தீவு நோக்கி நகர்ந்து கொண் டிருக்கின்றன. போர் தவிர்க்க முடியாதது. நீர்மூழ்கிகள் கிழக்குக் கடற்பகுதியிலும் தயார் நிலையில். விமானந்தாங்கிக் கப்பல் தாக்கப் படப் போவது நிச்சயம். தொடர்புள்ள அனைத்தையும் கண்காணிக் கவும்.'

சுருக்கமான அந்தத் தகவல்கள் கூறிய செய்திகள் மிகவும் தீவிர மாகவே இருந்தன. தன் தாடையை வருடி விட்டுக் கொண்டே ஆழ்ந்த கவனத்துடன் நீர்மூழ்கிக் கப்பல்கள் நிறுத்தப்படக் கூடிய மிக ஆபத்தான பகுதிகளை ஆராய்ந்து கொண்டிருந்தார். அந்தப் பகுதிகளை வரைபடத்தில் வட்டமிட்டுக் காட்டி விட்டு ஒட்டு மொத்தமாக அதைப் பார்ப்பதற்காக சற்றே பின்னகர்ந்தார்.

செஹ்மத் கொடுத்த தகவல்களின்படி, பாகிஸ்தானிய நீர்மூழ்கிக் கப்பல்கள் இந்தியாவின் மேற்குக் கடற்பகுதியைப் பாதுகாத்து வரும் இந்தியக் கப்பல் படையின் பலத்த கண்காணிப்பையும் மீறி அரபிக் கடல் பகுதியில் இருந்ததோடு, கிழக்குக் கடற்படைக் காவலை மீறிய படி வங்காள விரிகுடாப் பகுதியிலும் இருப்பது புலப்பட்டது. அந்த அறிக்கையை மேலும் மேலும் ஆராய்ந்து கொண்டே சென்றபோது இந்தியா மீது போர் தொடுப்பதில் பாகிஸ்தான் மிக உறுதியாக இருப்பது மிர்ருக்குத் தெளிவாயிற்று. அரபிக்கடல் பகுதியில் தட்டுப் படும் அமெரிக்கப் போர்க் கப்பல்கள் தந்திருக்கும் ஆதரவும் கூட பாகிஸ்தான் அரசின் நம்பிக்கையைக் கூடுதலாக்கியிருக்கலாம்.

வரைபடத்தில் கூடிக் கொண்டே சென்ற சிவப்புப் புள்ளிகளை மிர்ரின் அலுவலகம் கவனமாகப் பார்த்துக் கொண்டிருந்தது. ஒவ் வொரு நாளும் பாகிஸ்தான் துருப்புக்கள் இந்திய எல்லைக்கு மிக அருகில் நெருங்கிக் கொண்டிருந்தன. தொடரப் போகும் அவர்களது தாக்குதலைச் சுட்டிக்காட்டும் வகையில் டேங்குகள், ஆயுதங்கள் ஆகிய பலவற்றையும் அவர்கள் கொண்டு வந்தபடி இருந்தனர்.

ஆனாலும் இந்தியத் தரப்பில் இருக்கும் பல விற்பன்னர்களும் போர்த் துறை குறித்த ஆய்வில் சிறந்திருப்பவர்களும் வெவ்வேறு விதமாகக் கருத்து வெளியிட்டார்கள். துருப்புக்களைக் குவிப்பது மட்டுமே ஒரு முழுமையான இந்தியா–பாகிஸ்தான் போருக்கு வழியமைத்து விடாது என்பது சிலரின் கருத்தாக இருந்தது.

'பாகிஸ்தான் வசம் போதிய தளவாடங்கள் இல்லை' என்று அவர்கள் உறுதியாகக் கூறினர். "இரு முனைகளிலும் ஒரே சமயத்தில் போரைத் தொடங்கித் தப்பிச் செல்ல பாகிஸ்தானால் முடியாது" என்று அவர்கள் திரும்பத் திரும்பக் கருத்து வெளியிட்டனர். தங்கள் வாதங்களுக்குப் பொருத்தமான காரணங்களையும் அந்தப் போர் ஆய்வாளர்கள் முன் வைத்தனர்.

அந்தச் சமயத்தில் பாகிஸ்தான், தன் உள்நாட்டுப் பூசலைத் தீர்ப் பதில் தீவிரமாக முனைந்திருந்தது. அதன் கிழக்கு மாகாணம் சிக்கல் களால் சீரழிந்து கொண்டிருந்தது. ஆட்சியாளர்கள் தங்களை மாற் றாந்தாய் மனப்பான்மையோடு நடத்துவதற்கு எதிராக அங்குள்ள பெருமளவு மக்கள் கிளர்ச்சியில் ஈடுபட்டிருந்தனர். அந்தக் கலவ ரத்தை அடக்குவதற்காக மிகப் பெரும் இராணுவப் படையையும் துணை இராணுவப் படைகளையும் பாகிஸ்தான் அரசு ஏற்பாடு செய்திருந்தது. டாக்காவில் ஒரு லெஃப்டினண்ட் ஜெனரலின் மேற் பார்வையின் கீழ் அவை செயல்பட்டுக் கொண்டிருந்தன. அந்தக் கிழக்கு மாகாணத்தை நிர்வகிப்பது கடும் சிக்கலாக இருந்தது. அதன் ஒருபுறம் இந்தியாவின் மிகப் பெரிய நிலப்பரப்பும், மறுபுறம் அதை விட விரிவான கடற்பரப்பும் இருந்ததால் அங்கே திறமையான ஆட்சி என்பது ஒரு கொடுங் கனவாக மட்டுமே இருந்தது. அங்கே தகவல் பரிமாற்ற வசதிகள் மிகவும் குறைவு. செலவினங்களோ கட்டுக் கடங்காதவை.

இப்படி, ஒருபுறம் தன் மிகப்பெரிய எதிரி நாடான இந்தியாவை சமாளித்துக் கொண்டே மறுபுறம் தங்களுக்குச் சொந்தமான மாகா ணத்தில் எழும் கலவரத்தையும் இராணுவ பலம் கொண்டு அடக்கு வதென்பது தர்க்கபூர்வமாகப் பார்க்கும்போது மிகவும் சிரமமானது. அதிலும் அந்த மாகாணமோ, பாகிஸ்தானின் மற்ற பகுதிகளிலிருந்து வெகுதூரம் தள்ளியிருக்கிறது. அதனால் கடல் வழியே நீர்மூழ்கிக் கப்பல்கள் கொண்டு இந்தியக் கடல் எல்லையை பாகிஸ்தான் தாக்கக்கூடும் என்ற செய்தியை எந்த அளவுக்கு நம்பி ஏற்பது என்பது, இந்தியத் தரப்பிலிருந்து யோசித்துப் பார்ப்பவர்களுக்குக் கடினமாக இருந்தது. மேலும் பருவகால அடிப்படையில் யோசித்துப் பார்த் தாலும் குளிர்காலம் போருக்கு ஏற்றதல்ல. வடபகுதியில் நிலவும் மிகக் குறைவான வெப்ப நிலையால் அளவு கடந்த துன்பங்கள் நேர வாய்ப்பிருக்கிறது. எனவே மிர் அளித்த புலனாய்வு அறிக்கைகளை

அப்படியே ஏற்றுக்கொள்ள முடியாமல் அங்கிருந்த போர் நிபுணர்கள் சற்று சந்தேகத்துடன் மட்டுமே அதை அணுகிக் கொண்டிருந்தனர்.

ஆனால் அவர்கள் வைத்த வாதங்கள் மிர்ருக்குத் திருப்தியளிக்க வில்லை. செஹ்மத் அளித்த தகவல், களத்திலிருந்து நேருக்கு நேராகத் திரட்டிய ஒன்று. மிகச் சுருக்கமாக, தெளிவாக இருக்கும் அந்தத் தகவலைப் புறக்கணித்து விட முடியாது. தான் முன்பு கைக்கொண்ட வழக்கத்துக்கு மாறாக, கடும் குளிர்காலத்தில் இந்தியாமீது போர் தொடுக்க பாகிஸ்தான் நினைக்கிறது என்று ஊகித்துக் கொள்வதே பொருத்தமாக இருக்கும். மேலும் மிர்ரின் எதிர்த்தரப்பு வேறு வகையாகவும் வாதம் செய்தது. இந்தியத் தரப்பு இவ்வாறு ஆச்சரியப் படுவதையே சாதகமாக்கிக் கொண்டு அடுத்தடுத்து மிக அதிகமான நாசவேலை செய்வது, போரை முடிவுக்குக் கொண்டு வருவதற்காக மேலை நாடுகளின் உதவியை நாடும் முன் அதை செய்து முடிப்பது, இவையே பாகிஸ்தானின் நோக்கமாக இருக்குமென அத்தரப்பு வாதிட்டது. இந்திய நாட்டின் பெருமையாகக் கருதப்படும் ஐ.என்.எஸ். விக்ராந்த் பிரிட்டனில் வடிவமைக்கப்பட்ட விமானம் தாங்கிக் கப்பல். இந்தியக் கொடி பறக்கும் முதன்மையான அந்தக் கப்பலை மூழ்கடிப்பதைப் போல இந்தியாவின் பெருமைக்கு ஊறு விளைவிக்கும் வேறு எந்தச் செயலும் இருக்க முடியாது.

தன்னுடைய இலக்கை அடைய வேண்டுமென்றால் பாகிஸ் தான் எந்த எல்லைக்கும் துணியக் கூடியது என்பதை முன்பே காட்டி யிருக்கிறது. ஒரு பக்கம் இந்தியாவுடன் பேச்சு வார்த்தை நடத்திக் கொண்டே அதே சமயத்தில் காஸி, ஹாங்கோர், மேங்ரோ ஆகிய போர்க் கப்பல்களையும் அது இந்தியக் கடல் எல்லைக்குள் முன்பு அனுப்பியிருக்கிறது.

சட்டென்று மூளையில் ஒரு யோசனை உதித்தது போலக் கப்பற்படைத் தலைவரின் அருகில் சென்றார் மிர். அப்போதுதான் ஏதோ ஒரு புதிரை விடுவித்தவரைப் போலத் தோன்றினார் அவர். எல்லாவற்றுக்கும் காரணம் மிகத் துணிச்சலான செஹ்மத் என்ற அந்தப் பெண்மணிதான்.

"நமக்குக் கிடைத்த தகவலுக்கு உரிய முக்கியத்துவம் அளித்து ஆபத்தான எல்லைக்கு அப்பால் 'விக்ராந்'தை நிறுத்துவதே எனக்குத் தோன்றும் வழி. அதன் பாதுகாப்பு பற்றி முழுமையாக உறுதிப் படுத்தப்படும் வரை, இதோ இந்த இடத்தில் அதை நிறுத்தலாம்" என்று கூறியபடி ஐ.என்.எஸ். விக்ராந்தின் ஒரு சிறிய 'மாதிரி' உருவத்தை எடுத்து வரைபடத்திலிருந்த கொச்சி துறைமுகத்தின் மீது வைத்தார் அவர். அந்தத் துறைமுகம் நீர்மூழ்கிக் கப்பல்களின் தாக்கு தலிலிருந்து பாதுகாக்கப்பட்ட ஒன்று. பிறகு, தான் வெளியிட்ட

மதிக்கத்தகுந்த ஆலோசனையை அட்மிரல் எவ்வாறு ஏற்றுக் கொள் கிறார் என்பதை அறிய விரும்புவது போல புருவத்தை உயர்த்தி அவ ரைப் பார்த்தார்.

இப்போது பதிலளிக்க வேண்டியது கப்பற்படைத் தலைவரின் முறை. கப்பற்படைக்குச் சொந்தமான படைக்கலன்கள் எப்போது, எங்கே நகர வேண்டும் என்பதைப் பொதுவாக இந்தியப் புலனாய்வுத் துறை முடிவு செய்துவிட முடியாது. வரைபடத்தில் எதிரி நீர்மூழ்கிக் கப்பல்கள் இருந்த இடங்களை ஆராய்ந்து பார்த்த பிறகு 'விக்ராந்'தின் அந்த 'மாதிரி' உருவத்தை கொச்சி துறைமுகத்தின் மேலிருந்து அகற்றி அந்தமான் துறைமுகத்தின் மீது வைத்தார் அவர். அவரது முகம் பதட்டத்தையும், வருத்தத்தையும் வெளிக்காட்டிக் கொண்டிருந்தது. அதில் அதிருப்தி ரேகைகள் படர்ந்திருந்தன.

"உங்கள் புலனாய்வு அறிக்கை சரியாக இருக்கக் கூடுமென்றே நம்புகிறேன் மிர். ஆனால் அந்த விமானந்தாங்கிக் கப்பலில் சில கொதிகலன் பிரச்சினைகள் இருக்கின்றன. இந்த நகர்வு அதை உண்மையிலேயே செயலற்றதாக்கிவிடும்."

"கிடைத்திருக்கும் தகவல் மிகச் சரியானது அட்மிரல்" என்று உடனே பதிலளித்தார் மிர்.

"நமக்கு முன்னெச்சரிக்கை கிடைத்திருப்பதால் உண்மையில் நாம் அதிர்ஷ்டசாலிகள். இந்த நீர்மூழ்கிக்கப்பல்களைக் கண்டறிவது அவ்வளவு சுலபமில்லை."

மிர்ரின் மனம் எல்லாத் திசைகளிலும் அலைபாய்ந்து கொண்டி ருந்தது. அவரது எண்ணங்கள் செஹ்மத்தின் பாதுகாப்பைச் சுற்றியே வட்டமிட்டுக் கொண்டிருந்தன. செஹ்மத், மிகப்பெரிய ஆபத்தில் இருக்கிறாள் என்பது அவருக்கு உறுதியாகத் தெரிந்தது. எதிரிகளின் ரிசீவர்களுக்குத் தப்பி இத்தனை பெரிய செய்தியை இவ்வளவு துல்லி யமாக அவளால் அனுப்பியிருக்க முடியாது. மேலும் கடந்த சில நாட்களாகவே 'செய் அல்லது செத்துமடி' என்பதைப் போல அவள் கொண்டிருக்கும் மனப்போக்கும் அவர் கொண்டிருந்த அச்சத்தை மேன்மேலும் கூடுதலாக்கியது. அங்கிருந்தவர்களிடம் மன்னிப்புக் கேட்டு விடை பெற்றபடி, அவர் அந்தப் போர் ஆலோசனை அறையி லிருந்து வெளியேறித் தன் அலுவலகம் நோக்கி விரைந்தார். பாகிஸ் தானில் இருக்கும் இந்தியத் தூதரகத்தைத் தொடர்பு கொள்ளப் பல முறை அவர் முயன்றபோதும் இணைப்பு கிடைக்கவில்லை. "உருப் படாத ஆட்கள்" என்று உரக்கக் கத்தியபடி இன்டர்காம் பொத் தானைத் தன் வலதுகட்டை விரலால் மிகக் கடுமையாக அழுத் தினார்.

அவரது உதவியாளரான ஜாவேத் அதைக் கேட்டுக் கலவர மடைந்தபடி உள்ளே ஓடி வந்தார்.

“இந்தியத் தூதரகத்தைக் கூப்பிடுங்கள். நாளைக்குக் காலை கிளம்பும் முதல் விமானத்தில் நான் இஸ்லாமாபாத் வருகிறேன் என்று சொல்லுங்கள்.”

“நல்லது சார்” என்று பதிலளித்த ஜாவேத், மிர்ரின் கையிலிருந்த ரிசீவரை வாங்கி அதற்குரிய இடத்தில் பொருத்தி வைத்தார். மிகவும் சோதனையான சூழ்நிலைகளிலும் கூட சமநிலையுடன் இருக்கும் தன் மேலதிகாரி, இப்படி அதிர்ச்சியடைவது மிகவும் அபூர்வமென்பதை அவர் உணர்ந்திருந்தார். பிறகு எதுவும் பேசாமல் அறையை விட்டு வெளியே சென்றார். சிறிது நேரம் சென்றபின், மிர்ரின் அன்றைய நாள் நிகழ்வுகள் பலவற்றை ரத்து செய்வதில் மும்முரமாக ஈடுபட்டிருந்தார் ஜாவேத். தன் மருமகள்களுக்காக மிர் ஏற்பாடு செய்திருந்த இரவு விருந்தும் அவற்றில் ஒன்று.

ஆலோசனை அறையில் இருந்த கடற்படைத் தலைவர், பிற அட்மிரல்களோடு சேர்ந்து பலவகையான திட்டங்களையும், வாய்ப்புக்களையும் பற்றி மூளையைக் கசக்கி ஆலோசனை செய்து கொண்டிருந்தார். இராணுவத்தின் பிற படைகளோடு ஒப்பிடுகையில் அவர்களது படை, அனுபவக் குறைவானது; சோதனைகளுக்கு உட்படாதது. விமானம் தாங்கிக் கப்பலான ஐ.என்.எஸ். விக்ராந்த் ஒன்று மட்டுமே கடல் நடுவிலிருந்தபடி வான்வழித் தாக்குதல்களை மேற்கொள்ளக் கூடிய முதன்மையான படைக்கலம். ஆனால் அதுவுமே கூட இப்போது நீர்மூழ்கிக் கப்பல்களின் தாக்குதலுக்காகக் குறிவைக்கப்பட்டுவிட்டது; எனவே அதை முதலில் பாதுகாத்தாக வேண்டும். கடலில் மிதக்கும் அந்த விமானம் தாங்கிக் கப்பலுக்கு ஏதேனும் ஆபத்து நேருமானால் கரையிலிருக்கும் ஆயிரக்கணக்கான உயிர்களுக்கு அழிவுநேரும் என்பதோடு பிற இராணுவப் படைகளின் ஊக்கத்தையும் குறைக்கும்.

பாகிஸ்தானைப் பொறுத்தவரை அவர்கள் வெறியோடு அடையக் காத்திருக்கும் ஒரு வெற்றிக் கோப்பை விக்ராந்த். இதற்கு முன் பலமுறை அதில் தோல்வியைச் சந்தித்திருப்பதால் அங்குள்ள தளபதிகள் எப்படியாவது அதை வீழ்த்தி விட வேண்டுமென்று கடுமையாக முயன்று கொண்டிருப்பார்கள்.

12

இராணுவ மருத்துவமனையில் அப்துலின் படுக்கைக்கருகே என்ன செய்வதென்று அறியாமல் திகைத்தபடி இருந்தார் மேஜர் மெஹ்பூப். அவனது தலையிலிருந்தும் சிதைந்து போன பிற பாகங்களிலிருந்தும் இரத்தம் வடிந்து கொண்டிருந்தது. மூச்சு மெல்ல வந்து போய்க் கொண்டிருந்தது. அவன் சிரமத்தோடுதான் சுவாசித்துக் கொண்டிருந்தான். அவனைக் கவனித்துக் கொண்டிருந்த மருத்துவர்கள் இனிமேல் நம்பிக்கைக்கு இடமில்லை என்று கூறி விட்டார்கள்.

"இத்தனை நேரம் இவன் உயிரோடிருப்பதே ஒரு அதிசயம்தான். ஆனால் இனிமேல் நம்பிக்கைக்கு இடமில்லை. ஒரு சில நிமிடங்கள் மட்டுமே அவன் தாக்குப் பிடிக்கக் கூடும். குடித்துவிட்டு வண்டி யோட்டும் தறுதலை ஜவான்கள் இந்த மாதிரி வேலையைப் பல காலமாய்ச் செய்து கொண்டிருக்கிறார்கள். இதுவும் அப்படித்தான் என்று தோன்றுகிறது. அது குறித்து நாம் தீவிரமாக ஏதாவது செய்தாக வேண்டும். அவன் திரும்பத் திரும்ப உங்கள் பெயரையே சொல்லிக் கொண்டிருந்தான். அது என்னவென்று புரிந்துகொள்ளவும் உங்களோடு தொடர்புபடுத்தி அதைப்பற்றி யோசிக்கவும் எங்களுக்குச் சிறிது நேரமாயிற்று. உங்களிடம் ஏதோ சொல்ல வேண்டுமென்று நினைக்கிறான் போலிருக்கிறது" என்று நம்பிக்கையில்லாமல் பேசினார் சர்ஜன். மேஜர் 'மெஹ்பூப்'பின் பொறுப்பில் அப்துலை விட்டுவிட்டு அறையை விட்டு வெளியேறும் போது இத்தகைய ஒழுங்கு மீறல்கள் அதிகமாகிக் கொண்டு வருவதைப் பற்றிப் புலம்பிக் கொண்டிருந்தார் அவர்.

"நன்றி கர்னல்" என்று மருத்துவருக்கு விடை கொடுத்து அனுப்பிவிட்டு அப்துலின் பக்கமாய்க் குனிந்தார் மேஜர் மெஹ்பூப். விசுவாசமான அந்த வேலைக்காரன் தன்னையே உற்றுப் பார்த்துக் கொண்டிருப்பது அவருக்கு ஆச்சரியமாக இருந்தது. அப்துலின் கண்களில் பயம் அப்பிக் கிடந்தது; அவனது உதடுகள் அவரிடம் எதையோ

சொல்ல முயன்று கொண்டிருந்தன. பிறகு மெல்ல அசைய முற்பட்ட அவர், போர்வைக்கு அடியிலிருந்து தன் வலக் கையை வெளியி லெடுத்தார். கை முழுவதும் அடர்த்தியான இரத்தம் தோய்ந்து, காய்ந்து போய்க் கிடந்தது. இறுக்கமாக மூடி வைத்திருந்த வலது உள்ளங்கையை, வலியின் வேதனையோடு திறந்து காட்டினார் அவர். உடைந்து போயிருந்த அவரது விரல் எலும்புகள் முறியும் சத்தம் அப்போது கேட்டது. அவரது கைக்குள் இரண்டு மிகச் சிறிய உலோகத் துண்டுகள் இருந்தன. அவற்றைத் தன் எஜமானரின் கையில் கொடுத் தார் அவர்.

அந்தத் துண்டுகளைத் தன் கையில் வாங்கிக் கொண்ட மெஹ்பூப், இறந்து கொண்டிருக்கும் அந்த மனிதன் சொல்ல வருவது என்ன வென்று அறிய முற்பட்டார்.

“அப்துல் என்ன இது? என்னிடம் சொல்” என்று மென்மை யாகக் கேட்டார்.

தன் சக்தியின் ஒவ்வொரு துளியையும் திரட்டியபடி அப்துல் அதற்குப் பதிலளிக்க முயற்சித்தார். அவரது உதடுகள் வேகமாக அசைந்தனவேயன்றி அதிலிருந்து எந்தச் சத்தமும் பிறக்கவில்லை. அவரது தலையில் மிகப் பலமாக அடிபட்டிருந்தது. அப்துலின் உதடு களுக்கு மிக அருகில் தன் காதைக் கொண்டு சென்றபடி குனிந்தார் மெஹ்பூப். இப்போது பேசுமாறு அவருக்கு நம்பிக்கையூட்டினார். அப்துல், தன் சக்தி முழுவதையும் திரட்டியபோதும் சத்தமே வராமல் மெல்ல “ஹ்ற ஹ்ற மத் மத்” என்று முணுமுணுக்க மட்டுமே அவரால் முடிந்தது. பிறகு பொறுக்க முடியாத வலியின் வேதனையோடு புலம்பியபடி மரண இருளுக்குள் மூழ்கிப் போனார் அவர்.

இன்னும் விரியத் திறந்த அந்தக் கண்களையும் தன் முகத்தையே பார்த்துக் கொண்டிருந்த பார்வையையும், அந்த மர்மத்தைக் கண்டுபிடிக்குமாறு அது வேண்டிக் கொண்டிருந்ததையுமே உற்றுப் பார்த்துக் கொண்டிருந்தார் மெஹ்பூப். “அப்துல்... அப்துல்... இரு. கொஞ்சம் பொறு என்னவென்று என்னிடம் சொல். தயவு செய்து அப்துல்” என்றபடி உயிரற்ற அந்த உடலை உலுக்கிக் கொண்டி ருந்தார் மெஹ்பூப். அப்துல் மீண்டும் உயிர் பெற்றெழுந்து தன்னைக் குழப்பத்தில் ஆழ்த்தியிருக்கும் அந்த உலோகத் துண்டுகள் பற்றி ஏதேனும் சொல்ல மாட்டாரா என்று எதிர்பார்த்துக் கொண்டி ருந்தார் அவர்.

அவர் போடும் சத்தத்தைக் கேட்டு உள்ளே வந்த மருத்துவர், இறந்த மனிதனிடமிருந்து ‘மெஹ்பூப்’பை மெல்ல விலக்கினார். தன்னைச் சமநிலைப்படுத்திக் கொண்டு, டாக்டரின் பிடியிலிருந்து தன்னை விடுவித்துக் கொண்ட மெஹ்பூப் அப்துலின் அருகே

திரும்பிச் சென்றார். தனது உள்ளங்கையை அப்துலின் நெற்றி மீது மென்மையாக வைத்தபடி, ஏதோ குற்றம் சாட்டுவதைப் போலிருந்த கண்களை மெல்ல மூடிவிட்டார்.

பிறகு தன் தலைத் தொப்பியைக் கழற்றிய மேஜர் சற்றுநேரம் அமைதியாக நின்று அவருக்கு மரியாதை செலுத்திவிட்டுத் தன் காருக்குத் திரும்பிச் சென்றார். அந்த உலோகத் துண்டுகள் இன்னும் கூட அவர் கையில் உறுத்திக் கொண்டுதான் இருந்தன. என்னதான் நடந்திருக்கக் கூடும் என்பதை அறிய மெஹ்பூப் முயன்றார். அப்துல் அவரிடம் என்ன சொல்ல நினைத்திருப்பான்? அது எதுவாக இருந்தாலும் மிக முக்கியமானதாக இருக்க வேண்டும் என்று மட்டும் 'மெஹ்பூப்'புக்கு தெரிந்திருந்தது. அப்துல் தன்னைப் பார்த்தேயாக வேண்டுமென்றுதான் விடாப்பிடியாக உயிரைப் பிடித்துக் கொண்டு இருந்திருக்கிறான். அவனுக்கு 'மெஹ்பூப்'பிடம் தெரிவிக்க ஏதோ ஒரு செய்தி இருந்தது. அப்துல் சொல்ல நினைத்த விஷயம், நிச்சயம் ஏதோ முக்கியமானதாக, இப்போது அவன் கையிலிருக்கும் அந்த உலோகத் துண்டுகள் தொடர்பாகத்தான் இருக்க வேண்டும். ஆனால் அந்த முதியவன் என்ன சொல்ல நினைத்திருந்தான். அந்த உலோகத் துண்டுகள் எங்கிருந்து வந்திருக்கும்?

வண்டியில் ஏறிச் சென்று கொண்டிருந்தபோது எந்நேரமும் இரத்தக்கறை படிந்த அந்தக் கறுப்புத் துண்டுகளையே பார்த்துக் கொண்டிருந்தார் அவர். அந்தத் துண்டுகளைப் பல விதமாகத் திருப்பியும் அழுத்தியும் பார்த்தார்; அவற்றை வளைக்கவும் முயற்சித்தார். அவர் தன் முயற்சியைத் தொடரத் தொடர அதிலுள்ள மர்மமும் அவருக்குப் பிடிகொடுக்காமல் விலகிப் போய்க்கொண்டே இருந்தது. மாளிகை முகப்பில் வண்டி நின்றதும், வண்டியிலிருந்து குதித்து இறங்கிப் பக்கவாட்டுக் கதவைத் திறந்து விட்டார் ஓட்டுநர். அப்போதும் கூட அந்த இரண்டு துண்டுகளையும் பரிசீலிப்பதிலேயே மூழ்கிக் கிடந்தார் மேஜர். அவரது தவத்தைக் கலைப்பது போல் 'சார்' என்று குரல் கொடுத்தார் ஓட்டுநர்.

கார் கதவை எரிச்சலோடு ஓசையெழ அடைத்தபடி, பணியாளர்களும் ஜவான்களும் துளைப்பது போல் தன்னைப் பார்த்துக் கொண்டிருக்க அவர்களைக் கடந்து நடந்து சென்றார் மெஹ்பூப். அவர் மிகுந்த தடுமாற்றத்தில் இருக்கிறார் என்பது வெளிப்படையாகத் தெரிந்தது. அப்துல் கூறிய கடைசிச் செய்தி இன்னதென்று இனம் பிரித்துப் பார்க்க அவர் மூளையைக் கசக்கிக் கொண்டிருந்தார். ஆனால் அதற்கு முதலோ, முடிவோ அவருக்குத் தெரியவில்லை. மிக ஆழமான இரகசியம் ஒன்றை மனதுக்குள் பொதிந்தபடியே இறந்து போயிருக்கிறான் அப்துல்.

ஹரீந்தர் சிக்கா ❖ 123

வீட்டின் பிரதான கூடத்தை அடைந்ததும், வீட்டுப் பணியாட்களை அழைத்து அந்தச் செய்தியைத் தெரிவித்தார் மெஹ்பூப். ஒவ்வொருவர் முகத்தையும் கூர்ந்து பார்த்தபடி சந்தேகப்படக் கூடிய ஏதாவது ஒரு பாவனை அதில் தென்படுகிறதா என்பதைக் கவனித்துக் கொண்டிருந்தார். அந்த முயற்சியிலும் தோற்றுப் போன பின் செஹ்மத்தை அழைத்து அப்துலின் மரணத்தைப் பற்றி அவளிடம் சொல்லிவிட்டு, அவன் மர்மத்தோடு விட்டுச் சென்றிருக்கும் அந்த இரு உலோகத் துண்டுகள் பற்றியும் குறிப்பிட்டார்.

அப்துலின் மரணத்தில் தனக்குத் திருப்தி ஏற்பட்டிருப்பதை வெளிக்காட்டி விடக் கூடாது என்று தனக்குத்தானே பயிற்சியளித்துக் கொண்டிருந்தாள் செஹ்மத். ஒருவேளை மேஜர் அவளைக் கூர்ந்து பார்த்திருந்தால் அந்த மோசமான செய்தியைக் கேட்டபோது அவள் முகம் உணர்ச்சியில்லாமல் இருந்ததைக் கண்டுபிடித்திருப்பார். ஆனால் அவர் வேறு ஏதோ யோசனையில் ஆழ்ந்திருந்ததால் தன் நெற்றியில் அரும்பிய வியர்வையைத் தன் முழங்கையால் அவள் துடைத்துக் கொண்டதை அவர் பார்க்கவில்லை. சட்டென்று அதிலிருந்து தன்னை விடுவித்துக் கொண்டவள் அந்தச் செய்திக்குரிய அதிர்ச்சியையும் துக்கத்தையும் வெளிப்படுத்தினாள். மேஜை மீது கிடந்த இரண்டு உலோகத் துண்டுகள் பற்றி ஏதும் அறியாதது போல பாவனை செய்தாள். ஆனால் உண்மை எதுவென்பதைக் கண்டுபிடிக்கும் வரை மேஜர் ஓயப் போவதில்லை என்பது செஹ்மத்துக்குத் தெளிவாகத் தெரிந்துவிட்டது.

"அப்துல் மிகக் கொடூரமாகக் கொலை செய்யப்பட்டிருக்கிறான்" என்று தன் மனைவி முனிராவிடம் திரும்பத் திரும்பச் சொல்லிக் கொண்டிருந்தார் அவர். அந்த மர்மம் இன்னதெனக் கண்டுபிடிக்குமாறு முனிராவும் தன் கணவரைத் தூண்டினார். அப்துலின் மரணச் செய்தி கேட்ட உடனேயே அவர்களது மாளிகைக்குத் திரும்பி வந்திருந்தார் முனிரா. தான் செய்த இரகசிய நடவடிக்கை வெளிப்பட்டு விடாமல் இருக்க வேண்டுமென்றால் கூடிய விரைவில் தன் மைத்துனரின் விதியையும் தான் முடிவு செய்தாக வேண்டுமென்பது இப்போது செஹ்மத்துக்குத் தெளிவாகியிருந்தது.

தன்னுடைய அறைக்குத் திரும்பிச் சென்று படுக்கையில் அமிழ்ந்தாள் செஹ்மத். தன் மீது பெரியதொரு பாரம் கவிந்து விட்டது போலிருந்தது அவளுக்கு. அப்துலைக் கொல்வது ஒரு கட்டாயத் தேவையாக இருந்தது. ஆனால் இப்போது அப்துல் இறுதியாகச் சொன்ன வார்த்தைகள் ஒருவேளை 'மெஹ்பூப்'புக்குச் சரியாக நினைவுக்கு வந்துவிடுமானால் அவள் தப்பிக்க வழியே இல்லை. இப்படிப்பட்ட சிக்கலான தருணங்களில் எந்த ஆபத்துக்கும் வழி செய்து கொண்டு விடக்கூடாது என்று உணர்ந்தாள் அவள். ஒருவேளை

இந்த சம்பவம் ஏற்படுத்திய அதிர்ச்சியிலிருந்து விடுபடும் போது, இறக்கும்நேரத்தில் அந்த வேலைக்காரன் சொன்ன வார்த்தைகள் மைத்துனருக்கு நினைவு வந்து விடலாம்.

அறைக்குள் குறுக்கும் நெடுக்குமாக உலவியபடி, தனக்கு வேறு வழியே இல்லை என்ற முடிவுக்கு வந்தாள் செஹ்மத். அந்தச் சம்பவம், சங்கிலித் தொடர் போன்ற பல நிகழ்வுகளைத் தூண்டி விட்டுவிட்டது. வேறு வழியில்லை தன் தேசத்தின் தலைவிதியைக் காக்க வேண்டுமென்றால் அவள் மீண்டும் ஒரு கொலையைச் செய்து தான் ஆகவேண்டும். ஒரு மணி நேரம் கழிந்தபின் அவள் ஒரு புர் காவை அணிந்துகொண்டு இறந்துபோன அப்துலுக்காக பிரார்த் தனை செய்யப்போவதாகச் சொல்லிவிட்டு ஜாமா மசூதிக்குச் சென் றாள்.

மசூதியின் ஜன நெருக்கடி மிகுந்த வாயில் ஒன்றைத் தேர்ந் தெடுத்த அவள், அருகிலிருந்த கட்டணத் தொலைபேசியகத்துக்குச் சென்று ஒரு எண்ணைச் சுழற்றினாள். தெருவைத் தெளிவாகப் பார்க்கக் கூடிய வகையில் வசதியான ஓரிடத்தில் நின்றுகொண்டு அவ்வாறு செய்தாள். அதை முடித்தபின் மசூதியின் அமைதியான ஓரிடத்திற்குச் சென்று சிறிது நேரம் போகட்டும் என்று காத்திருந் தாள். அரை மணிநேரம் கழிந்தபின் காத்துக் கொண்டிருந்த காருக் கருகே சென்றாள். காருக்குள் உட்காரப் போன நேரத்தில் இறைஞ்சும் தொனியில் ஒரு பெண்ணின் குரல் கேட்டு அவள் திரும்பிப் பார்த் தாள்.

"மேடம் தயவுசெய்து இந்தக் குடையை வாங்கிக் கொள்ளுங்கள். உங்களுக்குக் கையடக்கமாக, மிகவும் நன்றாக இருக்கும். இதை விற்றுப் பணம் கிடைத்தால்தான் என் குடும்பத்துக்குச் சாப்பாடு போட முடியும்."

செஹ்மத்தின் ஓட்டுநர், அவளருகே விரைந்தார். குடை விற்கும் பெண்மணி, அருகே வந்துவிடாமல் தடுத்தபடி காரில் ஏறிக் கொள்ளுமாறு செஹ்மத்திடம் கேட்டுக் கொண்டார். செஹ்மத்தும் அதற்கு உடன்படவே அவர் கதவை அடைத்துவிட்டு ஓட்டுநர் இருக் கைக்குத் திரும்பி விட்டார். காரை ஓட்டத் தொடங்கும் முன் ஜன்னல் வழியாக செஹ்மத் அந்தப் பெண்ணிடம் பேசிக் கொண்டி ருப்பது அவருக்குக் கேட்டது.

"இந்தக் குடைக்கு என்ன விலை வேண்டும்?"

"உங்களுக்கு மிகவும் நன்றி மேடம், நீங்கள் விரும்புவதைக் கொடுங்கள் போதும்."

செஹ்மத், தன் பர்ஸிலிருந்து நூறு ரூபாய் நோட்டுக்கள் இரண்டை உருவியெடுத்து அவளிடம் கொடுத்துவிட்டுக் குடையைப்

பெற்றுக் கொண்டாள். இப்படிப்பட்ட உருப்படியில்லாத ஒரு பொருளுக்கு இவ்வளவு அதிகமான பணம் தரவேண்டாம் என்று செஹ்மத்துக்கு ஆலோசனை தர விரும்பிய ஓட்டுநர் பாதியிலேயே சுருக்கமாக நிறுத்திக் கொண்டார். 'ம்... பணக்கார மனிதர்கள்' என்று தனக்குத்தானே வெறுப்போடு நினைத்துக் கொண்ட அவர் ஆக்ஸில ரேட்டரை அழுத்தினார். கூட்ட நெரிசல் மிகுந்த சாலையில் வண்டியை லாவகமாகச் செலுத்தியபடி செஹ்மத்தின் முகத்தைக் காரின் முன்புறக் கண்ணாடி வழி பார்த்தார். அவள் முகம் வெளுத்துப் போயிருந்தது. சோக சித்திரம் போல அது காட்சி தந்தது.

"நீங்கள் இவ்வளவு பணம் தந்திருக்க வேண்டாம்" என்று அன்போடு அவளைக் கடிந்து கொண்டார் ஓட்டுநர்.

"சும்மா இந்த ஆட்கள் மசூதியை சுற்றிப் பிச்சையெடுத்துக் கொண்டு அலைகிறார்கள் அவ்வளவுதான்" அவளது வருத்தம் தோய்ந்த முகத்தைப் பார்த்ததில் அவரது குரல் மென்மையாகியிருந்தது.

"அதைப் பற்றிப் பரவாயில்லை, பட்டினி கிடக்கும் ஒரு குடும்பத்துக்கு அப்துலின் பெயரால் உதவி செய்தேன், அவ்வளவு தான். இங்கிருந்து பிரிந்துசென்ற அந்த ஆன்மாவுக்கு இறைவன் நிம்மதி அளிக்கட்டும்" என்றாள் செஹ்மத். அவள் குரல் தாழ்ந்த தொனியுடன் உணர்ச்சிகரமாக இருந்தாலும் அந்த ஓட்டுநரின் காதுகளில் குயிலோசையோடு ஒலியெழுப்பும் கடிகார மணியைப் போல வெகுநேரம் கேட்டுக் கொண்டிருந்தது. செஹ்மத்தின் அந்தச் செயல் தன்னைப் பெரிதும் நெகிழ்த்திவிட்டதால் அதற்குமேல் அவர் உரையாடலைத் தொடரவில்லை. முன்னால் இருந்த கண்ணாடியில் தெரிந்த காரோட்டியின் முகத்தைப் பார்த்தபோது அவளது செயலை ஆமோதிக்கும் பாவமே அதில் நிறைந்திருந்ததை அவள் கண்டாள். அப்துலின் பெயரால் அவள் செய்த அந்தத் தர்மச் செயல் மாளிகையிலுள்ள எல்லோரிடமும் உடன் பரவிவிடக் கூடுமென்று அவள் நினைத்தாள். அப்படி நடக்க வேண்டுமென்பதே அவளது விருப்பமாகவும் இருந்தது; இப்போதைய குழப்பத்திலிருந்து தன்னை மீட்டுக் கொள்ள உதவும் ஒரு சின்னத் துணை கூட அவளுக்குத் தேவையான தாகத்தான் இருந்தது.

அறைக்குத் திரும்பி வந்த பின், கதவை அடைத்து விட்டு அந்தக் குடையைப் படுக்கை மீது வைத்தாள் செஹ்மத். பிறகு அதன் கைப்பிடியைக் கவனமாகப் பரிசீலித்தபடி ஒரு மிகச் சிறிய அழுத்தும் பொத்தான் அதிலிருப்பதைக் கண்டு கொண்டாள். கைப்பிடியை மெல்லக் கழற்றி அதற்குள் இருந்த உருளை வடிவ 'பாட்டில்' ஒன்றை வெளியிலெடுத்தாள். கையால் எழுதப்பட்ட ஒரு காகிதத்திற்குள் அது சுற்றி வைக்கப்பட்டிருந்தது. அதில் எழுதியிருந்ததை அவள் வாசித்துப் பார்த்தாள்.

‘இதிலிருக்கும் பொத்தானை அழுத்துவதன் வழியே கொஞ்சம் பாதரசத் துளிகளை மனித உடம்புக்குள் செலுத்த முடியும். அப் போது வலியிருக்காது என்றாலும் பாதரசம் விரைவாகவே வேலை செய்தபடி, ஒரு சில மணிநேரங்களில் அந்த மனிதனுக்கு மாரடைப்பை ஏற்படுத்தி விடும்.’

செஹ்மத் அந்தக் காகிதத் துண்டைச் சுக்கு நூறாகக் கிழித்துக் கழிவு நீர்த் தொட்டியிலிட்டு மூழ்கச் செய்தாள். அந்தக் காகிதத் துண்டுகள் முழுமையாக மூழ்கும் வரை கைப்பிடியைத் தாழ்த்தியே பிடித்திருந்தாள். குடைக்குள் இருக்கும் பாதரச உருளையை இயக்க, அதன் பிடியில் ஒரு மெல்லிய அழுத்தம் தந்தால் போதுமானது என்பதையும் அவள் அறிந்துகொண்டாள். பிறகு குடையைத் தன் அலமாரியின் பின்புறம் வைத்துப் பூட்டினாள்.

ஒரு மணிநேரத்திற்குப் பிறகு ஒரே ஒரு முறை அடித்து விட்டு டெலிபோன் நின்றுவிட்டது. சுறுசுறுப்படைந்த செஹ்மத் தொலை பேசியருகிலேயே அமர்ந்து கொண்டாள். அது மறுமுறை அடித்த போது அதை எடுத்துக் கிசுகிசுப்பான குரலில் மூச்சைப் பிடித்துக் கொண்டு இவ்வாறு பேசினாள்.

“ம்... சொல்லுங்கள் நான்தான்”

அடுத்த ஒரு சில நிமிடங்கள், மறுமுனையில் எவரோ பேசுவதை ஆழ்ந்து கேட்டுக் கொண்டிருந்தாள். பிறகு எதுவும் பதிலளிக்காமல் ரிசீவரைத் திரும்ப அதன் இடத்தில் வைத்தாள். அலமாரியில் வைத் திருந்த குடையை எடுத்துக் கொண்டு மிகச் சாதாரணமான ஒரு கைப்பையுடன் அதே காரில் வெளியே சென்றாள்.

“என்னை மெயின் பஜாருக்குக் கூட்டிச் செல்லுங்கள். ஏழைகளுக்குத் தருவதற்காக சில ஆடைகள் வாங்க விரும்புகிறேன். நாளை அப்பா திரும்பி வந்தபின் அவற்றை அவர்களுக்குக் கொடுக்க வசதியாக இருக்கும்” என்று காரோட்டியிடம் கூறினாள். அவரும் அதை ஏற்றுத் தலையசைத்தார். நேற்று உடைந்து போன அந்தத் தடுப்பு வேலியைக் கடந்தபோது வருத்தத்தோடு தலையை ஆட்டிக் கொண் டார் அவர்.

“இப்படிச் செய்ய வேண்டுமென்றால், நேற்றிரவு யாரோ மிக மோசமாகக் குடித்திருக்க வேண்டும் மேடம்” என்றபடி உரையாடலைத் தொடங்கியவர், தொடர்ந்து செஹ்மத் ஏதும் பேசாமல் இருந்ததால் அமைதியானார். மார்க்கெட்டை அடைந்தபின், பின்புற இருக்கையிலிருந்து கீழிறங்கிய செஹ்மத், தான் திரும்பி வரும் வரை கார் நிறுத்தத்தில் காத்திருக்குமாறு சொன்னாள். பிறகு மார்க் கெட்டுக்குள் சென்ற அவள், ஒரு பெண்கள் கழிப்பறைக்குள் முதலில்

நுழைந்தாள். சில நிமிடங்கள் சென்றபின் கறுப்பு புர்கா அணிந்த ஒரு பெண்மணி அங்கிருந்து வெளிப்பட்டாள். அவள் கையில் ஒரு குடை இருந்தது. மார்க்கெட்டைத் தாண்டி வெளியே சென்று ஒரு வாடகைக் காரை ஏற்பாடு செய்து கொண்டாள். பதினைந்து நிமிடங்களுக்குப் பிறகு 'மேற்பார்வைப் பிரிவு' அலுவலகத்தை நோக்கி வேகமாக நடந்து கொண்டிருந்தாள். அந்த வளாகத்திற்குள் நுழை வதற்கு முன்பு தன் கடிகாரத்தை ஒருமுறை பார்த்துக் கொண்டாள். படிகளில் ஏறி முதல் தளம் வரை சென்றவள் அடுத்த இருபது நிமிடங்கள் அங்கிருந்த திறந்த ஜன்னலருகே தவிப்போடு காத்திருந் தாள். அந்தக் கட்டிடத்தை நோக்கி வந்த கார் ஒன்று முகப்பில் நின்றது. காரின் கதவு திறந்துகொள்ள ஆழ்பச்சை நிற சீருடை அணிந்த இராணுவ அதிகாரி ஒருவர் அதிலிருந்து வெளிப்பட்டார். போர்ட்டிகோவிலிருந்த படிகளில் ஏறத் தொடங்கினார் அவர். கறுப்பு புர்காவில் இருந்த செஹ்மத், அதைச் சற்று மேலே தூக்கி சிறிது நேரம் அவரைக் கவனமாய்ப் பார்த்தபடி அவர் அந்த நபர் தானா என்பதை உறுதி செய்து கொண்டாள். பிறகு அந்த மெல்லிய துணியைக் கண்களுக்கு மேல் இழுத்து விட்டுக் கொண்டு மெல்லப் படியிறங்க ஆரம்பித்தாள்.

மறுபக்கத்திலிருந்து மேஜர் மெஹ்பூப் விரைவாக மேலேறி வந்து கொண்டிருந்தார். அவரது வலக் கையில் இருந்த பழுப்பு நிற உறைக்குள் என்ன இருந்தது என்பது செஹ்மத்துக்குத் தெரியும். அவரிடமிருந்து சில கஜ தூரம் தள்ளி நின்றபடி குடையின் கைப் பிடியோடு போராடுவது போல அவள் பாவனை செய்தாள். அவள் நின்று கொண்டிருந்த இடத்துக்கு அருகே மேஜர் மெஹ்பூப் வந்து சேர்ந்ததும் வேண்டுமென்றே அவர் மீது தடுமாறி விழுவதைப் போல பாவனை செய்தாள். கண்ணியமான மனிதரென்பதால் அவளைத் தன் கைகளால் தூக்கி விட்டு அவள் எழுந்து கொள்ள உதவி செய் தார்.

"ஐயோ அல்லாவே மன்னித்துக் கொள்ளுங்கள்" என்று கள்ளக் குரலில் சொல்லிவிட்டு தர்மசங்கடத்தோடு அங்கிருந்து அகன்று செல்வதுபோல பாவனை செய்தாள் செஹ்மத்.

முன்பின் தெரியாத அந்தப் பெண் கேட்ட மன்னிப்புக்கு ஒரு புன்னகையைப் பதிலாகத் தந்தபடி மேஜர் தொடர்ந்து நடந்து சென்றார். சற்று முன் தான் செய்த சிறிய சதித்திட்டம் எப்படி வேலை செய்கிறது என்று பார்ப்பதற்காகத் திரும்பினாள் செஹ்மத். மேஜர் அதே வேகத்தில் நடந்து சென்று கொண்டிருந்தாலும் தன் கையை இலேசாக சொறிந்து விட்டுக் கொண்டும் இருந்தார். கையில் இலேசாக ஏற்பட்ட புண்ணைப் பார்த்துக் கொண்டிருக்க அவருக்கு

நேரமில்லை. ஒரு சில விநாடிகளில் தாழ்வாரத்தின் கோடியை அடைந்திருந்தார் அவர். அவர் திரும்பிப் பார்க்கவில்லை. ஆனால் கட்டிட முகப்பில் நின்றபடி தன் மைத்துனரை இறுதியாக ஒரு முறை பார்த்துக் கொள்ள அவள் திரும்பினாள்.

சற்றுநேரம் அங்கேயே நின்றபடி விரைவாக நகர்ந்து செல்லும் உயரமான அந்த இளைஞரைப் பார்த்துக் கொண்டே இருந்தாள். அவரது அழகான மனைவியையும், சையீது குடும்பம் எதிர்ப்பட விருக்கும் அவலத்தையும் பற்றி எண்ணிப் பார்க்கையில் அவள் கன்னங்களில் கண்ணீர் வழிந்தோடியது.

"உங்கள் குருதிக்குத் தந்தாக வேண்டிய விலையை என் கை களிலும் ஆன்மாவிலும் சுமக்கிறேன் மெஹ்பூப் பாய். இப்படியொரு குற்றத்தைச் செய்துவிட்டு வாழ முடியுமா என்பது எனக்கே வியப் பாக இருக்கிறது" என்று தொலைவில் விலகிச் சென்ற அந்த உருவத் திடம் மானசீகமாகச் சொல்லிக் கொண்டாள் அவள்.

"உண்மையிலேயே இப்படிச் செய்ய வேண்டி வந்ததற்காக நான் வருத்தப்படுகிறேன். ஆனால் எனக்கு எப்போதும் என் நாடுதான் முக்கியம்."

செஹ்மத் சற்று தூரம் நடந்து சென்று, அதே மார்க்கெட்டுக்குத் திரும்பிச் செல்ல ஒரு வாடகைக்காரை ஏற்பாடு செய்துகொண்டாள். சில நிமிடங்கள் கழிந்த பின் அதே கழிப்பறையிலிருந்து வெளிப்பட்ட போது சம்பிரதாயமான அந்த புர்காவை அவள் அணிந்து கொண்டி ருக்கவில்லை. அதற்குப் பதிலாக ஏழைகளுக்குக் கொடுப்பதற்காக வாங்கிய ஆடைகள் அடங்கிய மிகப் பெரிய பொதி அவளிடம் இருந்தது. குடையும் அப்புறப்படுத்தப்பட்டு விட்டது. கழிப்பறையின் ஒவ்வொரு அங்குலத்தையும் எந்தக் கைரேகையும் வெளிப்படாதபடி சுத்தமாக நீக்கியிருந்தாள் அவள். குடையில் மீதமிருந்த பாதரசத் துளிகளைக் கழிப்பறைத் தொட்டிக்குள் ஊற்றிவிட்டு அது இருந்த பாட்டிலை இரு வெவ்வேறு குப்பைத் தொட்டிகளில் வீசி விட்டி ருந்தாள் அவள். இரண்டு மணிநேரம் சென்றபின் மாளிகையின் வரவேற்பறையில் தன் ஓரகத்தியோடு அமர்ந்தபடி, குடித்துவிட்டு வண்டி ஓட்டுவதென்பது அன்றாட வாடிக்கையாகி விட்டதைப் பற்றிப் பேசிக் கொண்டிருந்தாள்.

13

தளபதி சையீதும் மேஜர் இக்பாலும் அருகருகே அமர்ந்தபடி கூட்டம் கூட்டமாகத் தங்களைக் காண வரும் பார்வையாளர்களின் ஆறுதல் மொழிகளை ஏற்றுக் கொண்டிருந்தனர். அரசியல்வாதி களாலும், நிர்வாக அதிகாரிகளாலும், தொழிலதிபர்களாலும், இராணுவ அதிகாரிகளாலும் அந்த மாளிகை வளாகம் நிரம்பி இருந்தது. மேஜர் மெஹ்பூப் சையீதுக்கு இறுதி மரியாதை செலுத்து வதற்கு வந்தவர்கள் அவர்கள். தளபதி மனம் தளர்ந்து போயிருந்தார். இராணுவ மருத்துவமனையிலிருந்த மருத்துவர்கள், அது கடுமையான மாரடைப்பால் ஏற்பட்ட மரணம் என்று சொல்லியிருந்தாலும் அவர் களது விசுவாசத்திற்குரிய பணியாளனான அப்துலுக்கு நேர்ந்த எதிர் பாராத விபத்தால் ஏற்பட்ட அதிர்ச்சியே அதற்குக் காரணமாக இருந் திருக்கக் கூடும் என்று இரண்டையும் இணைத்துப் பார்த்தாள் முனிரா.

ஒரு தந்தையின் நிலைக்கும், ஐ.எஸ்.ஐ. பிரிவின் இரண்டாவது நிலையில் இருப்பவர் என்ற உயர் பதவிக்கும் இடையே வதைபட்டுக் கொண்டிருந்தார் தளபதி சையீது. அண்டை நாட்டோடு போரை இறுதியாக்கும் நடவடிக்கைக்கு நடுவில் ஐ.எஸ்.ஐ. அப்போது இருந்தது. இரண்டு இறுதிச் சடங்குகளுக்கும் சேர்த்து அவரால் மிகச் சிறிய ஒரு விடுப்பை மட்டுமே எடுத்துக்கொள்ள முடிந்தது. வீட்டில் இரண்டு துக்க நிகழ்வுகள் நடந்து முடிந்திருந்தபோதும் அவருக்குத் தொலைபேசி அழைப்பு தொடர்ந்தபடியே இருந்தது. தனக்குத் தரப்பட்ட உத்தரவுகளைக் கேட்டுக் கொண்டும், முக்கியமான விஷயங்கள் குறித்துப் பிறரோடு பேசிக்கொண்டும் இருந்தார் அவர். அவர் உடலின் ஒவ்வொரு அங்கமும் அவருக்கிருந்த வேலை அழுத்தத்தையும், களைப்பையும் வெளிப்படுத்திக் கொண்டிருந்தது. இரவு முழுவதும் அவரை அலைக்கழித்த மூத்த மகனின் இறப்புச் செய்தியிலிருந்து அவரால் வெளியே வர முடியவில்லை. உற்சாக மான தளபதி வயதானவரைப் போல் ஆகியிருந்தார்.

நடக்கவேண்டிய சடங்கு, சம்பிரதாயங்களை மேஜர் இக்பால் கவனித்துக் கொண்டிருந்தார். தளபதி சையீதோ வரவேற்பறைக்கும்,

படிப்பறைக்குமாய் மாறிமாறி இழுபட்டுக் கொண்டிருந்தார். ஒருபுறம் தன்னைக் காண வரும் முக்கியமான நபர்களைப் பார்த்துக் கொண்டும் மறுபுறம் போர் முனையில் நடந்து கொண்டிருக்கும் முக்கிய செய்திகளை உடனுக்குடன் அறிந்து கொண்டும் இருந்தார் அவர். செஹ்மத் ஓர் ஓரமாக இருந்தபடி மேஜர் 'மெஹபூப்'பின் விதவை மனைவியைக் கவனித்துக் கொண்டிருந்தாள். நேரம் அவளுக்குச் சாதகமாக இருந்தது. தன் கையில் சிக்கும் மிகச் சிறிய தகவலுக்குக் கூட மிகப் பெரிய முக்கியத்துவம் உண்டென்பதை அவள் அறிந்திருந்தாள். தன்னுடைய துயரமிகுதியில் தளபதி சற்று கவனக்குறைவாக இருந்தார். சில வேளைகளில் மிக முக்கியமான கோப்புகளைக் கூடப் பாதுகாப்பாகப் பூட்டி வைக்காமல் மேஜையில் அப்படியே போட்டு வைத்திருந்தார்.

செஹ்மத் இப்படி ஒரு நேரத்துக்காகத்தான் காத்துக் கொண்டிருந்தாள். அவளைக் கண்காணிக்க அப்துலும் கூட அங்கே இல்லை. வீட்டு நபர்களும், வேலைக்காரர்களும் உறவினர்களும் முடிவே இல்லாமல் வீட்டுக்கு வந்து கொண்டிருக்கும் துக்கம் விசாரிப்பவர்களோடு பேசுவதில் மும்முரமாயிருந்தனர். இந்த வாய்ப்பைப் பயன்படுத்திக் கொண்டு தளபதியின் படிப்பறைக்குள் அடிக்கடி நழுவிச் சென்றபடி அங்கிருந்த முக்கியமான பல ஆவணங்களை அலசி ஆராய்ந்து கொண்டிருந்தாள் செஹ்மத்.

இரண்டாவது நாளன்று தளபதி சையீத் மிகவும் களைத்துப் போய்ச் சோர்ந்து விழுந்து விடுபவர் போலிருந்தார். அந்தத் தருணத்தைச் சரியாகப் பயன்படுத்திக் கொண்ட செஹ்மத், அவரது மேஜையிலிருக்கும் தேவையில்லாதவற்றை சுத்தம் செய்து, அவரது கைப்பெட்டியில் முக்கியமான பொருட்களை எடுத்து வைக்க உதவுவதாகக் கூறினாள். மனதளவில் அசந்து போய் உணர்வுகளெல்லாம் வடிந்த நிலையில் இருந்த தளபதியால் அதை மறுக்க முடியவில்லை.

பாகிஸ்தான் பிரதமருக்கு அனுப்பியாக வேண்டிய இரகசியமான இரண்டு கடித உறைகளை சீல் வைத்து மூட செஹ்மத் அவருக்கு உதவினாள். அதே நேரத்தில் அவற்றிலிருக்கும் செய்திகள் என்னவென்பதையும் பார்த்துக் கொண்டாள். இந்தியா எந்த அளவுக்குப் போர் ஆயத்தத்தோடு இருக்கிறது என்பது குறித்தும் அதன் அரசியல் மாற்றங்கள், இராணுவ நிலைப்பாடுகள் ஆகியவை பற்றியும் பல முக்கியமான தகவல்கள் அந்த இரண்டு கடிதங்களில் இருந்தன. புது தில்லியில் ஆங்காங்கே இருந்தபடி ஐ.எஸ்.ஐ. அமைப்புக்கு முக்கியமான செய்திகளைத் தந்து கொண்டிருக்கும் இரகசிய உளவாளிகள் பற்றிய தகவல்களும் அவற்றில் இருந்தன. அவர்கள் பாதுகாப்பான இடங்களில் வைக்கப்பட வேண்டும் என்ற செய்திகளும் அவற்றில் இருந்தன. இம்முறை இன்னும் சிறப்பான முறையில், எந்த ஒரு சிறு தவறும் நடந்துவிடக் கூடாத வகையில்

தகவலைக் கொண்டு சேர்க்கும் வழியை அவள் யோசித்தாக வேண்டி யிருந்தது. தன்னுடைய அனுபவத்தின் மூலம் தனக்குக் கிடைத் திருக்கும் செய்தியின் மதிப்பை அவள் புரிந்து வைத்திருந்தாள். இந்தியத் தூதரகத்துக்கு அழைக்கும் தொலைபேசி இணைப்புக்கள் எல்லாமே ஒட்டுக் கேட்கப்படும் என்றும் அவளுக்குத் தெரிந்தி ருந்தது. இப்போது எந்த வகையான தகவல் பரிமாற்றமும் ஆபத் தானதுதான். ஆனாலும் அவள் ஒரு மாற்று வழியைக் கண்டுபிடித் தாக வேண்டும். இந்தச் சிக்கலான சூழ்நிலை அவளைச் சங்கடப் படுத்தியது. ஒரு முடிவை எட்டும் வரை அவள் தன் மூளையைப் போட்டுக் குழப்பிக் கொண்டே இருந்தாள்.

இறுதி ஊர்வலம் நீளமாக இருந்தாலும், உடலை ஏற்றி வந்த வாகனம் இறுதிச் சடங்கு நடக்குமிடத்துக்கு வேகமாக வந்து சேர்ந்து விட்டது. அங்கே இரு உடல்களும் அருகருகே அடக்கம் செய்யப் பட்டன. சிறிது நேரம் பிரார்த்தனை செய்தபின் வந்திருந்தவர்களெல் லாம் கிளம்பிப் போன பின், மலர் வளையங்களிலிருந்த பெயர்ச் சீட்டுக்களை உருவியெடுத்தான் இக்பால். அவர்களுக்கெல்லாம் பிறகு நன்றி தெரிவிக்கும் அட்டையை அனுப்பியாக வேண்டும்.

அதே நேரத்தில் ‘மெஹ்பூப்’பின் மனைவிக்குத் துணையிருக்கும் வகையில் அங்கே காத்திருந்த காருக்கருகே சென்ற செஹ்மத், பின்புற இருக்கையில் அமர அவளுக்கு உதவினாள். முனிரா மன ஆறுதல் பெறத் துணையாக இருப்பதை விட இப்போது கிடைத்த புதிய தகவ லிலேயே அவளது மனம்குவிந்திருந்தது. முனிராவுக்குப் பக்கத்தில் உட்கார்ந்து கொண்ட செஹ்மத், அவள் சற்று சௌகரியமாக அமர்ந்து கொண்டபின் இவ்வாறு கேட்டாள்.

“நாம் இருவரும் வீட்டுக்குச் செல்வதற்கு முன் அருகிலிருக்கும் மசூதிக்குச் சென்று தொழுதுவிட்டுப் போனாலென்ன?” முனிரா அந்த யோசனையை ஏற்றுக்கொள்ளக் கூடுமென்ற நம்பிக்கையோடு செஹ்மத்தின் கண்கள் அவள் மீதே குவிந்திருந்தன.

ஆனால் முனிராவோ “வேண்டாம் செஹ்மத். எனக்கு மிகவும் மனச் சோர்வாக இருக்கிறது. வீட்டுக்குப் போனால் நல்லது.”

“சரி முனிரா, உங்கள் விருப்பம். நம்மை விட்டுப் பிரிந்து சென்று விட்ட ஆத்மாக்களுக்காக இறைவனிடம் வேண்டிக் கொள்ளலாம் என்று நினைத்தேன். சரி இன்னொரு தடவை பார்த்துக் கொள்ள லாம்.”

சில நிமிடங்கள் கழிந்தபின் முனிரா செஹ்மத்தின் கையைப் பற்றிக்கொண்டு அவளைத் தன்னருகே நெருக்கமாக இழுத்துக் கொண்டபடி மெல்லிய குரலில் இவ்வாறு முணுமுணுத்தாள்.

“மேஜர் ‘மெஹ்பூப்’பின் ஆத்மா நிம்மதியடைய நாம் மசூதிக்குப் போவதுதான் நல்லதோ?”

செஹ்மத் உடனே காரோட்டியை அங்கே செல்லுமாறு பணித்தாள். மிக மிக வேகமாகப் படபடத்துக் கொண்டிருந்த தன் இதயத்தின் பதட்டம் வெளியில் தெரியாமலிருக்க அவள் மிகவும் பாடுபட்டுக் கொண்டிருந்தாள். அரை மணி நேரம் சென்றபின் அந்த இரண்டு பெண்களும் காரை விட்டிறங்கி மசூதியின் படிகளில் ஏறிக் கொண்டிருந்தனர். தலை முதல் கால் வரை கறுப்பு புர்கா அவர் களைப் போர்த்தியிருந்ததால், தங்களைப் போன்ற உடையணிந்த நிறையப் பெண்களுடன் அவர்கள் எளிதாகக் கலந்து மறைந்தனர். கடைசிப் படிக்கட்டில் அவர்கள் ஏறிக் கொண்டிருந்த போது, அருகி லிருக்கும் பூக்காரரிடம் ஓடிச்சென்று தான் பூக்கள் வாங்கிக் கொண்டு வருவதாகவும் முனிராவைத் தொடர்ந்து செல்லுமாறும் கேட்டுக் கொண்டாள் அவள். அந்த இளம் விதவை பதிலளிக்கும் வரை காத்துக் கொண்டிராமல் விரைந்து திரும்பிப் படிகளில் இறங்கத் தொடங்கினாள் செஹ்மத். அவரவரிடமிருந்த பூக்களை வாங்குமாறு உரத்த சத்தத்தில் பூக்காரர்கள் கூவிக் கொண்டிருந் தார்கள். ஒரு மிகப் பெரிய பூக்கூடையை ஆயத்தம் செய்யுமாறு கூறிய செஹ்மத், அதற்கு முன்பணம் தந்து விட்டுத் தான் திரும்பி வரும்போது அதைத் தயாராக வைக்குமாறு கூறினாள். பிறகு கண்ணில்பட்ட முதல் கட்டணத் தொலைபேசியகத்துக்குச் சென் றாள். அவளுக்கு ஏமாற்றம் தரும் வகையில் அங்கிருந்த தொலைபேசி இயங்கவில்லை.

அக்கம்பக்கத்தில் வேறெந்தத் தொலைபேசியகமும் கண்ணில் படாததால் மிக முக்கியமான அந்த அழைப்பைச் செய்ய ஒரு கடை யாவது கிடைக்குமா என்று தேடினாள். கிட்டத்தட்ட கலவரத்தில் உறைந்து போயிருந்தாள் அவள். இறுதியாக ஒரு கடை அவள் கண்ணில் பட்டது. கடைக்காரன் எழுதப் படிக்கத் தெரியாதவனைப் போல இருந்தான். வயதானவனாக இருந்த அவன், கடையிலிருந்த வெற்றிலை அடுக்குகளின் மீது தண்ணீரைத் தெளிப்பதில் மும்முர மாக முனைந்திருந்தான். அவன் அணிந்திருந்த ஆடையும், நீண்டு தொங்கிய அவனது தாடியும் மசூதியில் இருக்கும் மௌல்வியைப் போன்ற தோற்றத்தை அவனுக்கு அளித்தன. எதைப் பற்றியும் அவ்வளவாகச் சட்டை செய்யாத பாவனையுடன் இருந்த அவன், தன் வாடிக்கையாளர்களிடம் சற்று இறுக்கமாகவே நடந்து கொண் டான். சுருக்கமாக மட்டுமே பேசினான். இப்போதைய சூழலில் கிடைப்பதைப் பிடித்துக் கொள்ள வேண்டுமென்ற நிலையில் இருந்த செஹ்மத்துக்கு அவனை விட்டால் வேறு வழியில்லை.

"கான் சாகிப் உங்கள் தொலைபேசியைக் கொஞ்சம் உபயோகித்துக் கொள்ளலாமா" என்று அவனிடம் கேட்டாள். கடைக்காரரை வழிக்குக் கொண்டு வர அவள் கூடுதல் சிரத்தை எடுத்துக் கொள்வது, அவள் தன் பேச்சைத் தொடங்கிய முறையிலேயே தெரிந்தது.

'புர்கா' அணிந்த அந்தப் பெண்மணியைக் கடுமையாக உறுத்துப்பார்த்த அந்த முதியவன் அதற்கு உடன்படவில்லை என்பது பட்டவர்த்தனமாகத் தெரிந்தது. "எந்த இடத்துக்குக் கூப்பிட வேண்டும்... யாருக்குக் கூப்பிட வேண்டும்" என்று கேட்டான். அவன் குரல் எரிச்சலும், கடுமையுமாக இருந்தது. தூய உருது மொழியில் பேசினான் அவன்.

"கான் சாகிப் என் கணவர் வந்து என்னைக் கூட்டிப் போக வேண்டும் இப்போதே நேரம் அதிகம் ஆகிவிட்டது. உங்கள் தொலைபேசியை நான் கொஞ்சம் பயன்படுத்திக் கொள்ளலாமா?" இவ்வாறு கேட்டபடியே தன் கைப்பையிலிருந்து ஐந்துரூபாய் நோட்டு ஒன்றை உருவியெடுத்து அந்தப் பெட்டிக் கடைக்காரரிடம் அளித்தாள். ஆனால் அந்தக் கிழவன் அதை இன்னும் முழுமையாக ஏற்றுக் கொள்ளவில்லை. சாதாரணமாகச் செய்யும் அழைப்புக்கான கட்டணத்தை விடப் பல மடங்கு கூடுதலாக இருந்த அந்தப் பணத்தைப் பெற்றுக் கொண்ட அவன் "எண்ணை என்னிடம் காட்டு நான் முயற்சிக்கிறேன்" என்றான்.

செஹ்மத்துக்கு வேறு வழியில்லை. உடனே தன் கைப் பையிலிருந்து ஒரு துண்டுச் சீட்டை எடுத்து இந்தியத் தூதரகத்தின் முதன்மைச் செயலாளரின் எண்ணை அதில் கிறுக்கி வேண்டா வெறுப்பாக அவனிடம் தந்தாள். பதட்டத்தோடு தெரிந்த தன் வாடிக்கையாளரைப் பார்த்துக்கொண்டே எவ்வளவு முடியுமோ அவ்வளவு மெதுவாக எண்களைச் சுழற்றிக் கொண்டிருந்தான் கடைக்காரன். ஒருவேளை இந்தியர்களுக்கு எதிராக அங்கே இயங்கும் புலனாய்வு அமைப்பில் அவனும் கூட ஒரு அங்கமாக இருப்பானோ... அதனால் தான் தான் கைது செய்யப்படுவதற்காக நேரத்தை நீட்டித்துக் கொண்டு போகிறானோ என்றும் கூட ஒரு சமயம் செஹ்மத்துக்குத் தோன்றத் தொடங்கி விட்டது. போர்த்தியிருந்த அங்கிக்குள் அவளுக்கு மிகவும் வியர்த்தது; அது வெளிப்படவும் தொடங்கியிருந்தது. நனைந்த மெலிதான அந்தத் துணி அவளது முன் நெற்றியில் ஒட்டிக் கொண்டிருந்தது; அதிலிருந்து வியர்வைத் துளிகள் வெளியே வழிந்து கொண்டிருந்தன.

"ஹலோ யார் பேசுறீங்க" என்று உரத்த, உறுமும் குரலில் கேட்டான் கிழவன். அவன் குரல், அருகிலிருந்த பெட்டிக் கடைக்காரர்கள் பலரையும் திரும்பிப் பார்க்க வைக்கும்படி இருந்தது. செஹ்மத்துக்குக் கூச்சமாக இருந்தது. பதிலுக்காக அவன் காத்திருந்தான்;

ஆனால் அந்த அழைப்பு 'சட்' டென்று துண்டிக்கப்பட்டிருந்தது. ரீசீவரை வைத்தபடி கடுமையாக ஏதோ முணு முணுத்துக் கொண்டே மீண்டும் எண்களைச் சுழற்றினான். இம்முறை கடுமை யான குரல் ஒன்று அவனை எதிர்கொண்டது; அந்த அழைப்பும் சட்டென்று துண்டிக்கப்பட்டு விட்டது.

"சே என்ன மனுஷன் இவன்? நான் சொல்வதைக் காதிலே கேட்டுக்காமலே கத்த ஆரம்பிக்கிறான். ஒரு நாகரிகம் பண்பாடு மரியாதை ஏதுமில்லை? உன்னோட வீட்டுக்காரன் ஏன் இப்படி இருக்கான் பேகம் சாகிபா?"

"கான் சாகிப் நான் வேண்டுமானால் முயற்சி செய்து பார்க் கட்டுமா? என் கணவரைப் பற்றி எனக்கு நன்றாகத் தெரியும். அவர் ஒருவேளை வேலை அழுத்தத்தில் இருக்கலாம். ஆனால் என்னுடன் பேசாமல் இருக்கமாட்டார்" கடையைத் தாண்டிச் செல்பவர்களின் காதில் விழுந்து விடாதபடி மிக மென்மையாகப் பேசினாள் செஹ்மத். கிழவன், தன் தாடியைச் சொறிந்து கொண்டு சிறிது நேரம் யோசித்தான். ஒரு சில நிமிடங்கள் அவளுக்குத் தவிப்புடன் கழிந்தன. பிறகு அவளிடம் இவ்வாறு சொன்னான்.

"சரி சரி முயற்சி செய்து பார். ஆனால் அதிக நேரம் எடுத்துக் கொண்டு விடாதே."

செஹ்மத், தன் இரண்டு கைகளாலும் ரிசீவரைப் பிடித்துக் கொண்டு எண்ணை சுழற்றிவிட்டுப் பொறுமையாகக் காத்திருந்தாள். மறுமுனையில் மணி அடித்துக் கொண்டே இருந்தது. அவளிடம் வியர்வைத் துளிகள் தொடர்ந்து பெருகிய வண்ணம் இருந்தன. அவற்றால் அந்த மெல்லிய முக்காட்டுத் துணி முழுவதும் நனைந்து போயிருந்தது. இறுதியில் ஒரு குரல் கேட்டது. முதன்மைச் செய லாளரேதான்.

"ஸுலூ405. இது அவசரமான செய்தி" என்று மிக வேகமான ஆங்கிலத்தில் அவனுக்குப் புரியக் கூடாதென்று எண்ணியபடி அவள் பேசினாள். அதே சமயம் பின்புறம் திரும்பிப் பார்த்துத் தொலைபேசியைக் கையால் பொத்திக் கொண்டு அந்தக் கிழவனோ, வேறெவருமோ அதை ஒட்டுக் கேட்டு விடாதபடி கவனமாகப் பேசினாள்.

மிகச் சுருக்கமான குறியீட்டுச் சொற்களைப் பயன்படுத்தியபடி சந்திப்புக்கான நேரத்தைக் குறித்தபின் தொலைபேசியை அதன் இடத்தில் வைத்து விட்டுக் கிழவனுக்கு நன்றி சொன்னாள். மீதமுள்ள காசை அவனே வைத்துக் கொள்ளலாமென்று அவள் சொன்னபோது அதற்கு அவன் எந்த எதிர்வினையும் காட்டவில்லை. செஹ்மத் கூட்ட நெரிசல் மிகுந்த சந்தில் விரைந்து பூக்கடையை அடைந்தாள். பூக்கூடையை எடுத்துக்கொண்டு மசூதிப் படிகளுக்கு

இட்டுச் செல்லும் குறுகலான வழியில் விரைந்து சென்றபோது முனிரா பொறுமையிழந்தபடி தனக்காகக் காத்திருப்பதைக் கண்டாள்.

"ஏன் இவ்வளவு நேரம்" என்று கேட்டாள் முனிரா.

"கூட்டம் அதிகம்" என்று தன் முகபாவனையை அநாதரவாக வைத்துக் கொண்டபடி பதில் சொன்னாள் செஹ்மத்.

வீடு திரும்பும் வழியில் கூட்ட நெரிசல் மிகுந்த அந்த மார்க்கெட்டைச் சுற்றி வளைத்தபடி நிறைய போலீஸ் ஜீப்புகள் வரிசையாக அணிவகுத்து வருவதைக் கண்டாள் செஹ்மத். தொலைபேசி உரையாடலைப் புலனாய்வு அமைப்புக்கள் கண்காணித்திருக்க வேண்டுமென்பதும் சீக்கிரமாகவே அந்தக் கிழவனை அவர்கள் பிடித்துவிடக் கூடுமென்பதும் செஹ்மத்துக்குத் தெளிவாகத் தெரிந்தது. ஆனால் அந்தத் தொலைபேசி அழைப்பு எங்கிருந்து செய்யப்பட்டிருக்கிறது என்பதைக் கண்டுபிடிப்பதில் காவல்துறை காட்டிய வேகம்தான் அவளைப் பெரிதும் வியப்பில் ஆழ்த்தியது.

கார், மாளிகையை அடைந்தபோது முதலில் காரை விட்டிறங்கி தன் ஓரகத்திக்கு உதவ மறுபக்கம் விரைந்தாள் செஹ்மத். இரண்டு பெண்களுமே கறுப்பு முக்காடு இட்டிருந்தாலும் செஹ்மத்தின் முகத்தில் பதட்டம் அழுத்தமான முத்திரைகளைப் பதித்திருந்தது. சமீப காலமாக, சீரான இடைவெளிகளில் செஹ்மத் எடுத்து வரும் முயற்சிகளைச் சற்றுக் கட்டுப்படுத்திக் கொள்ளுமாறு மிர் அவளிடம் கூறியிருந்தார். பிடிபட்டு விடுவோமோ என்ற பயத்தோடு, இரண்டு அப்பாவி மனிதர்களைக் கொலை செய்து விட்ட குற்றமும் சேர்ந்துகொண்டு அவளை ஆட்டி வைத்துக் கொண்டிருந்தது. அநாதையாய்த் தனித்து விடப்பட்டது போன்ற ஓர் உணர்வு. தன் உள்ளத்து உணர்வுகளுக்கு வெளிப்படையாக வடிகால் தர அவளுக்கு எவருமில்லை. திரும்பத் திரும்பத் தன் ஞாபக அடுக்குகளுக்கு உள்ளேயே அவள் பயணம் செய்து கொண்டிருந்தாள். வயதான மனிதரான அப்துல் பயந்தோடிய அந்தக் காட்சி டிரக்கை நிறுத்தச் சொல்லி வேதனையோடு அலறிய அவரது முகத்தைத் தன் மனத்திலிருந்து அவளால் அகற்ற முடியவில்லை. கொஞ்ச நஞ்சம் கூட மீதமிருக்காமல் அவளது மனநிம்மதி, அமைதி என்று எல்லாவற்றையும் அவளது மனச்சாட்சி கவர்ந்து கொண்டு போயிருந்தது.

முனிரா தன் அறைக்குச் செல்லும் வழியில் சட்டென்று ஓரிடத்தில் நின்று, செஹ்மத்தை நேருக்கு நேராகப் பார்த்தபடி,

"ஆமாம்... மசூதியருகே நீ யாரோடு தொலைபேசியில் பேசிக் கொண்டிருந்தாய்?"

அவள் அவ்வாறு கேட்டதும் செஹ்மத்துக்கு மயக்கமே வந்து விடும் போலிருந்தது. கண்பார்வையற்றவர்களுக்குக் கூட எளிதில் புரிந்து விடுமளவுக்கு அதிர்ச்சியாகத் தோன்றிய தன் பாவனையைச் சுதாரித்துக் கொண்டு சமநிலைக்கு வந்துவிட்டவள், தன் ஓரகத்தியை நெருங்கி வந்து அவளை அணைத்துக்கொண்டாள். தன்னை சுயநிலைக்கு மீட்டுக் கொண்டு சமனப்படுத்திக் கொண்ட பின்பு,

"எனக்கு உடல் நலமில்லை முனிரா. ஒருவேளை நான் கருவுற்றி ருக்கலாம். நான் போய் மருத்துவரைப் பார்த்தாக வேண்டும். சூழ் நிலைச் சிக்கல்கள் காரணமாக உங்களிடம் என்னால் அதைப் பகிர்ந்து கொள்ள முடியவில்லை. என் நிலைமையைப் புரிந்து கொள்வீர்களென்று நம்புகிறேன்."

அந்தப் பதிலில் முனிரா சமாதானமடைந்து திருப்தியுற்று விட்டாள் என்று தெரிந்தது. அந்த இரண்டு பெண்களும் ஒருவரை ஒருவர் இறுகத் தழுவிக் கொண்டு அழுதனர்.

சில நிமிடங்களுக்குப் பிறகு, அடுத்து என்ன செய்யலாமென்று திட்டமிட்டபடி தன் அறைக்குள் அமர்ந்திருந்தாள் செஹ்மத். அவள் அந்தத் தகவலைப் பரிமாறியே ஆகவேண்டும். துரோகிகள் யார் என்று இனம் கண்டாக வேண்டியது அவளது நாட்டுக்கு மிகவும் முக்கியம். அடுத்து என்ன செய்வது என்று முடிவு செய்து கொண்ட பிறகு அவள் தொழுகைக்கு அமர்ந்தாள். ஆனாலும் அவளால் மனதை ஒருமுகப்படுத்த முடியவில்லை. அவள் மனம் அமைதி யிழந்து தவித்தது. கண்களைத் திறந்து இவ்வாறு முணுமுணுத்தாள்.

"அன்பு முனிரா எனக்கு உங்களை மிகவும் பிடிக்கும். ஆனால் எனக்கு வேறு வழியில்லை. என்னைப் பொறுத்தவரை என் நாட் டுக்கே முதலிடம்."

தொழுகையை முடித்தபோது அவள் கன்னங்களிலிருந்து கண்ணீர் வழிந்து கொண்டிருந்தது. வெற்றிலை விற்கும் பெட்டிக் கடைக்காரனையும், பூக்காரரையும் பாகிஸ்தான் புலனாய்வுப் பிரிவு கைது செய்துவிட்டதையோ, எவருக்கும் தெரியாத ஏதோ ஓர் இடத்துக்கு அவர்களைக் கொண்டு சென்று விட்டதையோ செஹ்மத் அப்போது அறிந்திருக்கவில்லை.

14

செஹ்மத் கருவுற்றிருக்கும் செய்தி கேட்டு உணர்ச்சிப் பரவசத்தில் திளைத்துக் கொண்டிருந்தான் இக்பால். தந்தையாகப் போகிறோம் என்ற நினைப்பே அவனுக்குக் கிளர்ச்சியூட்டுவதாக இருந்தது. அவனுடைய வளர்ச்சிக்கும், அவன் அடைந்த உயரத்துக்கும் காரணம் செஹ்மத். அதற்காக அவளுக்கே அவன் நன்றிக்கடன் பட்டிருக்கிறான். தன் வேண்டுதல்கள் நிறைவேறி விட்டது போலிருந்தது அவனுக்கு. மகிழ்ச்சியை அதிகம் வெளிக்காட்டிக் கொள்ள முடியாதபடி, அடர்த்தியான மேகத்தைப் போல 'மெஹ்பூப்'பின் அகால மரணத் துயர் அங்கே மண்டிக் கிடந்தது. முடிவில்லாமல் வந்து கொண்டிருந்த பார்வையாளர்களைச் சந்திக்க வேண்டியிருந்ததால் அவன் சோகம் கப்பிய முகத்தோடுதான் இருந்தான். வீட்டு முற்றத்தில் எல்லா வடிவங்களிலுமான மலர் வளையங்கள் சிறிது, பெரிதென்ற பேதமின்றி நிறைந்து கிடந்தன. மூத்த அதிகாரிகள், அரசு நிர்வாகிகள் மேலும் இதுவரை அவன் பார்த்தே இராத மனிதர்கள் என்று பலதரப்பட்டவர்கள் துக்கம் விசாரிப்பதற்காக வரிசை வரிசையாய் வந்து கொண்டே இருந்தனர். ஐ.எஸ்.ஐ.யில் ஜெனரல் சையீத் வகித்து வந்த உயர்பதவி, அவர்கள் ஒவ்வொருவரையும் அங்கே வருவித்திருந்தது.

செஹ்மத் அமைதி இழந்திருந்தாள். அவளுக்கு ஒரு முக்கியமான பணி இருந்தது. முதன்மைச் செயலர் தனியாக இருக்க மாட்டாரென்றும் அவள் அறிந்திருந்தாள். அவள் செய்த தகவல் பரிமாற்றத்தைக் கண்காணித்து விட்டதால் பாகிஸ்தான் புலனாய்வுத் துறை அவரைச் சந்திப்பது யாரென்று தொடர்ந்து சென்று கைது செய்து விடும்; ஆனாலும் அவள் அந்த அபாயத்தை எதிர்கொண்டுதானாக வேண்டும். மீண்டுமொருமுறை கறுப்பு புர்காவை அணிந்து கொண்டு வெளியே கிளம்பத் தயாரானாள் செஹ்மத்.

கணவரிடம் சென்று தணிந்த குரலில் இவ்வாறு கேட்டாள்.

"இக்பால் நான் இப்போதே டாக்டரைப் பார்த்தாக வேண்டும். நீங்கள் என்னுடன் வரமுடியுமா?"

இக்பால் அவளைக் கவலையோடு பார்த்தான்.

"எதுவும் அவசரமா?"

"நான் நன்றாகத்தான் இருக்கிறேன். இன்னுமொரு தரம் உறுதிப் படுத்திக் கொள்ள எண்ணுகிறேன். அவ்வளவுதான். நிறைய மன அழுத்தத்தையும், பதட்டத்தையும் அனுபவித்து விட்டேனில்லையா?"

"ஆனால் அப்பாவை விட்டுவிட்டு என்னால் வரமுடியாதே, துரதிர்ஷ்டவசமாக இப்போது பார்த்து முனிராவைக் கூட உன்னோடு அனுப்ப முடியாத நிலை. நீயாகப் போய்க் கொள்ள முடியுமா?"

செஹ்மத் கேட்க விரும்பியது அதைத்தான். "சரி, நான் சமாளித்துக் கொள்கிறேன்."

மாளிகையை விட்டு வெளியேறும் போது அக்கம் பக்கத்தில் நிலவிய அமைதியை அவள் ஒருமுறை நோட்டமிட்டாள். "எல்லாம் இன்னும் கொஞ்ச காலத்துக்குத்தான்" என்று காரின் பின்புற இருக்கையில் ஏறும்போது தனக்குத்தானே சொல்லிக் கொண்டாள். கார் விரைவாகச் சென்றதால் அங்கே காத்திருந்த பார்வையாளர்களின் கண்களில் அவள் படவில்லை. குறிப்பாக எந்த இடத்துக்குப் போகு மாறும் ஓட்டுநரிடம் அவள் கூறியிருக்கவில்லை. ஆனால் அஸ்லாம் கான், சையீது குடும்பத்தாரிடம் பல ஆண்டுகாலம் பணியாற்றி யிருக்கும் ஓட்டுநரென்பதால் அந்த இராணுவ 'கன்டோன்மென்ட்' பகுதியை விட்டு முதலில் போயாக வேண்டுமென்று அவருக்குத் தெரிந்திருந்தது.

கிளம்புவதற்கு முன்பே குழந்தைப்பேறு மருத்துவரிடம் சந்திப்பு நேரத்தை உறுதிப்படுத்திக் கொண்டிருந்தாள் செஹ்மத். அந்தக் கறுப்பு கார் இராணுவ வளையத்தைத் தாண்டி சீரான வேகத்தில் சென்று மொத்தக் காய்கறி மண்டியை அடைந்தது. தன் ஒப்பனைப் பெட்டியைப் பின்புறம் பார்க்க உதவும் கண்ணாடியாகப் பயன் படுத்தியபடி தன்னை எவரும் பின் தொடர்கிறார்களா என்று பார்த்தாள். அதில் திருப்தி அடைந்தபின் அந்தப் பெரிய பஜாரின் நுழை வாயிலில் தன்னை இறக்கி விடுமாறு கேட்டுக் கொண்டாள்.

காரிலிருந்து இறங்கியபின் தன்னைப் போல 'புர்கா' உடுத்திய பெண்களிடையே நடந்து கலந்தாள். தன்னை எவரும் கண்டுபிடிக்க

முயன்றால் அது அவர்களுக்கு இயலாமல் போய்விட வேண்டு மென்றே அவ்வாறு செய்தாள். மார்க்கெட்டின் மறுபகுதி வழியே வெளியேறிய அவள், அடுத்துச் செல்ல வேண்டிய இடத்துக்கு ஒரு ரிக்ஷாவை ஏற்பாடு செய்து கொண்டாள். ரிக்ஷா ஓட்டி, தன்னைச் சுற்றியுள்ள உலகத்தைப் பொருட்படுத்தாத கட்டுப்பாடற்ற ஒரு வாலிபன். கழுத்தை நெரிக்கும் வேகத்தில் ஒரு கட்டுப்பாடும் இல்லாமல் வளைந்து நெளிந்து குறுகிய சந்துகள் வழியே ஓட்டிக் கொண்டு சென்றான். பாதசாரிகளெல்லாம் அதைக் கண்டு பதறி யடித்தபடி பின்வாங்கினர். ஒரு வார்த்தை கூடப் பேசாமல் மளிகைக் கடை ஒன்றில் கொண்டு வந்து ரிக்ஷாவை நிறுத்திவிட்டுக் காசை வாங்கிக் கொண்டு கூட்டத்தோடு கூட்டமாகக் கலந்து மறைந்தான்.

செஹ்மத் ஒரு பெரிய கடைக்குள் நுழைந்து சுற்று முற்றும் பார்த்தாள். அதில் எல்லா வகையான உலர் பழங்களும் இருந்தன. பல வகையான தானியங்களும் சீராகப் பொட்டலம் கட்டப்பட்டு அலமாரிகளில் அடுக்கி வைக்கப்பட்டிருந்தன. கடை உண்மையி லேயே மிகப் பெரிதாக இருந்தது; அங்கே வாடிக்கையாளர்களை விட விற்பனையாளர்களே அதிகம் இருந்தனர். எட்டு மி.மீ. அள வுள்ள கொண்டைக் கடலைப் பருப்பு இருக்கிறதா என்று செஹ்மத் கேட்டாள்.

“இல்லை மேடம் அந்த வகைப் பருப்பு எங்களிடம் இல்லை. வேண்டுமானால் மூலையிலிருக்கும் கடையில் கேட்டுப் பாருங் களேன்.”

“எங்களிடம் அவை இருக்கின்றன பேகம் சாஹிப் என்னோடு கூட வந்தால் நான் காட்டுகிறேன்” மென்மையும், உறுதியுமான அப்படி ஒரு குரல் கேட்டு வாடிக்கையாளர், விற்பனையாளர் ஆகிய இருவருமே ஒரு கணம் திடுக்கிட்டனர். எங்கிருந்தோ முளைத்திருந்த கண்ணியமான அந்த மனிதரின் முகபாவனைகள் அவர்தான் கடையின் உரிமையாளர் என்பதை உறுதிப்படுத்தின. பதானிசூட் அணிந்து கொண்டிருந்த அந்த ஆஜானுபாகுவான நடுத்தர வயது மனிதர் புர்கா அணிந்திருந்த அந்தப் பெண்மணியிடம் கடையின் மற்றொரு மூலைக்கு வருமாறு பணிவோடு சைகை காட்டினார். செஹ்மத்தும் அவர் சொன்னது போலவே செய்துவிட்டுக் காத்திருந் தாள். இரண்டு அலமாரிகளுக்கு இடையே நுழைந்தபடி கூழாங்கல் அளவு பெரிய கொண்டைக் கடலைகள் அடங்கிய பையை எடுத்து வந்தார் அவர்.

செஹ்மத், இதுவரை அவரைச் சந்தித்ததில்லை என்றாலும் ஹிதாயத்கான் அவளிடம் காட்டியிருக்கும் சில புகைப்படங்களின்

வழி அவர் இன்னார் என்பதைத் தெரிந்து கொண்டாள். அவரது பெயர் சஃப்ரஸ். எந்தப் பொறுப்பை ஏற்கவும் நம்பகமானவர் அவர் என்று அவளது தந்தை சொல்லியிருந்தார்.

"உங்களிடம் இது எவ்வளவு கிடைக்குமென்று தெரிந்து கொள்ளலாமா? குறைந்தபட்சம் 444 நபர்களுக்காவது நான் இதைத் தயாரித்துப் பரிமாற வேண்டும்." 444 என்பது சஃப்ரஸ் புரிந்து கொள்வதற்காக செஹ்மத் பயன்படுத்திய குறியீடு. தான் யாரென் பதை அறிந்துகொள்ள அது அவருக்குப் பயன்படுமென எண்ணிய படி அவன் பதிலளிப்பதற்காக அவள் காத்திருந்தாள்.

"நீயே நேரடியாக வந்திருக்கிறாயே செஹ்மத்? விஷயம் அந்த அளவு தீவிரமானதா என்ன?" என்று சஃப்ரஸ் கேட்ட ஏதோ ஒரு வாக்கியம் அவளை இலகுவாக்கிவிட்டது; அவள் முகத்தில் அமைதி திரும்பியது.

"ஆமாம் சஃப்ரஸ் பாய்" என்று பதிலளித்தாள் அவள். "இந்தக் காகிதத்தை 411 இடம் நான் தந்தாக வேண்டும். ஆனால் வீதிக்குப் போனால் நிச்சயம் யாராவது என்னைப் பின்தொடர்ந்து வந்து விடுவார்கள். இது மிகவும் அவசரமான விஷயம் என்பதை நீங்கள் புரிந்து கொள்வீர்களென்று நம்புகிறேன்."

இதுபோன்ற பல செய்திப் பரிமாற்றங்களுக்கு இதற்கு முன் உதவியிருக்கிறார் சஃப்ரஸ். ஆனால் ஹிதாயத்தின் மரணத்திற்குப் பிறகு இப்படி ஒரு வேலைக்கு அழைப்பு வந்திருப்பது இதுவே முதல் தடவை. மடிக்கப்பட்ட அந்தக் காகிதத்தைப் பெற்றுக் கொண்டு, கொண்டைக் கடலைகளை ஒரு காகிதப் பையில் போடத் தொடங் கினார் அவர். அவ்வாறு செய்யும்போது புர்கா அணிந்த இன்னொரு பெண்மணி செஹ்மத்தை நெருங்கி வருவதை அவர் பார்த்தார்; ஆபத்தான சூழலைப் புரிந்து கொண்டு அவசர அவசரமாகத் தன் வலது கையை சட்டைப் பையில் நுழைத்தார்; அதற்குள் மறைந் திருந்த கைத்துப்பாக்கியை அவரது கரம் உறுதியாகப் பற்றிக் கொண் டிருந்தது.

"ஹேய் செஹ்மத்... 411 என்னை அனுப்பி வைத்தார். என்னிடம் அந்தத் தகவலைத் தர முடியுமா, நான் அவசரமாக இங்கிருந்து வெளி யேறியாக வேண்டும். நாம் பேசப் பேச ஆபத்து கூடுதலாகிக் கொண்டு தான் போகும்" என்றாள் அந்தப் பெண்.

திகைப்பில் ஆழ்ந்திருந்த செஹ்மத்துக்கு அந்தப் பெண் சொன்ன செய்தியை உள்வாங்கிக் கொள்ளவும், அவள் யாரென்பதை இனம் கண்டு கொள்ளவும் சிறிது நேரம் பிடித்தது. சஃபரஸ் நிலைமையைச்

சட்டென்று புரிந்து கொண்டார். கையால் எழுதப்பட்ட தகவல்கள் நிறைந்த அந்தக் காகிதத் துண்டை பைக்கு அடியில் வைத்து அதற்கு மேல் கொண்டைக் கடலைகளால் நிறைத்தார்.

அந்தப் பையை அந்தப் பெண்ணிடம் கொடுத்த செஹ்மத்,

“தயவுசெய்து இந்தத் தகவலை விரைவாகவும், கவனமாகவும் சேர்த்து விடுங்கள். எங்கள் நாட்டு மக்களின் பாதுகாப்பு இப்போது உங்கள் கையில்” என்றாள்.

“ஆமாம்... உறுதியாக. ஆனால் நீங்கள் மிகப் பெரிய துணிச் சலான காரியத்தைச் செய்திருக்கிறீர்கள் செஹ்மத். அவர்கள் எல்லா இடங்களிலும் இருக்கிறார்கள். கவனமாக இருங்கள். இதற்கு மேல் எங்களோடு தொடர்பு வைத்துக் கொள்ள வேண்டாம் என்று உங்க ளிடம் கேட்டுக் கொள்ளச் சொன்னார்கள். முடிந்தால் இந்தியா வுக்குத் திரும்பிச் சென்று விடுங்கள். அதற்கு ஒத்துக்கொள்வதாக இருந்தால் இன்று நள்ளிரவுக்குப் பிறகு உங்கள் அறையில் விளக்கு களை எரிய விடுங்கள்.”

செஹ்மத் எந்த பதிலும் சொல்வதற்கு முன்பே அந்தப் பெண் மணி கடையை விட்டு வெளியேறி அங்கே காத்திருந்த ரிக்ஷாவில் ஏறி அமர்ந்திருந்தாள்.

அவள் செல்வதைப் பார்த்தபடி அமைதியாகப் பெருமூச்சு விட் டாள் செஹ்மத். சஃப்ரஸ் இன்னுமொரு காகிதப் பையை நிரப்பி வைத்திருந்தார். அந்தப் பெண்ணின் குரல், முதன்மைச் செயலா ளரின் மனைவி அஞ்சலியின் குரல்தான் என்பது செஹ்மத்துக்கு எளிதாகப் புரிந்தது. ஒரு விருந்தில் முன்பு அஞ்சலியை சந்தித்திருக் கிறாள் அவள். கடையை விட்டு வெளியே சென்று தானும் ஒரு ரிக்ஷாவில் ஏறிக் கொண்டாள் செஹ்மத். பிறகு தான் இறங்கிய இடத்திலிருந்து காருக்குச் சென்றாள்.

அவர்கள் மார்க்கெட்டை விட்டு வெளியேறும் போது இந்தியக் கொடியோடு இருந்த வாகனம் ஒன்றைக் காவல்துறை வாகனங்கள் சூழ்ந்து கொண்டிருப்பதை அவள் கவனித்தாள். அவள் அந்த திசை யில் கவனமாகப் பார்த்தபோது அந்தக் குழப்பத்தின் நடுநாயகமாக இருந்தவர் இந்தியத் தூதரகத்தின் முதன்மைச் செயலாளரான கௌரவ் கே என்பதைக் கண்டுகொண்டாள். தன்னைச் சூழ்ந்திருந்த பாகிஸ்தான் புலனாய்வு அதிகாரிகளிடம் அந்த மொத்தக் காய்கறி மார்க்கெட்டுக்குத் தான் வந்த காரணத்தை அவர் விளக்கிச் சொல் லிக் கொண்டிருந்தார். அவர் வசமிருந்த மளிகை சாமான்களின் நீண்ட பட்டியலைக் கண்டு அவர்கள் திகைத்துப் போயிருந்தனர்.

தன் முக்காட்டுக்குள் புன்னகை செய்து கொண்டாள் செஹ்மத்.

அடுத்து மருத்துவரின் வீட்டுக்கு விரைவாகச் சென்றாள் செஹ்மத். அவள் சென்று வந்த தடங்களெல்லாம் மூடி மறைக்கப்பட்டிருக்கும் என்ற உறுதி அவளுக்கு ஏற்படும் வரை அவரோடு உரையாடிக் கொண்டிருந்தாள்.

டாக்டர் ஹூமா சித்திக் ஒரு நடுத்தர வயதுப் பெண்மணி. வெற்றிகரமான குழந்தைப் பேறு மருத்துவராக பெயர் பெற்றிருந்தார். நாட்டின் முக்கியமான நபர்களெல்லாம் அவளது பட்டியலில் இருந்தனர். பொதுவாக வீட்டில் வைத்து நோயாளிகளைச் சந்திப்பது அவருக்கு வழக்கமில்லையென்றாலும் நடுங்க வைக்கும் ஐ.எஸ்.ஐ. அமைப்பின் இரண்டாவது உயர் அதிகாரியாக இருக்கும் ஒருவரின் மருமகளை அப்படி எளிதாக ஒதுக்கிவிட முடியாது என்பதை ஹூமா அறிந்திருந்தார்.

"எனக்காக நேரம் ஒதுக்கியதற்கு நன்றி டாக்டர். எனக்கு நாள் முழுவதும் வாந்தியெடுப்பது போல ஒரு அசௌகரியமான உணர்வு இருந்தது. ஆனால் உங்களுடன் சும்மா பேசிக் கொண்டிருந்ததிலேயே என் கவலைகளெல்லாம் பறந்து விட்டது போல உணர்கிறேன்" என்றபடி பையைத் தூக்கித் தோள் மீது போட்டுக் கொண்டு கிளம்பத் தயாரானாள் செஹ்மத்.

"நான் இப்பொழுது கிளம்பினால்தான் சரியாக இருக்கும். என் கணவர், இன்றிரவு வேலைக்குத் திரும்பியாக வேண்டும். தளபதி நாளை கிளம்புகிறார். சரிங்க டாக்டர் என்னைத் தனிப்பட்ட முறையில் கவனித்ததற்கு மிகவும் நன்றி" என்று புன்னகை செய்து கொண்டே கூறினாள் அவள்.

ஹூமாவுக்கு அதிகம் சொல்ல ஏதுமில்லை. செஹ்மத்தைப் பரிசோதனை செய்து பார்த்த பிறகு கவலைப்பட எதுவுமில்லை என்பது அவருக்கு உறுதியாகத் தெரிந்தது. அதே வேளையில் வீட்டில் அடுத்தடுத்து மிக வேகமாக நடந்து முடிந்திருக்கும் இரண்டு துர் மரணங்களும் செஹ்மத்துக்கு எத்தகைய மனஅழுத்தத்தைத் தந்திருக்கும் என்பதும் அவருக்குப் புரிந்திருந்ததால் அவள்மீது பரிவு கொண்டிருந்தார்.

"எனக்கு நன்றாகப் புரிகிறது செஹ்மத். நீ இருக்கும் துயரச் சூழ்நிலையைத் தாக்குப் பிடிப்பது அத்தனை எளிதல்ல. எப்பொழுது எது தேவையென்றாலும் என்னை அழைக்க யோசிக்க வேண்டாம்."

காரில் வீட்டுக்குத் திரும்பி வருகையில் சோர்ந்து போய் வலி யெடுத்துக் கொண்டிருந்த தன் தலையை இருக்கையில் சாய்த்துக்

கொண்டாள். அடுத்துச் செய்ய வேண்டியதைப் பற்றி யோசிக்கத் தொடங்கினாள். தன் எதிர்காலம் எப்படியிருக்கப் போகிறது என்பது குறித்த உறுதி அவளிடம் இல்லை. அவளுக்கு அதைப் பற்றி யோசிக்க வேண்டியிருந்தது. அறைக்குள் சென்றதும் புர்காவைக் கழற்றி வீசி விட்டுப் படுக்கையில் சரிந்தாள். கண்களை மூடுவதற்கு முன்பே இண்டர்காம் ஒலித்தது.

"செஹ்மத் என் படிப்பறைக்கு வேகமாக வரமுடியுமா?" தளபதி யின் குரலில் கலவரத் தொனி இருந்தது. செஹ்மத்தின் உள்ளுணர்வு ஏதோ ஒரு சிக்கல் இருப்பதைக் கண்டு கொண்டது. தன்னை எவ ராலும் கண்டுபிடிக்க முடியாது என்ற தைரியத்தோடு படிப்பறைக்கு விரைந்த அவள், தளபதிக்கு முன்னால் இரண்டு அதிகாரிகள் நின்று கொண்டிருப்பதைக் கண்டாள். மேஜையின் மீது சிறு சிறு வயர்த் துண்டுகள், 'நட்', 'போல்ட்' மற்றும் அந்த இரு உலோகத் துண்டுகள் முதலியவை இருந்தன. தான் பயன்படுத்தி வந்த ஒலிக் கருவியின் பாகங்கள் அவை என்பது செஹ்மத்துக்குப் புரிந்தது. மெல்லிய பிளாஸ்டிக் தாளில் சுற்றி வைக்கப்பட்டிருந்த அந்தத் துண்டுகளில் இரத்தக் கறைகள் மிகத் தெளிவாகப் புலப்பட்டன. அதன் அருகி லிருந்த ஒரு சிறு குறிப்பு அவை அனைத்தும் மோர்ஸ் கோர்ட் சாதனத்தின் பாகங்கள் என்று இனங்காட்டிக் கொண்டிருந்தது.

அப்பாவியைப் போலவும் அங்குள்ள அதிகாரிகளைப் பார்க்கத் தவறியது போலவும் ஒரு பாவனையைப் புனைந்து கொண்ட செஹ்மத், தன் மாமனாரைச் செல்லமாகக் கோபித்துக் கொள்வது போல உணர்ச்சிகரமாகப் பார்த்தாள்.

"இரவில் நீங்கள் இத்தனை நேரம் கண்விழித்து வேலை செய்து கொண்டிருக்கக் கூடாது அப்பா. நாளைக்குக் காலையிலேயே விமானத்தில் வேறு சென்றாக வேண்டும். உங்கள் உடல்நிலையை விட இப்போது இந்த விஷயங்களெல்லாம் அவ்வளவு முக்கிய மில்லை; அதுவும் இப்போது நாம் இத்தனை துன்பங்களைக் கடந்து வந்திருக்கும் இந்த நிலையில்." என்றபடி அந்த அதிகாரிகளின் பக்கம் திரும்பினாள்.

"வேறு ஏதாவது ஒரு நேரத்தில் இவரைப் பார்க்க வரமுடியுமா உங்களால்? இவருக்கும் கூடக் கொஞ்சம் ஓய்வு தேவை என்று புரிந்துகொள்வீர்களென்று நினைக்கிறேன்."

மென்மையாக, ஆனால் கடுமையாக ஒலித்தன செஹ்மத்தின் சொற்கள். வந்திருந்த அதிகாரிகளும் மன்னிப்புக் கோரினர். அவர் களது முகங்கள் தொங்கிப் போயிருந்தன. தளபதி தங்களை அனுப்பி விடுவார் என எண்ணியபடி அவர்கள் அவரைத் தர்மசங்கடத்துடன்

பார்த்தனர். சையீத் மனதுக்குள் சிரித்தபடி அந்த உரையாடல் முடிவடைவதற்குக் காத்திருந்தார். அந்த அதிகாரிகளின் இறுக்கமான முகங்களையும், அங்கிருந்த உலோகத் துண்டுகளையும் பார்த்தார் அவர்.

"நாளை வரை காத்திருக்க முடியாதது என்று ஏதுமில்லை. எப்படியும் இப்போது அப்துல் உயிரோடு இல்லை. அவனுடைய அறையில் இந்த ஒயர்த்துண்டுகளும், 'போல்ட்'களும் இருந்ததா என்று உறுதிப்படுத்த அவன் இப்போது இல்லை. ஆனாலும் என்னால் அவனை துரோகி என்று கூறமுடியாது. அவனது விசுவாசத்துக்கு மட்டுமே என்னால் உத்தரவாதம் தரமுடியும். ஆனாலும் இதை முழுமையாகப் பரிசீலித்து விசாரணை செய்தாக வேண்டும்தான். அடுத்த வாரம் எப்போதாவது அலுவலகத்தில் வந்து என்னைப் பாருங்கள். பார்ப்பதற்கு முன்பு சந்திப்பதற்கான நேரத்தைக் குறித்துக் கொண்டு வாருங்கள்."

சையீதின் சொற்கள் செஹ்மத்தின் காதுகளில் சங்கீதம் போல் ஒலித்தன. அந்த இரண்டு அதிகாரிகளும் அங்கிருந்து விரைவாக வெளியேறினர். கையிலிருக்கும் அந்த உலோகத் துண்டுகள், தன் மாமனாரை எந்த அளவு சங்கடப்படுத்திக் கொண்டிருக்கக் கூடும் என்பது அவளுக்கு நன்றாகத் தெரிந்திருந்தது. அவரது பெயர் ஒரு இராஜ துரோக சதிவேலையுடன் சம்பந்தப்படுத்தப்பட்டிருப்பதை அவர் உணர்ந்துவிட்டார். ஏதோ ஒரு தவறான நடவடிக்கை இருக்கிறது என்ற உறுதி இல்லாவிட்டால் புலனாய்வுப் பிரிவு நபர்கள் அவர் வீட்டு வாசலுக்கு வந்திருக்க மாட்டார்கள். கவலையோடு செஹ்மத்தைப் பார்த்தார் அவர்.

"இப்படிப்பட்ட ஒற்று வேலையில் அப்துல் ஏதாவது ஒரு வகையில் சம்பந்தப்பட்டிருக்கக் கூடுமென்று உனக்குத் தோன்றுகிறதா" என்று கேட்டார். அதனால் நேரக் கூடிய தொடர் விளைவுகளைக் குறித்து எண்ணியதாலோ என்னவோ அவரது கண்கள் அப்போது மேல்நோக்கிப் பார்த்துக் கொண்டிருந்தன. அவரது குரலில் இருந்த அச்சத்தின் ரேகைகளை செஹ்மத் கவனிக்கத் தவறவில்லை. அவர் சாதாரண தளபதியல்ல, ஐ.எஸ்.ஐ. அமைப்பும் ஒரு சாமானியமான நிறுவனம் அல்ல. பாகிஸ்தானில் ஐ.எஸ்.ஐ. குறித்த அச்சமோ, நடுக்கமோ இல்லாதவர் எவருமில்லை. அரசியல்வாதிகளும் கூட அதைப் பார்த்து பயந்துகொண்டுதான் இருந்தனர். சையீத் மிகவும் மதிப்பு வாய்ந்த மனிதர்; ஐ.எஸ்.ஐ.யில் இரண்டாம் நிலையில் இருக்கும் அவர் இப்போது அஞ்சி நடுங்கிக் கொண்டிருக்கிறார். தன்னுடைய மதிப்பு பாழாகிவிடப் போகிறதோ என்ற கவலையில் இருக்கிறார்.

“இல்லை அப்பா... அப்துல் அப்படிச் செய்திருக்க முடியாது. அது, வேறு யாராக வேண்டுமானாலும் இருக்கலாம்; ஆனால் நிச்சயம் அப்துலாக இருக்க முடியாது. அவருக்கு என்னை அவ்வள வாகப் பிடிக்காது என்றாலும் அவரது நேர்மையும் விசுவாசமும் எல்லையற்றவை என்று என்னால் உத்தரவாதம் தர முடியும். மேலும் இந்த வயர், போல்ட் இவையெல்லாம் எந்த ஒரு கருவியிலும் இருக்கக் கூடியவைதான். இந்த அதிகாரிகள் இந்தச் சாக்கில் தாங்கள் வேலை செய்வதைக் காட்டிக் கொண்டு சில தரப்புள்ளிகள் கூட்டிக் கொள்ள நினைக்கிறார்கள். அவ்வளவுதான். நீங்கள் அவர்கள் முகங்களைப் பார்த்திருக்க வேண்டும். எங்கே ஏதாவது தவறு செய்து பிடிபட்டு விடுவோமோ என்று அவர்கள் பயந்து கொண்டுதான் இருக்கிறார் கள். இந்தச் செய்தி ஒன்றும் அவர்களது கோப்புக்களில் முதல் செய்தியாக நாளைக் காலை இடம்பெறாது. நான் வேண்டுமானால் பந்தயம் கூடக் கட்டுகிறேன்.”

“நானும் அப்படித்தான் நம்புகிறேன் செஹ்மத். குறைந்தபட்சம் நம் குடும்ப கௌரவத்துக்காகவாவது அப்படித்தான் இருக்க வேண்டு மென்று நம்புகிறேன்” சையீத் இவ்வாறு கூறியபடியே இருக்கையை விட்டு எழுந்து கொண்டார். செஹ்மத்தின் தோள்களில் கை போட்டபடி, “ஏற்கனவே நிறைய துன்பத்தை அனுபவித்துக் கொண் டிருக்கிறேன். இன்னும் வேறு அதிக துன்பங்கள் வந்துவிடாமல் அல்லா என்னை விட்டு வைக்கட்டும் என்று வேண்டுகிறேன். நீ செய்திருக்கும் பல நல்ல காரியங்களுக்கெல்லாம் நன்றி செஹ்மத். எங்கள் குடும்பத்துக்கு வானுலகிலிருந்து வாய்த்த வரம் போன்றவள் நீ. என் நண்பர் ஹிதாயத்துக்குத்தான் இதற்காக நான் நன்றிக்கடன் பட்டிருக்கிறேன். அவரது ஆன்மா அமைதியுறட்டும்.”

செஹ்மத் அவர் செல்லும் வரை காத்திருந்து விட்டுத் தன் அறையின் பாதுகாப்பை நாடிச் சென்றாள். தன் குளியலறைக்குள் நுழைந்து அங்கிருந்த ‘பேனல்’களை மிக கவனமாகப் பரிசீலித்தாள். அவளை ஆபத்தில் மாட்டி விடுவதற்கான அறிகுறிகள் அதில் நிறை யவே இருந்தன. ஒரு ‘பேன’லைத் திறந்து மேற்கூரை வழியே செல்லும் மின்சார வயர்களைப் பார்த்தாள். அவளது முகத்தில் ஒரு மர்மப் புன்னகை இழையோடியது.

அரைமணி நேரம் கழித்துக் குளியலறையிலிருந்து வெளியே வந்தபோது அவளது முகம் தான் விரும்பியதை செய்து முடித்த திருப்தியோடு காணப்பட்டது. மோர்ஸ் கோட் இயந்திரத்தை எங்கி ருந்து அப்துல் கழற்றியிருந்தானோ அந்தப் பகுதியை மூடி ‘ஸ்க்ரூ’ வைத்துத் திருகியிருந்தாள் அவள். பக்கச் சுவரில் ஒரு நீண்ட ‘கேபிள்

வயர்' தொங்கிக் கொண்டிருக்க, அதன் முனையில் இணைப்புக்கான ஒரு 'பிராக்கெட்' இருந்தது. அதில் முடியை உலர்த்தும் கருவி இணைக்கப்பட்டிருந்தது. நிலைக் கண்ணாடிக்கு இணையாகத் தொங்குமாறு அதை அமைத்திருந்தாள் அவள்.

கையிலிருந்த வேலையை முடித்து விட்டு, உடைகளைக் கழற்றி விட்டு ஷவரில் குளித்தாள். பிறகு தான் புதிதாகப் பொருத்திய கருவியில் தலையைக் காயவைத்துக் கொண்டாள். ஒரு பக்கம் நிம்மதியாக இருந்தாலும், இன்னொரு புறம் அவளுக்குக் களைப்பாகவும் இருந்தது. அறையிலுள்ள விளக்குகளைக் கூட அணைக்க மறந்து விட்டுப் படுத்ததும் உறங்கிப் போனாள். மாளிகையின் பின்புறத்தை மோப்ப நாய்கள் சகிதமாக சோதனைப் படை ஒன்று தேடிக் கொண்டிருப்பதை அவள் அறிந்திருக்கவில்லை.

மிகக் குளிரான அந்த இலையுதிர் கால இரவு நேரத்தில், சோதனைப் படையைச் சேர்ந்த ஒரு அதிகாரி மாளிகையின் பின்புறம் உள்ள படிகளுக்கு அருகே நின்றிருந்தார். மாற்றுச் சாவியை வைப்பதற்காக செஹ்மத் உடைத்திருந்த படியின் உடைசல் துண்டைக் கையில் வைத்திருந்தார். தன் உடனிருக்கும் பிற சகாக்களைக் குழப்பத்தோடு பார்த்த அவர், அந்தப் புதிருக்கான விடையைத் தேடிக் கொண்டிருந்தார். அந்தத் துண்டு தானாக உடைந்திருக்க வழியில்லை என்பது அதைப் பார்த்ததுமே தெரிந்தது. அந்த சோதனைப் படை ஐ.எஸ்.ஐ.யின் துணைத் தலைவர் வீட்டுக்கு அவரும் அறியாத வகையில் சோதனையிட வந்திருந்தது. அதனால் நேரக் கூடிய விளைவுகளையும் அவர்கள் அனைவரும் அறிந்திருந்தனர்.

அந்த ஒரு தடயத்தைத் தவிர வேறெதையும் அங்கே கண்டுபிடிக்க முடியாமல் தோற்றுப் போனதால் அங்கே காத்திருந்த டிரக்கில் நாய்களை ஏற்றிவிட்டு அவர்களும் அங்கிருந்து வாகனத்தில் விரைந்தனர். சில நிமிடங்களுக்குப் பிறகு புதர்களுக்குப் பின்னாலிருந்து ஒரு நிழல் உருவம் தெருவின் குறுக்கே வந்தது. தான் வைத்திருந்த சிறிய பைனாகுலரைத் தாழ்த்தி அந்தப் பகுதியை ஒருமுறை நோட்டமிட்டது. பிறகு அதை ஒருமுறை அசைத்துக் காட்டியது. ஒரு பெரிய கார் வந்து கொண்டிருப்பதைக் காட்டும் வகையில் இரண்டு முகப்பு விளக்குகள் பிரகாசமாக எரிந்தன. அது அருகில் வந்ததும் அதன் வலதுபுறம் பறந்து கொண்டிருக்கும் ஒரு சிறிய கொடி கண்ணுக்குப் புலப்பட்டது. அந்தக் கார், நிழலுருவத்தின் அருகே நின்றது. கணநேரத்தைக் கூடப் போக்கிவிடாமல் அந்த மனிதன் அதில் ஏறி உட்கார்ந்து கொள்ள, வந்த திசையிலேயே அந்த வாகனம் விரைந்தது. கார் வேகமெடுக்கத் தொடங்கிய பிறகு

அதிலிருந்தவன் ஒரு சிறிய ரேடியோ பெட்டியை இருக்கையிலிருந்து எடுத்து ஒரு பொத்தானை அழுத்தினான்.

'டேங்கோ சியரா டேங்கோ, சியரா பப்பா' – என்று ஒலிபரப்புக் கருவியிலிருந்து சத்தம் கேட்டது.

நகரத்திலிருக்கும் பாதுகாப்பான ஓட்டல் அறை ஒன்றில் காதொலிக் கருவிகளுடன் உட்கார்ந்திருந்த இரண்டு மனிதர்கள் தங்களுக்கு ஒலிபரப்பாகும் செய்தியைக் கவனமாகக் கேட்டுக் குறித்துக் கொண்டிருந்தனர். ஒருவர் ஒரு சிறிய 'பீப்' ஒலியை எழுப்பித்தான் அதைக் கேட்டுக் கொண்டிருப்பதை உறுதி செய்தார்; இன்னொருவர் இண்டர்காமை எடுத்து பஸ்ஸரை அழுத்தினார்.

'என்ன'

'நாளை அதே நேரம்... அதே இடம்'

'நன்றி'

'செட்'டை அணைத்துவிட்டு ரேடியோவை அதனிடத்தில் வைத்துவிட்டு இருக்கையில் தலை சாய்த்துக் கொண்டார் மிர்.

"கொஞ்சம் கவனமாக இரு செஹ்மத். இப்போது நீ பெரிய ஆபத்தில் இருக்கிறாய்" என்று தன்னுள் முணுமுணுத்துக் கொண்டார்.

15

தன் அறையை எவரோ பலமாகத் தட்டும் ஓசையைக் கேட்டுக் கண் விழித்தாள் செஹ்மத். உடனே சுவர்க் கடிகாரத்தையும் தான் அணைக்காமலே விட்டு வைத்திருந்த பிரகாசமான அறை விளக்கு களையும் பார்த்தாள். பிறகு கதவைத் திறந்து, அதன் கைப்பிடிச்சுவர் மீது உரசும் வரை அதைப் பிடித்து இழுத்தாள். அவளது பார்வை இன்னும் கூட சற்று மங்கலாகத்தான் இருந்தது. முந்தைய இரவின் களைப்பிலிருந்து அவள் இன்னும் முழுமையாக விடுபட்டிருக்க வில்லை. அவளது உடல் அசைவும் கூட கவனமில்லாமல்தான் இருந்தது. கண்ணைக் கசக்கி விட்டுக்கொண்டு நிமிர்ந்து பார்த்தாள். கையில் இரண்டு கோப்பை தேநீரை வைத்துக் கொண்டு மேஜர் இக்பால் அவளுக்கு விளையாட்டுக் காட்டிக் கொண்டிருந்தான்.

"காலை வணக்கம் செஹ்மத். சும்மா உன்னை ஆச்சரியப்படுத்து வதற்காக இது" என்றபடி அவளைச் சந்தோஷப்படுத்த முயன்றபடி புன்னகை செய்தான் இக்பால்.

"ஆமாம் நீங்கள் எப்போது வந்தீர்கள்? சீருடை இல்லாமல் இயல்பான உடையோடு இப்போது என்ன செய்து கொண்டிருக்கி றீர்கள்?" என்றாள் செஹ்மத். அவனது செயலால் அவளுக்கு எந்த விதமான மகிழ்ச்சியும் ஏற்பட்டதாகத் தெரியவில்லை.

சற்று முன்னால் வந்தபடி அவன் இவ்வாறு கூறினான். "எனக்கு இரண்டு நாள் சிறப்பு விடுமுறை கிடைத்திருக்கிறது. அதற்குப் பிறகு என் படை அணியோடு சேர வேண்டும். நாங்கள் எல்லைப்புறத் துக்குச் செல்கிறோம். போர் தவிர்க்க முடியாததாகிவிட்டது. நம் குடும்பத்தில் நிகழ்ந்திருக்கும் துயரச் சம்பவங்களை மனதில் கொண்டு என் மேலதிகாரி ஒரு சிறிய விடுமுறை கொடுத்து அனுப்பியிருக் கிறார். அப்பாவும் அவர் கிளம்புவதை ஒரு சில மணி நேரம் ஒத்தி வைத்திருக்கிறார்."

"அப்பா எங்கே? தூங்கி எழுந்து விட்டாரா" என்று கேட்ட செஹ்மத்தின் மனம் சட்டென்று விழித்துக் கொண்டது. எங்கு தவறாகியிருக்கும் என்ற வெவ்வேறு சாத்தியக் கூறுகளை அது

ஆராய்ந்து கொண்டிருந்தது. அவள் முகம் கவலை தோய்ந்திருப்பதைக் கண்டான் இக்பால். அவளைச் சற்று சமாதானம் செய்வதற்காக உடனே இவ்வாறு சொன்னான். "இல்லை, இன்னும் எழுந்திருக்கவில்லை. மிகவும் தாமதமாகத்தான் உறங்கச் சென்றாரென்று நினைக்கிறேன். இங்கே வீட்டில் அவருக்கு உதவியாக இருக்கும் அதிகாரியிடம் தான் கிளம்புவதை சற்று தாமதப்படுத்தச் சொல்லி யிருக்கிறார். அவர் வெளியே வருவதற்காக அவர்களெல்லாம் காத்துக் கொண்டிருக்கிறார்கள்."

"யார் அவர்கள்?" என்று கேட்ட செஹ்மத், தன் உணர்வுகளைக் கட்டுக்குள் வைக்கப் பெரிதும் போராடிக் கொண்டிருந்தாள். அந்த உலோகத் துண்டுகள் பற்றிய விசாரணை மீண்டும் புதுப்பிக்கப் பட்டிருக்கக் கூடுமோ என்று அஞ்சினாள் அவள்.

"யாரோ தெரியவில்லை, அவரிடம் பணியாற்றுபவர்கள் மற்றும் நான் பார்த்தே இராத யாரோ சிலர். ஆமாம் ஏன் இதையெல்லாம் கேட்கிறாய். அதுசரி தயவுசெய்து நான் உள்ளே வந்து கொள்ளலாமா?"

"ஓ.. கட்டாயமாய்.. தேநீருக்கு நன்றி.." என்றபடி அவன் உள்ளே வர வழிவிட்டாள் செஹ்மத்.

"நேற்று இரண்டு பேர் சில உலோகத் துண்டுகளை எடுத்துக் கொண்டு வந்தார்கள். அவற்றையும் ஒரு அறிக்கையையும் வைத்துக் கொண்டு அப்துல் ஏதேனும் உளவு வேலையில் சம்பந்தப்பட்டிருக்கக் கூடுமோ என்ற சந்தேகத்தோடு வந்தார்கள்."

"என்ன, உளவு வேலையில் அப்துலுக்கு சம்பந்தமா? அவர்களுக்கு என்ன பைத்தியமா?" இக்பால் உண்மையிலேயே அதிர்ச்சி யடைந்தவன் போலத் தெரிந்தான். ஆனால் அவனது முகபாவனைகள் உண்மையாக இல்லை என்பதை செஹ்மத் கவனித்துவிட்டாள். இக்பாலுக்கு இன்னும் கூடுதலாகவே ஏதோ தெரிந்திருக்கக் கூடுமென்று அவளது உள்ளுணர்வு உணர்த்தியது. அவன் வேண்டுமென்றே அப்பாவிபோல் பாவனை செய்கிறான் என்று அவளது மனம் அலைக்கழியத் தொடங்கியது. 'நீங்கள் எதை மறைக்க வேண்டுமென்று நினைக்கிறீர்கள் இக்பால்.' ஆனால் சொற்கள் வெளி வராமல் எண்ணங்கள் உள்ளுக்குள்ளேயே மடிந்து போயின. தானும் அவனைப் போல நடிக்க வேண்டுமென்று தீர்மானித்தாள்.

"ஆமாம்... அதேபோலத்தான் நானும் நினைத்தேன். அவர்களை விரட்டியும் விட்டேன். மறுபடியும் வந்துவிட்டார்களா என்ன?" இக்பாலின் உடல்மொழியில் ஏற்படும் மாற்றங்களைக் கவனித்தபடி வேகமாகப் பேசினாள் செஹ்மத். அவன் நாடகமாடுகிறான் என்று அவள் சந்தேகிக்கத் தொடங்கியிருந்தாள்.

“அப்படியென்றால் நீ சீக்கிரம் தயாராகி அவர்கள் யாரென்று போய்ப் பார்க்கிறாயா? அவர்கள் அலுவலக அறையிலேதான் உட்கார்ந் திருக்கிறார்கள். அதற்குள் நானும் உடை மாற்றிக் கொள்கிறேன்.”

இக்பால், தான் அணிந்திருந்த ஜாக்கெட்டைக் கழற்றும் போது செஹ்மத் முகம் கழுவித் தலை சீவிக் கொண்டாள். குளியலறையை விட்டுச் செல்வதற்கு முன் முடியுலர்த்தும் கருவியை இயக்கிவிட்டுக் கதவை விரியத் திறந்து வைத்தாள். அங்குள்ள புதிய மாற்றங்களை அப்போதுதான் இக்பால் கவனிக்கக் கூடுமென அவள் நினைத்தாள். பிறகு நீள நீளமாய் அடியெடுத்து வைத்து விரைவாய் வெளியேறி நடந்து சென்றாள். அவளது இதயம் வெடித்துப் போய்விடுமோ என்று அஞ்சும் அளவுக்கு வெகுவேகமாக இயங்கிக் கொண்டிருந்தது. பின்புறக் கதவு வழியாக வரவேற்பறைக்குள் நுழைந்து அங்கிருந்த ஐந்து நபர்களையும் பார்த்தாள். அவர்கள் அறிமுகமில்லாத வேறு புதிய முகங்கள் என்பதில் அவளுக்கு ஒரு சிறிய ஆறுதல் ஏற்பட்டது.

பெரிய அலுவலக மேஜையைச் சுற்றி அமர்ந்திருந்த எல்லோரை யும் இலேசான கடுமையுடன் பார்த்தபடி

“எல்லோருக்கும் காலை வணக்கம்” என்றாள் அவள். அவளது முகம் இன்னும் இறுக்கமாகத்தான் இருந்தது. ஆனால் அதை மாற்றிக் கொள்ள அவள் முயற்சிக்கவில்லை. வீட்டில் நடந்திருக்கும் மிகப் பெரிய துயர நிகழ்விலிருந்து வெளிவர முடியாமல் போராடிக் கொண்டிருக்கும் ஒரு குடும்ப நபர் என்று அவர்கள் நினைத்துக் கொள்ளட்டும் என்று தன்னை நியாயப்படுத்திக் கொண்டாள். மேஜைக்கருகே நெருங்கி வந்தபடி அதே தொனியில் பேச்சைத் தொடர்ந்தாள்.

“உங்களைக் காத்திருக்க வைத்ததற்கு வருந்துகிறோம். ஆனால் உண்மையிலேயே மிகக் கடுமையான துன்பத்தை எதிர்கொண்டி ருக்கும் நிலையில் எல்லோருமே இருப்பது உங்களுக்குப் புரியுமென்று நம்புகிறேன். கொஞ்சம் காத்திருக்க முடியுமா? அல்லது விஷயம் மிகவும் முக்கியமானதா?”

நாற்காலிகள் அசையும் ஒலி உடனடியாகக் கேட்டது; அமர்ந் திருந்த அதிகாரிகள் சட்டென்று எழுந்திருந்தார்கள்.

“வணக்கம் மேடம். இப்படிப்பட்ட வேளையில் முன் அறிவிப் பில்லாமல் வந்ததற்கு வருந்துகிறோம். ஒரு சில விஷயங்கள் நடந்தி ருப்பதால் அவை தொடர்பாக உடனடியாகத் தளபதியைப் பார்க்க வேண்டியிருந்தது. இப்போது தாமதம் ஆகுமென்றால் பிறகு வருகி றோம். மீண்டும் ஒரு முறை மன்னிக்க வேண்டுகிறோம். எங்கள் உள்ளார்ந்த வருத்தத்தையும் தெரிவிக்கிறோம். இறந்துபோன ஆத்மாக்களுக்கு அல்லா அமைதியளிக்கட்டும்.”

"நன்றி. நீங்கள் எவ்வளவு நேரம் காத்திருக்க வேண்டியிருக்கும் என்பதைப் பற்றி எனக்கு சொல்லத் தெரியவில்லை. நேற்றிரவு தளபதி அவர்கள் தூங்க வெகுநேரமாகி விட்டது. அவரிடம் ஏதாவது கொடுக்க வேண்டுமென்று நீங்கள் நினைத்தால் இங்கே உள்ள பொறுப்பு அதிகாரியிடம் நீங்கள் தரலாம். எத்தனை விரைவாக முடியுமோ அத்தனை விரைவாக அவர் உங்களைத் தொடர்பு கொள்வார்."

அவர்கள் ஒருவரையொருவர் பார்த்துக் கொண்டனர். அவர்களது முகபாவனைகளிலிருந்து என்ன செய்வது என்பதை இன்னும் முடிவு செய்யாதவர்கள் போலத் தெரிந்தனர். தான் முன் வைத்த யோசனைக்கு வலுச் சேர்க்கும் வகையில், அடுத்த உத்தரவுகளுக்காக அங்கே காத்துக் கொண்டிருந்த பொறுப்பு அதிகாரியிடம் தன் கவனத்தைத் திருப்பினாள் செஹ்மத்.

"அவர்களுக்கு நீங்கள் ஏதாவது உதவ முடியுமா பாருங்கள்" என்று அந்த இளம் அதிகாரியிடம் கூறினாள். நடப்பது என்னவென்று புரிந்துகொள்ள முடியாமல் ஏற்கனவே திணறிக் கொண்டிருந்தார் அவர்.

"இல்லை மேடம். அது முடியாது" என்று வந்திருந்தவர்களில் ஒருவர் பதிலளித்தார்.

"நாங்கள் இந்தக் கோப்பை தளபதியிடம் மட்டுமே காட்டியாக வேண்டும். இதிலுள்ளவற்றை அவர் பார்த்த பின் உடனே திரும்ப எடுத்துக் கொண்டு வந்துவிட வேண்டுமென்பது எங்களுக்கு இடப்பட்டிருக்கும் உத்தரவு. எங்கள் தலைமை அதிகாரி இதுபற்றி ஏற்கனவே தளபதியிடம் பேசி விட்டார்; அவரது ஒப்புதலோடுதான் இங்கே நாங்கள் வந்திருக்கிறோம்."

"அப்படியென்றால் சையீது சாகிப் எழுந்திருக்கும் வரை நீங்கள் காத்திருக்க வேண்டியதுதான்; இல்லையென்றால் போய்விட்டு ஒரு மணி நேரம் கழித்துக் கூடத் திரும்ப வரலாம். தளபதி வேறு இன்னும் சில மணி நேரங்களில் கிளம்பியாக வேண்டும். இப்படிப்பட்ட நேரத்தில் அதுவும் அவர் உடல் நலமின்றி ஓய்வெடுத்துக் கொண்டிருக்கும் நிலையில் அவரைத் தொந்தரவு செய்ய எனக்குத் தயக்கமாக இருக்கிறது."

செஹ்மத்தின் குரல் உறுதியாக இருந்தது; அதில் ஒரு அதிகாரத் தோரணையும் கலந்திருந்தது. அவர்கள் ஒருவரையொருவர் பார்த்துக் கொண்டபடி, ஒன்றாக நெருங்கி வந்து முன்திட்டமிடாத ஏதோ ஓர் ஆலோசனையில் ஈடுபட்டார்கள். இறுதியாக அங்கே வந்திருந்தவர்களில் சற்று வயதான ஒருவர் செஹ்மத்தை நெருங்கிப் பேசினார்.

“அப்படியென்றால் ஒன்று செய்யலாம். ‘சீல்’ வைத்திருக்கும் இந்த உறையை உங்கள் பொறுப்பில் வைத்துக் கொள்ளுங்கள். அவர் விழித்தவுடன் அதை அவரிடம் காட்டி விடுங்கள். இங்கே அருகி லிருக்கும் ‘இன்ஸ்பெக்ஷன் பங்க’ளாவில் நாங்கள் காத்திருக்கிறோம். பிறகு திரும்பி வருகிறோம்.

“சரி, நான் அதைச் செய்கிறேன்” என்றபடி அந்தக் கனமான உறையைப் பெற்றுக் கொண்டாள் செஹ்மத். பிறகு அந்த அதிகாரி களின் பக்கம் திரும்பிக் கூடப் பார்க்காமல் வரவேற்பறையை விட்டு வெளியேறினாள். அந்தக் காகித உறையைத் தன் அறைக்கு எடுத்துச் சென்று அது எவ்வாறு மூடப்பட்டிருக்கிறது என்று ஆராய்ந்தாள். குளியலறைப் பக்கம் பார்த்தபோது தண்ணீர் கொட்டும் சத்தம் கேட்டுக் கொண்டிருந்ததால் அந்த அறையில் வைத்து அதைத் திறக்க வேண்டாமென்று முடிவு செய்தபடி படிப்பறைக்குள் சென்று கதவை உட்பக்கம் தாளிட்டுக் கொண்டாள். மேஜை மீது அந்தக் கவரை வைத்துவிட்டு சீலை மீண்டும் கவனமாகப் பரிசீலித்தாள். அந்தச் செய்தியைப் பற்றி அவளால் எதுவும் ஊகிக்க முடியவில்லை. ஆனால் அது எதுவாக இருந்தாலும் ஏதோ ஒரு முக்கியமான செய்தி அதில் அடங்கியிருக்கக் கூடுமென்பதை அவளது உள்ளுணர்வு அவளுக்கு அறிவுறுத்தியது.

அபாயம் எதுவெனினும் துணிச்சலோடு அதை எதிர்கொள்ள முடிவு செய்தபடி மேஜைக்கு மிக அருகில் கை வைத்த நாற்காலி ஒன்றை நகர்த்தினாள். ஒரு கொண்டை ஊசியின் உதவியால் கவரின் மூலைகள் பிரிந்து கொள்ளும் வரை, அதன் மீது ஒட்டப்பட்டிருந்த பசையை மெல்ல நீக்கினாள். பதினைந்து நிமிடங்கள் சென்ற பிறகு அவள் அந்தக் கோப்பிலிருந்த செய்திகளைப் படித்துக் கொண்டி ருந்தாள். அவள் கண்கள் அதிலிருப்பதை நம்ப முடியாமல் அகல விரிந்திருந்தன.

அதிலிருந்த பின் இணைப்புக்களையும் விரைவாக இரண்டு முறை புரட்டிய அவள், உறைக்குள் இருந்தவற்றை மீண்டும் அதனுள் அடைக்கும் முன் அதிலிருந்த புகைப்படங்களைப் பல முறை திரும்பத் திரும்பப் பார்த்தாள். முன்பு இருந்ததுபோலவே உறையை ஒட்டி வைக்க முயற்சித்தாள்; ஆனால் அது இயலவில்லை. திரும்ப ஒட்டப்பட்ட முனைப் பகுதியை எவராவது நெருக்கமாகப் பார்த்து விட்டால் தன் குட்டு வெளிப்பட்டு விடும் என்பதை அவள் உணர்ந் திருந்தாள். ஆனால் இப்போது தான் பிடிபடுவதற்காகக் கவலைப் படுவதை விட அதிகமாக வேறொரு விஷயத்துக்காகக் கவலைப் பட்டுக் கொண்டிருந்தாள் அவள்.

மாமனாருக்கென்று தனியாக இருக்கும் பிரத்யேகமான அலமாரியைத் திறந்து அங்கே இருந்த பழைய கனமான புத்தகங்களுக்கு அடியில் அந்த உறையை வைத்தாள். பிறகு தன் அறைக்குச் சென்ற போது இக்பால் உடை மாற்றிக் கொண்டிருந்ததைப் பார்த்தாள். அவன் அந்த வேலையைத் தொடர்வதற்கு முன்பு அவளைப் பார்த்து மெலிதாகச் சிரித்தான்.

"யார் அவர்கள்" இக்பால் கேள்வி கேட்ட தொனி அவ்வளவு திருப்திகரமாக இல்லாததோடு அவளது சந்தேகத்தையும் அதிகப் படுத்தியது.

"எனக்குத் தெரியவில்லை. அவர்கள் அப்பாவைப் பார்க்க வந்திருந்தார்கள். சற்று நேரம் சென்ற பிறகு வருவார்கள்."

"அப்படியானால் நீ அவர்களைத் திருப்பி அனுப்பி விட்டாயா?"

"வேறென்னதான் செய்ய முடியும்? அத்தனை நேரம் அவர்களால் அலுவலக அறையில் எப்படி உட்கார்ந்திருக்க முடியும்?"

"அப்பாவைப் பற்றி ஏதும்"

"இன்னும் தூங்கிக் கொண்டுதான் இருக்கிறார். ஒரு வேளை சிறிது நேரம் கழித்து நான்தான் எழுப்ப வேண்டி இருக்கலாம். அவர் கட்டாயம் ஏதாவது சாப்பிட்டாக வேண்டும். நேற்றிலிருந்து அவர் எதுவுமே சாப்பிடவில்லை."

செஹ்மத்தின் மீது கொண்ட நேசத்தை முகத்தில் வெளிப்படையாகக் காட்டியபடி அவளை அன்போடும், மரியாதையோடும் பார்த்தான் இக்பால். அவனுக்குள் ஓடும் உணர்வுகளைப் புரிந்துகொண்ட செஹ்மத்தும் பதிலுக்குப் புன்னகைத்தாள். ஆனாலும் சற்றுமுன் அறிய நேர்ந்த தகவல்களால் ஏற்படக் கூடிய விளைவுகளை எண்ணியபடி அவளது சிந்தனை ஓடிக் கொண்டிருந்தது. புலனாய்வு அறிக்கைகள், அவர்கள் வீட்டில் பாதுகாப்புக்குக் குந்தகம் ஏற்படுத்தும் ஏதோ ஒன்று இருப்பதைத் தெளிவாகச் சுட்டியிருந்தன. இன்னதென்று விளக்க முடியாத ஏதோ தகவல் பரிமாற்றங்கள் அங்கே நடந்து கொண்டிருப்பதைச் சுட்டியபடி துண்டு துணுக்காகக் கிடைத்த பல தகவல்களை ஒருங்கிணைத்துப் பார்க்க அந்த அறிக்கைகள் முயன்று கொண்டிருந்தன. இந்தியத் தூதரகத்தின் முதன்மைச் செயலாளரான சௌரவ் கீ, சந்தேகத்துக்கிடமான ஏஜண்டுகளோடு பேசிக் கொண்டிருப்பது போன்ற படங்கள் ஆகிய பலவும் அந்த உறையில் இருந்தன. கனமான உறை ஒன்றை அவள் பிடித்துக் கொண்டிருப்பது போன்ற ஒரு படம்தான் அவளைப் பெரிதும் கவலையில் ஆழ்த்தியது. தன் முன்னிலையில் அஞ்சலியிடம் சஃப்ரஸ் அளித்த பைதான் அது என்பதை அவள் இனம் கண்டு

கொண்டாள். 'அஞ்சலி கைது செய்யப்பட்டிருப்பாளோ? சஃப்ரஸ் பத்திரமாக இருப்பாரா' என்ற கேள்விகளுக்கு விடை தெரியா விட்டாலும் பாகிஸ்தான் புலனாய்வுப் பிரிவு, அவர்களது உளவு நடவடிக்கை முழுவதையும் கண்டுபிடித்திருக்கக் கூடுமென்பது அவளுக்குப் புரிந்தது. நிறையப் பேர் ஆபத்திலிருப்பதால் அவள் விரைவாகச் செயல்பட்டாக வேண்டும். ஆனால் என்ன முடிவு செய்வதென்பது அவளுக்குத் தெளிவாகப் புலப்படவில்லை. மிர் அவளுக்குக் குறுகிய காலம் அளித்திருந்த பயிற்சியில் திரும்பத் திரும்ப வற்புறுத்திக் கூறிய ஒன்றை மட்டும் அவள் இப்போது நினைவுபடுத்திக் கொண்டாள்.

"உன் முகத்திரை கிழிந்து விட்டதென்று உனக்கு எப்போது சந்தேகம் வந்துவிட்டாலும், அப்படியே நினைத்துக் கொண்டு அதன்படியே செயல்படு."

அவள் அங்கிருந்து கிளம்புவதற்கான நேரம் வந்து விட்டதா? அவளால் அதை உறுதியாகச் சொல்ல முடியாவிட்டாலும் உட னேயோ அல்லது சற்றுக் காலம் தாழ்த்தியோ அங்கிருந்து தப்பிப் பதற்கான வழியை அவள் கண்டுபிடித்தாக வேண்டும் என்று மட்டும் அவளுக்குத் தெரிந்திருந்தது. தன் முதற்காதலைத் தியாகம் செய்த பின் இப்போது, சமீபகாலமாகத்தான் அவள் இங்கே ஓரளவு பொருந்த ஆரம்பித்திருந்தாள். இக்பாலை கெட்டிக்காரனென்றோ, அறிவுக் கூர்மையுள்ளவனென்றோ ஒருபோதும் சொல்லமுடியாது. இன்னும் சொல்லப் போனால் தனது தினசரி நடவடிக்கைகளுக்குக் கூட செஹ்மத்தின் ஆலோசனைகளையே அவன் பெரிதும் சார்ந் திருந்தான். ஆனால் அவன் அவளை ஆழமாக நேசித்து வந்தான்; அவளுக்குரிய இடத்தை அளித்து வந்தான். தனிமை தேவைப்படும் போதும் அவளுக்கு அதைத் தர அவன் தவறவில்லை. இப்போது அவளது செயல்பாடுகளால் அந்தக் குடும்பமே சீரழிவின் விளிம்பில் இருந்து கொண்டிருக்கிறது. தான் செய்திருக்கும் செயல்களை எண்ணி அவளது ஆழ்மனத்தின் ஒரு மூலை நாணிக் கூசிக் கொண் டிருந்தது. அப்துலின் முகத்தை நினைத்தபோது அவளது கண்களில் கண்ணீர் வழிந்தோடியது. டிரக் சக்கரத்துக்கு அடியில் கேட்ட அவனது எலும்பு முறியும் சத்தம் அவளைச் சோர்வில் தள்ளிக் கொண்டிருந்தது.

குளியலறையின் தனிமையில் அடக்கி வைக்கப்பட்டிருந்த தன் உணர்வுகளுக்கு ஒரு வடிகால் தருவது போல அழுது தீர்த்துவிட்டு முகத்தைத் துடைத்துக் கொண்டாள். பிறகு அவளும் இக்பாலும் தங்கள் படுக்கையறையில் ஒன்றாக அமர்ந்து பகலுணவு அருந்தினர். தளபதியின் தூக்கத்திற்கு இடையூறு செய்ய அவர்கள் விரும்ப வில்லை. பிறகு, தன் பயணப் பைகளை ஆயத்தம் செய்து கொள்ள

முனிராவுக்கு உதவிய செஹ்மத் வாயிற்கதவு வரை சென்று அவளை வழியனுப்பிவிட்டு வந்தாள். ராவல்பிண்டியிலிருக்கும் அவளது பெற்றோரிடம் சென்று சில நாட்கள் தங்கிவிட்டு வருமாறு செஹ்மத் தான் அவளுக்கு ஆலோசனை கூறியிருந்தாள். ஒரு மணி நேரம் கழிந்த பின்பு இக்பாலும் செஹ்மத்தும் தளபதி சையீதின் அருகில் அமர்ந்து கொண்டிருந்தனர். ஒருவரை ஒருவர் தேற்றியபடி தொழுகையிலும் ஈடுபட்டனர். துணிச்சலாக இருப்பதுபோல் காட்டிக் கொள்ள சையீத் தன்னால் முடிந்தவரை முயன்றாலும், அவர் மனமுடைந்து போயிருந்ததை அறிந்திருந்தாள் செஹ்மத்.

அன்று பிற்பகல் தரப்பட்டிருந்த அந்த இரகசியக் கோப்பைப் பற்றி அவள் அவரிடம் வேண்டுமென்றே சொல்லாமல் இருந்தாள். 'வீட்டில் நடந்துபோன துரதிர்ஷ்டவசமான சம்பவங்களால் ஏதோ மறந்து போனது போல சில விஷயங்கள் விடப்படுவதே நல்லது' என்று தனக்குள் சொல்லிக் கொண்டாள் அவள்.

சிறிது நேரத்திலேயே தளபதியும் கிளம்பிச் சென்று விட்டார். இராணுவச் சீருடை அணிந்திருந்தபோதும் போர் முனையிலிருந்து மனதால் மிகவும் தள்ளியிருப்பவரைப் போலத் தோன்றினார் அவர். அவரது தோளிலிருந்த நட்சத்திரங்கள் அவரைக் கனமாக அழுத்திக் கொண்டிருந்தது போலிருந்தது.

அவரை வாயில்வரை வழியனுப்பி விட்டு வீட்டுக்குள் திரும்பி வந்தாள் செஹ்மத். வரவேற்பறைக்குச் செல்லும் உயரம் குறைவான படிகளில் ஏறியபோது, அவர்களது மாளிகையை நோக்கி ஒரு பெரிய வாகன வரிசை வந்து கொண்டிருப்பதை அவள் கண்டாள். முன்புற வாயிலில் நிறுத்தாமல் அதைக் கடந்து சென்ற வாகனங்கள் பின்புற வாயிலருகே வேகம் குறைந்து நின்றன. நிறைய 'ஆண்டென்னா'க்கள் தாங்கிய மிகப் பெரிய இராணுவ வாகனம் ஒன்று மெல்ல நகர்ந்து வர, மற்ற வாகனங்கள் வேகமாய் வந்து மாளிகையருகே நின்றிருந்தன.

வரவிருக்கும் ஆபத்தை உடனே உணர்ந்து கொண்ட செஹ்மத், குளியலறைக்கு விரைந்தாள். கதவை உட்புறம் தாளிட்டுக் கொண்டு, குளியல் தொட்டிக்கு மேலேறி நின்றபடி அங்குள்ள காற்றுத் துவாரம் வழியே வெளியே எட்டிப் பார்த்தாள். மாளிகைக்கு வெளியிலுள்ள பாதச் சுவடுகளையும், அங்கே கிடக்கும் வேறு உதிரிப் பொருட்களையும் மூன்று பேர் ஆராய்ந்து பார்த்துக் கொண்டிருந்தனர். நீண்ட சங்கிலிகளால் பிணைக்கப்பட்ட மோப்ப நாய்களும் அவர்களோடு இருந்தன. இராணுவ நபர்கள் அல்லாத வேறு சிலர், வாகனங்களிலிருந்து வெவ்வேறு வகையான சாதனங்களை மும்முரமாக இறக்கிக் கொண்டிருந்தனர். விறைப்பான சீருடை அணிந்த இளம் அதிகாரி ஒருவர் ஜீப்பில் அமர்ந்தபடி 'வாக்கி டாக்கி' கருவியைத் தன் காதருகே பிடித்துக் கொண்டிருந்தார்.

மேலிருந்து கவனமாக இறங்கியவள் கழிவு நீர்த் தொட்டித் தண்ணீரையும் திறந்து விட்டு பின் கைகளைக் கழுவிக் கொண்டு கதவைத் திறந்தாள். அங்கே கதவுக்கு வெளியில் நின்று கொண்டிருந்த இக்பாலைக் கண்டதும் அவளுக்குத் தூக்கிவாரிப் போட்டது.

"என்ன இக்பால். அவ்வளவு அவசரமென்றால் கதவைத் தட்டியிருக்கலாமே?"

"இல்லை... இல்லையில்லை... சரியாகச் சொன்னால்" இக்பால் சொன்னதையே திரும்பத் திரும்பச் சொல்லியபடி தடுமாறிக் கொண்டிருந்தானே தவிர அவனால் அந்த வாக்கியத்தை முடிக்க முடியவில்லை."

"என்ன ஆயிற்று? ஏதாவது சிக்கலா? நீங்கள் கொஞ்சம் வித்தியாசமாக நடந்துகொள்வது போலிருக்கிறதே? நான் ஏதாவது உதவ முடியுமா?"

"இல்லை... உண்மையில் நான் குளியலறைக்கு அவசரமாகப் போக வேண்டியிருந்தது. என்னைக் கொஞ்சம் உள்ளே விடுகிறாயா?"

செஹ்மத், சற்றே ஒதுங்கிக் கொண்டு, குளியலறைக்குள் அவன் செல்ல இடமளித்தாள். அவன் முகத்திலிருந்த தர்மசங்கடமான பாவனை, அவளுக்கு எது தேவையோ அதைத் தெரிவித்து விட்டது. சுற்று முற்றும் பார்த்துக் கொண்டிருந்த அவளது இதயம் மிக வேகமாகத் துடித்துக் கொண்டிருந்தது. தன் உளவு விளையாட்டு ஒரு முடிவுக்கு வந்துவிட்டதென்பதை அவள் அறிந்துகொண்டாள். தான் தப்பித்துக் கொள்வதற்கு இன்னும் கூட வழி ஏதேனும் இருக்கிறதா என்பதை அவள் மனம் இப்போது தேடிக் கொண்டிருந்தது. அங்கிருந்த எழுதும் மேஜையில் கிடந்த இக்பாலின் பர்ஸை எடுத்து, அதற்குள்ளே இருப்பவைகளை வேகமாகப் பார்த்தாள். அதிலிருந்த கரன்சி நோட்டுகளைத் திரும்ப வைத்தபோது அந்த சலவை நோட்டுக்களுக்கிடையே ஒரு சிறிய துண்டுச் சீட்டு இருந்ததைக் கவனித்தாள். அதை வெளியில் எடுத்துப் பார்த்தாள். அவள் முகத்திலிருந்த தீவிரமான பாவனை இப்போது சற்று வித்தியாசமாக மாறியது. மெல்லிய இரக்கமற்ற புன்னகை ஒன்றை உதிர்த்தாள் அவள். பிறகு பர்ஸை மேஜை மீது வைத்துவிட்டுக் காத்திருந்தாள்.

சில நிமிடங்களுக்குப் பிறகு குளியலறைக் கதவு திறந்து கொண்டது. முகம், தலை எல்லாம் நனைந்தபடி கலைந்த கோலத்துடன் கதவருகே நின்று கொண்டிருந்தான் இக்பால். அவன் கண்கள் சட்டென்று அதிர்ச்சியும், நடுக்கமும் கொண்டன. அவனுக்கு நேர் எதிரே கைத்துப்பாக்கியைப் பிடித்தபடி செஹ்மத் நின்று கொண்டிருந்தாள். அதன் முனை அவனது முன்நெற்றியைக் குறி வைத்திருந்தது.

16

“உங்களுக்கு என்ன தெரியுமோ எல்லாவற்றையும் என்னிடம் சொல்லி விடுங்கள். உங்கள் உணர்வுகளை அவற்றோடு கலந்து என்னை மிரட்டிக் கோழையாக்க முயல வேண்டாம். நான் என் தாய் நாட்டுக்குப் பணியாற்றுவதற்காக இங்கே வந்திருக்கிறேன். அதற்குக் குறுக்கே யாரையும் வர அனுமதிக்க மாட்டேன். உங்களையும் கூடத்தான்” செஹ்மத்தின் குரல் கடுமையாக, உணர்ச்சிகள் அற்றதாக இருந்தது.

சொற்களால் விவரித்துவிட முடியாத நடுக்க மிகுதியோடு தனக்கு முன்னாலிருந்தவளை அந்நியரைப் போலப் பார்த்துக் கொண்டிருந்தான் இக்பால். அவளது மிரட்டல் உண்மையானதாகத் தான் இருந்தது; தன் பிணம் தரையில் விழுவது போலக் கூடக் கற்பனை செய்யத் தொடங்கியிருந்தான் அவன்.

அதிர்ச்சியால் ஊமையாகிப் போயிருந்த அவன், செஹ்மத் சொன்னபடியே நாற்காலியை இழுத்துப் போட்டு அதில் உட்கார்ந்திருந்தான். அவன் கைகளை கழுத்து ‘டை’களைக் கொண்டு முதுக்குப் பின்னால் நாற்காலியோடு கட்டிவிட்டு துப்பாக்கியைக் கையில் பிடித்தபடி அவெனதிரே நின்றிருந்தாள் செஹ்மத். ஆனால் இம்முறை அதை இலக்கை நோக்கி நேரே பிடிக்காமல் சற்றுத் தாழ்த்திப் பிடித்திருந்தாள். இக்பால் இன்னும் கூட திக்பிரமை பிடித்தவன் போலவே இருந்தான். அவன் அவளை அளவுக்கு மீறி நேசித்து வந்தான். இப்போது மனைவி என்ற நிலையிலிருந்து ரகசிய உளவாளி என்ற நிலைக்கு அவள் மாறி விட்டிருந்தாலும் அவனால் அவளை வேறு வகையாக நினைக்க முடியவில்லை. தன்னுடைய நாட்டுக்குத் துரோகம் செய்த பெண்ணை மட்டும் அவன் காதலிக்கவில்லை; தான் இப்போது உயிரோடு இருப்பதற்கே யாரைச் சார்ந்திருக்க வேண்டியிருக்கிறதோ அவளைத் தான் காதலித்தான்.

எதைச் செய்தால் செஹ்மத் தன் செயல்களை மீட்டுக் கொள்ளக் கூடுமென்று எண்ணியபடி அவனது மனம் அதற்கான வழிதேடி அலைபாய்ந்து கொண்டிருந்தது. பரிதாபமாக இறைஞ்சும் பாவனையைத் துயரமான கண்களில் தேக்கியபடி அவன் அவளிடம்

மன்றாடி, வழிக்குக் கொண்டு வர முயன்றான். ஆனால் செஹ்மத் தான் மேற்கொண்டிருந்த செயல்பாட்டில் உறுதியாக இருந்தாள். தாய்நாட்டின் மீதான வெறி அவள் கண்ணிலிருந்து தெறித்துக் கொண்டிருந்தது. அவள் இறப்பதற்குக் கூட அஞ்சியிருக்கவில்லை.

அவன் மற்றொரு உபாயத்தைக் கையாள முயற்சித்தான்.

"நீ எளிதாகத் தப்பி விட முடியாது செஹ்மத். அவர்கள் முனிராவைக் குறுக்கு விசாரணை செய்யத் தொடங்கி விட்டார்கள். வெகுவிரைவில் உன்னிடமும் கேள்வி கேட்க ஆரம்பித்து விடுவார்கள். அப்பாவை இந்த இடத்திலிருந்து வெளியேற வேண்டாமென்று கேட்டுக் கொண்டு விட்டார்கள். சொல்லப் போனால் இவர்கள் உள்ளே வருவதற்கு வசதியாகத்தான் அவர் வெளியே போயிருக்கிறார். என்னுடைய துயரம் என்னவென்றால், இவ்வளவு நடந்த பிறகும் அவர்கள் கையில் நீ சிக்குவதை என்னால் பார்க்க முடியாது என்பதுதான். இப்படி ஏன் செய்தாய்?"

மனதளவில் ஆடிப்போயிருந்த இக்பால் உணர்ச்சிக் கொந்தளிப்பிலும் இருந்தான். அவன் கண்களில் கண்ணீர் நிரம்பியிருந்தது. அவனது குரல் துயரத்தின் கனத்தோடு இருக்க, இதயம் வேகமாகத் துடித்துக் கொண்டிருந்தது. அடுத்து நெருங்கிக் கொண்டிருக்கும் அபாயம் பற்றி உணர்ந்திருந்ததால் அந்தச் சுமை அவனைப் பாரமாக அழுத்திக் கொண்டிருந்தது. உளவு பார்க்க வந்த ஒரு பெண்ணை மணம் செய்து கொண்டதால் ஏற்படவிருக்கும் கடுமையான விளைவுகளை எண்ணியபடி இருந்த அவன் முகத்தில் பயம் அடர்த்தியாகப் படிந்திருந்தது. இராணுவ நீதிமன்ற விசாரணைக்கும், தண்டனைக்கும் தான் உட்படக் கூடுமென்ற நினைப்பு அவனை பலவீனப்படுத்தி, நிற்கக் கூட முடியாதபடி செய்தது. செஹ்மத்துக்கு அளவுக்கு அதிகமான இரகசியங்கள் தெரிந்திருந்தன. அவனால் கற்பனை செய்து பார்க்கக் கூட முடியாத அளவு இரகசியங்கள். ஐ.எஸ்.ஐ. அமைப்பின் மிக உயர்மட்ட நிலையிலிருக்கும் அதிகாரிகள் மட்டுமே பார்க்கக் கிடைக்கும் இரகசியமான கோப்புக்களெல்லாம் அவளுக்கும் கிடைத்திருக்கின்றன. இராணுவ விசாரணை நடந்தால் குறைந்தபட்ச தண்டனையே மரணதண்டனையாகத்தான் இருக்கும்.

நேருக்கு நேராக நின்று கொண்டிருந்த அந்தக் கசப்பான உண்மையை ஏற்க மனமில்லாமல் ஐ.எஸ்.ஐ.யின் கரங்களிலிருந்து செஹ்மத்தைக் காப்பாற்ற இன்னும் கூட ஏதேனும் வழியிருக்கிறதா என்று கையறு நிலையில் தவித்துக் கொண்டிருந்தான் அவன். அவள் கண் பார்வையிலிருந்தே மறைந்து போய்விடுமாறு செய்துவிட அவனால் முடிந்தால் எவ்வளவு நன்றாக இருக்குமென்று அவன் நினைத்தான். ஆனால் அவளுக்கு எதிராக பாகிஸ்தான் புலனாய்வுப்

பிரிவு அமைப்பு பின்னியிருந்த வலை மிகவும் சிக்கலானதாக இருந்தது; அதிலிருந்து செஹ்மத் தப்பிப்பது எளிதல்ல. மூளையைப் போட்டு எவ்வளவு குழப்பிக் கொண்டாலும் என்ன வழியென்பது விளங்காத தால் அவன் இவ்வாறு பிதற்றினான்.

"தயவுசெய்து என்னை சுட்டு விடு செஹ்மத்; பிறகு உன்னையும் நீயே சாகடித்துக் கொண்டுவிடு. அப்படியாவது நாம் இருவரும் சேர்ந்திருக்கலாம்."

செஹ்மத் எதையும் கேட்கும் நிலையில் இல்லை. 'மெஹ்பூப்' புடன் அப்துல் கொண்டிருந்த நெருக்கம், முனிராவைச் சந்தேகத்துக் குரிய முதல் நபராக ஆக்கியிருக்கக் கூடும் என்பது அவளுக்குத் தெளிவாகத் தெரிந்தது. எப்படியிருந்தாலும் அவளுமே இப்போது அவர்களது பாதுகாப்பில் இருக்க வேண்டியவள்தான். உயர்மட்ட இராணுவக் குடும்பத்தைச் சேர்ந்த இரண்டு பேரை ஒரே சமயத்தில் எப்படி விசாரணைக்குட்படுத்துவது என்ற சிக்கல் ஒருவேளை ஐ.எஸ்.ஐ.க்கு இருந்திருக்கலாம். அதனால் முதலில் முனிராவின் மீது அவர்கள் கவனம் செலுத்தியிருக்கலாம். தன்னைத் தேடிக் கொண்டும் இராணுவக் காவல்துறை மிக விரைவாகவே வந்துவிடக் கூடுமென்பதை அவள் உறுதியாக அறிந்திருந்தாள். தொலைபேசி அருகே சென்று ரிசீவரை வெளியிலெடுத்தாள். இராணுவத் தொலை பேசி எண்கள் கொண்ட குறிப்பேட்டை சில விநாடிகள் வேகமாகப் புரட்டிய பிறகு 'கன்டோன்மென்ட்' பகுதியின் மிக முக்கியமான ஒரு எண்ணுக்கு அவள் டயல் செய்தாள். சற்று இடைவெளிக்குப் பிறகு நன்கு பயிற்றுவிக்கப்பட்ட ஒரு தொலைபேசி உதவியாளரின் குரல் மறுமுனையில் கேட்டது.

"காலை வணக்கம். தளபதி இமிதியாஸ்கானின் இல்லத்தி லிருந்து பேசுகிறோம்" – பேசிய குரல் பண்பட்ட முறையில், நல்ல ஆங்கிலத்தில் ஒலித்தது.

"என் பெயர் செஹ்மத் சையீது. அன்வர்கானின் ஆசிரியை நான். திருமதி இமிதியாஸ்கானுடன் பேச வேண்டும். கொஞ்சம் அவசரம்."

"அப்படியே லைனில் இருங்கள் மேடம் இதோ இணைப்புத் தருகிறேன்" என்று சுருக்கமாகப் பதிலளித்தார் உதவியாளர். ஏற் கனவே இதற்கு முன்பு ஒரு முறை அவளுக்கு இணைப்புக் கொடுத்தி ருந்ததால் செஹ்மத்தின் அழைப்பு ஏற்கப்பட்டு விடுமென்பதை அவர் அறிந்திருந்தார். சிறிது நேரம் சென்ற பின் மெல்லிய கீச்சுக் குரல் ஒன்று மறுமுனையில் ஒலித்தது.

"ஹலோ செஹ்மத் எப்படி இருக்கிறாய்? எல்லாம் சரியாக இருக்கிறதுதானே?" செஹ்மத்தின் குரல் கேட்டதில் சுரையா கான்

அடைந்திருந்த மகிழ்ச்சி அவர் பேச்சில் தெரிந்தது. சையீத் குடும்பத்தில் சமீபத்தில் நடந்திருந்த விஷயங்கள் பற்றி அவர் அறிந்திருக்கவில்லை என்று தோன்றியது.

"நான் நன்றாகத்தான் இருக்கிறேன் மேடம். ஆனால் எனக்கு உங்கள் உதவி அவசரமாகத் தேவைப்படுகிறது. நான் இப்பொழுது உடனே அங்கே வந்து உங்களைப் பார்க்க வேண்டும். வரலாமா?" செஹ்மத், தன் பதட்டத்தை வெளிக்காட்டிக் கொள்ளாமல் மிகவும் பணிவாகப் பேசினாள்.

"எல்லோரும் நலம்தானே. உன் குரலைப் பார்த்தால் ஏதோ கவலையாக இருப்பது போல் தெரிகிறதே."

"ஆமாம் மேடம் மிக மிக முக்கியமான சில விஷயங்களை நானும் இக்பாலும் கண்டுபிடித்திருக்கிறோம். அவற்றை உடனே உங்களுடன் பகிர்ந்து கொள்ள வேண்டும் கொஞ்சம் தாமதித்தாலும் எங்கள் குடும்பத்துக்கே ஆபத்தாகி விடும்."

மறுமுனையில் சற்று தர்மசங்கடமான சிறு தாமதம், சற்று முன் தான் கூறியிருக்கும் அந்த விஷயத்தின் விளைவுகளைப் பற்றி அந்த வயதான பெண்மணி யோசித்துக் கொண்டிருக்கக் கூடும் என்று உணர்ந்து கொண்டாள் செஹ்மத். இராணுவ உயர்மட்டத்தில் இரண்டாம் நிலையில் இருக்கும் அதிகாரி ஒருவரின் மனைவி, தான் போடும் தூண்டிலில் சிக்குவாளா என்பது அவளுக்குச் சந்தேகமாகத் தான் இருந்தது. உள்ளூரைப் பொறுத்தவரை 'முதற்பெண்மணி' யாக இருந்து வரும் அவளுடன் பேசுவதன் வழி, அங்கே பேசப்படும் ஒவ்வொரு வார்த்தையையும் ஒட்டுக் கேட்டுக் கொண்டிருக்கும் இராணுவ காவல்துறையையும் ஓரளவு சரிக்கட்டி விட முடியுமென அவள் அறிந்து வைத்திருந்தாள்.

"இப்போது நீ எங்கே இருக்கிறாய்?" என்று அவர் வினவுவது செஹ்மத்துக்குக் கேட்டது.

"வீட்டில்தான் மேடம்."

"சரி, நீ உடனே கிளம்பி இங்கே வரலாம். வருவதற்கு ஏதேனும் வாகனம் இருக்கிறதா?"

"இல்லை மேடம், அப்பா கிளம்பிப் போய்விட்டார். பரவாயில்லை நான் எப்படியாவது சமாளித்துக் கொள்கிறேன்."

"கொஞ்ச நேரம் காத்திரு. இப்பொழுதே உன்னை அழைத்து வர வண்டி அனுப்புகிறேன். சிறிது நேரத்தில் வந்துவிடும்" என்றபடி சுரையா பேச்சை முடித்துக் கொண்டாள். செஹ்மத், தன் அடுத்த திட்டத்தைப் பற்றி வேகமாக யோசிக்கத் தொடங்கியிருந்தாள். தளபதி இமிதியாஸ்கானின் பங்களா, சையீது குடும்பத்தாரின்

மாளிகைக்கு அருகில்தான் இருந்தது. தங்கள் வீட்டிற்கு வெளியே அவசரத் தேவைக்காக கூடுதலான பல கார்கள் நிறுத்தப்பட்டிருப்பதும் அவளுக்குத் தெரிந்துதான் இருந்தது. ஆனால் ஐ.எஸ்.ஐ. நபர்களிடமிருந்து தன்னைக் காத்துக் கொள்ள வேண்டுமென்றால் இமிதியாஸ்கானின் அரசு வாகனத்தில் பயணம் செய்வதே தனக்குப் பாதுகாப்பாக இருக்குமென்பதையும் அவள் அறிந்திருந்தாள். இருபது நிமிடம் கழிந்த பின் செஹ்மத்தும் இக்பாலும் கொடி பறக்கும் அந்தக் காரில் அமர்ந்திருந்தனர். அங்கிருந்து கிளம்பும்போது நிறைய கார்களும், டிரக்குகளும் தடுப்புச் சட்டத்திற்குப் பின்னாலிருந்து தங்கள் வீட்டுப் பின்புறத்தை நோக்கி விரைவதை அவள் கவனித்தாள். பிடி மேலும் மேலும் இறுகத் தொடங்கி விட்டது. திரும்பி வரும் போது தானும் கூடக் கைது செய்யப்பட்டு விடக் கூடுமோ என்று நினைத்தாள் அவள்.

"ஏதோ போகும் வரை போகட்டும்" பின் சீட்டில் அமர்ந்து தலையணையில் தலைசாய்த்துக் கொண்டபின் இவ்வாறு முணுமுணுத்துக் கொண்டாள். இக்பால் முன்னைவிடப் பெரும் பதட்டத்தில் இருந்தான். தொடர்ந்து கொண்டே செல்லும் நிகழ்வுகளில் தான் என்ன பங்கு வகிக்கப் போகிறோமென்பதை அவனால் ஊகிக்க முடியவில்லை. மிக மூத்த இராணுவ தளபதி ஒருவரது வீட்டுக்கு அழைப்பின்றிச் செல்வது இராணுவ நடத்தை விதிகளுக்கு முற்றிலும் எதிரானது. செஹ்மத்தைக் கெஞ்சுவது போலப் பார்த்தான். அவன் கண்களில் அச்சம் குடியிருந்தது. பல கேள்விகளும் கூட. ஆனால் அவன் எதுவும் கூறவில்லை.

"மிகவும் சுலபம் இக்பால்" கார் கதவை அடைத்துவிட்டுப் பணியாள் சென்றபின் பேசத் தொடங்கியிருந்தாள் செஹ்மத். காரோட்டி, தன் இருக்கையில் ஏறிக் கொள்வதற்கு முன்பு கிடைத்த அரிதான சில நொடிகளில் அவள் பேசினாள்.

"முழு விஷயத்தைப் பற்றியும் உங்களுக்கு எதுவும் தெரியாது இக்பால். திருமதி கானிடம் நான் சொல்லப் போவதையே வேதப் புத்தகத்திலிருக்கும் உண்மையைப் போல நீங்களும் எடுத்துக் கொள்ள வேண்டும். உங்களிடம் பேசினால் மட்டும் பேசுங்கள், இல்லையென்றால் அமைதியாக இருந்துவிடுங்கள். நான் என்ன சொல்கிறேன் என்பதை மட்டும் கேட்டபடி, பேசாமல் இருப்பதே உங்கள் வேலை. முதலிலிருந்து இதைச் செய்திருப்பது அப்துல்தான் மற்றதெல்லாம் நடந்த கதை. ஒன்று மட்டும் நினைவு வைத்துக் கொள்ளுங்கள். என்னைச் சீண்டினால் எப்படிப்பட்ட தீவிரமான எல்லைக்குச் செல்லவும் நான் துணிந்து விடுவேன்." தன்னுடைய மிகச் சுருக்கமான, நன்கு தயாரிக்கப்பட்ட உரையைப் பேசி முடித்துவிட்டு அதற்குக் கணவரின் எதிர்வினை எப்படியிருக்கிறது என்று

பார்க்க இடைவெளி விட்டாள். அவளது மிரட்டலின் பொருள் இக்பாலுக்குப் புரிந்திருந்தது. தன் கைப்பையில் பளபளவென்ற கைத்துப்பாக்கியை அவள் வைப்பதை அவன் பார்த்திருந்தான்.

சில நிமிடங்கள் சென்றபிறகு திருமதி கானுக்கு எதிரே அமர்ந்த படி சையீது வீட்டில் நடந்ததாகச் சந்தேகப்படும் ஒற்று வேலையில் அப்துலின் பங்கைப் பற்றி விளக்கிச் சொல்லிக் கொண்டிருந்தாள் செஹ்மத். முனிராவின் பாதுகாப்புக்கு ஏற்படக் கூடிய அபாயத்திற்கு அழுத்தம் தந்தபடி திருமதி கான் அதில் தலையிட வேண்டுமென் பதை அவள் திரும்பத் திரும்ப வற்புறுத்தினாள்.

“இப்போது தான் அவள் தன் கணவரை இழந்திருக்கிறாள் மேடம். தனிமையில் அமைதியாக இருந்தபடி வருத்தப்படவாவது அவளை விட வேண்டும்” உணர்ச்சிப் பெருக்கோடு மன்றாடினாள் அவள்.

திருமதி சுரையா கான் மிகவும் அனுபவசாலியான பெண்மணி. இராணுவ விதிமுறைகளைப் பற்றி மட்டுமல்லாமல், அதற்குள் இருக்கும் தன் வரம்புகளைப் பற்றியும் புரிந்து வைத்திருந்தார் அவர். முனிராவின் கோணத்தில் யோசித்துப் பார்த்தபடி அவரால் அவளுக் காக அனுதாபப்பட முடிந்ததே தவிர செஹ்மத்தின் வேண்டுகோள் அவரது அதிகாரத்தை மீறியதாக இருந்தது. மேலும் வழக்கத்தி லிருந்து மாறான இந்தக் கோரிக்கை தொடர்பாக, எவரிடம் பேசுவது என்பதைப் பற்றியும் அவருக்கு உறுதியாகத் தெரிந்திருக்கவில்லை. அதே நேரம் பள்ளியில் நடந்த பேரனின் இசை நிகழ்ச்சிக்கு செஹ்மத் எடுத்த முன் முயற்சிகளும் உதவிகளும் அவள் நெஞ்சை அழுத்திக் கொண்டிருந்தன. நாட்டிலேயே மிக உயர்ந்த அதிகாரத்தில் இருக்கும் இராணுவ அதிகாரியின் மனைவியாக இருந்து கொண்டு தன் செல்வாக்கைப் பயன்படுத்தத் தவறினால் அது தனக்குச் சரிவாகி விடுமே என்ற தன்முனைப்பும் அவரிடம் இல்லாமலில்லை. செஹ் மத்தின் வார்த்தைகளால் தூண்டப் பெற்ற அவர், இராணுவ அதிகாரிகளின் மனைவிகளுக்கான நலக் கழகத்தில் துணைத் தலை வராக இருப்பவர் என்ற முறையில் அந்த விவகாரத்தைக் கையில் எடுத்துக் கொள்ளத் தீர்மானித்தார்.

ரிசீவரைக் கையிலெடுத்து ஒரு எண்ணைச் சுழற்றியபடி ஐ.எஸ்.ஐ. யின் தலைவரான லெஃப்டினண்ட் ஜெனரல் இஸாஸ் மிஸ்ராவுடன் பேச வேண்டுமென்று கேட்டுக் கொண்டார். உடனே தொடர்பில் வந்து விட்ட மிஸ்ராவுடன் மரியாதையான நல விசாரிப் புக்களும், வார்த்தைப் பரிமாற்றங்களும் நடந்தன. தொடக்கத்தில் திருமதி கானின் குரலில் இலேசான தயக்கம் இருந்தது. பிறகு பேச்சு தொடரத் தொடர அதன் முழுக் கட்டுப்பாடும் அவர் கைக்குள் வந்திருந்தது.

“மிஸ்ரா சாகிப் நம் இராணுவ அதிகாரி ஒருவர், ஒரு விஷயத்தில் சற்று வரம்பு மீறி நடந்து கொண்டு விட்டாரோ என்று தோன்றுகிறது. அதை உங்கள் கவனத்துக்குக் கொண்டு வர நினைக்கிறேன். ஒற்றறிதல் தொடர்பான சில நடவடிக்கைகளோடு தொடர்புபடுத்தி தளபதி சையீதின் மூத்த மருமகளை இராணுவப் போலீசார் கைது செய்திருக்கிறார்கள் என்று கேள்விப்பட்டேன். உண்மையிலேயே இது ஒரு கடுமையான குற்றச்சாட்டு. தனிப்பட்ட முறையில் நீங்களே அது குறித்து ஆராய்ந்து அந்தப் பெண்ணுக்குப் போதிய பாதுகாப்பு வழங்க ஏற்பாடு செய்தால் மகிழ்வேன். அந்தப் பெண்ணின் கணவர் இரண்டு நாட்களுக்கு முன்புதான் மாரடைப்பால் இறந்து போனார் என்பது உங்களுக்குத் தெரிந்திருக்கும். அவள் மீது உள்ள வழக்கு உண்மையானதாகவே இருந்தாலும் கூட நம் அணுகுமுறை இன்னும் சிறிது மனிதாபிமானத்தோடு இருக்க வேண்டுமென நினைக்கிறேன். அவளை ஒழுங்காக நடத்துகிறார்களா என்பதைக் கவனித்து எத்தனை சீக்கிரம் முடியுமோ அத்தனை சீக்கிரம் அவளை வீட்டுக்கு அனுப்பி வைத்து விடுகிறீர்களா?”

தளபதி பதில் சொல்ல இடைவெளியே தராதபடி பேசிக் கொண்டிருந்தார் அந்தப் பெண்மணி. பிறகு அழைப்பை அவர் துண்டித்தபோது மறுமுனையிலிருந்த தளபதி தன் கையில் ரிசீவரைப் பிடித்துக் கொண்டு வியப்போடு விழித்துக் கொண்டிருந்தார். அந்தப் பெண்மணி சொன்ன செய்தி மிகத் தெளிவாக இருந்தது. பாகிஸ்தான் இராணுவத்தின் மிகப் பெரும் சக்தி வாய்ந்த மனிதர் ஒருவரின் மனைவியைக் கோபம்கொள்ளச் செய்வதென்பது உயர் அதிகாரத்தில் இருக்கும் தன்னால் கூட இயலாது என்பதை அவர் உணர்ந்திருந்தார். மேலும் தளபதி இமிதியாஸ்கான் அவருக்கு நெருங்கிய உறவினரும் கூட; அந்த உறவு முறையால் பல வகைகளில் பயனடைந்தும் இருந்தார். சையீத் குடும்பத்தில் நடந்த ஒற்று சதி வேலை குறித்து அவர் நன்கு அறிந்திருந்தார். அதை விசாரிப்பதற்கான ஆணைகளில் தனிப்படக் கையெழுத்திட்டு இருந்தவரும் அவர்தான்.

முனிராவைக் கைது செய்வதொன்றும் எளிதான விஷயமாக இருக்கவில்லை. அவளது தந்தை ஓய்வு பெற்ற ஒரு லெஃப்ட்டினண்ட் தளபதி என்பதால் அவளுக்கும் மிகுந்த செல்வாக்கு இருந்தது. துணைத் தலைவரான தளபதி சையீது அதற்கு உடன்பட்ட பிறகுதான் ஐ.எஸ்.ஐ. தொடர்ந்து நடவடிக்கையில் இறங்கியது. முனிராவிடம் ஏற்கனவே சில கேள்விகள் கேட்டு முடித்திருந்ததால் இப்போதைக்கு அந்த விஷயத்தைச் சற்றுத் தள்ளி வைக்க முடிவு செய்தார் ஐ.எஸ்.ஐ. தலைவர்.

அடுத்த அரைமணிநேரத்தைப் பதட்டமே இல்லாமல் மிக மிக அமைதியாகக் கழித்தாள் செஹ்மத். தற்போதைய குறுகிய கால

இலக்கை அவள் எட்டிவிட்டிருந்ததால் அறையில் நிலவிய இறுக் கத்தைத் தணிப்பதற்காக உடனே வேறு விஷயங்களைப் பேசத் தொடங்கியிருந்தாள். அந்த இரண்டு பெண்களும் ஒருவர் மீது மற் றொருவர் மிகுந்த மதிப்பு வைத்திருக்கிறார்கள் என்பது அவர்களது பேச்சின் வழி இக்பாலுக்குப் புலப்பட்டது. சீக்கிரமாகவே அவர்களது பேசு பொருளாக ஆகிப் போனான் அன்வர். தீர்மானமான மன உறுதியும், ஒன்றில் மட்டும் ஒருமுகப்பட்டபடி செயலாற்றுவதும் அவனிடம் ஒளிந்து கிடக்கும் குணங்கள் என்பதைக் கோடிட்டுக் காட்டினாள் செஹ்மத். திருமதி கான் அந்த வார்த்தைகளில் மிகவும் திருப்தியடைந்திருந்தார்; பதிலுக்கு வித்தியாசமாகக் கற்பிக்கும் அவளது பாணியை அவர் புகழ்ந்து சொன்னார்.

ஒரு மௌனப் பார்வையாளராக அறையில் மூலையில் பயத் தோடு அமர்ந்திருந்த இக்பால், இராணுவத்தின் முதற் குடும்பத் தாரோடு தன் மனைவி எந்த அளவு ஊடுருவி உட்கலந்திருக்கிறாள் என்பதைப் பார்த்து அதிசயித்துக் கொண்டிருந்தான். தேசத்தின் பாதுகாப்பு தொடர்பான விஷயங்களையும் கூட செஹ்மத் எத்தனை எளிதாகக் கையாண்டு கொண்டிருந்தாள் என்பதைப் பார்க்க அவனுக்கு அதிர்ச்சியாக இருந்தது. ஆனால் இத்தனை நாச வேலை களுக்கு நடுவிலும் செஹ்மத் தப்பிச் செல்ல ஒரு வழி தேடியபடி இருந்தான் அவன். தன்னைச் சுற்றிப் பின்னப்பட்டிருக்கும் வலை யைப் பற்றி திருமதி கான் இன்னும் உணரத் தொடங்கவில்லை என்பதை அவன் கவனித்தான். ஆனாலும் தன் மனதிலிருக்கும் திட்டத்தை எப்படியாவது செஹ்மத் நிறைவேற்றி விடுவாள் என்றும் அவன் நம்பிக்கொண்டிருந்தான். எதிரிநாட்டு உளவாளியாகவே இருந்தபோதும் அவளை அவன் நேசித்தான்; அவளே அவனுக்கு முக்கியமானவளாகப் பட்டாள்.

சீருடையணிந்த சமையற்காரர் ஒருவர் தேநீர்க்கோப்பை ஒன்றை இக்பாலிடம் கொண்டு வந்து தந்தார். அதில் ஒரு வாயை அவன் பருகுவதற்கு முன்பே அன்வரைச் சிறிது நேரம் தங்கள் வீட்டுக்கு அனுப்பி வைக்குமாறு திருமதி கானிடம் செஹ்மத் அனுமதி கேட் டுக் கொண்டிருந்தது அவன் காதில் விழுந்து விட்டது. அந்த அதிர்ச் சியில் அவன் குடித்துக் கொண்டிருந்த தேநீர் கூடக் கொஞ்சம் சிந்த ஆரம்பித்து விட்டது. செஹ்மத்தின் கோரிக்கைக்குள் ஒளிந்திருந்த பின் விளைவுகள், எடுத்த எடுப்பிலேயே அவனுக்குப் புலப்பட்டு விட்டன.

“நாங்கள் மிக அதிகமான மனச் சோர்வில் இருக்கிறோம் மேடம்” என்று அவன் மனைவி சொல்லிக் கொண்டிருந்தது அவன் காதில் விழுந்தது.

"நான் வேறு இப்போது கருவுற்றிருக்கிறேன்; மிகவும் கவனமாக இருக்க வேண்டும் என்று வேறு என் மருத்துவர் சொல்லியிருக்கிறார். அன்வர் சிறிது நேரம் என்னுடன் இருந்தால் எனக்கு மிகவும் மகிழ்ச்சியாக இருக்கும்" தன் ஆபத்தான நிலையைச் சற்றும் வெளிப்படுத்தி விடாமல் மிகவும் கவனமாகப் பேசிக் கொண்டிருந்தாள் அவள்.

இக்பாலுக்கு "வேண்டாம்" என்று கூச்சலிடத் தோன்றினாலும் அவ்வாறு செய்வதற்குரிய துணிச்சல் அவனிடமில்லை. ஆனால் செஹ்மத்தின் கோரிக்கை, திருமதி கானைப் பெரிதும் மகிழ்ச்சியடையத்தான் வைத்திருந்தது. தன் பேரன் தனக்குப் பிரியமான ஆசிரியையோடு இனிமையாகப் பொழுதுபோக்குவதில் அவள் மகிழ்ச்சியடைந்திருந்தாள். செஹ்மத்தின் மீது மிகவும் அன்பு கொண்டிருந்த அன்வரும் அதைக் கேட்டதும் குதிபோட்டுக் கொண்டு ஆடினான். தன் ஆசிரியையின் வீட்டில் அவரோடு சில மணி நேரம் உடனிருக்க முடிவதில் அவனுக்கும் மகிழ்ச்சி. பத்து நிமிடங்களுக்குப் பிறகு அவர்கள் அதே காரில் திரும்பினர். தேவைப்பட்டால் பயன்படுத்திக் கொள்ள உதவியாக, தானாக விரும்பி வரும் பிணைக் கைதி ஒருவனுடன்.

அவர்கள் வீட்டுக்கு வந்து சேருவதற்குள் முனிரா அங்கு வந்து சேர்ந்திருந்தாள். தன் அறைக் கதவை அடைத்துக் கொண்டு உள்ளே இருந்தாள். மாளிகையைச் சுற்றியிருந்த இராணுவ வீரர்கள், தங்கள் பொருட்களை அங்கே காத்திருந்த டிரக்குகளில் ஏற்றிக் கொண்டிருந்தனர். வரிசையாக நிறுத்தப்பட்டிருந்த கண்காணிப்பு வாகனங்களும் நகர ஆரம்பித்திருந்தன. மாளிகையைச் சுற்றிலும் மோப்ப நாய்களின் நடமாட்டமில்லை. கண்காணிப்பதற்கான சாதனங்களைத் தாங்கியிருந்த டிரக்கின் கதவுகளும் மூடப்பட்டிருந்தன. சுரையாவின் சொற்களுக்கு மதிப்பிருந்தது என்பது தெளிவாகத் தெரிந்தது. ஆனாலும் கூட செஹ்மத் மிகுந்த பதட்டத்தோடுதான் இருந்தாள். இக்பால் என்ன செய்யப் போகிறானென்பது பற்றி அவளுக்கு உறுதியாகத் தெரிந்திருக்கவில்லை என்பதால் அவனைத் தன் கைத்துப்பாக்கியின் கட்டுப்பாட்டுக்குள்ளேயே வைத்திருந்தாள்.

17

வானம் இருட்டத் தொடங்கியபோது, கொடி தாங்கிய ஒரு கார் 'கன்டோன்மென்'டில் புதிதாக உருவாக்கப்பட்டிருந்த தடுப்பு வேலிக்கு அருகே நெருங்கியது. ஜன்னல் கதவைக் கீழே இறக்கிய ஓட்டுநர், காரையும் நிறுத்தினார். தடுப்புவேலிக்கு அருகே காவல் இருந்தவர்கள் அனைவரும் ஒன்று சேர்ந்து 'சல்யூட்' செய்தனர்; பிறகு அவர்களில் ஒருவர் அடையாள அட்டையைப் பரிசோதனை செய்வதற்காக முன்னால் வந்தார்.

"மேஜர் ஜெனரல் பஷீர் அகமத் சாகிப்" என்று குறிப்பிட்டபடி அடையாளச் சீட்டை விசிறிக் காட்டினார் ஓட்டுநர். அந்த இளம் சிப்பாய் அதைப் பரிசீலிப்பதற்குள் காரின் பின் இருக்கையிலிருந்து கேட்ட மெல்லிய குரல் அவனது கவனத்தைக் கலைத்து விட்டது.

"தளபதி சையீது வீட்டுக்குச் செல்லும் சாலை எது?" என்று கேட்டது அந்தக் குரல். அதில் கவனம் செலுத்திய அந்தக் காவலன் அடையாள அட்டையை ஓட்டுநரிடம் கொடுத்துவிட்டு மாளிகைக்குச் செல்லும் வழியைக் காட்டினான்.

'கன்டோன்மென்'டின் அந்தக் குறிப்பிட்ட பகுதிக்கு வரும் உயர் அதிகாரிகளின் எண்ணிக்கை திடீரென்று அதிகரித்திருப்பதற்கான காரணத்தை அந்தக் காவலன் அறிந்திருந்தான். அந்தத் துயர சம்பவங்களுக்குப் பிறகு அங்கே வரும் பிரபலங்களின் எண்ணிக்கை மிகவும் கூடியிருந்ததால் அவர்கள் எப்போதுமே விழிப்போடு இருக்க வேண்டியிருந்தது. காவலன் சட்டென்று பின்னகர்ந்து கொண்டு அந்த வீடு இருந்த திசையைத் தன் வலக் கையால் சுட்டிக் காட்டிக் கொண்டிருந்தான். மற்ற மூன்று காவலர்களும் விறைப்பாக நின்றிருந்தனர்.

"முதலில் இடப்பக்கம், அப்புறம் வலப்புறம், பிறகு மறுபடி இடதுபுறம் சார். அதுதான் கடைசி பங்களா சார்."

"நன்றி" என்றபடி உடனே கியரை மாற்றி 'கேஸ் பெட'லை மிதித்தார் ஓட்டுநர்.

பின் இருக்கையில் அமர்ந்திருந்த மிர், தன் தொப்பியைச் சரி செய்து கொண்டு, கை வைக்கும் இடத்திற்குக் கீழே இருந்த மிகச் சிறிய பொத்தானை அழுத்தினார். கார் பின்புறத்தில் ஒளிந்து கொண்டு ஒரு தானியங்கித் துப்பாக்கியைப் பிடித்துக் கொண்டிருந்த ஒரு கமாண்டோவுக்குத் தரப்பட்ட சமிக்ஞை அது. அந்தக் குறுக லான இடத்தில் நெருக்கியடித்துக் கொண்டு படுத்திருந்தபடி வியர்வை வெள்ளத்தில் நனைந்து கொண்டிருந்தாலும் அந்தக் கமாண்டோவின் முகத்தில் நிம்மதியின் அறிகுறிகள் தென்பட்டன.

மாளிகை முன்வாயிலருகே இருந்த காவலர்கள் போர்டிகோ அருகே செல்வதற்கு முன்பே காரை நிறுத்தி விட்டார்கள். ஓட்டுநர், தன் இருக்கையிலிருந்து இறங்கிப் பின் கதவைத் திறந்துவிட மேஜர் ஜெரனலின் மிடுக்கான சீருடை அணிந்திருந்த மிர் அதிலிருந்து வெளிப்பட்டார். அவரது வலது கையில் பூங்கொத்து ஒன்று இருந்தது. சையீது அங்கே இல்லை என்பதைத் தெரிந்து வைத்திருந்தாலும் உரிய எச்சரிக்கையுடன்தான் இருந்தார் அவர். தன் கணுக்காலில் ஒளித்து வைத்திருந்த சிறு கைத்துப்பாக்கியை சரிசெய்து கொண் டார். சிறிது நேரம் முன்கூடத்தில் காத்திருந்த பிறகு ஒரு பணியாள் அவரை வரவேற்பறைக்கு அழைத்துச் சென்றான்.

மனதளவில் களைத்துப் போய், உணர்ச்சிகளெல்லாம் வடிந்து போன நிலையில் இருந்த இக்பால் அவரை எதிர்கொண்டு, அவர் கூறிய ஆறுதல் மொழிகளை ஏற்றபடி அதற்காக நன்றி செலுத்தி னான். வந்திருந்தவர் யார் எவரென்ற விசாரணைக்குள் இறங்க முடியாதபடி அவன் வாழ்வு வேறு ஏதேதோ வகையில் அவனை மிரட்டிக் கொண்டிருந்தது. ஆனால் வந்த விருந்தினரோ அவனது மனநிலையைப் புரிந்துகொண்டு அவனை விடுவதாக இல்லை. தன் அனுதாப வார்த்தைகளைக் கூறிய பிறகு செஹ்மத்தைப் பார்க்க வேண்டும் என்று அவர் கூறியதைக் கேட்டு இக்பால் வியப்படைந் தான்.

“இதோ பாருங்கள் இக்பால்; அவர் உங்கள் மனைவி மட்டு மல்ல இந்த சுற்று வட்டாரத்திலேயே மிகச் சிறந்த ஆசிரியரும் கூட. இவ்வளவு தூரம் வந்து விட்டதால் அவர்களையும் சற்று பார்த்து விட்டுப் போகலாமென்று நினைக்கிறேன். ஆசிரியர் வேலையை விட்டு விலகி விட அவர் செய்திருக்கும் முடிவு, பள்ளிக்கு உண்மை யிலேயே ஒரு இழப்புத்தான்.”

இக்பால் பேச்சற்றுப் போயிருந்தான். செஹ்மத் அந்த உரை யாடலைக் கேட்டுக் கொண்டிருந்தது அவனுக்குத் தெரிந்திருந்தது. அவளது மிகையான செல்வாக்கு அவனை மிகுதியான மனச் சோர் வுக்குள் ஆழமாகத் தள்ளியது.

திரைக்குப் பின்னாலிருந்தபடி அந்த உரையாடலைக் கேட்டுக் கொண்டிருந்தாள் செஹ்மத். சற்று தூரத்திலிருந்தே மிர்ரை அவள் கண்டுகொண்டு விட்டாள். கைப்பையில் துப்பாக்கியைத் திணித்துக் கொண்டு முன்னறைக்கு வந்தாள். ஒன்றுமே தெரியாத அப்பாவி போல் முகத்தை வைத்துக்கொண்டு நாகரிகமாகத் தலைதாழ்த்தி வணக்கம் செய்தாள். பிறகு, தான் அங்கே இருக்கலாமா என்று அனுமதி கோருவதைப் போல இக்பாலைப் பார்த்தாள். அவனது பதிலுக்குக் காத்திராமல் அவனுக்குச் சற்றுப் பின்னாலிருந்த ஒரு நாற்காலியில் அமர்ந்தாள். இக்பாலின் நேரடிப் பார்வையில் படாமல் அவர்கள் இருவரையும் இப்போது அவளால் பார்க்க முடிந்தது. மிர், தன் இடத்திலிருந்து எழுந்து அவளுக்கு வணக்கம் சொன்னார். அந்தத் தம்பதியின் மீதே அவரது கண்கள் பதிந்திருந்தன.

அனுதாப வார்த்தைகளோடு தன் உரையாடலைத் தொடங்கிய மிர், ஓர் ஆசிரியையாக அவளது பணியைப் பாராட்டத் தொடங்கி யிருந்தார்.

"இது சரியான சந்தர்ப்பமில்லை என்று எனக்குத் தெரியும். ஆனாலும் உங்களுக்கு நாங்கள் நன்றி சொல்லாமல் இருக்க முடிய வில்லை. எங்களுக்கு மிகப் பெரிய உதவி செய்திருக்கிறீர்கள். குறும் புத்தனமாக இருந்த என் பேரன் இப்போது அப்படியே தலைகீழாக மாறிவிட்டான். அதற்கு உங்களைத்தான் பாராட்ட வேண்டும். குழந்தைகள் வளர்ந்து வரும் வயதில் அவர்களுக்கு வழிகாட்டி உதவு வதை எப்போதும் போல நீங்கள் தொடர்வீர்களென்று நம்புகிறேன்." மிர்ரின் கண்கள் செஹ்மத் மீதே குவிந்தபடி, அமைதியான அவளது முகபாவத்திலிருந்து ஏதாவது தகவலைப் பெற முடியுமா என்று முயன்று கொண்டிருந்தன. எந்தத் தடயமும் கிடைக்காததால் தன் பேண்ட் பையிலிருந்து ஒரு சிறிய துண்டுச் சீட்டை எடுத்து செஹ் மத்திடம் தந்தார் அவர்.

"என் பேரன் உங்களுக்கு ஒரு சிறிய கடிதம் எழுதி அனுப்பி யிருக்கிறான். உங்கள் குடும்பத்துக்கு ஏற்பட்டிருக்கும் இழப்புக்கு வருத்தம் தெரிவித்திருக்கிறான். இருக்கையில் இருந்தபடி அவள் முகத்தையே பார்த்துக் கொண்டிருந்தான் இக்பால். மிகவும் சுருக்க மான அந்தக் குறிப்பில் அவள் எவ்வாறு தப்பிப்பது என்பதற்கான வழிமுறைகள் சுட்டப்பட்டிருந்தன. அதைப் படித்து அதிலுள்ள விஷ யத்தை மனதில் வாங்கிக் கொண்டபின் செஹ்மத் அதை மடித்துத் திரும்பவும் மிர்ரிடமே தந்தாள்.

"ரியாஸின் அன்பு வார்த்தைகளுக்கு அவனிடம் என் நன்றியைத் தெரிவியுங்கள். நல்ல பையன் அவனையும் கூட நீங்கள் அழைத்து வந்திருக்கலாம்."

"அவன் இங்கே வரவேண்டும், உங்களைப் பார்க்க வேண்டு மென்றுதான் ஆசைப்பட்டான். ஆனால் இது அதற்கான சரியான சந்தர்ப்பம் இல்லையல்லவா? வேறொரு முறை பார்க்கலாம். இப் போது அவன் தன் பெற்றோருடன் இருக்கிறான்."

"ரியாஸ் எனக்குப் பிடித்தமான மாணவர்களில் ஒருவன். இன்று இரவு அவனைப் பார்க்கலாமா? இக்பாலும் நானும் தளபதி இமிதி யாஸ்கானின் பேரனான அன்வர் கான் என்ற இன்னொரு மாணவ னுடன் இன்று நகரத்திற்குப் போகிறோம். குழந்தைகளோடு கூட இருப்பது எங்களை மனச் சோர்விலிருந்தும் துயரத்திலிருந்தும் மீட் டெடுக்க உதவுமென்று நம்புகிறோம். சிறிது நேரம் அவனும் கூட எங்களோடு வரலாம்."

"மிகவும் நல்லது, அவனும் உங்களோடு சிறிதுநேரம் செல வழிக்க விரும்புவான். நான் சீக்கிரமாகவே விமானத்தில் திரும்பிச் சென்றாக வேண்டியிருப்பதால், என் மருமகள் அவனை அங்கே கூட்டிக் கொண்டு வருவாள். ஆனால் மிகவும் குறைந்த நேரம்தான் சாத்திய மாக இருக்குமென்று நினைக்கிறேன்."

செஹ்மத் இக்பாலைப் பார்த்தாள். அவன் எந்த அசைவுமின்றி, எதிலும் பட்டுக் கொள்ளாதவனைப் போல நின்றுகொண்டிருந்தான். நகரிலுள்ள கடைப்பகுதிக்குச் செல்ல செஹ்மத் திட்டமிட்டிருந்தது கூட அவனுக்குத் தெரிந்திருக்கவில்லை. அவனது மௌனத்தையே அவனது ஆமோதிப்பாக எடுத்துக் கொண்டாள் செஹ்மத்.

"நல்லது ஜெனரல் சாகிப். இப்போதிலிருந்து மூன்று மணிநேரம் கழித்து 'கிராஸ் ப்ளாஸா'வுக்கு அருகில் சந்திக்கிறோம்.

"நன்றி திருமதி செஹ்மத் எப்போதுமே குழந்தைகளுக்காக நேரம் ஒதுக்கத் தயங்காதவர் நீங்கள். அதுதான் உங்கள் தனித்தன்மை. குழந்தைகள் உங்களை நேசிப்பதும் அதனால்தான். மீண்டும் என் நன்றி" என்றபடி மிர் எழுந்துகொண்டார். அது இக்பாலையும் எழுந்துகொள்ள வைத்தது. கதவருகே சென்று அவர் வெளியேற உதவியாகக் கதவைத் திறந்து விட்டான். மிர், இக்பாலுடன் கை குலுக்கினார். காரில் உட்காருவதற்கு முன்பு சுற்றுப்புறத்தை விரை வாக நோட்டமிட்டு விட்டு வசதியான கார் மெத்தைக்குள் அமிழ்ந்து கொண்டார் மிர்.

செஹ்மத் நடந்து கொண்ட முறை மிர்ரைப் பெரிதும் ஆச்சரி யப்படுத்திக் கொண்டிருந்தது. அவரது எதிர்பார்ப்புக்களையெல் லாம் தாண்டி எங்கோ சென்று கொண்டிருந்தாள் அவள். அவள் இருந்த சூழ்நிலையின் மீதான முழுக்கட்டுப்பாடு அவளிடம் இருந் தது. குரலிலும் பயம் இல்லை. முழு நம்பிக்கையோடு தான் இருக்கும்

சூழ்நிலையை மிகவும் இலகுவாகக் கையாண்டு கொண்டிருந்தாள் அவள். 'கிராஸ் பிளாஸா'வில் அன்று மாலை அவரைச் சந்திப்பதாக அவள் கூறிய தீர்மானமான முடிவு, சையீது குடும்பத்தில் அவளுக் கிருந்த அளவுகடந்த அதிகாரத்தையும், செல்வாக்கையும் காட்டியது. அவள் கணவனான இக்பாலும் கூட அவளைப் பார்த்து பிரமித்துப் போனது போலத்தான் இருந்தான். அந்த மிகப் பெரிய மாளிகையில் ஒரு வெறும் பார்வையாளனாக மட்டுமே அவன் இருந்தான்.

"மிக நன்றாக வேலை செய்திருக்கிறாய் செஹ்மத். கடவுள் உனக்கு அருள் தரட்டும்" என்று தனக்குள் முணுமுணுத்துக் கொண் டார் மிர். அபாயத்துக்கு மிக அருகில் அவள் இருப்பதை அவர் உணர்ந்திருந்தார். அவளைக் காப்பாற்றும் நடவடிக்கையில் ஒரு பகுதியாகத்தான் அந்த மாளிகைக்குள் நுழைய அவர் துணிந்திருந் தார். செஹ்மத், அந்தச் சீட்டிலுள்ள வழிகாட்டுதல்களின்படி சரியாக நடந்து கொள்வாள் என்று நம்பினார். மிக மிக அற்பமான ஒரு தகவல் கசிந்தாலும்கூட அந்தத் திட்டத்தைக் குலைத்துப் போட்டு எண்ணற்ற உயிர்களைக் காவு கொண்டுவிடும்.

இரவு வந்தவுடன் கடைத்தெருவிலிருந்த விளக்குகள் ஒளிரத் தொடங்கின. உள்ளூர்க்காரர்கள் அணியும் 'பதானிசூட்' அணிந்தபடி மிகச் சிறிய திறந்த உணவகம் ஒன்றில் அமர்ந்திருந்தார் மிர். சாலை யின் குறுக்கு நெடுக்கே செல்லும் பாதசாரிகளைக் கவனித்துப் பார்த்துக் கொண்டிருந்தார். அவரால் தேர்ந்தெடுக்கப்பட்ட மிகச் சில உளவு ஏஜண்டுகள், வெவ்வேறு இடங்களில் இருந்தபடி செஹ் மத்தின் வரவுக்காகக் காத்துக் கொண்டிருந்தனர். தான் குறிப்பிட்டி ருந்த அதே நேரத்தில் தலை முதல் கால் வரை புர்கா அணிந்தபடி அவள் வந்து சேர்ந்தாள். நீல நிற 'பிளேசர்' சட்டையில் அழகாக இருந்தாலும் பயத்தோடு காணப்பட்ட இக்பாலுடன் கூட வந்ததால் அது, அவளாகத்தான் இருக்கக் கூடுமென்பதை அறிந்து கொண்டார் அவர்.

அன்வர், அவர்களோடு இருந்ததற்கான எந்த அறிகுறியும் இல்லை. அவர்கள் இருவரும் கடைப் பகுதிக்கு வெளியே நின்றபடி சிறிதுநேரம் பேசிக் கொண்டிருந்துவிட்டுப் பிறகு வெளிச்சமான மார்க்கெட்டுக்குள் நுழைந்தனர். அந்த 'பிளாசா'வின் பின்பக்கம் வழியாக செஹ்மத் வெளியேற வேண்டும்; அங்கிருந்து மிர்ரின் ஏஜண்டுகள் அவளைப் பாதுகாப்பான இடத்துக்குக் கூட்டிச் சென்றுவிடுவார்கள். எல்லாமே திட்டப்படிதான் நடந்து கொண் டிருந்தது. தன் தேநீர்க் கோப்பையைத் தனது ஆட்களில் ஒருவரிடம் உயர்த்திக் காட்டியபடி தப்பித்துச் செல்வதற்கான காரை உரிய இடத்தில் வைத்துக் கொள்ளுமாறு சமிக்ஞை செய்தார் அவர்.

ஹரீந்தர் சிக்கா ❖ 171

சட்டென்று அவரது பழக்கப்பட்ட கண்கள் அங்கிருந்த பாகிஸ்தானி உளவு ஏஜண்டுகளை கண்டுவிட்டிருந்தன. வெளிப்படையாகத் தெரியக் கூடாது என்பதற்காக அந்த பாகிஸ்தானியப் புலனாய்வு ஆட்கள் மிகத் தளர்வான கறுப்புநிற பதானி சூட்களை அணிந்திருந்தனர். ஆனாலும் அவர்களது உடற்கட்டு, குட்டையான முடி மற்றும் அவர்களது உடல்மொழியில் தென்பட்ட கூடுதலான எச்சரிக்கை ஆகியவை எந்தக் கூட்டத்திலும் அவர்களைத் தனிப்படக் காட்டிக் கொண்டிருந்தன. அவர்களது கண்கள் சுற்றுப்புறத்தை அவ்வப்போது துருவிக் கொண்டிருந்தாலும் செஹ்மத்தின் மீது மட்டுமே குறி வைத்திருந்தன. அவர்களது நகர்வுகளில் ஒரு குறிப்பிடத்தக்க ஒழுங்குமுறை இருந்தது; அது செஹ்மத்தையும், அவளது கணவரையும் தங்கள் கண்காணிப்புக்குள் உட்படுத்திக் கொண்டே இருந்தது. அவர்களது சட்டைகள் மெல்லிதாக உப்பிக் கிடந்ததைப் பார்க்கும்போது வெடிக்கக் கூடிய சிறிய ஆயுதங்களை அவர்கள் வைத்திருக்கிறார்கள் என்பதை அறிய முடிந்தது. சிறிது தூரத்திலிருந்து அவர்களது நடமாட்டத்தைப் பார்த்துக் கொண்டிருந்தார் மிர். வாக்கி–டாக்கிகளில் அடிக்கடி உரையாடியபடி இன்னும் பல ஏஜண்டுகள் வெளிவளையம் ஒன்றை அமைத்துக் கொண்டிருப்பதை அவரால் அறிந்துகொள்ள முடிந்தது.

அங்கிருந்த நிலைமையை எடைபோட்டு சீர்தூக்கிப் பார்த்த மிர், செஹ்மத் தப்பிச் செல்வதென்பது அப்போதைய நிலையில் பல அப்பாவிகளின் உயிரிழப்புக்களுக்குக் காரணமாகும் என்றும், அதனால் அதைக் கைவிட வேண்டியிருக்குமென்றும் எண்ணினார். வேண்டா வெறுப்பாகத் தன் வலக்கரத்தைச் சட்டைப் பைக்குள் விட்டு டிரான்ஸ்மீட்டர் பொத்தானை மூன்று முறை அழுத்தினார். அருகில் இருந்த அவரது உளவு ஏஜண்டுகள் இருவர் தங்கள் சிறிய 'மானிட்டர்'களில் அதைப் பார்த்தனர். அவர் தந்த உத்தரவுகள் தெளிவாகத்தான் இருந்தன. ஆனாலும் அவர்கள் திகைத்துப் போயிருந்தனர்; அவர்களுக்கு அது உறுதிப்படவில்லை. எனவே சாலையின் மறுபுறம் சென்று தங்கள் தலைவரிடம் அதை உறுதிப்படுத்திக் கொண்டனர். அவர் மெதுவாகத் தலையசைத்ததைக் கண்டதும் பின்புற வாயிலருகே இருந்த தங்கள் இடங்களுக்குத் திரும்பி விட்டனர். பிறகு 'மாலின்' உள்ளே இருக்கும் தங்கள் கூட்டாளிகளுக்கும் சமிக்ஞை செய்தனர்.

பாகிஸ்தானைச் சேர்ந்த ஏஜண்டுகள் செஹ்மத்தை நெருங்கியதும் ஒரு மிகச் சிறிய விஷ அம்பு ஒன்று அவள் கழுத்தில் பாய்ந்தது. அந்த இடத்திலேயே அவள் கீழே விழுந்தாள். அவள் விழும்போது அலமாரிகளில் வரிசையாக அடுக்கி வைக்கப்பட்டிருந்த தானிய

வகைகளும் அப்படியே சரிந்தன. அதைக் கண்ட பாகிஸ்தானிய ஏஜண்டுகள் அப்படியே திகைத்துப் போய்த் தாங்கள் இருந்த இடத்தி லேயே நிலையாக நின்றுவிட்டனர். எதிர்பாராமல் நடந்த சம்பவங் களின் திருப்பம் அவர்களை அதிர்ச்சியடையச் செய்திருந்தது; அதிலி ருந்து மீண்டு வர அவர்களுக்கு சிறிது நேரம் தேவைப்பட்டது. ஒருவழியாக அதிலிருந்து சுதாரித்துக் கொண்டு எழுந்த பின்பு, அந்த வளாகத்தின் பல இடங்களுக்கும் சென்று, தாக்குதல் எங்கிருந்து நிகழ்ந்திருக்கிறதென்பதைக் காண முயன்றனர். சில நிமிடங்கள் கழிந்த பிறகு அந்த வணிக வளாகத்துக்குள் கேட்ட மிகப் பெரிய வெடிச் சத்தத்தில் அந்தக் கட்டிடமே ஆட்டம் கண்டு குலுங்கியது. கடைக்கு வந்தவர்கள் வெளியே செல்லும் வழியைத் தேடி ஓடிக் கொண்டிருந்ததால் கூட்ட நெரிசலும் தள்ளுமுள்ளும் இருந்தது.

நடந்து முடிந்த கைகலப்பு, மிர்ரும் அவரது ஆட்களும் அந்த இடத்தை விட்டு வெளியேற உதவியது. காரில் ஏறும் முன் அந்த வணிக வளாகத்தின் பக்கம் ஒருமுறை திரும்பிப் பார்த்தார் அவர். செஹ்மத்துக்கு அருகில் வெடித்திருக்கும் அந்த குண்டு, அங்கிருந்த அலமாரிகளுக்கு மேல் அவளைப் பறந்துபோய் விழச் செய்திருக்கிறது. அவள் நிச்சயம் இறந்திருக்க வேண்டுமென்பது அவருக்குப் புரிந் தாலும், அவளது உடல் தசைக்கோளமாய்ச் சிதைந்து கருகுவதை அவரால் கற்பனை கூடச் செய்து பார்க்க முடியவில்லை.

செஹ்மத் அவருக்கு ஒரு பெண்ணைப் போல இருந்தாள். தேஜைப் பற்றி எண்ணிப் பார்த்தபோது அவளிடம் என்ன பதில் சொல்லப் போகிறோம் என்ற பயங்கலந்த போராட்டம் அவரிடம் இருந்தது. நடந்து முடிந்த காட்சி முழுவதையும் மனதில் ஓட்டிப் பார்த்தபடி, மிகக் கச்சிதமாகப் போட்ட தனது திட்டங்களில் ஏதா வது ஓட்டை இருக்கக் கூடுமோ என்றும், அனுபவம் நிறைந்த புல னாய்வு அதிகாரியான தான் கண்டுபிடிக்கத் தவறியது எதை என்றும் அவர் யோசித்தார். தன்னைத் தானே முணுமுணுப்பாகத் திட்டிக் கொண்டபடி, ஹிதாயத்தின் ஒரே மகளைக் காப்பாற்றத் தவறிவிட்ட தற்காக ஆழ்ந்த வருத்தம் அடைந்தார். தப்பிக்க உதவுவதற்காகக் காத்திருந்த கார்கள் நகரின் வெளிப்புறம் ஒரு காலனி அருகில் மொத்தமாக நின்று கொண்டிருந்தன. அங்கே இருந்த வீடுகளில் அவ்வளவாக வெளிச்சமில்லை என்பதால் எவரும் பார்க்காமல் கார்களில் ஏறிக் கொண்டு பத்திரமாகச் செல்ல வசதியாக இருந்தது.

சிறிது நேரத்திற்குப் பிறகு, தனது வரவேற்பறையில், சுற்றிலும் தன் குழுவினர் ஒன்று கூடியிருக்க, நடந்து முடிந்த சம்பவத்தைப் பற்றியும் இப்போதுள்ள சூழல் பற்றியும் அலசி ஆராய்ந்து கொண் டிருந்தார் மிர். போர் என்பது தவிர்க்க முடியாதது. இந்தியா மீது

போர் தொடுத்து மிகக் கடுமையான பின்னடைவு ஏற்படுத்திவிட லாம் என்ற நம்பிக்கையோடு இருந்த பாகிஸ்தான் தலைமைக்கு இப்போது அது முடியுமா என்ற சந்தேகம் ஏற்பட்டிருக்கிறது. அதைப் பொறுத்தவரை, செஹ்மத்தின் முயற்சிகளுக்கு வெற்றி என்றே சொல்ல வேண்டும். ஆனால் மிர்ரின் மனம் தேஜை எண்ணியே அலைபாய்ந்து கொண்டிருந்தது. அவர் அவளிடம் என்ன சொல்லப் போகிறார்? இப்படி ஒரு செய்தியை அவளிடம் சொல்வது அவருக்கு சாத்தியப்படுமா?'

துயர இருட்டு அந்த அறையில் கவிந்து கிடந்தது. அவர்களைப் பொறுத்தவரை செஹ்மத், ஒரு விலைமதிக்க முடியாத பொக்கிஷம். அந்நியர்களின் கரங்களில் அவள் சிக்குவதைவிடத் தன் சொந்த மண்ணின் மனிதர்களால் அவள் துண்டு துண்டாய்ச் சிதைந்து போவதே சரியாக இருக்கும். தாய்நாட்டுக்காகச் சிறிதுகூட முகம் சுளிக்காமல், தன்னலமே இன்றி உழைத்திருப்பவள் அவள். தனக்கு நேரக் கூடிய ஆபத்துக்களையோ, தன் வாழ்வே அபாயத்தில் இருப்ப தையோ கண்டு ஒரு முறை கூட அவள் அஞ்சி ஒதுங்கியதில்லை. அவர்கள் ஈடுபட்டிருக்கும் அந்தச் செயல்பாடு முழுவதும் எவ்வளவு முக்கியத்துவம் வாய்ந்தது என்பதை அவள் நன்கு அறிந்திருந்தாள். அந்த நோக்கத்துக்காகவே தன்னை அர்ப்பணித்துக் கொண்டு, எவராலும் புகழ் பாடப்படாமல் மடிந்து போயிருக்கிறாள். கூடிய விரைவிலேயே அவளது தாய்நாடும், அதன் மக்களும் கூட அவளை மறந்து போய்விடலாம்.

கைகளுக்குள் தன் தலையைப் புதைத்துக் கொண்டு கண்களை இறுக மூடிக் கொண்டபடி தன்னைத் தொந்தரவு செய்யும் அந்தச் சம்பவம் மீண்டும் நெஞ்சில் எழாமல் இருக்கக் கடும் முயற்சி செய் தார். ஆனால் அது அவரால் இயலவில்லை. அவளது உருவம் மீண்டும் மீண்டும் அவருக்குள் வந்து கொண்டே இருந்தது.

"என்னை மன்னித்துவிடு செஹ்மத் ; ஆனால் எங்களுக்கு வேறு வழியில்லை" என்று தனக்குள் திரும்பத்திரும்பச் சொல்லிக் கொண் டார். அவர் கண்கள் கண்ணீரால் நிறைந்திருந்தன.

அந்த வீட்டில் அசாதாரணமான அமைதி நிலவிக் கொண்டி ருந்தது. தங்கள் தலைவர் இந்த அளவுக்கு உடைந்து போவதை இது வரை அங்கிருந்த எந்த அதிகாரியும் பார்த்ததில்லை. துக்கம் அனு சரிப்பவர்களைப் போல ஒரு வார்த்தை கூடப் பேச முடியாமல் அவரருகே அவர்கள் அமர்ந்திருந்தனர். சட்டென்று வாயில் அழைப்பு மணி ஒருமுறை அடித்தது; பிறகு அது மீண்டும் ஒரு முறை அடித்தது; பிறகு அது மீண்டும் ஒருமுறை அடித்த போது தங்கள் மௌன

நிலையைக் கலைத்துக் கொண்டு இருக்கைகளிலிருந்து எழுந்து கொண்டனர்.

சுறுசுறுப்படைந்தவர்களாய் அங்கே ஊடுருவுபவனைச் சுட்டுப் பொசுக்கத் துப்பாக்கிகளை ஆயத்தம் செய்து கொண்டிருந்தார்கள். அந்த நேரத்தில் வேறு யாரும் வரக் கூடுமென்று அவர்கள் எதிர் பார்த்திருக்கவில்லை. 'யாராக இருக்கக் கூடும்' என்று ஒருவரை யொருவர் கேட்டுக் கொண்டனர்.

மிர், தன் ஆட்களைக் கூர்ந்து நோக்கியபடி பற்களை நறநற வென்று கடித்துக் கொண்டு பேசினார்.

"இது சற்றுக் கடுமையான அழைப்பாக இருக்குமென்றுதான் தோன்றுகிறது. எவ்வளவு முடியுமோ அவ்வளவு பேரைக் கொல் லுங்கள். முடியவில்லையென்றால் உங்களை நீங்களே சுட்டுக் கொள் ளுங்கள். சரணடைய மட்டும் வேண்டாம். எப்போது அதில் தடு மாற்றம் ஏற்பட்டாலும் செஹ்மத்தையும், அவள் செய்திருக்கும் தியா கத்தையும் நினைத்துக் கொள்ளுங்கள்."

முதல் தடவையை விட மிக அவசரமாக அழைப்பு மணி இம் முறை ஒலித்தது. அங்கே இருப்பவருக்கு உள்ளே வராமல் அங்கிருந்து செல்ல மனமில்லை என்பது போல அது உரத்து ஒலித்தது. மிர் கதவருகே சென்று சாவித்துளை வழியே பார்த்தார். கைத் துப்பாக் கியைப் பிடித்திருந்த அவரது கை தளர்ந்தது; துப்பாக்கியும் நழுவித் தரையில் விழுந்தது. இறுக்கமும் பதட்டமுமான அவரது முகம் சட்டென்று மகிழ்ச்சியானதாக மாறிப் போயிருந்தது. கதவிலிருந்த பாதுகாப்புச் சங்கிலியை விடுவித்து விட்டு அவர் கதவைத் திறந்தார். கையில் ஒரு பக்கம் தொங்கிக் கொண்டிருந்த கறுப்பு புர்காவுடன் வாயிலில் நின்றிருந்தாள் செஹ்மத். மோனோலிசாவைப் போன்ற மர்மமான ஒரு புன்னகை அவள் முகத்தில் நெளிந்து கொண்டி ருந்தது.

கதவைத் தாளிடும் முன் அவளது தோள்களைப் பற்றி உள்ளே இழுத்துக் கொண்டார் மிர். அவள் உள்ளே நுழைந்ததும் ஆங் காங்கே இருட்டில் ஒளிந்திருந்த மனிதர்கள் வெளிப்படத் தொடங் கினர்; அவள் அவர்களைத் திகைப்புடன் பார்த்துக் கொண்டிருந் தாள். அவளது வருகை எல்லோருக்கும் ஒரு தரிசனம். அவள் உயி ரோடு இருக்கிறாள்; அவள் பாதுகாப்பாகத் திரும்பிவிட்டாள். இனிமேல் இந்தியாவுக்குத் திரும்பித் தன் இனிய நண்பரின் மனைவியை எதிர்கொள்ள மிர்ருக்கு எந்தத் தயக்கமும் இருக்கப் போவதில்லை.

"ஓ... இதுதான் உங்கள் பாதுகாப்பான புகலிடமா? பிரமாதம். சரி. நான் எப்பொழுது என் வீட்டுக்கு, என் இந்தியாவுக்குப் போகலாம்?"

இருண்ட பாதாளக் கால்வாயில் சூரிய ஒளி பாய்ந்தோடுவது போல மிர்ரின் முகம் பிரகாசமாகக் காட்சியளித்தது. செஹ்மத், தனது வழிகாட்டியான மிர்ரையே பார்த்துக் கொண்டிருந்தாள். அவள் சொல்ல நினைத்ததையெல்லாம் அவளது கருநீலக் கண்களே சொல்லிக் கொண்டிருந்தன. தான் இன்னும் உயிரோடிருப்பது அவளுக்கே ஆச்சரியமாகத்தான் இருந்தது. தன்னால் முடிந்த வரை தன் கடமையை ஒழுங்காகச் செய்து விட்டோம் என்பதிலும் காலம் தனக்கு வைத்த சோதனையைத் தாங்கி நின்றுவிட்டோம் என்பதிலும் அவள் மகிழ்ந்திருந்தாள். இப்போது தன் சொந்த தேசத்தின் அரவணைப்பிலும், ஆதரவிலும் இளைப்பாற அங்கே திரும்பிச் செல்ல விரும்பினாள்.

மிர்ரின் முகபாவம் சட்டென்று மாறியது; அங்கே சிந்தனை மேகங்கள் கவிந்தன. மரணத்தைக் கூட ஏமாற்றிவிட்டு அதிலிருந்து தப்பித்துக் கொள்ள அவளால் எப்படி முடிந்தது? தாங்கள் தங்கி இருக்கும் இந்தப் பாதுகாப்பான இடத்தைப் பற்றி எதுவும் தெரிந்திருக்காத அவள், எப்படி இதையும் தங்களையும் கண்டுபிடித்தாள்?

செஹ்மத்தால் மிர்ரின் எண்ணங்களைப் புரிந்துகொள்ள முடிந்தது. "சரி கேட்டுக் கொள்ளுங்கள். இக்பாலுடன் 'பிளாசா'வுக்கு நான் போகவே இல்லை. அவரோடு சென்றது முனிராதான். அது இக்பால் தந்த யோசனை. நான் கைது செய்யப்படலாம் என்பதை இக்பாலின் தந்தை அவரிடம் கூறிவிட்டார். ஆனால் தனக்குச் சொந்தமான மாளிகையில் வைத்து அப்படி ஒரு கைது நிகழ்வதை தளபதி விரும்பவில்லை. திருமதி சுரையா கான் முனிராவைப் பார்க்க விரும்புவதாகப் பொய் சொல்லி இக்பால் அவளை அழைத்துச் சென்றிருக்கிறார். அன்வரும் உடனிருந்ததால் முனிராவுக்கு சந்தேகம் எழவில்லை. அன்வர் காரிலேயே ஓட்டுநருடன் இருந்தான்; அவனை வீட்டுக்கு அழைத்துச் செல்லும்படி ஓட்டுநரிடம் சொல்லியாயிற்று. இக்பாலும், புர்காவால் போர்த்தப்பட்ட முனிராவும் மாளிகையை விட்டுச் சென்றபோது நானும் அவர்களைப் பின்தொடர்ந்தேன். அங்கே நடந்த வெடிவிபத்தை சற்றுத் தூரத்திலிருந்து பார்த்தேன். விபத்து நடந்த பிறகு வாசலிலிருந்த காருக்குள் ஏறி நீங்கள் தப்பிச் சென்றதையும் பார்த்தேன். உங்கள் காரைத் தொடர்ந்து வருவது எனக்கு எளிதாகத்தான் இருந்தது. ஆனால் காலனிக்குள் நுழைந்த பிறகு சற்று சிக்கலாகி விட்டது. பிறகு எனது ஒற்றறியும் உள்ளுணர்வு, கொஞ்சம் சுயபுத்தி, சிறிதளவு அதிர்ஷ்டம் இவற்றையெல்லாம்

வைத்து உங்கள் இடத்தைக் கண்டுபிடித்து விட்டேன். பார்க்கப் போனால் நானும் கூட உங்களைப் போல ஒற்றுவேலை செய்பவள் தானே? சரி, என்னை என் தாய்நாட்டுக்கு எப்போது அனுப்பி வைக்கப் போகிறீர்கள்?" என்று தன் உரையை வெற்றிப் பெருமிதத்தோடு முடித்துக் கொண்டாள் செஹ்மத். கூடியிருந்தவர்கள் மகிழ்வோடு புன்னகை செய்ததோடு அவள் காட்டிய திடத்தையும், மனவுறுதி யையும் கண்டு பிரமித்துப் போயிருந்தனர். அவள் மீதான மதிப்பு அவர்களிடையே பெரிதும் கூடிப் போயிருந்தது. அவள், அவர்களில் ஒருத்தியே எனினும், அவர்களது எதிர்பார்ப்புகளையெல்லாம் விஞ்சியபடி சென்று விட்டிருந்தாள்.

சொற்கள் அங்கே போதுமானவையாக இல்லை. "வெகு சீக்கிரம் நீ உன் வீட்டிலிருப்பாய்" என்று மட்டும்தான் மிர்ரால் கூற முடிந் தது. அவளை ஆரத் தழுவிக் கொண்டிருந்த அவரது கன்னங்களில் கண்ணீர் பெருகிக் கொண்டிருந்தது.

18

இராணுவப் பிரிவுக்குச் சொந்தமான போக்குவரத்து விமானம் ஒன்று, தில்லி விமான நிலைய ஓடுதளத்தில் இறங்கியபடி, மிக முக்கியமான மனிதர்கள் இறங்குவதற்கான இடம் வரும் வரை தரையில் சென்று நின்றது. விமானம் முழுமையாக நிறுத்தப்பட்டதும் பாதுகாப்புப் பிரிவினர் அந்தப் பகுதிக்குள் எவரும் வராமல் தடை செய்தனர். விமானத்தின் கதவு திறக்கப்படுவதற்கு முன்பே மிகுந்த மகிழ்ச்சியோடும் ஆர்வத்தோடும் சிவப்புக் கம்பளம் ஒன்று விரிக்கப் பட்டது. அந்தத் தடுப்புப் பகுதிக்குள் “ஜெய் பாரதி” என்ற பாடலை இசைத்துக் கொண்டு இராணுவ வாத்தியக் குழுவினர் அணிவகுத்து வந்தனர்; பிறகு அங்கே வருகை தந்திருக்கும் மிகச் சிறப்பான ஒரு விருந்தினரை வரவேற்பதற்காகப் போடப்பட்டிருக்கும் தற்காலிகமான மேடையருகே மிடுக்காக நின்று கொண்டனர்.

‘ரிமோட்’ மூலம் இயக்கப்படுவது போல அவர்கள் எல்லோரும் தங்கள் தலைகளை ஒரே மாதிரி இடப்புறம் திருப்பியிருந்தனர். டிரம் ஒலிகளின் தாளலயத்தோடு இயைந்தபடி பளபளவென்று மின்னும் பூட்சுக் கால்களை மாற்றி மாற்றி அசைத்துக் கொண்டிருந்தார்கள். எல்லாம் சற்று சீராகும் வரை அவ்வாறு செய்து கொண்டிருந்த அவர்கள், ‘டிரம்’ ஒலி நின்றபின் தங்கள் அசைவுகளையும் நிறுத்திக் கொண்டனர். அடுத்த உத்தரவைச் செவிமடுப்பதற்காக அவர்கள் காத்திருந்தனர். போர் நாயகரைக் கௌரவிக்கும் வகையில் மிகச் சிறப்பான இராணுவ ஒழுங்குடன் அந்த மேடை அமைக்கப்பட்டி ருந்தது.

விமானத்திலிருந்து இறங்குவதற்கான நகரும் படிக்கட்டு ஒன்று அதனருகே கொண்டு செல்லப்பட்டது. முதலில் மிர் அதிலிருந்து இறங்கினார். கறுப்புக் கண்ணாடியும், கறுப்புக் கம்பளத்தால் ஆன ஓவர் கோட்டும் அணிந்திருந்தார் அவர். சற்று நேரம் அந்தப் படிக் கட்டில் நின்றபடி அங்கே கூடியிருந்த உயர்மட்ட அதிகாரிகளின்

சிறிய குழுவைப் பார்வையிட்டார். மிக முக்கியமான அந்த விருந் தாளியை வரவேற்பதற்காக அவர்கள் அங்கே வந்திருந்தனர். கூட்டத் திற்கு நடுவே ஒல்லியான ஒரு பெண்மணியை அடையாளம் கண்ட படி கையசைத்த அவர் தூய வெள்ளைநிறப் புடவை அணிந்திருந்த அந்த நடுத்தர வயதுப் பெண்மணியை கூட்டத்திலிருந்து முன்னே வருமாறு சைகை காட்டி உற்சாகமூட்டினார். அதே சமயத்தில் விமானத்திலிருந்து வெளிப்பட்ட செஹ்மத், படிக்கட்டுகளை நோக்கி மெல்ல நடந்து வரும் தன் தாயைக் கண்டாள். பக்கப் பிடிமானத் தைப் பற்றியபடி வேகமாக இறங்கி வந்த அவள், தன் அன்னையின் கரங்களுக்குள் ஓடிவந்து அடைக்கலம் புகுந்தாள். அவர்கள் இரு வரும் ஒருவரையொருவர் இறுகத் தழுவியபடி கட்டுப்படுத்திக் கொள்ள முடியாதபடி கண்ணீர் சொரிந்து கொண்டிருந்தனர். நீண்ட இடைவெளிக்குப் பிறகு ஒன்று சேர்ந்து விட்டதால் விளைந்த ஆனந்தக் கைதட்டல் ஓசைக்குப் பின் அவர்கள் விலகிக் கொண் டனர். செஹ்மத்தின் முகத்தைத் தன் கரங்களில் ஏந்தியபடி, போர் செய்து களைத்துப் போய் வந்திருக்கும் அவளது கண்களை நெருக்க மாகப் பார்த்தாள் தேஜ். அதிகாரிகள் பக்கம் திரும்புவதற்கு முன்பு செஹ்மத்தின் கன்னங்களில் அவள் முத்தமிட்டாள். அதற்குள் சிவப்புக் கம்பளத்தின் இருபுறமும் அதிகாரிகள் அணிவகுத் திருந்தனர்.

அதிகாரிகளைத் தாண்டி செஹ்மத் நடந்து செல்லும்போது அவள் மீது ரோஜா இதழ்கள் சொரிந்தன. பலரும் அவளுக்குப் பூங் கொத்துக்களை அளித்தனர். அந்தக் கூட்டத்திலிருந்த எவரையும் தனிப்பட்ட முறையில் தெரியாதென்றபோதும் அவர்களது வாழ்த்துக் களை இன்முகத்தோடு பெற்றுக் கொண்டாள் செஹ்மத். தாயின் தோளைப் பற்றியபடி கூட்டத்தைக் கடந்து சென்று கொண்டிருந்த அவள், மூவர்ணத்தில் பறந்து கொண்டிருந்த நம் தேசியக்கொடி கம்பத்தின் அருகே சென்று நின்றாள். சுற்றியிருக்கும் கூட்டத்தார் தன்னை வியப்போடு பார்த்துக் கொண்டிருப்பதைப் பற்றிக் கவலைப் படாமல் கீழே மண்டியிட்டபடி, கொடிக் கம்பத்திற்குக் கீழே இருந்த மேடையின் மீது தன் தலையைப் பதித்தாள். செஹ்மத்தின் கண்களி லிருந்து கண்ணீர் பெருகி ஓடிக் கொண்டிருந்தது. அந்த சிமெண்ட் தளத்தை முத்தமிட்டபடி அவள் இவ்வாறு முணுமுணுத்தாள்.

"என் இனிய தாய்மண்ணே. நீ இன்றி எப்படித் தவித்திருந்தேன் நான். என்னை இங்கே கொண்டு வந்து சேர்த்ததற்கு நன்றி."

அந்த இராணுவ வாத்தியக் குழுவுக்குத் தலைமையேற்றிருந்த பேண்ட் மாஸ்டர், வயதான ஒரு 'சார்ஜெண்ட்'. இதுவரை நூற்றுக்

கணக்கான பிரமுகர்களுக்கு சம்பிரதாய முறைப்படி அளிக்கப்படும் இராணுவ மரியாதை தந்து பழகியிருப்பவர். செஹ்மத்தின் பின்ன ணியைப் பற்றி அவருக்கு சரியாகத் தெரியவில்லை என்றாலும் அவள் மற்றவர்களிடமிருந்து, வித்தியாசமானவள் என்பதை அனுபவ சாலியான அவரது கண்கள் கண்டு கொண்டு விட்டன. தன் கையி லிருந்த கோலைப் பக்கவாட்டில் அசைத்தபடி பாண்டு வாசிப்பைச் 'சட்'டென ஒரு முடிவுக்குக் கொண்டு வந்தார் அவர். அதே நேரத்தில் 'அட்டென்ஷ'னில் நின்றபடி தன் கைகளை விரித்துக் காட்டி வேறொரு புது சந்தத்தை இசைக்குமாறு தன் குழுவுக்கு சமிக்ஞை செய்தார். கணநேரத்தில் அந்தக் குழு தேசீய கீதத்தை இசைக்கத் தொடங்கியிருந்தது. செஹ்மத் மெல்ல எழுந்து கொண்டாள்; மேடையை நோக்கியபடி நின்றாள். கொடிக் கம்ப மேடையில் தனி யாக நின்றிருந்த அவள் மூவர்ணக் கொடிக்கு வணக்கம் செலுத்திக் கொண்டிருந்தாள். அவள் இப்போது தாய் மண்ணுக்கு வந்து சேர்ந்து விட்டாள். தன் சொந்த மக்களோடு இணைந்து விட்டாள். தன் சொந்த நாட்டின் பாதுகாப்பிலும், கதகதப்பிலும் இனிமேல் இருக்கப் போகிறாள்.

இராணுவ இசைக் குழுவினர் தேசீய கீதத்தை வாசித்து முடித்த பிறகு அதற்கு நன்றி செலுத்துவது போல இரு கரங்களையும் கூப்பி னாள் செஹ்மத். எவ்வளவுதான் முயன்றாலும் தன் கண்ணீரைக் கட்டுப்படுத்திக் கொள்ள அவளால் முடியவில்லை. சிவப்புக் கம்பளம் விரிக்கப்பட்டிருந்த பாதைக்கு, அதன் முடிவு வரை மீண்டும் திரும்பிச் சென்று மாலைகளையும், பூங்கொத்துக்களையும் பெற்றுக் கொள்ள ஆரம்பித்தாள். அவளுக்கு மிகவும் பிடித்தமான மஞ்சள் ரோஜாக் களை அவளுக்கு மிகவும் பழக்கமான கை ஒன்று ஏந்திக் கொண்டி ருப்பதை அவள் கண்டாள். மலர்க் காம்புகளை இத்தனை நளினமாக ஏந்திக் கொண்டிருந்த அந்த விரல்களை உடனடியாக இனம் கண்டு கொண்டாள். முன்னொரு காலத்தில் அவள் பற்றிக் கொண்டிருந்த கரங்கள்தான் அவை. உயரமான, அழகான அந்த உருவத்தை நேருக்கு நேர் பார்த்தபோது அவளது இதயத்துடிப்பு அதிகரித்தது.

"தாய்மண்ணுக்கு நல்வரவு, செஹ்மத்" என்று சொல்லிக் கொண் டிருந்தான் அபி. அவன் சொற்கள் உணர்ச்சிப் பெருக்கோடு வெளி வந்தன.

பூங்கொத்துக்கள் அவள் கையிலிருந்து நழுவி மண்ணில் சித றின. அபியின் அகன்ற மார்பில் முகத்தைப் புதைத்துக் கொண்டு கட்டுப்படுத்த முடியாதபடி அழுது கொண்டிருந்தாள் செஹ்மத்.

“நீ உடன் இல்லாமல் நான் எப்படித் தவித்துப் போனேன் என் பதை உன்னால் கற்பனை கூடச் செய்ய முடியாது செஹ்மத். உன்னை நினைத்து நான் பெருமைப்படுகிறேன். இந்த நாடு முழுவதுமே பெருமை கொள்கிறது. அபியின் குரல் அளவற்ற பெருமிதத்தைச் சுமந்தபடி இருந்தது. அவள் மெலிதாகப் புன்னகைத்தாள்; ஆனாலும் தன் கண்ணீரை அவளால் கட்டுப்படுத்த இயலவில்லை. பழைய வாழ்க்கை குறித்த நினைவுகள் அவள் நெஞ்சில் மறுபடியும் மூண் டெழுந்தபடி இருந்தன.

பாராட்டுக் கூட்ட மேடையில் போடப்பட்டிருந்த மேஜை வரை அவளுக்குத் துணையாகச் சென்ற அபி, தேஜ் நின்று கொண்டிருந்த இடத்துக்கருகே வந்தான். மிர், சிறிது தூரத்திலிருந்து கண்ணீர் மல்கும் கண்களோடு அவளைப் பார்த்துக் கொண்டிருந்தார். தான் நேசித்தவர்களுடன் செஹ்மத் மீண்டும் இணைந்து விட்டதைப் பார்க்க அவருக்கு மகிழ்ச்சியாக இருந்தது. மேடையில் பேசுவதற்கு ஆயத்தமாக வந்து நின்ற அவர் ஒருமுறை தேஜை நோக்கினார். கான் குடும்பத்தினர் தங்கள் தாய்நாட்டுக்காகச் செய்திருக்கும் தியாகத்தை எண்ணி வியந்தார்; அதைப் போல எண்ணிப் பார்க்கக் கூடத் தன் னால் முடியுமா என்பது அவருக்கு ஐயமாக இருந்தது. அவரது உள்ளத்தின் ஆழத்தில் ஏதோ ஒன்று அவரைச் சங்கடப்படுத்தியது. நாட்டுக்காகத் தன்னை வேண்டுமானால் நூறுமுறை கூடத் தியாகம் செய்ய முடியுமே தவிர மரணத்தின் வாயிலுக்குத் தன் குழந்தை களைத் துணிந்து அனுப்பத் தன்னால் முடியாது என்பதை அவர் அப்போது உணர்ந்து கொண்டார்.

“பெருமக்களே.” என்றபடி தன் பேச்சைத் தொடங்கினார் அவர். “நம் நேசத்துக்குரிய தாய்நாட்டுச் சேவையில் கற்பனைக்கும் எட்டாத அர்ப்பணிப்பையும், விசுவாசத்தையும் காட்டியிருக்கும் ஒரு குடும்பத்தை உங்களுக்கு அறிமுகப்படுத்துவது எனக்கு வாய்த்த பெருமை; அதில் நான் பெருமிதம் கொள்கிறேன். காலம் சென்ற என் நண்பர் ஹிதாயத் கானும் தேசபக்தி மிக்க அவரது குடும்பமும் நமக்காகச் செய்திருக்கும் மிகப் பெரும் சேவையை அற்ப மானிடர் களான நம்மால் எண்ணிக்கூடப் பார்க்க முடியாது. செஹ்மத் இன்னும் கூட ஓரடி அதிகம் சென்றபடி, தன்னையே தியாகம் செய்து கொண்டு அவரது கனவுகளை நிறைவேற்றி இருக்கிறாள். எப்படிப் பட்ட மனோதிடத்துடனும், அசைக்கவே முடியாத உறுதியுடனும் தன் கடமையை அவள் செய்து முடித்திருக்கிறாள் என்பதை விவரிக்க என்னிடம் வார்த்தைகளே இல்லை” என்றபடி சற்று இடை வெளி விட்டார் மிர். அவரது மனம் எதையும் யோசிக்க முடியாமல்

மரத்துப்போய்க் கிடந்தது; சொல்ல நினைத்த சொற்கள் அவரது உதட்டிலேயே மடிந்தன. தன்னுடைய நாட்டுப்பற்றையும் விசுவாசத் தையும் கான் குடும்பத்தாரோடு ஒப்பிட்டபடி அவர்களை உயர்த்திப் பேசாமல் பேச்சை முடிக்க அவரால் இயலவில்லை. இறுதியாகத் தன் தொண்டையைக் கனைத்துக் கொண்டு பேச்சைத் தொடர்ந்தார் அவர்.

"பேச்சை மேலே தொடர்வதற்கு முன்பு, ஒரு பெண்மணியை மேடைக்கு அழைக்க விரும்புகிறேன். அவரது பங்களிப்பும், அவர் தந்த ஊக்கமும் இல்லையென்றால் செஹ்மத், தான் எடுத்த காரி யத்தில் வெற்றி பெற்றிருக்க முடியாது" மிர், மீண்டும் சற்று நிறுத்தி விட்டு தேஜின் பக்கம் தலையைத் திருப்பினார். பலத்த கரகோஷத் துக்கு நடுவே தேஜை மேடைக்கு அழைத்துச் சென்றான் அபி.

பேசிக் கொண்டிருந்த இடத்திலிருந்து முன் நகர்ந்து வந்த மிர், தேஜை எதிர்கொண்டு வரவேற்று செஹ்மத்தின் அருகில் அமரச் செய்தார். பேசுவதற்காக மீண்டும் திரும்பியபோது வித்தியாசமான ஒன்றை சட்டென்று கவனித்தார். செஹ்மத், தன் இருக்கையிலிருந்து சரிந்து கொண்டிருந்தாள். அவள் மயங்கி விழுந்து கொண்டிருப்பது அவருக்குப் புரிந்தது. உடனே இடத்தை விட்டுத் திரும்பியவர் அவள் கீழே விழுவதற்கு முன், அவளது தோள்களைப் பற்றித் தூக்கி விட் டார். தனது வலிமையான கரங்களில் அவளை அள்ளியெடுத்துக் கொண்டு, அங்கே காத்திருந்த ஆம்புலன்ஸ் ஒன்றின் அருகில் விரைந் தார். தேஜும், அபியும் அவரோடு இணைந்து கொண்டனர். தில்லி யின் இராணுவப் பகுதியிலிருக்கும் இராணுவ மருத்துவமனையை நோக்கி அவர்கள் செல்லத் தொடங்கியிருந்தார்கள்.

ஒரு மணி நேரம் கழிந்த பின், பரிசோதனை அறையிலிருந்து வெளியே வந்த மருத்துவர், பதட்டத்தோடு காத்திருக்கும் அந்த மூவ ரையும் கண்டார். அவர்களை ஆறுதலான புன்னகையோடு பார்த்து விட்டு தேஜிடம் சென்றார்.

"உங்கள் மகள் நலமாக இருக்கிறாள். கவலைப்பட எதுவுமே இல்லை. களைப்பு, பதட்டம், பரவசம் என்று எல்லாம் சேர்ந்து கொள்ள இரத்தம் மூளைக்கேறி விட்டது. அவ்வளவுதான். சீக்கிரமே குணமாகி விடுவாள். அவளுக்குத் தேவைப்படுவதெல்லாம் ஓய்வு மட்டும்தான்."

"ஆனால் அவள் ஏன் மயக்கமடைந்து விழுந்தாள் டாக்டர்?" தேஜ் இன்னமும் கவலையோடுதான் இருந்தாள்; அவர் ஏதேனும் கெட்ட செய்தி சொல்லிவிடக் கூடுமோ என்று பயந்தாள்.

"இல்லை மேடம், அவள் அப்படியெல்லாம் உண்மையாகவே மயக்கம் போட்டு விடவில்லை. ஆனால் அவள் கவனமாகத்தான் இருக்க வேண்டும். நான் முதலில் சொன்னது போல அவளுக்குத் தேவை ஓய்வு. அவள் கருவுற்றிருப்பது உங்களுக்குத் தெரியும்தானே?"

திறந்த வாயைத் தன் இருகைகளாலும் மூடிக் கொண்டாள் தேஜ். அவளது கண்கள் அளவு மீறிய அதிர்ச்சியை வெளிப்படுத்திக் கொண்டிருந்தன. தன் உணர்வுகளைக் கட்டுக்குள் கொண்டுவர முடியாமல் மிர் மீது சாய்ந்தாள்.

"என் மகள் இன்னும் எவ்வளவு துன்பம்தான் படவேண்டும்" என்று வாய்விட்டு அரற்றினாள்.

"குரூரமான இந்த விதியின் திருப்பத்தை அவளால் தாங்க முடியுமா?"

மிர்ரிடம் அதற்குப் பதிலில்லை.

அருகில் நின்றிருந்த அபி, "அம்மா இதோ பாருங்கள், இதில் வருத்தப்பட எதுவுமில்லை. அவள் திருமணமானவள். குழந்தை என்பது எப்போதுமே ஒரு வரம் தான். கணவனை இழந்திருக்கிறாள். அவ்வளவுதான். இப்போது நீங்களும் செஹ்மத்தும் சம்மதித்தால் அவளை என் வாழ்க்கைத் துணையாக்கிக் கொள்வதில் பெருமை கொள்வேன்."

இதைக் கேட்ட மிர் அவனை நெஞ்சாரத் தழுவிக் கொண்டார்.

"மனித மனத்தின் இத்தனை மேன்மையான ஒரு வெளிப்பாட்டைப் பார்க்க நான் சென்ற பிறவியில் ஏதோ நல்லது செய்திருக்க வேண்டும். உன்னை நினைத்துப் பெருமைப்படுகிறேன் அபி. ஆம், உண்மையிலேயே எனக்குப் பெருமையாக இருக்கிறது மகனே. கடவுள் உன்னை ஆசீர்வதிக்கட்டும் என்றார் மிர்."

"என்னைத் தியாகியாக்க வேண்டாம் சார். பார்த்த முதல் நாளிலிருந்து செஹ்மத்தை நான் காதலித்து வருகிறேன். இன்னும் காதலிக்கிறேன். அவள் எனக்கு மனைவியாகச் சம்மதிப்பாள் என்று நினைக்கிறேன்."

தேஜின் முகத்திலிருந்த மனச்சோர்வு, வாட்டம் ஆகிய அனைத்தும் ஒரே கணத்தில் அகன்று போய்விட, அவள் ஆனந்தக் கண்ணீர் சொரிந்து கொண்டிருந்தாள். தன் பலவீனமான கரங்களால் அபியை இறுகப் பிடித்துக் கட்டிக் கொண்டாள் அவள். சிதைந்து போன தன் வாழ்வை மீட்டுக் கொண்டு, முன்பு விட்ட இடத்திலிருந்து ஒரு புதிய வாழ்வை செஹ்மத் தொடங்க முடியும் என்பதில் அவளுக்கு மகிழ்ச்சி ஏற்பட்டிருந்தது. தான் உண்மையாகவே நேசித்த ஒரு மனித

னோடு புதியதோர் வாழ்வைத் தொடங்க முடிவது செஹ்மத்துக்கு வாய்த்திருக்கும் அரிய வாய்ப்பு; அதற்கு அவள் தகுதியானவளும் கூட. பரிசோதனை முடிந்து செஹ்மத் ஓய்வெடுத்துக் கொண்டிருந்த அறைக்கு இராணுவ டாக்டர் தேஜை கூட்டிச் சென்றார்.

தன் கண்ணீரைத் துடைத்துக் கொண்ட தேஜ், தலையைச் சரி செய்து கொண்டு செஹ்மத்தின் அறைக் கதவைத் திறந்தாள். செஹ்மத், படுக்கையில் படுத்திருந்தாள். தன் தாய் உள்ளே வந்து கதவைச் சாத்துவதை அவள் பார்த்துக் கொண்டிருந்தாள். அவர்கள் கண்கள் ஒன்றையொன்று சந்தித்தபடி விரக்தியும், கசப்பும் கூடிய புன்ன கையைப் பரிமாறிக் கொண்டிருந்தன. அவர்கள் அனுபவித்திருந்த வலியின் வேதனை அதன் வழி வெளிப்பட்டுக் கொண்டிருந்தது. தான் கருவுற்றிருப்பதைப் பற்றித் தனக்கு முன்பே தெரியும் என்பதை தேஜிடம் மறைத்து விட்டாள் செஹ்மத். இப்போது தாயாவதில் அவளுக்கு மகிழ்ச்சிதான்; என்றாலும் நிறைய அப்பாவி உயிர்களைக் கொன்றிருக்கும் குற்ற உணர்வு அவளை வதைத்துக் கொண்டிருந்தது. தேஜால் அவள் மனதைப் படிக்க முடிந்தது.

“மிகவும் சந்தோஷம்” என்றபடி மகளருகே படுக்கையில் அமர்ந் தாள் அவள்.

“நீ என்ன நினைப்பாய் என்பது எனக்குத் தெரியும். ஆனால் நான் உனக்கொரு நல்ல செய்தி வைத்திருக்கிறேன். அபி இன்னமும் கூட உன்னைக் காதலிக்கிறான்; உன்னைத் திருமணம் செய்யவும் ஆசைப்படுகிறான்.”

“ஆனால் அம்மா... நான் சுமந்துகொண்டிருப்பது இக்பாலின் குழந்தையல்லவா? எந்தக் காரணத்தாலும் கருச்சிதைவு செய்து கொள்ள நான் சம்மதிக்க மாட்டேன்.”

“அவனுக்கு எல்லாமே தெரியும். ஆனால் அதையெல்லாம் மீறி அவன் உன்னைக் காதலிப்பதாகச் சொல்கிறான். உன் சம்மதத்தை மட்டுமே கேட்கிறான்.”

கணநேரம் குழம்பிப் போனாள் செஹ்மத். முதற்காதலனோடு வாழ வாய்ப்புக் கிடைப்பது கிளர்ச்சியூட்டுவதாக இருந்தாலும் ஆழ் மனதுக்குள் அவள் மிகவும் சோர்ந்துபோய் இருந்தாள். இத்தனை அப்பாவி உயிர்களைப் பறித்த பின் அவளால் மீண்டும் திருமணம் செய்து கொள்ளவோ, மகிழ்ச்சியாக வாழவோ முடியுமா?

“எனக்கு யோசிக்க சிறிது நேரம் வேண்டும் அம்மா. இப்போ தைக்கு அப்படி ஒரு முடிவெடுக்கும் நிலையில் நான் இல்லை.

மேலும் ஸ்ரீநகருக்குத் திரும்பிப் போக எனக்கு விருப்பமில்லை. மலெர் கோட்லாவில் தங்கியிருக்க எனக்கு ஏற்பாடு செய்து உதவ முடியுமா?"

"அது என்ன மலெர் கோட்லா? அது எங்கே இருக்கிறது? ஏன் அங்கே போக வேண்டும்?" தேஜின் முகத்தில் தெரிந்த ஆச்சரியம் அவளது சொற்களிலும் வெளிப்பட்டது.

"அது அப்துலின் சொந்த ஊர்" என்று வருத்தத்தோடு சொன்னாள் செஹ்மத்.

"அப்துல் யார்?" தேஜின் கவலை இன்னும் கூடிப் போக ஆரம்பித்திருந்தது.

"சையீத் குடும்பத்தாரின் விசுவாசமான ஒரு வேலையாள் அவன். நான் செய்த காரியத்துக்காக அப்துல் என்னை மன்னிக்கக் கூடுமென நம்புகிறேன்."

"நீ என்ன செய்தாய்."

"ஒரு இராணுவ டிரக் வண்டியின் அடியில் அவனை நசுக்கிச் சிதைத்து விட்டேன்" செஹ்மத்தின் வெளிப்படையான பேச்சைக் கேட்டு அதிர்ச்சியடைந்தாள் தேஜ். தன் மகளின் எண்ணங்களும், அவளது இதயமும் எப்படிப்பட்ட பயங்கர அனுபவங்களைச் சுமந்து கொண்டிருக்க வேண்டுமென்பதை அவள் புரிந்து கொள்ளத் தொடங்கினாள். செஹ்மத்தின் கரங்களைக் கெட்டியாகப் பிடித்துக் கொண்டபடி அவளது நெற்றியில் முத்தமிட்டாள். பிறகு இவ்வாறு கூறினாள்.

"நீ எப்படிப்பட்ட துன்பத்தில் இருக்கிறாய் என்பதை என்னால் புரிந்து கொள்ள முடிகிறது. ஆனால் அதை உன் நாட்டுக்காகச் செய்திருக்கிறாய் என்பதை மட்டும் எப்போதும் நினைவில் வைத்துக் கொள். நான் எப்போதும் உனக்குத் துணையாக இருப்பேன்."

"நன்றி அம்மா" என்றபடி தன் கண்களை மூடிக்கொண்டு மெல்லிய தலையணையில் தன் தலையைச் சாய்த்துக் கொண்டாள். அவளது வலியைத்தான் தேஜால் உணர முடிந்ததே ஒழிய, அவள் படும் வேதனையைப் போக்க இயலவில்லை.

"காலம்தான் அவளது புண்ணுக்கு மருந்திட முடியும்; அவளது மனச் சுமையைக் குறைக்க முடியும்" என்று தனக்குள் சொல்லிக் கொண்டாள்.

அறையை விட்டு வெளியே வந்து அங்கே காத்திருந்த மிர்ரையும், அபியையும் பார்த்தாள். அவர்களது கண்கள் அவளது உணர்வுகளைப் படிக்க முயல்வதைப் போல அவள் முகத்தின் மீது அழுத்த

மாய்ப் பதிந்திருந்தன. ஒரு புன்னகையோடு அவர்களிடம் மெல்ல நடந்து சென்றாள். அபியை எதிர்கொள்வதற்கான துணிவு தன்னிடம் இருக்கும் என்ற மனப்போராட்டத்தில் அவள் இருந்து கொண்டிருந்தாள். மிர்ருக்கு அடுத்தாற்போல அமர்ந்து கொண்ட அவள், அபியை நேரடியாகப் பார்க்காமல் "மலெர் கோட்லா எங்கே இருக்கிறது?" என்று கேட்டாள்.

ஏதோ சரியில்லை என்பதை மிர் உடனே புரிந்துகொண்டார். செஹ்மத் தன்னிடம் கூறியதை தேஜ் அவர்களிடம் சொல்ல, அவர்களும் அதை அமைதியாகக் கேட்டுக் கொண்டிருந்தனர். செஹ்மத் எப்படிப்பட்ட வேதனையில் இருக்கிறாள் என்பதைப் புரிந்துகொள்ள மிர்ருக்கு அதிக நேரம் ஆகவில்லை. அவளது சூழ்நிலையில் வேறு யார் இருந்தாலும் உடைந்து சிதறிப் போயிருப்பார்கள். ஆனால் அமைதியாகவும், துணிவாகவும் அபி அதை எதிர்கொண்ட விதமே அவரை வியப்பூட்டியது.

ஒரு மணிநேரத்துக்குப் பிறகு தேஜ் தன் காரை நோக்கி நடந்து சென்று கொண்டிருந்தபோதும் கூட அபியின் சொற்கள் அவருக்குள் ஒலித்துக் கொண்டிருந்தன.

"வருத்தப்படாதீர்கள் அம்மா, நான் இன்னும் கூட உறுதியோடிருக்கிறேன். தேவைப்பட்டால் யுகக் கணக்கில் கூட நான் காத்திருப்பேன். முதலில் அவளை இயல்பு நிலைக்குக் கொண்டு வரவேண்டும். உற்சாகப்படுத்த வேண்டும். அதுவே முக்கியம்."

அவன் 'அம்மா' என்று அழைத்ததை தேஜ் தவறவிடாமல் கேட்டுக்கொண்டாள். அவளுக்கு அது மகிழ்ச்சியாக இருந்தது; அவளது நம்பிக்கையையும் உயிர்ப்போடு வைத்தது.

19

இந்தியக் கடற்படைப் பணியாளர்களின் முதன்மை அதிகாரி யாகிய அட்மிரல் எம்.எஸ். சந்த், புதுதில்லி கடற்படைத் தலைமை யகத்தில் இருக்கும் கட்டுப்பாட்டு அறைக்குள் குறுக்கும் நெடுக்குமாக உலவிக் கொண்டிருந்தார். அவரது முகத்தில் கவலை குடியிருந்தது. ஊசி விழுந்தால் கூடக் கேட்கும் வகையில் அமைதி நிலவிக் கொண் டிருந்த அந்த அறையில், தங்கள் தலைமை அதிகாரி என்ன கூறப் போகிறார் என்பதைக் கேட்கப் பத்துப் பன்னிரண்டு கடற்படை அதிகாரிகள் பொறுமையாகக் காத்துக் கொண்டிருந்தார்கள். கூட்டம் தொடங்குவதற்கு வெகு முன்னமே வந்து சேர்ந்துவிட்ட சந்த், மற்ற வர்களின் வருகைக்காகக் காத்துக் கொண்டிருந்தார். ஒவ்வொரு வராக அங்கே நுழைந்த அவர்கள் தங்கள் முதன்மை அதிகாரிக்கு வணக்கம் செலுத்தி விட்டுத் தங்களுக்குரிய இருக்கைகளில் அமர்ந் தனர். குறிப்பிட்ட நேரத்துக்கு வெகு முன்னதாக முதன்மை அதிகாரி வருவது மிகவும் அபூர்வம் என்பதால் ஒவ்வொரு அதிகாரியும் தங்கள் கைக்கடிகாரத்தைப் பார்த்து சரியான நேரத்தில் தான் வந்தி ருக்கிறேன் என்பதைத் தங்களுக்குத் தாங்களே உறுதிப்படுத்திக் கொண்டிருந்தனர்.

அதிகாரிகளை சிறிது நேரம் தொடர்ந்து பார்த்துக் கொண்டி ருந்த முதன்மை அதிகாரி "கனவான்களே" என்று அழைத்தபடி பேச்சைத் தொடங்கினார்.

"இந்திய இராணுவத்தின் பிற துறைகளோடு ஒப்பிட்டுப் பார்க்கும்போது நம் கடற்படை, தன் திறமையை இன்னும் சரிவர நிரூபித்தாகவில்லை. மொத்த இராணுவத்தில் பத்தில் ஒரு பங்கே இருக்கும் நாம் போர்முனையில் இன்னும் சோதனைக்கு உள்ளாக வில்லை. விமானப்படை, தன் விமானங்களின் துணை கொண்டு நாட்டின் பாதுகாப்புக்குத் தான் உறுதுணையாக இருப்பதைத் திரும்பத் திரும்பப் பலமுறை நிறுவிக் காட்டியிருக்கிறது. கடற்படை மட்டும் அதன் குறுகிய வரம்பின் காரணமாகத் தனித்து விடப்பட்டி ருக்கிறது. அதிகார உயர் மட்டத்தில் இருக்கும் சிலரும் கூடப் போர்

ஹரீந்தர் சிக்கா ❖ 187

வியூகங்களை அமைக்கும்போது கடற்படையை மட்டும் மாற்றாந்தாய் மனப்பான்மையுடனேயே அணுகுகிறார்கள். கடற்படை முன் வைக்கும் கருத்துக்களை உயர்மட்டக் கூட்டங்களில் அதிகாரிகள் கண்டுகொள்ளாமல் புறக்கணிக்கிறார்கள். அதுவும் நம்மைப் புண்படுத்துவதுதான். போரைப் பொறுத்தவரை கடற்படையின் ஆற்றல் வரையறைக்கு உட்பட்டதுதான் என்று அவர்கள் எண்ணு கிறார்கள்; அதனால் கவலைப்படுகிறார்கள். அதுவும் என்னை ஆழமாகச் சங்கடப்படுத்துகிறது. ஆனால் நம்முடைய நிலைமை குறித்து அரசியல் தலைமையிடம் நேரடியாக விளக்கி விடலா மென்று உறுதி கொண்டிருக்கிறேன். நீங்கள் எல்லோரும் கூட அதற்குத் தயாராகுங்கள். நமது மாபெரும் தேசத்தின் நலனைப் பாதுகாப்பதில் கடற்படை ஒரு முக்கியமான பங்காற்றப் போகிறது."

ஒரு சில நிமிடங்கள் பேச்சை நிறுத்தினார் முதன்மை அதிகாரி எம்.எஸ்.சந்த். கடற் தரப்பை முன் வைத்துப் பேச அவருக்குச் சில தனிப்பட்ட காரணங்கள் இருந்தன. இந்தியாவின் ஒரே ஒரு விமானம் தாங்கிக் கப்பலான ஐ.என்.எஸ். விக்ராந்தை இந்தியக் கடல் எல்லையில் வைத்து பாகிஸ்தானிய நீர் மூழ்கிக் கப்பல்கள் தாக்கக் கூடுமென்பதையும், அவை அங்கே நிலை கொண்டிருப்பதையும் புலனாய்வு அறிக்கைகள் தெளிவாக உறுதிப்படுத்திக் கூறியிருந்தன.

முதன்மை அதிகாரியின் கவலையை மேலும் கூடுதலாக்கும் வகையில் 'விக்ராந்த்' முழுமையாகச் செயல்படும் நிலையிலும் இல்லை. அதன் முக்கியமான கொதிகலனில் விரிசல் விட்டிருந்தது; விமானங்களை உந்தி மேலெழுப்பிப் பறக்க விடும் சக்தி அந்தப் பெரிய கப்பலுக்கு எந்த அளவு இருக்கிறது என்பதும் சந்தேகத்துக் கிடமானதாகவே இருந்தது. மேலும் போர்க் கடுமையான சூழ்நிலை யில் கடலில் நடைபெறும் விமானத் தாக்குதல்களுக்குத் துணை யாகச் செல்லப் போதிய அளவு கப்பல்களும் கூட இந்தியக் கடற் படையிடம் இல்லை.

சந்த், சுவரை நோக்கிச் சென்றார். சுவரிலிருந்த வரைபடத்தில் வெவ்வேறு கப்பல் மாதிரிகளை வெவ்வேறு இடங்களில் நிலை கொள்ள வைத்துச் சோதித்தார். விக்ராந்தின் 'மாதிரி' உருவம் ஒன்றைக் கையில் எடுத்துக் கொண்டபடி அங்கிருந்த பார்வையாளர் களை நோக்கித் திரும்பினார். "மிகவும் முதன்மையான சிறப்புக் கொண்ட இந்தக் கப்பலுக்கு ஏற்படும் நாசம், நம்மைச் சிறுமைப் படுத்துவதோடு, நம் இராணுவத்தினரின் தன்னம்பிக்கையையும் அடியோடு குலைத்துப் போட்டுவிடும். அமெரிக்காவில் வடிவமைக் கப்பட்ட 'காஸி' உட்பட, கிட்டத்தட்ட நான்கு பாகிஸ்தானிய நீர் மூழ்கிக் கப்பல்களாவது நம் கடல் எல்லைக்குள் இருக்கக் கூடும் என்று அறிக்கைகள் தெரிவிக்கின்றன. மற்ற நீர் மூழ்கிக் கப்பல்களும்

கூட அதே அளவு ஆபத்தானவைதான். அவையுமே பிரெஞ்ச் உயர் தொழில்நுட்பத்தில் உருவாகி இருப்பவைதான். நம்மிடம் சிக்காமல் நழுவி விடக் கூடியவை அவை. நீர்மூழ்கிக் கப்பல்களின் தாக்குதலி லிருந்து விக்ராந்தைக் காக்க வேண்டியது ஒருபுறம், நம்முடைய சொந்த நிர்வாக இயந்திரத்துடனேயே கவனமாக, தந்திரமாகப் போராட வேண்டியது மற்றொரு புறம். நம் கடற்படை இந்த இரண் டையும் செய்தாக வேண்டியிருக்கிறது.

'மாதிரி'க் கப்பலை மேஜை மீது வைத்து விட்டு நாற்காலியில் அமர்ந்து 'குஷன்' மீது தலையைச் சாய்த்துக் கொண்டார் சந்த். நள்ளிரவு வரை அந்தக் கூட்டம் தொடர்ந்தது. அரசாங்கத்துக்கு அளிக்க வேண்டிய தகவல்களையெல்லாம் தொகுத்த பிறகு தான் அங்கிருந்த உறுப்பினர்கள் கலைந்து சென்றனர். நுணுக்கமான, மிகச் சிறிய தகவல்களிலும் கூட முதன்மை அதிகாரி தன்னை ஈடுபடுத்திக் கொள்வது அங்கிருந்த அதிகாரிகளுக்கு வியப்பாக இருந்தது. முதல் யுத்தம் அரசு அமைப்புக்குள் நடப்பது. எதிரியை எதிர்கொள்ளும் வலிமையும் தகுதியும் கடற்படைக்கு இருக்கிறதென்பதை அரசியல் தலைமைக்கு எடுத்துக் கூறி அவர்களை சம்மதிக்க வைத்தாக வேண் டும். அது, எளிதாக இருக்காது ஆனாலும் சந்த் அப்படி எளிதாக விட்டுக் கொடுத்துவிடப் போவதில்லை.

புள்ளிவிவரங்களையும், தகவல்களையும் திரட்டிக்கொண்டு மறுநாள் பாதுகாப்பு அமைச்சரை சந்திக்கச் சென்றார் சந்த். பாதுகாப்பு அமைச்சரகத்தில் இருந்த அதிகாரிகள், அவர் விவரித்த வற்றைத் தங்கள் பார்வையில் மட்டுமே அணுகினர். அது, குறுகிய நோக்குடையதாகவே இருந்தது.

"பாகிஸ்தானின் கடற்படைப் பலத்தை வைத்துப் பார்க்கும் போது இந்தியாவின் மிக விரிந்த கடற்பரப்பை அவர்களால் எது வுமே செய்துவிட முடியாது. கடல்வழியே நடக்கும் இந்தியாவின் வணிகப் பரிவர்த்தனையில் எண்பது சதவிகிதம் வெளிநாட்டுக் கப்பல் நிறுவனங்களால்தான் நடக்கிறது. எந்த ஒரு வெளிநாட்டுக் கப்பலைத் தாக்குவதற்கு முன்பும் பாகிஸ்தானியர்கள் இரு முறை யாவது யோசிப்பார்கள். காரணம் மேலை நாடுகளின் கோபத்துக்கு ஆளாக அவர்கள் விரும்புவதில்லை." நிர்வாக அதிகாரிகள் இந்தக் கருத்தையே முன் வைத்தார்கள்.

அவர்கள் வெளியிட்ட கருத்துக்கள் சந்தை அதிர்ச்சிக்கு ஆளாக் கின; அவரைக் கவலை கொள்ள வைத்தன. "உங்களுக்கெல்லாம் போரைப் பற்றி என்ன தெரியும்?" என்று கேட்க நினைத்தாலும் அதை உதறித் தள்ளிவிட்டுத் தான் வலியுறுத்த நினைத்ததை விடா முயற்சியோடு தொடர எண்ணினார். அவருக்கு முன்னாலிருந்த

சவால்கள் மிக வலியவை. கடற்படை உயர் அதிகாரி என்ற நிலையில் அமைப்பின் உள்ளும், புறமும் அந்த சவாலை எதிர் கொண்டு, அதே நேரத்தில் வெற்றியோடும் நிற்க வேண்டியது அவரது கடமை.

சந்த், தன் பேச்சை முடிக்க அவர்கள் காத்திருந்தனர். பாகிஸ்தான் அரசின் நோக்கங்கள் குறித்தும், அது தீட்டியிருக்கும் திட்டங்களைப் பற்றியும் ஒரு விரிவான அறிக்கையை அளித்தார் அவர். போர் ஆலோசனை நடந்து கொண்டிருந்த அந்த அறையிலிருந்த பிரதம மந்திரியிடம் புலனாய்வு அறிக்கைகளின் பிரதிகளைச் சமர்ப்பித்தபடி குறிப்பிட்ட விஷயத்திலும், அது சார்ந்த புள்ளி விவரங்களிலும் அவரது கவனத்தை ஈர்க்க முயற்சித்தார்.

“மேடம்” என்று அழைத்தபடி பிரதமரிடம் தன் கோரிக்கையை முன் வைக்கத் தொடங்கினார் அவர்.

‘காஸி’ நீர் மூழ்கிக் கப்பலை அமெரிக்காவிடமிருந்தும், ‘டேஃப்னி’ வகையைச் சேர்ந்த நீர்மூழ்கிக் கப்பலை பிரான்ஸிலிருந்தும் குத்தகையாகப் பெற்றிருக்கிறார்கள் பாகிஸ்தானியர். அவற்றோடு அவர்களிடம் ‘மிட்ஜெட்’ வகை நீர்மூழ்கிக் கப்பலும் ‘சேரியட்’ வகை நீர்மூழ்கிக் கப்பலும் வேறு உள்ளன. துறைமுகத்தில் இருக்கும் கப்பல்களைக் கூடத் தாக்கி ஆதாரமான இராணுவ நிலைகளுக்குக் கூட சேதம் விளைவிக்கக் கூடியயவை அவை. பாகிஸ்தானின் வான்படை, தன் கடற்படையோடு சேர்ந்து கொண்டு நம் விமானம் தாங்கிக் கப்பலைத் தாக்கும் முயற்சியில் மிகவும் முனைப்பாக இறங்கியிருக்கிறது என்பதை அறிய நேர்ந்திருக்கிறது. அதை நடக்க விடக் கூடாது. நம்மைக் காப்பாற்றிக் கொள்ள ஒரே வழி, அவர்கள் மீது தாக்குதல் நடத்த எங்களை அனுமதிப்பதுதான்.”

அவர் பேசிக் கொண்டிருந்ததைப் பிரதமர் அமைதியாகக் கேட்டுக் கொண்டிருந்தாரே ஒழிய எந்த எதிர்வினையும் ஆற்றவில்லை. அங்கிருந்த அதிகாரிகளிடமிருந்து அதற்கான விளக்கத்தை எதிர்பார்ப்பது போல, ஒரு கேள்விக்குறியோடு அவர்களைப் பார்த்தார். ஆனால் தங்கள் மனதை மாற்றிக் கொள்ள அவர்கள் உடன்படுவதாக இல்லை. அவர்களில் பெரும்பாலோருக்குக் கடல் சார்ந்த அனுபவம் ஏதுமில்லை என்றாலும் கடற்போரில் நிபுணர்களைப் போல அவர்கள் தங்களை நினைத்துக் கொண்டிருந்தார்கள்.

அவர்களில் ஒருவர் விவாதிக்கத் தொடங்கினார்.

“ஆனால் மேற்குக் கடற்பகுதியில் பாகிஸ்தானின் கடற்படை வலிமையோடிருக்கிறது என்றே வைத்துக் கொண்டாலும் கூட அவர்களால் இந்த அளவுக்கு ஊடுருவ முடியும் என்று எப்படி நினைக்கிறீர்கள். அட்மிரல் அவர்களிடமிருக்கும் இராணுவ தளவாடங்களை முதலில் பார்ப்போம்” என்று சொல்லிவிட்டு, அந்த

மூத்த அதிகாரி தன் நாற்காலியிலிருந்து எழுந்தபடி ஏற்கனவே தயாரித்து வைக்கப்பட்டிருந்த சில தகவல்களை வாசித்தார். இந்த விவாதத்தை ஊன்றிக் கேட்டுக் கொண்டிருந்த பிரதமரின் கவனத் தைத் தான் கவருவதற்கான நேரம் இது என்று எண்ணினார் அவர்.

"பாகிஸ்தான் கடற்படையிடம் எண்ணிக்கை அடிப்படையில் எத்தனை கப்பல்கள் இருக்கின்றன என்பதைப் பார்ப்போம்" என்று கூறியபடி 'இரகசியம்' என்று எழுதப்பட்டிருந்த தோல் கோப்பு ஒன்றைப் பிரதமர் முன்பு வைத்தார். பிறகு பாகிஸ்தான் வைத்தி ருக்கும் கப்பல்கள் மற்றும் நீர்மூழ்கிக் கப்பல்களின் பெயர்களைப் படிக்க ஆரம்பித்தார்.

1. ஒரு 'குருசர்'* – அதன் பெயர் பாபுர்.
2. நான்கு நாசகாரிக் கப்பல்கள் – அதன் பெயர் ஷாஜகான், பாதர், கைபர், ஆலம்கிர்.
3. மூன்று 'டேஃப்னி' வகையிலான நீர்மூழ்கிக் கப்பல்கள் – அதன் பெயர் ஷுஷுக், ஹேங்கர், மாங்க்ரோ.
4. ஒரு 'ஃபிரிகேட்' – அதன் பெயர் திப்புசுல்தான்.
5. ஒரு கண்காணிப்புக் கப்பல் – அதன் பெயர் ஸூல்ஃகெர்.
6. எட்டு 'மைன்ஸ்வீப்பர்'.
7. இரண்டு மோட்டார் பொருத்தப்பட்ட 'டோர்பெடோ' படகுகள்.
8. இரண்டு 'டேங்கர்' – அதன் பெயர் அட்டாக், டாக்கா.
9. ஒரு 'டக்' , பலவகையான பனிரெண்டு 'மிட்ஜெட்' நீர்மூழ்கிக் கப்பல்கள், பனிரெண்டு 'சேரியட்', இரண்டு கடற்போருக்கேற்றத் தற்காப்புப் படகுகள்.

இதைப் படித்து முடித்த பிறகு கப்பற்படை முதன்மை அதிகாரி 'சந்த்'தை நோக்கித் திரும்பினார் அவர்.

"இத்தனை குறைவான கடற்படைத் தளவாடங்களை மட்டுமே வைத்திருக்கும் பாகிஸ்தான், நம் கடல் எல்லைக்கு அருகே வருவதற்குக் கொஞ்சமாவது துணியக் கூடுமா அட்மிரல்? இன்னும் ஒன்று நம் கடற்படையை அனுப்புவதன் மூலம், நம் கடற்புறத்துக்கு வெளியே இயங்கும் பிரிட்டிஷ் போர்க் கப்பல்களையும், அமெரிக்கப் போர்க் கப்பல்களையும், ஏன் ரஷியாவின் போர்க் கப்பல்களையும் கூடத் தடுத்து நிறுத்திவிட முடியுமென்றா நினைக்கிறீர்கள்?"

* 'குருசர்', 'ஃபிரிகேட்', 'மைன் ஸ்வீப்பர்', 'டோர்பெடோ', 'மிட்ஜெட்' போன்றவை, வெவ்வேறு முறையில் பயன்படுத்தப்படும் சிறிய, மற்றும் பெரிய அளவிலான நீர்மூழ்கிக் கப்பல்கள். நீரில் மூழ்கியபடி இலக்கைத் தாக்கும் ஏவுகணைகளைக் கொண்டிருப்பவை; கடலுக்குள் ஒளிந்திருக்கும் வெடிகுண்டுகளைக் கண்டறிபவை.

பிறகு, அதைப்பற்றிப் பிரதமர் என்ன நினைக்கிறார் என்று அறிய விரும்புவது போல அவரைப் பார்த்தார். அவரிடமிருந்து எந்த எதிர்வினையும் கிடைக்காததால் அமைச்சரவையைச் சேர்ந்த தன் சக அதிகாரிகளைப் பார்த்தார். அவர்கள், ‘சந்த்’தைக் கேலிப் புன்னகையோடு பார்த்துக் கொண்டிருந்தனர்.

‘ஆனால் ‘காஸி’ நீர் மூழ்கிக்கப்பல்? அதைப் பற்றி என்ன சொல்கிறீர்கள்?’ என்று சந்த் கேட்க நினைத்த போது பிரதமர் தன் இருக்கையிலிருந்து எழுந்து கொண்டிருப்பதைப் பார்த்தார் அவர். இராணுவத் தலைவர், புலனாய்வுத் துறை அதிகாரிகள், உள்துறைத் தலைவர், விமானப் படைத் தலைவர் ஆகிய அனைவரையும் ஒரு முறை பார்த்தபடி

“வேறு ஏதேனும் சொல்ல வேண்டியிருக்கிறதா,” என்றார் அவர். அந்தப் போர் விளையாட்டுக்களில் அவர் சலித்துப் போயிருந்தார் என்பது அந்த வினாவிலிருந்து வெளிப்பட்டது. அவர்களிடமிருந்து எந்தப் பதிலும் இல்லாததால் ‘சந்த்’தை நோக்கித் திரும்பியபடி

“அட்மிரல் நீங்கள் ஏதேனும் கூற வேண்டுமா” என்றார்.

புண்படுத்தப்பட்ட மனநிலையோடு தன் தலைமையகத்தின் நீண்ட தாழ்வாரங்களின் வழியே நடந்து சென்று கொண்டிருந்தார் அட்மிரல். அவர் முகத்தில் கோபமும், எரிச்சலும் குடிகொண்டிருந்தன. அவரது வேலை பாதியிலேயே தடைப்பட்டுப் போய் விட்டது என்பதை அவர் அறிந்திருந்தார். 1965ஆம் ஆண்டு நிகழ்ந்த இந்திய – பாகிஸ்தான் போரில் கடற்படை தனிமைப்படுத்தப்பட்டதால் கடற்படை வீரர்கள் ஊக்கமிழந்து, புண்பட்டுப் போயிருந்தார்கள். இனியும் அவ்வாறு தனிமைப்படுத்துவது, அவரது வீரர்களது நெஞ்சுரத்தை பாதிப்பதோடு அவர்களை அவநம்பிக்கை கொண்டவர்களாக ஆக்கிவிடும் என்பதை அவர் உணர்ந்திருந்தார். ஒரு போருக்கான ஆயத்தங்கள் நடப்பதை அவர் நன்கு அறிந்திருந்தார். மற்ற படைப்பிரிவுகள் தங்கள் போர் நிலைப்பாடுகளை எடுத்தபடி தாக்குதலை எதிர்கொள்ளத் தயாராகும்போது கடற்படை மட்டும் ஓரங்கட்டப்பட்டு விடாமல் தடுப்பதே தன் முதற்கடமை என்பதில் அவர் உறுதியாக இருந்தார்.

விசாலமான தன் அலுவலகத்திற்குள் நுழைந்த அவர், பற்றியெரிந்து கொண்டிருக்கும் இந்தப் பிரச்சினை குறித்து விவாதிக்கத் தனது குழு உறுப்பினர்களை அழைத்தார். கண்ணெதிரே இருந்த யதார்த்த நிலையில் 1965க்குப் பிறகு மாற்றம் ஏற்பட்டு வருகிறது என்ற புரிதலோடு விவாதத்தைத் தொடங்கியது குழு.

1965ஆம் ஆண்டில் நடந்த போரில் இந்தியாவிடம் தோல்வி கண்டதால் இந்திய இராணுவப் படைகளுக்கு குறிப்பாக அதன் பாதுகாப்புப் படைகளுக்கு சேதம் ஏற்படுத்தக் கூடிய எதை வேண்டுமானாலும் பாகிஸ்தான் செய்யத் தயங்காது.

பாதுகாப்பு அமைச்சரோடு அடுத்தடுத்து நடந்த எல்லாக் கூட்டங்களிலும் பாகிஸ்தானிய நீர்மூழ்கிக் கப்பல்களான காஸி, ஹேங்கர், மாங்க்ரோ ஆகியவை இந்தியக் கடல் எல்லையில் இருப்பதும், அவற்றால் இந்தியாவின் மாண்புக்கு நாசம் விளையக் கூடிய அபாயமும் திரும்பத் திரும்பச் சுட்டிக் காட்டப்பட்டன. 'ரா' உளவுப் பிரிவு அறிக்கைகளும் அவற்றை உறுதிப்படுத்தின.

பாதுகாப்பு அமைச்சர், தொலைநோக்குடையவர்; அவரது அணுகுமுறை, நடைமுறையோடு ஒத்துச் செல்லக் கூடியது. இந்தியக் கடற்படையின் பங்களிப்பு இந்தப் போரில் மிக முக்கியமானது என்பதை அவர் உணர்ந்து கொண்டார்.

போர்ப் பதட்டம் அதிகமாகிக் கொண்டே சென்றபோது பாகிஸ்தானின் நோக்கங்களைக் குறைத்து மதிப்பிடுவதால் ஏற்படும் நீண்ட கால விளைவுகளை அதிகாரிகளும் புரிந்து கொண்டனர். அதன் பிறகு கடற்படையின் போர் வியூகங்கள் கருத்தில் கொள்ளப்பட்டு அந்த நடவடிக்கைக்கு 'பாம் கராச்சி' என்ற பெயரும் சூட்டப்பட்டது.

வரலாற்றில் முதன் முறையாக 1971ஆம் ஆண்டு டிசம்பர் மாதம் முதல் தேதியன்று கராச்சியைத் தாக்குவதற்கான முத்திரையிட்ட ஆணை இந்தியக் கடற்படைக்குக் கிடைத்தது. வரைபலகையில் போருக்கானத் திட்டம் கற்பனையாக வரைந்து பார்க்கப்பட்டது. திட்டத்தைத் தாளில் பார்க்கும்போது எளிதாகத்தான் தெரிந்தது. ஆனால் அதைச் செயல்படுத்த அளவற்ற ஆற்றல் தேவையாக இருந்தது. காரணம், இந்தக் குறிப்பிட்ட போர் வியூகம் தனித்துவமானது. இதற்கு முன் நடந்த கடற்போர்களில் கேள்விப்படாதது; எந்த நாடும் கைக்கொள்ள முன் வந்திராதது அது.

திட்டத்தின்படி, போர் தொடங்குவதற்கு முன்பே ஏவுகணை செலுத்தும் சிறிய படகுகள் கராச்சி துறைமுகத்திலிருந்து இருநூறு மைல் தூரத்தில் கொண்டுபோய் வைக்கப்பட்டு விடும். இந்தப் படகுகள் கரையை ஒட்டிய நீர்ப்பகுதிக்கு மட்டுமே ஏற்றவை; வலுவான கடல் அலைகளுக்கு நடுவே அவற்றால் செயல்பட இயலாது என்பதை அவற்றை விற்பனை செய்த சோவியத் ரஷ்யாவும் கூடத் தெளிவுபடுத்தியிருந்தது. டிசம்பர் மூன்றாம் தேதி இரவு, போர் தொடங்கியபோது, துணைக்கு வந்த பாதுகாப்பு கப்பல்களால் அந்தப் படகுகள் ஏவப்பட்டன. கராச்சி துறைமுகத்தையும், அங்கே இருக்கும் கப்பல்களையும் தாக்கி விட்டுத் தங்கள் தாய்க் கப்பல்

ஹரீந்தர் சிக்கா ❖ 193

களுக்குத் திரும்பி வந்துவிட வேண்டுமென்பதே அவர்களுக்கு ஒதுக்கப்பட்ட பணி.

'ஆபரேஷன் டிரைடண்ட்' என்ற பெயர் கொண்ட முதல் ஏவுகணைத் தாக்குதல் 1971ஆம் ஆண்டு டிசம்பர் நான்காம் தேதியன்று நடந்தது. 'வீர்', 'நிர்காட்', 'நிபாட்' ஆகிய மூன்று ஏவுகணைப் படகுகளும் இதில் ஈடுபட்டன. அதன் விளைவாக நிகழ்ந்த மிகப் பெரும் நாச வேலை, பாகிஸ்தானிய கடற்படையை ஆட்டம் காணச் செய்துவிட்டது. அவர்களுக்கு மிகவும் ஆச்சரியம் அளித்த இந்தத் தாக்குதலில் பாகிஸ்தானியப் படைகளைச் சேர்ந்த நிறையப்பேர் மரணமடைந்தனர்; பெருமளவு சேதங்கள் ஏற்பட்டிருந்தன.

பாகிஸ்தானின் மிக முக்கியமான துறைமுகமும், கூடுதல் பாதுகாப்புக் கொண்டதுமான கராச்சி துறைமுகம் இயங்கவே முடியாத நிலைக்கு ஆளாகி விட்டது; பாகிஸ்தான் கடற்படையும் தங்கள் ஆயுதங்களை இழந்திருந்தது. பாதுகாப்பு நிமித்தம் கரையிலிருந்த 'பேட்டரி'கள்* பலவும் செயலற்றுப் போயிருந்தன. செயல்பாட்டில் எஞ்சியிருந்த ஒரு சிலவும், இல்லாத விமானத்தை நோக்கிச் சுடுவதில் தங்களிடமிருந்த குண்டுகளை இழந்திருந்தன. திகைப்பில் செயலற்றுப் போயிருந்தது பாகிஸ்தான் புலனாய்வுப் பிரிவு. தாக்குதல் எந்தத் திசையிலிருந்து வருகிறது என்பதைக் கூட அறிய முடியாமல் திண்டாடிக் கொண்டிருந்தது.

அதன் முன்னணி நாசகாரிக் கப்பலான 'கைபர்', ஒரு அடையாளமும் இல்லாமல் மூழ்கிப் போயிற்று. அதன் அருகில் இருந்த எண்ணெய்க் கப்பலும் தீப்பற்றி எரிந்து மூழ்கியது. கிட்டத்தட்ட ஏழுநாட்கள் அந்தத் தீ எரிந்து கொண்டே இருந்தது. புத்திக் கூர்மையுடன் நடந்த அந்தத் தாக்குதலால் பாகிஸ்தான் கடற்படையினர் கலவரமடைந்தனர். பாகிஸ்தானின் எல்லாப் போர்க் கப்பல்களும் பத்திரமாகத் துறைமுகங்களுக்கு மீட்கப்பட்டன. தேவையில்லாமல் வெடிப்பதைத் தவிர்ப்பதற்காக அவற்றிலிருந்த வெடி மருந்துகளும் வெளியில் எடுக்கப்பட்டன. கடற்படைப் போருக்கான எல்லாத் திட்டங்களையும் பாகிஸ்தான் கடற்படை கைவிட்டுவிட்டது. அறிவீனமான அந்த முடிவு, இந்தியாவுக்கு சாதகமாகிவிட்டது. தங்களுக்கு ஒதுக்கப்பட்ட வேலையை முடித்து விட்டு இந்திய ஏவுகணைப் படகுகள் பம்பாய்த் துறைமுகத்துக்கு வந்து சேர்ந்திருந்தன.

இந்தியக் கடற்படையின் முன்னணிப் போர்க் கப்பல்களான 'திரிசூல்', 'தல்வார்', 'வினாஷ்' ஆகியவற்றின் மூலம் இரண்டாவது ஏவுகணைத் தாக்குதல் கராச்சி மீது நடத்தப்பட்டது. டிசம்பர் மாதம் எட்டாம் தேதி நடந்த அந்தத் தாக்குதல் கராச்சியின் எண்ணெய்

* 'பேட்டரி' – வெடிகுண்டு மற்றும் வெடிக்கும் துப்பாக்கிகளைக் கொண்டவை.

சேகரிப்புக் கிடங்குகள், 'டாங்'குகள் ஆகியவற்றை நாசப்படுத்திய தோடு துறைமுகத்தில் நங்கூரமிட்டிருந்த பிற கப்பல்கள் பலவற்றின் செயல்பாடுகளையும் முடக்கிப் போட்டது. ஏவுகணைத் தாக்குதல் அபாயம் ஒன்று தங்களுக்கு இருப்பதைப் பற்றி பாகிஸ்தானிய கடற்படை அறிந்திருந்தது. ஆனால் அது, வான்வழி வரக் கூடுமென எதிர்பார்த்ததே தவிர, கப்பல்கள் வழியே வருமென்று எதிர்பார்த் திருக்கவில்லை. பாகிஸ்தான் கடற்படையினர் முன் ஆயத்தம் இல்லாமல் இருந்ததற்கான காரணம் அதுதான். துறைமுகத்தில் பற்றிக் கொண்டிருந்த தீ நாட்கணக்கில் எரிந்து கொண்டே இருந்தது. கராச்சி நகரம் முழுவதும் கலவரத்திலும், குழப்பத்திலும் ஆழ்ந்து கிடந்தது.

அடுத்ததாக, பாகிஸ்தானின் 'காஸி' போர்க் கப்பல் தன் அத்தனை தளவாடங்களோடும் மூழ்கிப் போயிற்று என்ற செய்தி கிடைத்தது. இது பாகிஸ்தான் இராணுவத் தலைமையை நிலை குலையச் செய்தது. அதேவேளையில் இந்தியக் கடற்படையோ தான் மறைமுகமாகத் திட்டமிட்ட வேலையைக் கச்சிதமாகச் செய்து முடித் திருந்தது. பாகிஸ்தானின் முதன்மையான நோக்கம் ஐ.என்.எஸ். விக்ராந்தை மூழ்கடிப்பதே என்பதை நன்கு அறிந்திருந்த இந்தியக் கடற் படை, ஒரு சிறிய நாசகாரிக் கப்பலான ஐ.என்.எஸ். 'ராஜ்புட்'டில் கமாண்டர் சுந்தர்ஜீத் சிங்கை அனுப்பி வைத்தது. அவர் எதிரிகளைத் தடுத்து நிறுத்தும் வகையில் குழப்பமான 'சமிக்ஞை'களைத் தொடர்ந்து அனுப்பியபடி தன் பங்கு வேலையைத் துல்லியமாகச் செய்து முடித்தார்.

வங்காள விரிகுடாப் பகுதியிலிருந்து ஐ.என்.எஸ் 'ராஜ்புட்' சில சங்கேதங்களை அனுப்பிக்கொண்டிருந்தது. கப்பலில் அன்றாடம் தேவைப்படும் பொருட்களுக்கான பட்டியலை அதற்கான குறியீடு களோடு அது அனுப்பியது. ஒரு விமானம் தாங்கிக் கப்பலுக்குத் தேவைப்படும் பொருட்களின் பட்டியல் மிகப் பெரியதாக இருந்தது. 5000 கிலோ உருளைக்கிழங்கு, 10,000 கிலோ காய்கறிகள், ஒரு லட்சம் முட்டைகள், அதிக அளவு கோழி இறைச்சி, ஆட்டு இறைச்சி என்று அந்தப் பட்டியலிலிருந்த பொருட்கள் மிக அதிக அளவில் இருந்ததால் வங்காள விரிகுடாவில் மிதந்து கொண்டிருப்பது ஐ.என்.எஸ். 'விக்ராந்த்' தான் என்று பாகிஸ்தானிலிருந்து ஆலோசனை நிபுணர்கள் எண்ணிவிட்டனர். வேறெந்தக் கப்பலுக்கும் இந்த அளவு அதிகமான அளவு உணவுப் பொருள் தேவைப்படாது என்பதில் அவர்கள் உறுதியான நம்பிக்கையோடு இருந்தனர்.

அந்த நடவடிக்கை முழுவதுமே மிகவும் கவனமான இரகசிய மாகக் காக்கப்பட்டது. எதிர்பார்க்காத அளவு ரேஷன் பொருட் களுக்கான 'ஆர்டர்' வந்திருப்பதைப் பார்த்ததும், அது ஐ.என்.எஸ்.

விக்ராந்துக்காகத்தான் இருக்கக் கூடும் என்று சென்னையிலுள்ள கடற்படை அதிகாரியே கூடக் குழம்பி விட்டார்; ஒரு நிமிடம் தலை கிறங்கிப் போய் அவசரகால அழைப்புக்கான பொத்தானைக் கூட அழுத்தியிருந்தார் அவர். தேவையான பொருட்களை விற்பனை செய்யும் அனைவரையும் தன் கட்டுப்பாட்டுக்குள் கொண்டு வந்துவிட்ட அவர், சந்தையில் கிடைக்கக் கூடிய அத்தனை சாமான் களையும் நேரடியாக வாங்குவதில் கூட முனைந்து விட்டார். சென்னை துறைமுகத்துக்கு 'விக்ராந்த்' விமானந்தாங்கிக் கப்பல் வரக் கூடுமென்ற வதந்திகள் மார்க்கெட் முழுவதும் பரவ அதிக நேரமாக வில்லை.

இந்தியக் கடற்படையின் நோக்கம், சென்னையில் இருக்கும் பாகிஸ்தானிய உளவாளிகளை ஐ.என்.எஸ். விக்ராந்த் வங்காள விரிகுடாவில் இருப்பதாக நம்பச் செய்வதுதானென்றால் அவர்கள் அந்த இலக்கை எட்டியிருந்தார்கள் என்றே கூறவேண்டும். பல மாதங்களுக்குப் பிறகு மூழ்கிய பாகிஸ்தானிய 'காஸி' கப்பலிலிருந்து பின்னாளில் கிடைத்த ஆவணங்களும் கூட அதற்கு சாட்சியாக இருந்தன. பாகிஸ்தான் இராணுவத் தலைமையகத்திலிருந்து, சென்னைக் கடற்புரத்தில் விக்ராந்த் இருப்பதான சங்கேதங்கள் 'காஸி'க்கு அனுப்பப்பட்டிருந்ததைக் குறிக்கும் ஆவணங்கள் அவை. 'விக்ராந்த்' கிழக்குப் பகுதியில் இருப்பதால் 'காஸி'யும் அதே கடற்பகுதியில் பொருத்தமான இடத்தில் நிலைகொள்ள வேண்டும் என்ற வழிகாட்டுதலும் அதில் இருந்தது.

லெஃப்டினண்ட் கமாண்டர் சுந்தர்ஜீத் சிங் அர்ப்பணிப்பு உணர்வுகொண்ட நேர்மையான அதிகாரி. தன்னுடைய தீரச் செயல் களாலும், கடுமையான உழைப்பினாலும் மட்டுமே ஐ.என்.எஸ். ராஜ்புட்டின் கமாண்டிங் ஆஃபீசராகி இருந்தவர் அவர். கடற்படையின் கிழக்குப் பகுதித் தலைமையகத்தில் போர் குறித்து நடந்த ஆலோ சனைக் கூட்டங்களின் போது 'காஸி' கப்பல் விடுக்கும் மிரட்டலை சமாளிக்கத் துணிகரமான திட்டம் ஒன்றை முன் வைத்திருந்தார் அவர்.

"என்னுடைய கப்பலை, அளவான ஒரு சிறிய குழுவினருடன் மட்டுமே எடுத்துச் சென்று துறைமுகத்தின் முகத்துவாரத்தை முதலில் கண்காணிக்கிறேன். 'காஸி'யைப் பார்க்க நேர்ந்தால் உடனே என் கப்பலை அந்த நீர்மூழ்கிக் கப்பலின் மீது தள்ளி விடுவேன். அது இறுதிக் கட்டத் தாக்குதலுக்காக நீர்மட்டத்திற்கு வரும்போது அதைப் பார்த்து விட முடியும்" என்று முழக்கமிட்டார் அவர். அங்கே கூடியிருந்த பலருக்கும் அவர் கூறிய திட்டம் சிறுபிள்ளைத் தனமானதாகவே தெரிந்தாலும், மரணத்தின் கோரப் பற்களை

நேருக்கு நேர் சந்திக்கும் துணிவோடு இருக்கும் இளம் கமாண்டர் அவர் என்பதையும் அது அழுத்தமாகக் கோடிட்டுக் காட்டியது. அவரது பிடிவாதமான மனஉறுதியும், துணிவும் கப்பலைச் செலுத்து வதற்கும், குறிப்பிட்ட வெவ்வேறு இடங்களில் நீருக்கடியில் வெகு ஆழத்தில் குண்டு வீச்சு நடத்தவும் அவருக்கு வாய்ப்பைப் பெற்றுத் தந்தது. இவ்வகையான ஆழ்நீர் வெடி வீச்சுத் தாக்குதல்கள் நீருக்கு அடியில் தீவிரமாக ஊடுருவிச்சென்று சேதம் உண்டாக்கவல்லவை. தேவையான அளவுக்கு நீர் அழுத்தத்தை ஏற்படுத்திக் கொண்டு நீர்மூழ்கிக் கப்பல்களின் கட்டமைப்பையே உருக்குலைத்து விடக் கூடியவை. வழக்கமான நீர் மூழ்கிக் கப்பல்களால் 200 மீட்டர் ஆழத் திலுள்ள நீரழுத்தத்தைத் தாக்குப் பிடிக்க முடியாது என்பதே அதி லுள்ள சாதகம். எப்படியாவது 'காஸி'யை அழித்தேயாக வேண்டும் என்பதே அங்கே நிலவிய தவிப்பு.

மறுநாள் காலை, லெஃப்டினண்ட் கமாண்டர் சுந்தர்ஜீத் சிங், சீக்கிரமாகவே படுக்கையை விட்டு எழுந்தார். மனைவியையும், மகனையும் தொந்தரவு செய்யாமல் அறையை விட்டு வெளியேறிக் குளித்து சீருடை அணிந்துகொண்டார். தன் தலைப்பாகைக்கு மேல் கடற்படைத் தொப்பியை அணிந்து கொண்டபின் ஒருமுறை கண்ணாடியில் தன்னைப் பார்த்தார். அவரது முகத்தில் மகிழ்ச்சியும் பெருமிதமும் நிறைந்திருந்தது. வீட்டிலிருந்து கிளம்பும் முன் பூஜை அறைக்குச் சென்றார். கதவை அடைத்துக் கொண்டு புனித 'கிரந்த சாகிப்' நூலுக்கு முன் குனிந்து மண்டியிட்டார். சத்தங்களே இல்லாத காலைப்பொழுதின் அமைதியைக் கலைத்தபடி அந்தப் புனித நூலிடம் இவ்வாறு பேசினார்.

"எனக்கு நீங்கள் தந்த எல்லாவற்றுக்கும் நான் நன்றிக் கடன் பட்டிருக்கிறேன். ஒரே ஒரு கோரிக்கை மட்டும் என்னிடம் எஞ்சி யிருக்கிறது. இத்தனை பொறுப்பான ஒரு வேலை என்னிடம் ஒப்பு விக்கப்பட்டிருக்கிறது. இந்தக் கடமையை நான் நிறைவேற்ற வேண் டும்; இல்லையென்றால் திரும்பியே வரக்கூடாதென்ற உறுதியை மட்டும் எனக்கு அளியுங்கள். தோற்றுப்போவதை விட கண்ணிய மான முறையில் இறப்பதையே நான் விரும்புகிறேன்."

தன்னுடைய சிறிய வேண்டுதலை முடித்துவிட்டு சுந்தர்ஜீத் மீண்டும் ஒருமுறை மண்டியிட்டு எழுந்தபோது, அவரது மனைவி அவருக்குப் பின்னால் நின்றிருந்தாள். அவளது கண்கள் ஈரமாக இருந்தாலும், முகம் பெருமையில் ஒளிர்ந்து கொண்டிருந்தது. அம்மாவுக்குப் பின்னால் மறைந்துகொண்டபடி அவரது மகனும் அவரை எட்டிப் பார்த்துக் கொண்டிருந்தான். அவனுக்கு எதையும்

புரிந்துகொள்ள முடியாவிட்டாலும் ஏதோ ஒரு முக்கியமான காரியத் துக்காகவே தன் தந்தை சென்று கொண்டிருக்கிறார் என்பது தெரிந் திருந்தது. அவரது மனைவி பிரசாதம் எடுத்துக் கொள்ளுமாறு அவரிடம் கூறினாள்.

“வாஹே குரு உங்கள் விருப்பத்தை நிறைவேற்றி உங்கள் செயலில் வெற்றி கிடைக்க அருளட்டும்”. இவ்வாறு கூறியபோது அவள் முகத்தில் கண்ணீர் வழிந்தோடிக் கொண்டிருந்தது.

தன் மனைவியின் துணிச்சலுக்கு நன்றி கூறிய சுந்தர்ஜீத் அவ ளைத் தழுவிக் கொண்டார். பிறகு மகனைக் கைகளில் உயர்த்தித் தூக்கி முத்தமிட்டார். கடவுளின் சந்நிதியில் இறுதியாக ஒருமுறை நின்றபடி தங்கள் வேண்டுதல்களை அவர்கள் செலுத்தினர்.

ஜீப்பில் அமர்ந்த பிறகு, பின்னால் திரும்பிப் பார்க்காமல் விரைந்தார். ‘காஸி’யை வெற்றிகரமாக வீழ்த்தி விடுவோம் என்ப திலும், அதன் பிறகு தன் கப்பலோடு வந்து நடந்ததைச் சொல்லப் போகிறோம் என்பதிலும் அவரது ஆழ்மனம் உறுதியான நம்பிக்கை கொண்டிருந்தது.

கப்பலின் மேல் தளத்தில் ஏறிக் கொண்ட அந்த உற்சாகமான கமாண்டிங் ஆஃபீசர், நீருக்குள் பதினைந்து மீட்டர் ஆழத்தில் வெடி மருந்துகளைக் கொண்டு வெடிக்குமாறு ஆணையிட்டார். அவரது முகத்தில் வித்தியாசமான ஒரு தன்னம்பிக்கை சுடர்விடுவதைக் கடற்படை மாலுமிகள் கண்டனர். அவர் அமைத்திருக்கும் ஆதார மான குழுவில் அவர்களும் அங்கம் வகிப்பவர்கள். இந்தச் செயல் பாட்டில் தாங்களும் பங்கு பெற வேண்டுமென்று வலிய முன் வந்திருப்பவர்கள். துறைமுகத்தை விட்டு ஐ.என்.எஸ். ராஜ்புட் கிளம்பிய உடனேயே வெடிகளை நீரின் ஆழத்தில் வெடிக்கச் செய்யும் வேலை தொடங்கிவிட்டது. கடலுக்குள் திரும்பத் திரும்பத் துருவிப் பார்த்தபடி எங்கெல்லாம் நீர்க்குமிழிகள் தென்படுகிறதோ அங்கெல்லாம் நீரின் ஆழத்தில் வெடித்தபடி, அந்தப் போர்க்கப்பல் திரும்பத் திரும்பத் தாக்குதல் தொடுத்துக் கொண்டே இருந்தது.

விசாகப்பட்டினம் கால்வாயைத் தாண்டிச் செல்லும்போது வெளிப்புறக் கால்வாயின் பக்கமாய்க் கடலில் ஒரு கடும் சுழற்சி இருப்பதை அவர் கவனித்தார். ஏதேனும் ஒரு நீர்மூழ்கிக்கப்பல் கடலுக்குள் வேகமாக நீந்திக் கொண்டிருப்பதைக் காட்டும் அடை யாளம் போல அது தோன்றியது. தன்னுடைய கப்பலை அந்த இடத்திற்குக் கொண்டு செல்லுமாறு பணித்துவிட்டு, அங்கே நீரின் ஆழத்தில் வெடிமருந்துகளை வெடிக்கச் செய்தார். பிறகு அது குறித்து கிழக்குக் கடற்படை ‘கமாண்’டிடம் தெரிவித்து விட்டுக் கால்வாயிலிருந்து கடற்பகுதிக்குச் சென்றார். 1971ஆம் ஆண்டு

டிசம்பர் மாதம் 4ஆம் தேதியன்று, முன்னிரவு நேரத்தில் 'காஸி' கப்பல் வெடித்துச் சிதறியது. அதிலிருந்த அனைவரும் அதன் மேல் தளத்தில் செய்வதறியாமல் நின்று கொண்டிருந்தனர். நடுநடுங்க வைக்கும் அந்தப் பெரும் சத்தம் துறைமுகத்துக்கு அப்பாலும் கேட்டது. அவ்வாறு வெடித்துச் சிதறியது பாகிஸ்தானிய நீர்மூழ்கிக் கப்பல்தான் என்பது, பிறகு கிடைத்த சிதைவுகளிலிருந்தும், மனித உடல்கள், உடைமைகளிலிருந்தும் அடையாளம் காணப்பட்டது.

'காஸி' நீர்மூழ்கிக் கப்பல், கடலுக்குள் அழுந்தி சிதைந்து போய் விட்ட செய்தி, பாகிஸ்தானிய இராணுவப் படைகளைக் கலவரத்துக் குள்ளாக்கியது. இது ஒரு அவமானகரமான இழப்பு என்பதோடு அல்லாமல் கிழக்குப் பாகிஸ்தானில் இருக்கும் இராணுவ பாது காப்புப் படைகளுக்கும் அவநம்பிக்கையை ஏற்படுத்தக் கூடும். மேலும் 1,50,000க்கு மேற்பட்ட வலிமையான பாகிஸ்தான் துருப் புக்கள் – கடல் வழி உட்படப் பல திசைகளிலும் – பாகிஸ்தானின் முதன்மையான நிலப் பரப்பிலிருந்து சிதறிப் போயிருந்தன. மிகவும் அற்புதமாகத் திட்டமிடப்பட்டுப் பின்னப்பட்ட இந்தியாவின் வலைக்குள் தாங்கள் விழுந்து விட்டோமென்று உணர்ந்தபடி, தங்கள் தவறை அறிந்துகொள்ளப் பாகிஸ்தான் புலனாய்வுத் துறைக்கு வெகு நேரமாகவில்லை. ஆனால் அதற்குள் இனிமேல் சரிசெய்ய முடியாத நாசவேலை நடந்து முடிந்திருந்தது. மிகவும் உயரிய தொழில் நுட்பத்துடன் உருவாக்கப்பட்ட நீர்மூழ்கிக் கப்பலான 'காஸி' பல தாக்குதல்களையும் கூட சமாளிக்கும் திறன் பெற்றது. அதை வெடிக்கச் செய்தது இந்திய இராணுவப்படை முழுவதையும் ஊக்கம் கொள்ளச் செய்தது.

லெஃப்டினண்ட் கமாண்டர் சுந்தர்ஜீத்சிங், தான் செய்ய நினைத் ததைச் சாதித்துவிட்டார்.

20

வங்காள விரிகுடாவிலும், அரபிக் கடலிலும் நடந்து முடிந் திருந்த வெற்றிகரமான செயல்பாடுகளால் இந்தியக் கடற்படையின் பெருமை பெரிய அளவில் உயர்ந்திருந்தன. அதே வேளையில் இந்தி யாவின் மேற்குக் கடற்பகுதியில் இன்னொரு நாடகம் அரங்கேறிக் கொண்டிருந்தது. பாகிஸ்தான் நீர்மூழ்கிக் கப்பலான 'ஹேங்கர்' தன் சரியான தருணத்துக்காகக் கடற்பரப்பிலேயே காத்திருந்தது. டிசம்பர் 3ஆம் தேதிக்கு முன், பம்பாய்த் துறைமுகத்திலிருந்து கிளம்பிச் செல்லும் இந்தியப் போர்க்கப்பல்கள் பலவற்றைத் தாக்குவதற்கான வாய்ப்புக்கள் 'ஹேங்க'ருக்கு அதிகமாகவே இருந்தன; ஆனாலும், போர் தொடங்குவதற்கு முன்னாலேயே எதிரிக்கு வேலை தர அஞ்சியதால் அது அவ்வாறு செய்யவில்லை. அதனால் துறைமுகத் துக்குள் வந்து போய்க் கொண்டிருந்த இந்தியக் கப்பல்கள், தங்களைத் தாக்குவதற்கான சந்தர்ப்பத்தை ஏற்படுத்தித் தரக்கூடும் என எண்ணிய படி அது பொறுமையாகக் காத்துக் கொண்டிருந்தது.

அதே சமயத்தில், அரபிக் கடல்பகுதியிலிருக்கும் சௌராஷ்டிரக் கடற்கரைப் பரப்பிலிருந்து 'ஹேங்கர்' நகர்ந்து சென்று விட்டதென்ற செய்தியையும் உள்ளூர் மீனவர்கள் உறுதிப்படுத்தி இருந்தனர். அப்போது மேற்குக் கடற்படையின் முதன்மை அதிகாரியின் பொறுப்பில் இரண்டு போர்க் கப்பல்கள் துறைமுகத்தில் இருந்தன. 'ஐ.என்.எஸ். கிர்பான்', 'குக்ரி' என்ற பெயர் கொண்ட அவை இரண்டும் நடுத்தர அளவிலான 'ஃபிரிகேட்' ரக போர்க் கப்பல்கள். ஏவுகணைகளை நீருக்கடியிலிருந்து செலுத்தி வேட்டையாடிக் கொல்லும் செயல்களை மேற்கொள்ளக் கூடியவை அவை. ஆனால் நீருக்கடியில் சமிக்ஞைகளை அனுப்பி தேடல் நடவடிக்கைக்கு உதவும் சோனார் கருவிகளில் சில பிரச்சினைகள் இருந்ததால் 'குக்ரி'யின் செயல்பாடு, வரம்புக்கு உட்பட்டதாகவே இருந்தது. நீருக்கடியிலுள்ள இலக்குகள் குறித்த தகவல்களுக்கு தன் சகோதரக்

கப்பலான 'கிர்பா'னையே அது பெரிதும் சார்ந்திருந்தது. நீர்மூழ்கிக் கப்பல்களுக்கு வான்வழியாகக் கிடைக்கும் உதவிக்கும் வழியில்லாமல் இருந்தது. இது அவற்றின் செயல்பாட்டுக்குப் பெரும் இடைஞ்சலை ஏற்படுத்தியது. அதனால் நீர்மூழ்கிக் கப்பல்களால் தாக்கப்படக் கூடிய பேரபாயம் அந்த இரண்டு கப்பல்களுக்கும் மிகுதியாகவே இருந்தது.

நீர்மூழ்கித் தாக்குதல்களுக்கு அதிக வாய்ப்புத் தராத ஒரு கடற்பகுதியில் இருப்பதும் ஹேங்கருக்கு ஒரு வாய்ப்பான சூழலாக இருந்தது. அரபிக் கடலில் வெப்பநிலை சீராக இல்லாமல் மாறிக் கொண்டே இருக்கக்கூடியது. பொதுவாக தகவல் பரிமாற்றங் களுக்குப் பயன்படும் 'சோனார்' கருவிகள் தண்ணீருக்கு அடியி லுள்ள அலைகளை ஊடுருவிச் சென்று, இலக்கை அடைந்ததும் மீண்டு வரக் கூடியவை என்பதால் அவற்றைக் கொண்டு நீர்மூழ்கிக் கப்பல் இருக்கும் இடத்தை அவை அடையாளம் காட்டிவிடும். ஆனால் அரபிக் கடலில், வெவ்வேறு நீர்மட்டங்களில் வெப்பநிலை வெவ்வேறாக இருப்பதால் 'ரேடியோ' அலைகள் நேரடியாகச் செல்லாமல் வளைந்து நெளிந்து செல்லும்போது நீர்மூழ்கிக் கப்பலைக் கண்டுபிடிப்பது கடினமான செயலாகி விடும்.

மேற்குறித்த காரணங்களால் 'கிர்பான்', 'குக்ரி' ஆகிய இரண்டு கப்பல்களும் மிகமிகக் கடுமையான பணியை எதிர்கொள்ள வேண்டி யிருந்தது. 'பேட்டரி'களை நிரப்பிக் கொள்வதற்காக நீர்மட்டத்திற்கு மேல் வரும்போதோ ஏதேனும் ஒரு தகவலை அனுப்புவதற்காக நீர்மட்டத்தில் மிதக்க விடப்படும் போதோ மட்டும்தான் நீர்மூழ்கிக் கப்பல்கள் இருப்பதை கண்டுகொள்ள முடியும். அதுவே இந்தியக் கப்பல்கள் கொண்டிருந்த ஒரே ஒரு நம்பிக்கை. தப்பிக்கும் நடவடிக் கையையோ, எதிர்த் தாக்குதல்களையோ மேற்கொள்வதற்கு முன்பு தகவல் சமிக்ஞைகளை எப்படியாவது பெற்றுவிட முடியும் என்று அந்த இரு கப்பல்களும் நம்பிக்கையோடு இருந்தன.

ஆனால் ஆழ்நீருக்கடியே ஏற்கனவே உறுதியாக நிலை கொண்டு விட்ட பாகிஸ்தானியக் கப்பலான ஹேங்கரோ தன் ஆற்றலைச் சேமித்துக் கொண்டபடி, மேலிருந்து ஆன்டனாக்கள் வழியே சமிக்ஞை களைப் பெற்றுக் கொண்டிருந்தது. அந்தப் போர், பாகிஸ்தானிய நீர்மூழ்கிக் கப்பல்களுக்குச் சாதகமாகச் சென்று கொண்டிருப்பதைப் போலிருந்தது.

1971ஆம் ஆண்டு டிசம்பர் மாதம் எட்டாம் தேதியன்று கப்பல் போருக்கான ஆணை கேப்டன் குமாருக்கு வந்து சேர்ந்ததிலிருந்தே

தான் சந்திக்கவேண்டிய அபாயங்களை அவர் அறிந்து வைத்திருந் தார். தன்னால் எது முடியும் என்பதையும் அவர் அறிந்திருந்தார். விடியற்காலை நேரத்தில் மற்றொரு சகோதரக் கப்பலோடு சேர்த்து 'குக்ரி'யையும் கடலுக்குள் செலுத்த வேண்டுமென்பது அவருக்குத் தரப்பட்ட ஆணை. 'குக்ரி', 'கிர்பான்' ஆகிய இரண்டு 'ஃபிரிகேட்' கப்பல்களும் பிற கப்பல்களைக் காப்பாற்றுவதற்குப் பயன்படுபவை. அவற்றில் துணிச்சல் மிக்க அறுநூறு அதிகாரிகளும், கடற்படை மாலுமிகளும் இருந்தனர். இந்தியக் கடற்படையைச் சேர்ந்த ஏவுகணைப் படகுகளின் துணிச்சலான தாக்குதலுக்கு ஆட்பட்ட பிறகு, பாகிஸ்தான் கடற்படை, தன் எல்லாக் கப்பல்களையும் பத்திர மாக கொச்சி துறைமுகத்துக்குக் கொண்டு சேர்த்திருந்தது. அதைப் போலல்லாமல் இந்த இரு 'கமாண்டிங் ஆஃபீசர்'களும் மிக அபாய கரமான சூழலென்பதைத் தெரிந்து கொண்ட பின்னும் அந்தச் சவாலை எதிர்கொள்ள முனைப்போடு இருந்தனர்.

டிசம்பர் ஏழாம்தேதி இரவன்று முழு இராணுவ மிடுக்கோடு வீட்டை விட்டு வெளியே வந்தார் கேப்டன் குமார். வெளியில் அவரது மனைவி காத்திருந்தார். வீட்டைப் பூட்டிக் காரில் உட்காரு வதற்கு முன் வீட்டுச்சாவியை மனைவியிடம் கொடுத்தபடி "எல்லா வற்றையும் கவனமாகப் பார்த்துக் கொள், எனக்கு அதிர்ஷ்டம் துணைவர வேண்டுமென வேண்டிக்கொள்" என்று மென்மையாகச் சொன்னார். அவரது குரலில் புதிரான ஏதோ ஒன்று மறைந்திருந்தது.

"குழந்தைகளை நான் மிகவும் நேசிக்கிறேன் என்பதை அவர் களிடம் சொல்."

கணவரது வித்தியாசமான நடவடிக்கை, அவரது மனைவியை வியப்படைய வைத்தது. நெருக்கமாக அந்த முகத்தைப் பார்த்தபோது, அது வழக்கம் போல உற்சாகமாகவே இருப்பதைக் கண்டார்.

"ஆனால் இது உங்களிடம் இருக்கும் சாவியல்லவா? என்னு டையது என்னிடம் இருக்கிறது. ஆமாம், இந்த இரவு நேரத்தில் நாம் இருவரும் எங்கே போகிறோம்?"

"தாஜ் ஓட்டலில் நாம் இருவரும் இரவு உணவு அருந்தப் போகி றோம்."

"அட அப்படியா? அதற்கு ஏதாவது விசேஷமான காரணம் உண்டா?"

"ஒவ்வொரு இராணுவ வீரனும் தன் எதிரியின் தலையைக் கொய்யக் கிடைக்கும் ஒரு சந்தர்ப்பத்துக்காகத்தான் தன் வாழ்நாள்

முழுவதுமே காத்துக் கொண்டிருக்கிறான். வாழ்நாள் முழுவதும் அந்த இலக்கை நோக்கியே நாங்கள் பயிற்றுவிக்கப்படுகிறோம். ஆனால் இறுதியில் ஒரு சிலர் மட்டுமே அதற்குத் தேர்வாகிறார்கள். கடவுளின் அருளால் அத்தகைய வாய்ப்பு எனக்குக் கிடைத் திருக்கிறது. அதைக் கொண்டாடவே இந்த விருந்து."

அவரது மனைவி கவலையடைந்தாலும், அதை வெளிக்காட்டிக் கொள்ளாமல் தன்னைக் கட்டுப்படுத்திக் கொண்டிருந்தார். போர் குறித்த நிகழ்வுகளை அவர் அறிந்திருந்தார்; தன் கணவருக்கு எதி ராகப் பேசி வாதிட முடியாது என்பதை அதைவிடத் தெளிவாக உணர்ந்திருந்தார். அவர்கள் அமைதியாக உணவு அருந்தினர். தன்னு டைய படையினரின் தன்னம்பிக்கை, உற்சாகம் ஆகியவை பற்றி அவ்வப்போது மனைவியிடம் சொல்லிக் கொண்டிருந்தார் அவர். சாப்பாட்டுக்குப் பிறகு கடல் அலைகளைத் தாங்குவதற்காக அமைக் கப்பட்டிருந்த தடுப்புவேலியைக் கடந்து 'குக்ரி' நிறுத்தப்பட்டிருந்த கடல் பகுதியை நோக்கிச் செல்லுமாறு ஓட்டுநரைப் பணித்தார். ஹோட்டலில் இருந்து 'லயன்ஸ் கேட்' என்று குறிப்பிடப்பட்ட முதல் சோதனை மையத்தை அடைய ஐந்து நிமிடம்தான் பிடித்தது. இந்தியக் கடற்படைக்குச் சொந்தமான போர்க் கப்பல்களுக்குச் செல்லும்போது முதல் சோதனை நடப்பது அங்குதான். கடற்படை உச்சபட்ச எச்சரிக்கை அளிக்கப்படும் நிலையில் இருந்ததால், அங்கே ஆயுதம் தாங்கிய இராணுவப்படை கமாண்டர் ஒருவரும் இருந்தார். காருக்குள் எட்டிப்பார்த்ததுமே கேப்டன் குமாரை அவர் இனம் கண்டுகொண்டார். ஓரடி பின்னகர்ந்து 'அட்டென்ஷன்' நிலைக்கு வந்தபடி சுறுசுறுப்பாக 'சல்யூட்' செய்தார். பிறகு மீண்டும் தலையைத் தாழ்த்திக் கொண்டு 'கமாண்டிங் ஆஃபீசர்' குமாரைப் பார்த்து,

"மன்னிக்க வேண்டும் சார், உங்கள் மனைவி கப்பல் வரை உங்க ளுடன் வர இயலாது."

"என் மனைவிக்கான சிறப்பு அனுமதிச் சீட்டு என்னிடம் இருக்கிறது."

அட்மிரல் அலுவலகத்திலிருந்து வழங்கப்பட்டிருந்த அந்த வண்ணச்சீட்டைப் பார்த்த கமாண்டர், சற்றுத் தொலைவிலிருந்த காவலாளியிடம் கட்டை விரலை மடக்கிக் காட்டி வண்டியை அனுமதிக்குமாறு சைகை காட்டினார். ஒரு நீண்ட விசில் சத்தம் கேட்டதும் அலைகளுக்கான தடுப்பு வேலி, மேலே உயர்ந்து சென்ற படி அந்த வெள்ளை நிறக் கார் தொடர்ந்து செல்ல வழி செய்து தந்தது. ஐ.என்.எஸ். 'குக்ரி' நிலை கொண்டிருக்கும் இடத்தை நோக்கி

அந்தக் கார் விரைந்தது. அதன் சகோதரக் கப்பலான 'கிர்பான்' அருகே குக்ரி நின்றிருந்தது. கப்பலின் மேல் தளத்தில் நின்று கொண்டிருந்த கடற்படைக் குழலூதுபவர் ('குவார்ட்டர் மாஸ்டர்), கமாண்டிங் ஆஃபீசரின் கார் வந்து கொண்டிருப்பதை உடனே கண்டுகொண்டார். குழலைத் தன் வாயில் வைத்து இரண்டு சிறிய 'பீப்' ஒலிகளை எழுப்பியபடி பணியிலிருக்கும் அதிகாரிக்கும், கப்பலைச் செலுத்தும் 'காக்ஸ்வை'*னுக்கும் அவரது வருகையை அறிவித்தார். கார் நின்றதும் விரைந்து வந்து பணியாள், பின் கதவைத் திறந்துவிட்டு விட்டுச் சற்று விலகி நின்றார். காரிலிருந்து இறங்குவதற்கு முன் தன் மனைவியின் கையைப் பற்றிக் கொண்டபடி புன்னகையோடு அவளைப் பார்த்தார் குமார்.

"விடை பெற்றுச் செல்லும் போது திரும்பிப் பார்க்காதே, அது என்னை பலவீனப்படுத்தி விடும். நாட்டுக்குச் சேவை செய்ய வாய்த் திருப்பது ஒரு பெரும் பேறு."

ஆனால் அவள் மனம் அமைதியுறவில்லை. நீர்மூழ்கிக் கப்பல் கள் வழியே நடத்தப்படும் தாக்குதல்களை எதிர்கொள்ளும் அளவுக்கு 'குக்ரி' போர்க் கப்பலில் முழுமையான சாதனங்கள் இல்லை. அதை அவளது கணவர் வழியாகவே அவள் அறிந்திருந்தாள். எப்போ தாவது வீட்டுக்கு வரும் சிறிது நேரத்திலும் கூட அந்தக் கப்பலில் உள்ள பழுதுகளை எப்படி நீக்கலாம் என்பதைப் பற்றிச் சிந்திப்ப திலேயே அவர் திரும்பத் திரும்பத் தன்பொழுதைச் செலவிடுவதை அவள் பார்த்திருக்கிறாள். தன்னை ஒருநிலைப் படுத்திக்கொண்டு துணிவை வரவழைத்தபடி அவள் அவரிடம் இவ்வாறு கேட்டாள்.

"சற்று அவசரப்படுகிறீர்களோ என்று தோன்றுகிறது."

காரை விட்டு இறங்கப்போன அவர், மீண்டும் பின்னிருக்கை யில் அமர்ந்து கதவை அடைத்துவிட்டு அவளிடம் பேசினார்.

"காற்று போன டயரைத் திட்டுவதால் பயனில்லை அன்பே. விஷயங்கள் ஏறுமாறாகத்தான் போகும். எப்போதும் அப்படித்தான் போகும். இருப்பதைக் கொண்டு எத்தனை சிறப்பாகச் செய்ய முடியுமென்பதையே பார்க்க வேண்டும். நாம் வெற்றி பெறுகிறோமா, தோல்வி அடைகிறோமா என்பது முக்கியமில்லை. பெரிய விஷயங் களைச் சாதிக்க பெரிய மனிதர்கள்தான் வேண்டுமென்பதில்லை. அர்ப்பணிப்போடு செய்யக்கூடியவர்கள் இருந்தாலே போதும்."

---

* காக்ஸ்வைன் – சிறு கப்பல் ஓட்டுபவர்.

அவரது மனைவி ஏதோ சில பிரார்த்தனைகளை முணுமுணுத் தாள். 'குக்ரி'யின் மேல் தளம் நோக்கி விரைந்து சென்ற கார், கப்பலின் உச்சிப் பகுதியில் திரும்பி நின்றது. காருக்குப் பின்னால் விரைந்து ஓடிவந்த பணியாள் கார் கதவைத் திறந்து விட்டார். காரிலிருந்து வெளியே வந்த கேப்டன் குமார் கப்பலைச் சுற்றி நின்றி ருந்த இராணுவக் குழுவினரின் 'சல்யூட்'டை ஏற்றுக் கொண்டார். தன் மனைவியைத் திரும்பிப் பார்த்து வழியனுப்பி வைக்க வேண்டுமென்பது கூடத் தோன்றாமல் சிறிய மேடையின் மீது ஏறத் தொடங்கியிருந்தார். குழல் ஊதுபவர்களான 'குவார்ட்டர் மாஸ்டர்'கள் தங்கள் குழல்களை ஒரு பக்கமாகச் சாய்த்து நிறுத்தும் வரை மேடையின் நுனிப் பகுதியிலேயே நின்று கொண்டிருந்தார். பிறகு 'சல்யூட்' நிலையிலிருந்து தன் கையைக் கீழே இறக்கி விட்டு, விரைவாக வலதுபுறம் திரும்பிப் பார்த்தார். அவரது மனைவி திரும்பிச் சென்று கொண்டிருந்த வாகனத்தின் பின்விளக்குகள் அவர் கண்ணில் பட்டன. மனைவியையும் குழந்தைகளையும் இனிமேல் தன்னால் காணமுடியுமா என்ற எண்ணம் அவரது நெஞ்சின் ஏதோ ஓர் ஆழத்தில் எழுந்தது.

21

கேப்டன் குமார், கப்பலின் மேல் தளத்திலிருந்த சிறிய மேடைப் பகுதியை நோக்கி நேரே நடந்து சென்ற பிறகு எக்ஸிகியூடிவ் ஆஃபீ சரிடம் பேசத் தொடங்கினார்.

"நாம் தயாராக இருக்கிறோமா?"

"ஆமாம் கேப்டன். எல்லா ஆட்களும் கப்பலில் ஏறிவிட்டார்கள். கடலுக்குள் செல்ல ஆயத்தமாய் இருக்கிறார்கள்."

"மிகவும் நல்லது. 'கேங்க்வே'*யை அப்புறப்படுத்துங்கள். கயிறு களையெல்லாம் ஒன்றாகச் சேருங்கள்."

"அப்படியே கேப்டன், கயிறுகளை ஒன்று சேர்க்கலாம்" என்றபடி கப்பலின் 'ஸ்டார்போர்'டுக்குச் (வலப்புறம்) சென்று தன் இரு கைகளையும் பக்கவாட்டில் மேலே தூக்கிக் கொண்டு 'ஃபோர்கேஸி'* லிலும் 'குவார்ட்டர்டெக்'* கிலும் இருந்த அதிகாரிகளை நோக்கித் தன் ஆள்காட்டி விரலை உயர்த்திக் காட்டினார் அவர். நன்கு எண் ணெய் போடப்பட்ட ஓர் இயந்திரம் இயங்குவதைப் போலக் கப்பலின் மேல் தளத்திலும் 'ஜெட்டி*யிலும் இருந்த பல கரங்களும் கம்பங்களோடு சேர்த்துக் கட்டப்பட்டிருந்த கயிற்றை விடுவித்தன. ஜெட்டியிலிருந்த ஒரு சிறிய கிரேன், 'கேங்க்வே'யை அப்படியே தூக்கி அங்கிருந்த ஒரு சிறிய மேடை மீது வைத்தது.

"எல்லாக் கயிறுகளையும் ஒருங்கிணைத்தாயிற்று. 'கேங்க்வே'யும் அகற்றப்பட்டு விட்டது சார்" என்று உறுதியான குரலில் சுருக்க மாகத் தெரிவித்தார் எக்ஸ் ஓ.

---

* 'கேங்க்வே' – கப்பலில் ஏறவும், இறங்கவும் பயன்படும் குறுகலான பாதைகள். 'ஃபோர்கேஸிலையும், குவார்ட்டர் டெக்கையும் இணைக்கும் பாதைகளும் இவ்வாறு குறிப்பிடப்படுவதுண்டு
* 'ஃபோர்கேஸில்', 'குவார்ட்டர் டெக்' – கப்பலின் மேல்தள முன்புறம்.
* 'குவார்ட்டர் டெக்' கப்பலின் மேல்தளத்தில் பின்புறம் இருக்கும் மேடான சிறிய அமைப்பு.
* 'ஜெட்டி' – படகுத்துறை

"மிகவும் நல்லது" என்று, தன் கையிலிருந்த சிக்னல் பேடிலிருந்து கண்களை அகற்றாமல் பதிலளித்தார் கேப்டன். சற்றுமுன் அவரிடம் சிக்னல்பேடைக் கொண்டு வந்து தந்திருந்தார் 'இயோமன்.'*

கடற்படைத் தாக்குதல்களைப் பொறுத்தவரை ஒவ்வொரு ஆணையும் ரிசீவரில் திரும்பச் சொல்லப்பட்ட பிறகே செயல்பாட்டுக்கு வரும். தகவல் பரிமாற்றங்கள் தவறாகப் போய்விடுவதைத் தடுப்பதற்காகப் பல நூற்றாண்டுகள் முன்பு பிரிட்டிஷ் கடற்படையால் ஏற்படுத்தப்பட்ட வழக்கம் அது.

அதன் பிறகு என்ஜினீயர் ஆஃபீசரின் பக்கம் திரும்பினார் கேப்டன் குமார். கப்பலிலுள்ள இயந்திரங்களின் நிலைகுறித்த அறிக்கையோடு அவர் நின்று கொண்டிருந்தார்.

"கடலில் போக எல்லா வகையிலும் ஏற்றதாகத் தயாராக இருக்கின்றன சார்."

"நல்லது 'சீஃப்'. என்ஜின் அறையிலிருந்து எனக்கு விரைவான தகவல்கள் தேவைப்பட்டுக் கொண்டே இருக்கும்."

"அப்படியே சார்" என்று சொல்லிவிட்டு மேல் தளத்திலிருந்து கீழே இறங்கிச் சென்றார் என்ஜீனியர் ஆஃபீசர்.

தன்னுடைய நாற்காலியில் சரிந்து கொள்வதற்கு முன்பு கப்பலின் இருபக்கங்களிலும் பார்த்தார் கேப்டன் குமார். தடுப்புக் கம்பியோடு சேர்த்துக் கட்டப்பட்டிருந்த ஒரு கயிற்று வளையம் அவரது வலது கையில் தளர்வாகத் தொங்கிக் கொண்டிருந்தது. தன்னுடைய விரல்களால் அந்த வளையத்தை இறுக்கமாகப் பிடித்துக் கொண்டு இலேசாக எம்பியபடி கப்பலின் முன்பக்கத்தை வேகமாக ஒரு முறை பார்த்தார். இன்னும் சிறிது நேரத்தில் கிளம்ப ஆயத்தமானபடி தன் புகைபோக்கியிலிருந்து மெல்லிய சாம்பல் நிறப் புகையை விட்டுக் கொண்டு 'கிர்பான்' காத்திருந்தது. கயிறுகள் ஒருங்கிணைக்கப்பட்டு 'கேங்க்வே'யும் அகற்றப்பட்டிருந்தது.

"துறைமுகத்தை விட்டுக் கிளம்ப 'சிக்னல்' தரலாம்."

"அப்படியே சார்" என்றபடி 'சிக்னல்' பரிமாற்றங்களுக்கான அதிகாரி தன்னுடைய முதன்மை அலுவலரைப் பார்த்தார். உடனே, மேல்தள மேடைமீது அடையாளக் கொடிகளோடு நின்றிருந்த மனிதரைப் பார்த்துக் கட்டை விரலால் சைகை செய்தார் இயோமன். சில நிமிடங்களுக்குப் பிறகு அந்த மனிதரின் கையிலிருந்த இரண்டு அடையாளக் கொடிகளும் மேலும் கீழும் விரைவாக அசைந்தபடி கடற் தடுப்பு வேலியின் முகப்பில் அமைந்திருந்த கடற்

* 'இயோமன்' – கடற்படை சார்ந்த அலுவலகப் பணி செய்யும் குமாஸ்தாவைப் போன்றவர்.

படை அலுவலகத்துக்கு நேரடியான சங்கேதத்தை அனுப்பி வைத் தன. அதன்பிறகு கேப்டன் குமாரிடம் திரும்பி வந்த எஸ்.சி.ஓ. படைக் கமாண்டரிடமிருந்து வந்திருந்த ஒரு செய்தியை வாசித்தார்.

'அனுப்புபவர்:– எஃப் ஓ சி ஐ என்சி.

அனுப்பும் இடம் :– குக்ரி

அனுமதி அளிக்கப்பட்டு விட்டது. 'கிர்பா'னை உங்கள் கட்டுப் பாட்டில் எடுத்துக்கொண்டபடி முன்பு கூறிய வழிகாட்டுதலின் படி உங்கள் செயலைத் தொடரலாம்.'

"நல்லது" என்றார் கேப்டன்.

"கப்பலின் தலைப்பகுதி அருகில் இருங்கள். எல்லாக் கயிறு களையும் தளர்த்தி விடுங்கள். 'கிர்பான்' நங்கூரத்திலிருந்து விடுபட்டு நம் முன்னால் வரட்டும். கப்பலில் இருப்பவர்கள் அனைவரும் அடுத் தடுத்த உத்தரவுகள் வரும்வரை அவரவருக்குரிய இடங்களிலேயே அந்தந்தக் கட்டுப்பாட்டு அறைகளிலேயே இருக்க வேண்டும்."

"அப்படியே சார்" என்று பதிலளித்தபடி 'கட்டுப்பாட்டு அறை' களுக்கான விசிலை அழுத்தினார் எக்ஸ் ஓ. அதே செய்தியை முன்னாலிருந்த கிர்பானுக்கும் அனுப்பி வைத்தபிறகு தனது முன்புறச் சட்டைப் பையிலிருந்து ஒரு விசிலை எடுத்து சற்று நீளமாக ஊதி னார். 'ஜெட்டி'யிலிருந்து (படகுத்துறை) கப்பல்களைத் தள்ளி விடு வதற்காக நின்று கொண்டிருந்த 'டக்மாஸ்டர்' கப்பல்கள் நகர்ந்து போக வழி செய்துவிட்டுப் பின்னால் நகர்ந்து கொண்டார். சில நிமிடங்கள் கழித்து மீண்டும் கேப்டனுக்கு முன்னால் நின்று கொண் டிருந்தார் அவர்.

"முதல் நிலை உத்தரவுகள் செயல்படுத்தப்பட்டு விட்டன சார். எல்லாக் கயிறுகளையும் எடுத்தாயிற்று. முன்பக்கமான நகர்வுக்கு ஆயத்தமாகிவிட்டது. 'கிர்பான்' வழிகாட்டும் கப்பலாகச் செயல்பட வேண்டுமென்று சொல்லப்பட்டிருக்கிறது. அங்கங்கே கண்காணிப்புக் கள் அமைக்கப்பட்டிருக்கின்றன. நீருக்கே அடியே – ஆழத்தில் – வெடி வீசுவதும் தயார் நிலையில் இருக்கிறது."

"மிகவும் நல்லது. முதல்தரமான ஏற்பாடு" என்று அவற்றை அங்கீ கரித்தார் கேப்டன். ஓ ஓ டபிள்யூ எனப்படும் 'வாட்ச் ஆஃபீச'ரை நோக்கித் தலையை உயர்த்தி மெல்லிய குரலில்

"துறைமுகத்தை மெல்லத் தாண்டிச் செல்லுங்கள்" என்றார்.

இப்போது செயல்பாட்டில் இறங்குவது முதன்மை 'காக்ஸ் வைனின்'* முறை. தன் இரண்டு கைகளாலும் ஓட்டும் சக்கரத்தை

---

* காக்ஸ்வைன் – சிறு கப்பல் ஓட்டுபவர்.

உறுதியாகப் பற்றிக் கொண்டபடி குரல் குழாய் நோக்கிக் குனிந்து அதே ஆணையைத் திருப்பிச் சொன்னார். அதே வேளையில் என்ஜின் அறை 'ரிபீட்'டரில் வலதுபக்க லீவரைப் பின்புறமாகத் தள்ளிக் கொண்டிருந்தார் ஓ.ஓ.டபிள்யூ.

குரல் குழாய் மூலம் வந்த உத்தரவு காதில் விழுந்ததும் என்ஜின் அறையிலிருந்த குழுவினரும் செயல்பாட்டில் முனைந்தனர். வலது புறத்திலிருந்த 'புரொபெல்ல'ரை அவர்கள் இயங்கச் செய்தனர். நகரத் தொடங்கிவிட்ட அந்தக் கப்பல் தனக்கு முன்னால் நகர்ந்து கொண் டிருப்பதற்கு இடம் தந்தபடி நின்றது. சற்று இடதுபுறமாகத் திரும் பியது; அதன் பின்பகுதியாகிய 'குவார்ட்டர்டெக்' ஜெட்டியிலிருந்து விலகியிருக்க, கப்பலின் மூக்குப் பகுதி, கிட்டத்தட்ட ஜெட்டியைத் தொட்டுக் கொண்டிருந்தது. கட்டுப்பாட்டோடு நின்றபடி 'கிர்பா'னின் மீது கண் பதித்திருந்தார் கேப்டன். அதுவும் பின்புறமாக நகரத் தொடங்கியதைக் கண்டதும் தன் கையை அசைத்துக்காட்டி

"முன்னோக்கி நகரட்டும்" என்றார்.

இந்த உத்தரவை எதிர்பார்த்தபடி, முன்பே கைகளை உயர்த்தி யிருந்தார் எக்ஸ் ஓ. அவற்றை இப்போது ஒன்று சேர்த்துத் தட்டிச் சத்தம் எழுப்பினார். ஜெட்டியோடு கப்பலை இணைத்திருந்த ஒரு கயிற்றை மட்டும் கவனத்தில் வைத்துக் கொண்டார். 'ஃபோர்கேஸி'லில் உள்ள ஆஃபீசர், அந்த உத்தரவை ஏற்கிறாரா என்பதற்குக் காத்துக் கொண்டிராமல் மீண்டும் கேப்டனைத் திரும்பிப் பார்த்தார் எக்ஸ் ஓ.

"எல்லாக் கயிறுகளும் உள்ளே இருக்கின்றன கேப்டன். கப்பல் கிளம்பிவிட்டது."

"மிகவும் நல்லது. இடப்பக்கம் (போர்ட்*) நிறுத்திவிட்டு இயந்திரங்களை மெல்லப் பின்பக்கம் திருப்புங்கள். 'ஸ்டார் போர்டு' பதினைந்து"

ஓ.ஓ. டபிள்யூவும், காக்ஸ்வைனும் தங்கள் பங்குக்கு அந்த உத்தரவைத் திரும்பக் கூறினர். கப்பல் பின்புறமாகச் செல்லத் தொடங்கியது.

"இரண்டு இயந்திரங்களும் மெல்லப் பின்புறம் இயங்குகின்றன. 'ஸ்டார்போர்ட்' சக்கரங்கள் பதினைந்து இடப்பக்கத்தில் உள்ளன சார்" என்று கூறினார் 'குவார்ட்டர் மாஸ்டர்' எனப்படும் கடற்படை அதிகாரி."

---

* 'போர்ட்' – 'ஸ்டார்போர்டு' – ஆகியவை இடது, வலது புறத்தைக் குறிக்க கப்பலில் பயன்படும் சொற்கள்.

“மிகவும் நல்லது. இப்போது கப்பல் நடுப்பகுதி”

“கப்பல் நடுப்பகுதி” என்று மீண்டும் பதில் வந்த போது மையப் பகுதியிலிருந்த சக்கரம் சுழலத் தொடங்கியது.

“இரண்டு என்ஜின்களும் பின்புறம் மெதுவாகச் சுழல்கின்றன. சக்கரம் கப்பல் நடுவில் சார்.”

‘மிடில் கிரவுண்ட் கோஸ்டல் பேட்டரி’* யிலிருந்து இருக்கும் தூரத்தை, கப்பலின் இடதுபுறத்திலிருந்தபடி பரிசோதித்துக் கொண்டிருந்தார் ‘நேவிகேடிங் ஆஃபீசர்’ குமாரை ஒரு முறை பார்த்து விட்டு கப்பலுக்கும் ‘மிடில் கிரவுண்’*டுக்கும் இடையே நெருங்கி வரும் தூரத்தையும் பார்த்தார். அதை நோக்கித்தான் கப்பல் சென்று கொண்டிருந்தது. ஆனால் அவரது முகத்தில் கவலைக்குறி ஏதுமில்லை. குமாரோடு பலமுறை கடலுக்குள் சென்றிருப்பதால் தன் கமாண்டிங் ஆஃபீசரின் திறமையை அவர் மிக நன்றாக அறிந்து வைத்திருந்தார்.

‘இரண்டு என்ஜின்களையும் நிறுத்தலாம்’ என்ற கேப்டனின் உத்தரவு கேட்டது. ‘பிரேக்’ போட்டது போல ‘சட்’டென்று கப்பலின் வேகம் குறைந்தது. என்ஜின் அறை சகாக்களின் உடனடிச் செயல்பாட்டைக் கண்டதும் அவர்களை வியந்தபடி புன்னகைத்துக் கொண்டார் அவர். என்ஜின் ரூமிலிருந்த அலுவலகர்கள் பெரும்பாலும் வாய்மொழி உத்தரவு மூலம்தான் செயல்பட வேண்டியிருந்தது. உத்தரவுகளைப் பெறவும், ஏற்றுக் கொள்ளவும், கீழுள்ளவர்களுக்கு மிகக் குறைந்த நேரத்தில் அனுப்பிச் செயல்பட வைக்கவும் அவர்கள் அற்புதமாகப் பயிற்சி பெற்றிருந்தார்கள்.

“பைலட். இனி உங்கள் வேலைதான் ‘கிர்பா’னுக்குப் பின்னாலேயே ‘குக்ரி’யை வைத்துக் கொள்ளுங்கள் என்று, தன் இடத்தை விட்டு எழுந்திருக்காமல் உத்தரவிட்டார் கேப்டன்.

“அப்படியே கேப்டன்” என்று அதை ஏற்றுக் கொண்டார் நேவிகேடிங் ஆஃபீசர். பிறகு முன்னோக்கிக் குனிந்து ‘வாய்ஸ் பைப்’ எனப்படும் ஒலிக் குழாயில் இவ்வாறு அறிவித்தார்.

“இரண்டு என்ஜின்களையும் இலேசாக வேகம் குறையுங்கள்.” என்ஜின் அறையிலிருந்து பதில் வருவதற்குக் காத்துக் கொண்டிருக்காமல் குறிப்பிட்ட திசை நோக்கியபடி கப்பலைச் செலுத்துவதற்கு வசதியாக அந்தத் திசையில் சென்று இறுதியாக நின்று கொண்டார் அவர்.

---

* ‘மிடில் கிரவுண்ட் கோஸ்டல் பேட்டரி – மும்பைத் துறைமுகத்திலிருந்து சற்றுத் தள்ளிக் கடல் நடுவே ஒரு சிறு நிலத் திட்டுப் பகுதியில் அமைந்திருக்கும் கடற்படையின் தொன்மையான ஒரு நினைவுச் சின்னம்.

இரண்டு 'புரொப்பல்லர்'களும் ஒரே விதமாகச் சுழன்றபடி தண்ணீரைக் கலக்கிக்கொண்டு கப்பலை முன்நோக்கிக் கொண்டு சென்றன. தங்கள் கப்பல் இடித்துக் கொண்டு விடுமோ என்று பயந்து கொண்டிருந்த 'மிடில் கிரவுண்ட் பேட்டரி' கண் பார்வை யிலிருந்து மறையத் தொடங்கியது. சில நிமிடங்களுக்குப் பிறகு 'வேட்டையாடிக் கொல்லும்' தங்கள் செயல்பாட்டை நோக்கிய படி அந்த இரண்டு கப்பல்களும் பம்பாய்த் துறைமுகத்திலிருந்து தங்கள் பயணத்தைத் தொடங்கியிருந்தன.

சற்று அனுபவக் குறைவான கப்பலாக இருந்தாலும் 'கிர்பான்' ஒரு வழிகாட்டியைப் போல செயல்பட்டுக் கொண்டிருந்தது. அதனிடம் 'ஆபரேஷனல் சோனார்'* இருந்தது. கடலுக்கு அடியில் ஒளிந்து கொண்டிருக்கும் எதிரியைக் கண்டறிய உதவும் அந்தக் கருவி, இரண்டு கப்பல்களுக்கும் பொதுவாக அங்கேதான் இருந்தது. அந்தக் கருவியை இயக்கும் குழு, ஒலிக்குறியீடுகளைக் கடலுக்கடியில் அனுப்பியபடி தீவிரமாகக் கண்காணித்துக் கொண்டிருந்தது. அது, அத்தனை எளிதான ஒரு வேலையில்லை என்பதையும், அதில் ஏற்படும் மிகச்சிறிய ஒரு தவறு கூடத் தங்கள் கப்பலை 'டேவி ஜோன்ஸ்லாக்க'*ருக்கு அனுப்பிவிடக் கூடுமென்பதையும் அது அறிந்திருந்தது. 'டோர்பெடோ' தாக்குதல் நடந்தால் பிழைப்பதற்கான வாய்ப்பு மிகவும் குறைவுதான் என்பதையும் 'சோனார்' கருவி இயக்கும் குழு தெரிந்து வைத்திருந்தது. தங்கள் காதுகளோடு பசை வைத்து ஒட்டியதுபோல ஒலிக்கருவிகளை மாட்டிக் கொண்டிருந்த அவர்கள், தங்களுக்கு முன்னால் தெரிந்த மிகப்பெரிய பச்சை நிற சோனார் திரையைக் கவனமாகப் பார்த்துக் கொண்டிருந்தார்கள். அது, கடலைத் துருவிப் பார்த்துக் கொண்டிருந்தது. 'டோர்பெடோ' நீர்மூழ்கித் தாக்குதலை எதிர்கொள்ளும் 'ஆஃபீச'ரான லெஃப்டினண்ட் கமாண்டர் ராணா மிகவும் அனுபவசாலி. இதுபோன்ற நூற்றுக் கணக்கான செயல்களில் ஈடுபட்டுப் பழகியிருப்பவர். 'சோனார்' கருவியிலிருந்து திரும்பி வரும் சமிக்ஞையைக் கொண்டே நீரின் ஆழத்தில் தடையாக இருப்பது எது, அதன் தன்மை என்ன என்பதை அளவிட்டு விடும் ஆற்றல் பெற்றவர். எந்த நேரத்திலும் செயல்பட வேண்டி வரலாம் என்ற இராணுவ ஆயத்த நிலையில் அந்தக் கப்பல் இருந்தாலும் மிகவும் அவசியமான 'லைஃப் ஜாக்கெட்'டை அவர் அணிந்திருக்கவில்லை.

---

* 'சோனார்' – நீரில் மூழ்கியிருப்பதை ஒலி அலைகள் கொண்டு அறியும் கருவி.
* 'டேவிஜோன்ஸ்லாக்கர்' – மீள முடியாத கடலின் ஆழத்துக்குச் சென்று மடிந்துவிடுவது.

உயிர் காக்கும் 'லைஃப் ஜாக்கெட்'டைத் தான் அணிந்து கொள்ளாமல் இருப்பதே தனக்குக் கீழே பணியாற்றுபவர்களுக்கு நம்பிக்கையூட்டும் என்று கூறியபடி அவர் அதைத் தவிர்த்தார். பாதிக் கண்களை மூடிக் கொண்டபடி எதிரொலிச் சத்தங்களிலேயே தன் முழுமையான கவனத்தையும் குவித்திருந்தார் அவர். அதன் அடிப்படையில் 'எந்த ஆபத்தும் இல்லை' என்ற சமிக்ஞையைக் கப்பலின் கட்டுப்பாட்டுத் தளத்துக்கு அனுப்பியபடி இருந்தார் அவர்.

உண்மையில் பார்க்கப் போனால் ஆபத்து வெகுதூரத்தில் இல்லை. 'ஹேங்கர்' நீர்மூழ்கிக் கப்பல் நவீன பிரெஞ்சு 'டேஃப்னி' ரக தொழில்நுட்பத்தைச் சேர்ந்த உயர்ரகக் கப்பல். உயர்தரமான பல நவீனத் தளவாடங்களும், 'சென்சர்'*களும் அதில் இருந்தன. அந்தக் கப்பல் எங்கே இருக்கிறது என்பதை 'ஃப்ரிகேட்'கள் கண்டு கொள்வதற்கு முன்பே, தங்கள் இலக்குகளைக் கண்டறிந்து விடும் திறன் பெற்றவை. 50 மீட்டர் ஆழத்தில் நகர்ந்தபடி, தன்னைச் சுற்றிக் கண்காணித்துவரும் இந்தியப் போர்க் கப்பல்களின் தேடல் வியூகத்தை அது உற்றுக் கவனித்தபடிதான் இருந்தது. அந்தப் போர்க் கப்பல்கள் செவ்வக முறையில் நீர்மூழ்கித் தாக்குதலை மேற்கொண் டிருக்கின்றன என்பதை 'ஹேங்கர்' உணர்ந்து கொண்டது. அவற்றின் நகர்வுகளை அனுமானித்தபடி தாக்குதலுக்குத் தயாரான நிலையில் தன்னை இருத்திக் கொண்டது ஹேங்கர். டிசம்பர் மாதம் ஒன்பதாம் தேதி ஏழுமணியளவில் தன்னிடமிருந்த சிறிய ஏவுகணைக் கப்பல் களான 'டோர்பெடோ'க்களை அது தயார்நிலையில் வைத்து விட்டது.

ஏழு பதினைந்து மணிக்கு 'ஹேங்கர்' நீர்மூழ்கிக் கப்பலின் கமாண்டிங் ஆஃபீசர், போர்க்கட்டுப்பாட்டு அறைகளுக்கு ஆயத்த சமிக்ஞை அளித்தார். சிறிது நேரம் சென்றபின் 'பெரிஸ்கோப்'* ஆழத்துக்கு நீர்மூழ்கிக் கப்பலைக் கொண்டு சென்ற பிறகு அந்த இரண்டு கப்பல்களையும் அவரால் பார்க்க இயலவில்லை. அது நிலவேயில்லாத ஒரு இரவு. அந்த நீர்மூழ்கிக் கப்பல் அத்தனை அருகில் இருப்பதை இந்திய 'ஃப்ரிகேட்' கப்பல்கள் அறிந்திருக்க வில்லை. 'ஹேங்கர்' கப்பல் ஐம்பது மீட்டர் ஆழம் வரை மூழ்கிச் சென்றபடி சோனார் கருவிகளின் உதவியோடு இலக்கின் மீது

---

* 'சென்சர்' – ஒலி, ஒளி, வெப்பம், நீரின் அழுத்தம் போன்ற ஏதேனும் ஒன்றின் துணை கொண்டு பொருட்களைக் கண்டுபிடிக்க உதவும் கருவி.

* 'பெரிஸ்கோப்' ஆழம் – நீர்மூழ்கிக் கப்பல்களில் உள்ள பெரிஸ்கோப்கள் 18 மீட்டர் நீளம் கொண்டவை. அந்த நீளத்துக்கு நிகரான ஆழத்தில் கப்பல் மூழ்கி இருப்பதே 'பெரிஸ்கோப் ஆழம்' எனப்படும்.

குறிவைக்க முயற்சித்தது. தனது முதல் 'ஹோமிங் டோர்பெடோ'*வை ஏழு ஐம்பத்தேழு மணிக்கு நாற்பது மீட்டர் ஆழத்தில் அது செலுத்தியது. பதட்டம் நிறைந்த சில கணங்களோடு 'டோர்பெடோ' செல்லும் பாதையை, அதன் தாக்குதலை 'ஹேங்க'ரிலிருந்த குழு கவனித்துக் கொண்டிருந்தது; ஆனால் எந்த வெடிச் சத்தமும் கேட்கவே இல்லை. வெடிக்காமலேயே அந்த 'டோர்பெடோ' கிர்பானைத் தாண்டிச் சென்று விட்டிருந்தது.

அதே சமயத்தில் 'கிர்பா'னில் இருந்த லெஃப்டினண்ட் கமாண்டர் ராணா, தன் நாற்காலியிலிருந்து குதித்தெழுந்தார். எதிரொலிச் சத்தம் மிக அதிகமாகவும், தெளிவாகவும் இருந்தது. எத்தனையோ ஆண்டுப் பயிற்சியும், பழக்கமும் அது என்னவாக இருக்கும் என்பதை அவருக்கு உணர்த்திவிட்டிருந்தன. 'மைக்'கைத் தன் கையில் இறுகப் பற்றியபடி அவர் கத்தினார். 'டோர்பெடோ, டோர்பெடோ 240 டிகிரியில்.. மிக அருகில்..'' ஆனால் அந்த இரண்டு கப்பல்களும் தங்கள் தேடல் பாணியை மாற்றிக் கொள்வதற்கு முன்பே 'டோர் பெடோ' ஏவுகணை 'கிர்பான்' கப்பலைத் தாண்டி வெடிக்காமல் சென்றிருந்தது. 'குக்ரி', 'கிர்பா'னின் இடதுபுறம் நின்றிருந்தது. நீர்மூழ்கிக் கப்பலின் தாக்குதலிலிருந்து தப்பி நகர்ந்து செல்ல முயலாமல், அதைத்தாக்கி அழிக்க வேண்டுமென்றே குமார் முடிவு செய்திருந்தார். அந்த நேரத்தில் 'குக்ரி' 'பன்னிரண்டு முடிச்சு'* வேகத்தில்தான் சென்று கொண்டிருந்தது. முழுச் சக்தியோடும் விரைவோடும் அதைச் செலுத்த இயந்திர அறைக்குச் சிறிது நேரம் பிடித்தது. அந்தத் தாமதம் வினையாய் முடிவடைந்தது.

சாதகமான இடத்தில் தந்திரமாகத் தன்னை நிறுத்திக் கொண்டிருந்த 'ஹேங்கர்' எட்டு பன்னிரண்டு மணிக்கு இரண்டாவது 'டோர் பெடோ'வைச் செலுத்தியது. 'குக்ரி', அதன் பார்வை எல்லைக்குள் இருந்தது. மேலும் நிதானமான வேகத்தில்தான் நகர்ந்து கொண்டிருந்தது. அதனால் தவற விடவே முடியாத ஒரு வாய்ப்பை அது ஹேங்கருக்கு அளித்து விட்டிருந்தது. ஐந்து நிமிடங்கள் வானில் பயணம் செய்த அந்த ஏவுகணையான 'டோர்பெடோ', 'குக்ரி' கப்பலின் வெடிமருந்துக் கிடங்குப் பகுதியைத் தாக்கியபடி தன் இலக்கை எட்டியது. அங்கிருந்த வெடிமருந்துகள் சிதறி வெடிக்க கிட்டத்தட்ட அந்தக் கப்பலே இரண்டாகப் பிளந்தது. அந்தத் தாக்குதல் முடிந்த இரண்டு நிமிடங்களில் 'குக்ரி' கடலில் மூழ்கத் தொடங்கியது.

---

* 'ஹோமிங் டோர்பெடோ' – நீர்மூழ்கிக் கப்பல்களிலிருந்து செலுத்தப்படும் இந்த ஏவுகணைகள், இலக்கிலிருந்து எழும் ஒலிகளைக் கொண்டே அவை இருக்கும் இடத்தை அடையாளம் கண்டு கொள்பவை.

* முடிச்சு - என்பது கப்பலின் வேகத்தை அளக்க உதவும் ஓர் அலகு.

தன்னுடைய நாற்காலியில் அசையாமல் உட்கார்ந்திருந்த குமார், "கப்பலைக் கைவிட்டு விடலாம்" என்று ஆணை பிறப்பித்தார்; ஆனாலும் தன் பொறுப்பிலிருந்து அவர் விலகவில்லை. 'குக்ரி' கப்பல் கடலுக்குள் மூழ்கிக் கொண்டிருக்கும்போது அலைத் தடுப்பை விட்டு விலகிச் சென்று கொண்டிருந்த, தன் மனைவி பயணித்த காரின் பின் விளக்குகள் அவருள் காட்சியாய் விரிந்தன. அவர் மிகவும் துணிவான ஒரு மனிதர்; அச்சத்தின் ரேகைகள் கூட அவர் முகத்தில் இல்லை. தன் நாற்காலியின் கைப்பிடியை இறுகப் பற்றிய படி

"குட்பை டியர். நான் போய்க் கொண்டிருக்கிறேன்" என்று முணுமுணுத்தார்.

ஐ.என்.எஸ். குக்ரி, பதினெட்டு அதிகாரிகளையும் நூற்று எழுபத்தாறு கடற்படை வீரர்களையும் மடிய வைத்தபடி மணி எட்டு பத்தொன்பதாகும் போது மூழ்கிப் போயிற்று. ஆனால் ஹேங்கரின் நிலை அதற்கு மாறாக இருந்தது. அதுவும் ஆபத்தான இடத்திலே தான் இருந்ததென்றாலும் 'கிர்பான்' போர்க் கப்பலின் மீது ஒரு மூன்றாவது 'டோர்பெடோ'வைச் செலுத்திய பிறகு தண்ணீருக் கடியில் மறைந்து போயிற்று. ஆனால் 'கிர்பான்', 'டோர்பெடோ'வின் தாக்குதலிலிருந்து தப்பித்து விரைவாகச் சென்று விட்டது. பிறகு மீண்டும் திரும்பி வந்தபடி மூழ்கிக் கொண்டிருந்த குக்ரியிலிருந்து ஆறு அதிகாரிகளையும், அறுபத்தோரு கடற்படை வீரர்களையும் மீட்டது. மீட்கப்பட்ட அவர்கள்தான் நடந்து முடிந்த சம்பவத்தைத் தெரிவித்தார்கள். உயிர்தப்பிப் பிழைத்திருந்தவர்களைக் காப்பாற்று வதில் நேரம் செலவாகி விட்டதால், தப்பித்து ஓடிமறைந்த நீர்மூழ்கிக் கப்பலுக்கு எதிராகத் தாக்குதல் தொடுக்க 'கிர்பான்' கப்பலால் இயலவில்லை.

அடுத்து வந்த நான்கு நாட்கள், இரவும் பகலுமாக 'ஹேங்கர்' நீர்மூழ்கிக் கப்பலைத் தேடும் பணி மிக விரிவான அளவில் நடந்தது. நீருக்கடியிலிருந்து நூற்றைம்பது முறை அதன் மீது தாக்குதல்கள் நடந்தன. ஆனால் எப்படியோ அவற்றிலிருந்தெல்லாம் தப்பித்துக் கொண்ட 'ஹேங்கர்' 1971ஆம் ஆண்டு டிசம்பர் 18ஆம் தேதி துறை முகத்தை வந்தடைந்தது. இந்தியக் கடற்படை நிகழ்த்திய துணிகர மான தாக்குதலில் தங்கள் முதன்மையான நீர்மூழ்கிக் கப்பலான 'காஸி'யையும், இன்னும் பல கப்பல்களையும் இழந்திருந்த பாகிஸ் தான் இராணுவம், ஹேங்கரின் வழியே ஏதோ எஞ்சியிருந்த பெருமை யைக் கொஞ்சம் தக்கவைத்துக் கொண்டது.

22

மலெர் கோட்லாவிலிருக்கும் ஒரு பழைய மாளிகையைத் தேர்ந்து கண்டுபிடித்தாள் தேஜ். அபி அங்கே சென்று மருத்துவ மனையிலிருக்கும் செஹ்மத் நேராக அந்தப் புது வீட்டுக்கு வந்து விடும்படி அதைச் சீரமைத்தான். அமைதியும், புனிதமும், அழகான காட்சிகளும் நிறைந்த குளிர்ப் பிரதேசமான அவளது ஸ்ரீநகரைப் போல இந்தப் புதிய இடம் இல்லாவிட்டாலும் தன் ஒரே மகளின் விருப்பத்தை நிறைவு செய்ய முடிந்ததில் மகிழ்ந்தாள் தேஜ். இன்னும் ஒரு படி மேலே சென்ற அவள் காஷ்மீரிலிருந்த தன் சொத்துக் களையும், வியாபாரத்தையும் அங்கேயே விற்றுவிட்டு மலெர் கோட்லாவின் நிரந்தர பிரஜையாகவே ஆகிவிட்டாள்.

நெருங்கிக் கொண்டிருக்கும் போர் குறித்த ஆயத்தங்களில் தீவிர மாகியிருந்தார் மிர். தேஜ், தன் மகள் செஹ்மத்துக்குப் புத்துயிரூட்டி அவளது உடல்நலத்தை சீர்படுத்தப் பெரிதும் முயன்று கொண்டி ருந்தாள். ஆனால் செஹ்மத்தை சந்தோஷப்படுத்த தேஜ் எவ்வளவு தான் முயன்றாலும் அது முடியவில்லை; அவள் மீண்டும் மீண்டும் சோர்வுக்குள்ளேயே ஆழ்ந்து கொண்டிருந்தாள். சீக்கிரத்திலேயே தன் சுற்றுப்புறம் குறித்த பிரக்ஞையும் அவளிடமிருந்து கழன்று போய்விட, தன் மூடிய அறையின் நான்கு சுவர்களுக்குள் மட்டுமே தன்னை அடைத்துக் கொண்டிருந்தாள். ஒரு காலத்தில் பட்டாம் பூச்சியைப் பார்த்தால் கூடப் பரவசத்தோடு துள்ளிக் கொண்டிருந்த தன் மகள் அறையின் ஒரு மூலையில் அமர்ந்தபடி எங்கோ வெறித்துப் பார்த்துக் கொண்டிருப்பது தேஜூக்கு மிகவும் வேதனையளிப்பதாக இருந்தது.

நாட்பட நாட்பட அன்றாட வாழ்வின் எல்லாச் செயல்பாடுகளி லிருந்தும் படிப்படியாகத் தன்னை விலக்கிக் கொண்டாள் செஹ்மத். தாய்நாட்டுக்கு ஆற்றிய மிகப் பெரும் சேவைக்காகத் தன்னை கௌரவிக்க முன் வந்த அரசின் கோரிக்கையை அவள் உறுதியாக மறுத்துவிட்டாள். மாறாக எல்லோரிடமிருந்தும் விலகித் தனிமையில்

இருப்பதையே அவள் பெரிதும் விரும்பினாள். அவள் இழைத்த குற்றம் ஒரு பெரிய பாவச் செயல் போல அவள் மீது கவிந்து கொண்டு அவளை விட்டு விலகிப் போக மறுத்துக் கொண்டிருந்தது. தேஜின் ஒரே நம்பிக்கை, விரைவில் செஹ்மத்துக்குப் பிறக்க இருக்கும் குழந்தை மட்டுமே. ஆனால் அந்தக் குழந்தையாலும் கூட அவளுக்கு மகிழ்ச்சி ஏற்படவில்லை. செஹ்மத், ஆரோக்கியமான ஒரு ஆண் குழந்தைக்குத் தாயானாள். ஆனால் அதில் சந்தோஷப்படுவதற்கு மாறாக அந்தக் குழந்தையின் தந்தையைச் சாகடித்துவிட்ட கொலை காரியாகத் தன்னை எண்ணியபடி அந்தக் குழந்தையை கவனித்துக் கொள்ள மறுத்தாள்.

கொடுமையான அந்தக் கடந்த காலம் அவள் நெஞ்சில் ஓடிய படி அவளை அச்சுறுத்திக் கொண்டே இருந்தது. அதனால் மனப் பிரமைகளுக்கும் ஆளாகி இருந்தாள். இரத்தம் தோய்ந்த அப்துலின் முகம் அவளை முறைத்துப் பார்த்துக் கொண்டே இருப்பதைப் போலிருந்தது. இராணுவ டிரக்கின் சக்கரங்களுக்கு அடியே அவனது எலும்புகள் நொறுங்கிய சத்தம் இன்னும் அவளைத் தொடர்ந்து மிரட்டிக் கொண்டிருந்தது. உறங்குவதற்கும் கூட அஞ்சி நடுங்கினாள். தன் குழந்தையைக் கவனித்தபடி தாய்மையின் இதத்தில் இளைப் பாறுவதற்கு மாறாக மனப் பிறழ்வு நிலைக்கு ஆளாகியிருந்தாள் அவள். இப்போதும் அபிதான் உதவிக்கு வந்தான். அந்தக் குழந் தையை தான் தத்தெடுத்துக் கொண்டதோடு செஹ்மத்திடமிருந்து அதைச் சற்று அகற்றி வைக்கும் முயற்சியாக தில்லிக்கும் கொண்டு சென்றான். தேஜின் விருப்பத்துக்கு மாறாக சமர் கான் என்று அதற்குப் பெயர் வைத்தான்.

"நான் குழந்தையைத் தத்தெடுத்திருக்கலாம்; ஆனால் அதன் மதத்தை மாற்றும் உரிமை எனக்கில்லை" என்றான். சமரை எடுத்துக் கொண்டு மலெர் கோட்லாவிலிருந்து தில்லியை நோக்கி காரில் சென்று கொண்டிருந்தபோது அவனது உள்ளம் சுக்கு நூறாக உடைந்து போயிருந்ததை அவன் உணர்ந்தான். மழலையில் பேசும் அந்தக் குழந்தையைத் தன்னோடு நெருக்கமாக அணைத்துக் கொண்டு உணர்ச்சிகரமாக முணுமுணுத்தான் அவன்.

"நீ அற்புதமான ஒரு மனிதனாக வளரப் போகிறாய். உன் தாய்க்குப் பெருமையும் மகிழ்ச்சியும் சேர்க்கப் போகிறாய். தற்காலிக மாக அவள் சற்று உடைந்து போயிருக்கிறாள் அவ்வளவு தான். அதை வைத்து அவளை வெறுத்து விடாதே சமர். உன் தாய் எப்படிப் பட்ட உன்னதம் வாய்ந்தவள் என்பதை நீ அறிய மாட்டாய். அது வரை நாம் இருவரும் ஒருவருக்கொருவர் துணை இருப்போம்."

நாட்கள் வாரங்களாகி, வாரங்கள் மாதங்களாகி. மாதங்களும் ஆண்டுகளானபோதும் செஹ்மத்தின் நிலையில் எந்த முன்னேற்ற மும் இல்லை. முதலில் இருந்த மனப்பிறழ்வு நிலை, இப்போது எதையும் கண்டுகொள்ளாத இயல்பாக மாறிப் போயிருந்தது. எதிர்பாராமல் சந்திக்க நேருபவர்களிடம் அவள் பணிவாகத்தான் நடந்து கொள்வாள்; ஆனாலும் புற உலகிலிருந்து தன்னை முழுமை யாகத் துண்டித்தபடியே அவள் வாழ்ந்து வந்தாள். செஹ்மத் மீண்டும் தேறி இயல்பு நிலைக்கு வரக்கூடுமென்ற நம்பிக்கை, கவலை யால் களைத்துப் போயிருந்த அவள் தாய் தேஜூக்கு சுத்தமாக இல்லை. என்றாவது ஒரு நாள் ஏதேனும் ஓர் அற்புதம் நிகழ்ந்தால் மட்டுமே அது சாத்தியமாகக் கூடும்.

அந்த நாள், செஹ்மத்துக்குப் பிற எல்லா நாட்களையும் போலவேதான் இருந்தது. தனது அறையில் வழக்கம்போல் தன் அன்னையோடு இருந்த அவள் வீட்டுக்கு வெளியே கூட்டம் கூட்டமாய்ச் சிறகடித்துப் பறக்கும் பறவைகளைச் சிறிதும் கவனிக்க வில்லை. கருமையான அடர்த்தியான மேகங்களைக் கொண்டிருந்த வானம், மழை வருவதற்கான அறிகுறிகளைக் கொண்டிருந்தது. செஹ்மத்தின் ஜன்னலருகே வழக்கம் போலக் கூடியிருந்த பறவைகள், சட்டென்று பல திசைகளிலும் பறந்தன. முன்பொரு காலத்தில் தெரு நாய்களாக இருந்தபடி அந்த மாளிகைக்குள் நுழைந்த இரண்டு நாய்கள் இப்போது காலப்போக்கில் அந்தக் குடும்பத்தின் அங்கமாகவே ஆகிவிட்டிருந்தன. அந்நியன் ஒருவனை விரட்ட முற்படுவது போல அவை மூர்க்கமாக குரைத்துக் கொண்டிருந்தன.

நாடோடியான ஒரு 'பக்கிரி', மாளிகைக்கு வெளியே நின்று கொண்டிருந்தார். நார் நாராய்க் கிழிந்து போன கறுப்பு அங்கியை அணிந்திருந்த அவரது தாடி நீளமாகவும், சிக்குப் பிடித்தும் இருந்தது. புனித நூல்களிலிருந்து பாடல்களைப் பாடிக் கொண்டிருந்தார் அவர். செஹ்மத்தின் அறை முதல் மாடியில் இருந்தது. அவள் தரையில் அமர்ந்திருக்க, அருகே நாற்காலியில் உட்கார்ந்தபடி அவளது தலையில் எண்ணெய் தடவித் தேய்த்து விட்டுக் கொண்டி ருந்தாள் தேஜ். அந்தப் பாடல்களைக் கேட்ட அளவில் செஹ்மத்தின் கண்கள் ஒளிரத் தொடங்கின. சிறிது நேரம் அதைக் கேட்டுக் கொண்டிருந்த அவள், தேஜ் செய்வதை நிறுத்துமாறு கூறினாள். பிறகு சட்டென்று துள்ளியெழுந்தபடி கதவைத் திறந்து கொண்டு மின்னல் வேகத்தில் ஓடினாள். செஹ்மத்தின் எதிர்பாராத இந்தச் செயல் கண்டு திகைத்துப் போன தேஜ் கலவரத்தோடு அவளைத் தொடர்ந்து செல்ல முயற்சித்தாள். அதற்குள் செஹ்மத்தின் இளமை யான கால்கள் கதவருகே அவளைக் கொண்டு சேர்த்திருந்தன.

சற்றும் நம்ப முடியாதவளாக அவளைப் பார்த்துக் கொண்டிருந்தாள் தேஜ். செஹ்மத் வெளிப்படுத்திய உணர்வுகளில் ஏதோ ஒரு அவசர வேகம் புலப்பட்டது. அவளது கண்களில் இன்னதென்று விளக்க இயலாத ஒரு பரவசம் குடியிருந்தது.

செஹ்மத், படிக்கட்டின் பிடிமானத்தைப் பற்றியபடி அந்த மரப் படிகளை இரண்டிரண்டாகத் தாவிச் சென்றாள். அவளது வலது கை, அங்கிருந்த பிடியின் மீது வழுக்கிச் சென்று கொண்டிருந்தது. கடைசிப் படிக்கு வந்து சேர்ந்ததும் பிரதான கதவருகே சென்று அதைத் திறப்பதற்கு முன் சற்றே தாமதித்தாள் அவள்.

கதவு திறப்பதற்காகவே காத்திருந்தது போல அங்கே பக்கிரி நின்று கொண்டிருந்தார். கான் குடும்பத்தில் தன் வருகை கிளப்பி விட்டிருந்த புயல் பற்றி அறியாதவராய் இருந்த அவர் கண்கள் மூடி யிருந்தன. தொடர்ந்து இறைப் புகழைப் பாடிக் கொண்டே இருந்தார் அவர். நீண்ட, புழுதி படர்ந்த தாடி அவரது முகத்தில் பாதியை மறைத்திருந்தது. அவரது ஆடைகள் கிழிந்திருந்தன. தெருக் குழந்தை கள் தினந்தோறும் அவர் மீது கல் விட்டெறிந்ததால் ஏற்பட்ட காயங்கள் அவர் உடல் முழுவதும் இருந்தன. தன் வலது கையில் இசைக் கருவி ஒன்றைப் பிடித்துக் கொண்டிருந்தார் அவர்; அவர் பாடிக் கொண்டிருந்த பாடல்களின் சந்தத்துக்கு ஏற்ற வகையில் அவரது விரல்கள் அதை மீட்டுக் கொண்டிருந்தன. அவரது இனிமை யான குரலில் இருந்த அளவுகடந்த ஆழம் ஆன்மாவைப் புல்லரிக்கச் செய்வதாக இருந்தது. அவரது பாடல் வரிகள் உலக வாழ்வின் பல தரப்பட்ட அனுபவங்களையும் உணர்ந்து தெளிந்த ஒரு மனிதனின் குரலாக ஒலித்தன. ஆனால் அவரது தோற்றம், பிறரை அவரிடம் நெருங்க விடாமல் பயங்காட்டி விரட்டிக் கொண்டிருந்தது.

மாளிகை வாயிற்படியில் உட்காருவதற்கு முன்பு அவரையே சிறிது நேரம் உற்றுக் கவனித்துக் கொண்டிருந்தாள் செஹ்மத். சுவரில் தலையைச் சாய்த்துக் கொண்டு, கண்மூடியபடி அந்த பக்திப் பாடல்களைக் கவனமாகக் கேட்டுக் கொண்டிருந்தாள். தன் மகளது நடவடிக்கையில் ஏற்பட்டிருந்த திடீர் மாற்றம் தேஜை அதிர்ச்சியுறச் செய்திருந்தது. வாயிற்படி அருகே நின்றபடி அந்த அந்நிய மனிதரைப் பார்த்துக் கொண்டிருந்தாள் அவள். சிறிது நேரம் சென்றபின் பாடு வதை நிறுத்திய பக்கிரி, அந்தப் பெண்களை நோக்கித் தன் பார்வை யைத் திருப்பினார்.

“எனக்குக் கொஞ்சம் தண்ணீர் தர முடியுமா?” என்று கேட்ட படி தன் இடதுகையை நீட்டினார் அவர். அவரது உள்ளங்கையி லிருந்து நழுவிய அந்தக் கோப்பையின் கைப்பிடியை அவரது விரல்நுனிகள் பற்றிக் கொண்டிருந்தன.

“கட்டாயம் தருகிறேன்” உள்ளே வாருங்கள் என்றபடி வாயிலை விட்டுச் சிறிது நகர்ந்து கொண்டாள் தேஜ்.

இப்போது பக்கிரி ஆச்சரியப்படத் தொடங்கியிருந்தார்.

“நான் உள்ளே வரலாமென்று நிஜமாகத் தான் சொல்கிறீர்களா?”

“ஆமாம். நீங்கள் ஒரு உயர்ந்த ஆத்மாவாக இருக்க வேண்டும். எத்தனையோ காலம் கழித்து என் மகளுக்கு உணர்ச்சிப் பரவசம் ஏற்பட்டிருப்பது இன்றுதான்.”

“ஆச்சரியம்தான் மிகவும் ஆச்சரியம். இந்தக் கிராமம் முழுவதுமே என்னை வெறுக்கிறது. கல்லால் அடிக்கிறது; வசைமாரி பொழிகிறது. இங்கே ஒரு பெண்மணியோ என்னைத் தன் வீட்டுக்குள் அழைத்துக் கொண்டிருக்கிறார். கிராமத்தவர்கள் என்மீது கொண்டிருக்கும் கோபத்தைக் கண்டு உங்களுக்கு பயம் ஏற்படவில்லையா? இந்த கிராமத்துக்கே ஒரு தீய சகுனமாக என்னை எல்லோரும் கருதுகிறார்கள் என்பது கட்டாயம் உங்களுக்குத் தெரிந்திருக்க வேண்டும்.”

பக்கிரியின் முகத்தில் இழையோடிய மர்மப் புன்னகையைக் கவனித்தாள் தேஜ். அவளுக்குச் சிறிது பதற்றமும், அச்சமும் ஏற்பட்டது. தேஜ் எந்த பதிலும் சொல்வதற்கு முன், தன் கண்களைத் திறந்து பக்கிரியைப் பார்த்தாள் செஹ்மத். அவளது முகத்தில் ஏதோ ஒரு அவசரம் தெரிந்தது; பக்கிரி மேலும் பாட்டைத் தொடரவில்லை என்றால் அவள் ஏதோ ஒரு ரயிலைத் தவற விட்டுவிடுபவள் போன்ற அவதியில் இருந்தாள். அவளது கைகள் பரவசத்தில் அகல விரிந்திருந்தன; புது வாழ்வு ஒன்றைக் கண்டு கொண்ட பூரிப்பு அவளது உடலெங்கும் நிறைந்திருந்தது.

“தயவுசெய்து இன்னும் கொஞ்சம் பாட முடியுமா?”

தேஜின் முகம் மகிழ்ச்சியால் ஒளிர்ந்தது. இந்தியாவுக்குத் திரும்பி வந்து இத்தனை நாளான பிறகு, தன்னைச் சுற்றியிருப்பதில் செஹ்மத் ஆர்வம் காட்டியது இதுதான் முதல் முறை. அவளது குரல் பக்கிரியைப் பாடச் சொல்லி இறைஞ்சி மன்றாடுவது போலிருந்தது.

பக்கிரி செஹ்மத்தைப் பார்த்துப் புன்னகை செய்தார். சுற்றிலும் உள்ளவைகளை ஒரு முறை கவனமாகப் பார்த்துக் கொண்ட பிறகு, ஒரு வார்த்தையும் பேசாமல் கூடத்தின் மறுபகுதிக்குச் சென்று கண்ணபெருமானின் படம் மாட்டப்பட்டிருந்த சுவரருகே நின்றார். தன் இசைக் கருவியையும், பாத்திரத்தையும் கீழே வைத்துவிட்டு அந்த இரண்டு பெண்களுக்கும் முதுகு காட்டியபடி அமர்ந்தார். ஒரு பாத்திரத்தில் தண்ணீரும், இரண்டு டம்ளர்களும் எடுத்துக் கொண்டு

பணியாள் விரைந்து வந்தான். கிராம மக்களால் விலக்கி வைக்கப் பட்டிருக்கும் ஒரு மனிதர், மாளிகைக்குள் இப்படி வசதியாக உட் கார்ந்து கொண்டிருந்ததைப் பார்க்கும்போது அவனுக்கும் வியப் பாகத்தான் இருந்தது.

டம்ளரில் தண்ணீரை நிரப்பி பக்கிரியிடம் அளித்தாள் தேஜ். அவர் நிமிர்ந்து பார்த்தபடி அதை ஏற்றுக் கொண்டார். வேறெதுவும் பேசாமல் தண்ணீரைக் குடித்து முடித்து விட்டுத் தரையில் உட்காரு மாறு தேஜிடம் சைகை காட்டினார். அவளும் அவர் கூறியவாறு செய்தாள்; ஆனால் செஹ்மத் அவர் திரும்பப் பாடுவதைக் கேட்கும் ஆர்வத்துடன் தொடர்ந்து நின்று கொண்டுதான் இருந்தாள்.

“நீங்கள் கடவுளுக்கு நன்றி சொல்ல வேண்டும் அம்மா” என்ற படி பக்கிரி பேசத் தொடங்கினார்.

“இந்த இடம் கோயிலுக்கு நிகரானது. உங்கள் மகள் நல்ல படியாகக் குணமடையப் போவதை மிக விரைவில் பார்க்கப் போகி றீர்கள். உங்கள் வாழ்க்கையில் மறுபடியும் மகிழ்ச்சி பிறக்கும். அவள் மனம் மிகவும் அன்பானது. எதிர்பாராமல் நடந்துபோன சம்பவங் களால் கொஞ்சம் வருத்தப்படுகிறாள். கடவுளின் கருணையால் சீக்கிரமே மீண்டு விடுவாள்”

அவர் சொல்வதை எந்த அளவுக்கு எடுத்துக் கொள்வது என்பதில் தேஜூக்குக் குழப்பம் இருந்தது. தன் வாழ்க்கையில் குறி சொல்பவர்கள் நிறையப் பேரை அவள் பார்த்திருக்கிறாள்; அவர்கள் காசுக்காக ஏமாற்றுபவர்கள். இந்த மனிதரின் தோற்றமும், உடையும் நம்பிக்கை ஏற்படுத்துவதாக இல்லை. ஆனாலும்...

“பிறகு உங்கள் பேரனையும் நீங்கள் வீட்டுக்குக் கூட்டி வந்து விடலாம்”

என்ற அடுத்த வாக்கியத்தை அவர் சொன்னதும் அவள் மனதி லிருந்த சந்தேகம் உடனே மறைந்துவிட்டது.

வியப்பாலும், மகிழ்வாலும் தேஜின் கண்கள் அகல விரிந்தன. ஆனால் அவள் எதுவும் பேசத் தொடங்கும் முன் தன் இசைக் கருவியை எடுத்துக் கொண்டு செஹ்மத்தின் விருப்பப்படி பாடத் தொடங்கியிருந்தார் அவர். தன்னல மறுப்பும், தியாகமும் எங்கே ஆட்சி செய்கிறதோ, எங்கே வெறுப்புணர்வை அன்பு வெல்கிறதோ, எங்கே மனிதாபிமானம் மட்டுமே மாபெரும் உண்மையாகவும், உலகு தழுவிய சகோதரத்துவம் மட்டுமே ஒரே மதமாகவும் இருக்கிறதோ அந்த உலகுக்குக் கூட்டிச் செல்வதாக அவரது பாடல் அமைந்தி ருந்தது. அவர் பாடுவதை செஹ்மத் மிகுந்த பரவசத்தோடு கேட்டுக்

கொண்டிருந்தாள். மாளிகையிலிருந்து அவர் கிளம்பிச் சென்று பல மணி நேரங்களான பின்பும் அதே இடத்தில் அமர்ந்திருந்தாள் அவள்.

மன்னிப்பைப் பற்றிக் குறிப்பிடும் பாடல் வரிகளை அவள் தனக்குள் திரும்பத் திரும்ப முணுமுணுத்துக் கொண்டே இருந்தாள். அதே நேரத்தில் தன்னைத் தானே மன்னித்துக் கொண்டு விட்டோமா என்பதையும் கேட்டுக் கொண்டுதான் இருந்தாள். அதன் பிறகு தினந்தோறும் பக்கிரி அங்கே வந்து செஹ்மத்துக்காகப் பாட ஆரம்பித்தார். பிறகு மலெர் கோட்லாவின் புழுதிபடிந்த சந்து களுக்குள் மறைந்து போய்விடுவார். அவர் பாடிய ஆன்மீகப் பாடல்கள் ஒரு மந்திரத் திரவம் போல வேலை செய்தபடி நாளுக்கு நாள் செஹ்மத் நலம் பெற்று உடல் தேற உதவிக் கொண்டிருந்தன. அவள் நன்றாகத் தூங்க ஆரம்பித்திருந்தாள். அவ்வப்போது கேட்கும் அவளது சிரிப்பொலிகளால் தேஜின் உள்ளமும் மாளிகையின் தேக்குச் சுவர்களும் நம்பிக்கையும் மகிழ்வும் கொண்டன.

தேஜ், பக்கிரி மீது கொண்டிருந்த பயமெல்லாம் மாறிப்போய் விட இப்போது வரவேற்பறை பூஜையறையாக மாறியது. செஹ்மத் உடல்நலம் பெற்று மீண்ட அதிசயத்தைப் பார்த்த பிறகு அக்கம் பக்கத்தில் உள்ளவர்களும் கூட அதிகாலைப் பிரார்த்தனைகளுக்காக அங்கே ஒன்றுகூடத் தொடங்கினர். இப்போது வீதியில் செல்லும் போது பக்கிரியைப் பின் தொடர்ந்து அவரோடு சேர்ந்து பாடிக் கொண்டே ஒரு சிறிய கூட்டம் செல்லத் தொடங்கியிருந்தது. ஒவ்வொரு நாளும் அவர்களைத் தங்கள் வீட்டு வாயிலில் வரவேற்று தேநீரும், சிற்றுண்டியும் அளித்து செஹ்மத்தும், தேஜும் உபசரித்துக் கொண்டிருந்தனர்.

மாற்றம் மெதுவாகத்தான் வந்து கொண்டிருந்தது என்றாலும் அது வந்து கொண்டிருந்ததை உணர முடிந்தது.

அது ஒரு வெளிச்சமான காலைப்பொழுது. சூரியக் கதிர்கள் இருட்போர்வையைத் துளைத்துக் கொண்டு செஹ்மத்தின் படுக்கையறையில் இருந்த மிகப் பெரிய கண்ணாடி ஜன்னல்கள் வழியே உள்ளே நுழைந்து கொண்டிருந்தன. ஆடாமல் அசையாமல் தன்னை அகமுகமாக ஒருமைப்படுத்தியபடி தியானத்தில் மூழ்கியிருந்தாள் செஹ்மத். ஆழமான மனச்சோர்விலிருந்து பக்கிரியுடனான தொடர்பு அவளை மீட்டெடுத்திருந்தது. அவளைத் துன்புறுத்திக் கொண்டிருந்த கெட்ட கனவுகள் அவளை விட்டு விலகிக் கொண்டிருந்தன. அப்துலின் முகம் அவளது நினைவிலிருந்து மறைந்துகொண்டு வந்தது; இப்போது அது அவளை மிரட்டவில்லை. அவள் முகத்திலிருந்த ஒளி மீண்டு வந்துகொண்டிருந்தது; வாழ்வையும், அது

அளிக்கும் பரிசுகளையும் ஏற்றுக்கொள்ள அவளை அது ஊக்கப் படுத்திக் கொண்டிருந்தது.

மிக நீண்ட உறக்கத்திலிருந்து விழித்தெழுந்தவளைப் போல அவள் சட்டென்று கண்களை அகலத் திறந்து இடப்புறமும், வலப் புறமும் மாறி மாறிப் பார்த்தாள். வித்தியாசமான எதுவும் அவள் கண்ணுக்குத் தென்படவில்லையென்றாலும் அவள் பார்த்ததை ஏற்க அவள் மனம் மறுத்தது. அவளது தியானத்தை யாரோ கலைத்தது போல் உணர்ந்தாள். இடத்தை விட்டு எழுந்து அறையிலிருந்து விரைந்து கீழே செல்லும் படிகளில் செல்லத் தொடங்கினாள். இடை யீடாக வந்தது யார் என்பதை அவள் கண்கள் சுற்றுமுற்றும் ஆவ லோடு பார்த்துக் கொண்டிருந்தன. மரப் படிகளில் இருந்த கடைசிப் படியில் அதன் பக்கத் தடுப்பை தன் வலக்கையால் பிடித்துக் கொண்டு சிறிது நேரம் காத்திருந்தவள், பிறகு துணிவை வருவித்தபடி வாசற் கதவருகே சென்று அதைத் திறந்தாள்.

அவளுக்கு முன்னால் பரிச்சயமான ஒரு முகம் தெரிந்தது. அவர் பளீரென்ற வெண்மையான அங்கியை உடுத்திக் கொண்டி ருந்தார். அவர் முகம் ஒளிர்ந்து கொண்டிருந்தது. பின்பக்கமாய்த் தலைசீவி ஒழுங்காய் முடிச்சிட்டிருந்தார். அவரது கைகள் நெஞ்சில் குவிந்திருந்தன. கால்களில் செருப்பு அணியவில்லையென்றாலும் ஒரு சின்ன தூசி தும்பு கூட அதில் இல்லை. பிரமித்துப் போன வளாய் வந்திருந்தவரின் முகத்தைப் பார்த்தாள் செஹ்மத். அங்கே பக்கிரி மர்மப் புன்னகை செய்து கொண்டிருந்தார்.

சற்று நகர்ந்து, அவர் உள்ளே வர வழியமைத்துத் தந்த செஹ்மத், கடமையுணர்வு கொண்ட ஒரு சிஷ்யையைப் போல அவரைத் தொடர்ந்து நடந்தபடி அந்தக் கூடத்தின் முடிவுப் பகுதிக்குச் சென் றாள். காலப்போக்கில் பக்கிரி எப்போதும் உட்கார்ந்து கொள்ளும் இடமாகவே அது ஆகியிருந்தது. பக்கிரி திரும்பும் வரை காத்திருந்து விட்டுத் தரையில் அவருக்குச் சற்று தூரத்தில் உட்கார்ந்து கொண் டாள் செஹ்மத். அவளது முகத்தில் எந்தவித அச்சமும் இல்லை. ஆனால் ஏதோ ஓர் அக எழுச்சியால் தூண்டப்பட்டது போல அவளது கண்கள் ஒரு தேடலோடு இருந்தன. பிறகு செஹ்மத்தே அந்த மௌனத்தைக் கலைத்தாள்.

23

“நான் எவ்வாறு அமைதியைக் காண முடியும்? நான் பாவம் செய்திருக்கிறேன். மன்னிக்கவே முடியாத பல குற்றங்களை இழைத்திருக்கிறேன். அவையெல்லாம் என்னைத் துரத்திக் கொண்டிருக்கிறது” என்றாள் செஹ்மத்.

எந்த முகமன்களும் சொல்லிக் கொண்டிராமல் மென்மையாகப் பேசத் தொடங்கினார் பக்கிரி.

“உனக்கு அமைதி தேவைப்பட்டால், உன் ஆன்மாவோடு தொடர்பு கொள். உன் ஆன்மா, சூரியக் கதிர்களைப் போல அமைதியாக, தூய்மையாக, அற்புதமாக இருக்கிறது. அந்த ஒளிவட்டம் மிகப் பிரகாசமானது. எல்லோரும் அந்த ஒளியிலிருந்துதான் வருகிறோம். ஆற்றல் என்பதும்கூட அந்த சக்தியிலிருந்துதான் வருகிறது. நம்மைக் கவரும் காந்த சக்தியைப் போன்றது அது. அதுதான் ஆற்றலின் மூலம். எப்படி குணமாக்குவது என்பது அதற்குத் தெரியும். மனப் போராட்டம் என்பது இயல்பான ஒன்றுதான். குணமாக்கப்பட வேண்டிய ஒரு நோயோ, அடக்கி வைத்தாக வேண்டிய ஓர் ஒழுங்கின்மையோ இல்லை. அது சில வேளைகளில் சிலவற்றைக் கற்றுக் கொள்வதற்கான வாய்ப்புக்களைத் தருவதால் அது தேவையாகக் கூட இருக்கிறது.”

“அந்த நிலையை நான் எவ்வாறு அடைவது?”

“பயணம் என்பது, அதன் அளவிலேயே ஒரு மிகப் பெரிய அனுபவம். விரிந்த வானமும், பரந்த வெளியும் உன்னோடு உரையாடும்போது நீ உலகத்தைப் பற்றி மட்டுமல்லாமல் அதைக் கடந்திருக்கும் ஒவ்வொன்றைப் பற்றியும் கூட அறிந்து கொள்ள முடியும். உன் மனதில் உனக்கென்று ஒரு நோக்கமும், செயலும் இருந்திருக்கிறது. அதனால் நீ தேர்ந்தெடுத்த அந்தப் பாதையில் பயணம் செய்யத் துணிந்தாய். இப்போது உன்னுடைய நோக்கங்கள் நிறைவேறி விட்டதால் நீ செய்தவை சரியா, தவறா என்று குழப்பிக் கொள்ளத் தொடங்கி விட்டாய். அதன் முடிவு உன்னை இன்னும் ஆழ்ந்த சோர்வில் கொண்டு போய்ச் சேர்க்கும். கடவுள் அருளால்

நீ இயல்பு நிலைக்கு இப்போது திரும்பியிருக்கிறாய். ஆனால் நீ விரும்புவது அதை மட்டும் அல்ல. மிகச் சிலரே செய்யத் துணியும் செயலுக்குள் பயணப்பட இப்போது நீ விருப்பம் கொண்டிருக்கிறாய்."

"நான் விரும்பும் செயலுக்குள் போக என்னால் முடியுமா?"

ஸெஹ்மத்தின் குரல் மிக மெதுவாக, அவள் காதுக்கே கேட்காதது போலிருந்தது. தனக்குத்தானே பேசிக் கொள்வது போல அவள் முணுமுணுத்துக் கொண்டிருந்தாள். பக்கிரியும் அவளது மனப்போக்கை முழுமையாகப் புரிந்து கொண்டபடி அவளது ஒவ்வொரு சின்ன முணுமுணுப்பையும் உள்வாங்கிக் கொண்டிருந்தார்.

"ஏதேனும் ஓர் உயர்ந்த நோக்கத்துக்காகவோ, உன்னதமான மிகப் பெரும் காரியம் செய்வதற்காகவோ உனக்குள் ஒரு தூண்டுதல் பிறந்ததென்றால், உன்னுடைய எண்ணங்களே குறுக்கில் வரும் தடைகளை உடைக்கும். உன்னுடைய மனமே வரையறைகளையெல்லாம் கடந்து செல்லும். உன் மனச்சான்று பல திசைகளிலும் விரிந்து பரவும். ஒரு புதிய மிகப்பெரிய, அற்புதமான உலகில் உன்னை நீ காண்பாய். இவ்வாறு உபநிஷதங்கள் சொல்லியிருக்கின்றன. குறிப்பிட்ட செயலை ஆற்றுவதற்கான ஆற்றல்களும், பக்கத் துணைகளும், திறமைகளும் தானாகவே வந்து சேர, கனவு கண்டதை விடப் பெரிய ஆளாக நீ உருவாகி விடுவதைக் காண்பாய்" என்று கூறியபடியே தொடர்ந்தார் அவர்.

"மகிழ்ச்சியை உணரும்போதே அதோடு துக்கமும் சேர்ந்து வந்து விடுகிறது. பொருளாசை எப்போதும் துன்பத்துக்கே வழிவகுக்கிறது. அதனால் பேராசையைத் துறந்து விட்டு எளிமையானவர்களாக, மனத் திருப்தி கொண்டவர்களாக நாம் இருக்க வேண்டும் என்பதே விதி."

மாயை என்பது இதுதான். ஒவ்வொரு குழந்தையும் பல கனவுகளோடு பிறக்கிறது. வளர வளர அந்தக் கனவுகளையும் தன்னுடன் எடுத்துக் கொண்டே செல்கிறது. இளமையின் முழு வீச்சில் இருக்கும் போது மரணம், தோல்வி, தாழ்ந்த நிலைக்குச் செல்லுதல் ஆகிய விஷயங்களெல்லாம் நம்புவதற்குக் கடினமாக இருக்கின்றன. முதுமைப் பருவம் வந்து உடல் சோர்வடையும் போதுதான் மரணம் குறித்த நினைவே எழுகிறது.

'நம்முடைய வளர்ச்சி, நாகரிகம், ஆடம்பரம், செல்வம், அறிவு என்று எல்லாவற்றுக்கும் அப்பால் மரணம் என்ற ஒரே ஒரு முடிவுதான் இருக்கும். நகரங்கள் தோன்றி அழிகின்றன. அரசுகள் மாட்சியும் வீழ்ச்சியும் கொள்கின்றன. கிரகங்கள் துண்டு துண்டாய்

உடைந்து தூசாகிப் போகின்றன. எல்லாவற்றின் முடிவிலும் இருப்பது மரணம்தான். வாழ்க்கைக்கு, அழகுக்கு, செல்வத்துக்கு, அதிகாரத்துக்கு, நற்பண்புகளுக்கும் கூட மரணம்தான் முடிவு. பாவிகள் போலவே புனிதர்களும்கூட இறந்துதான் போகிறார்கள். பிச்சைக்காரர்களுக்கும், பேரரசர்களுக்கும் ஒரே விதமான விதிதான். நம்மைச் சுற்றியிருக்கும் அனைத்தும் நட்சத்திரங்கள், கிரகங்கள், சந்திரன் என்று எல்லாமே ஒரு குறிப்பிட்ட கதியில் மட்டுமே சுழன்று கொண்டு என்றோ ஒரு நாள் இறப்பதற்காகக் காத்துக் கொண்டிருக்கின்றன. ஆனாலும் கூட வாழ்க்கையின் மீது ஏதோ ஒரு தீராத பற்று இருந்துகொண்டுதான் இருக்கிறது. ஏனோ அதை விட்டுவிடுவதென்பது நமக்கு மிகக் கடினமாக இருக்கிறது. அதுதான் மாயை."

"நம்முடைய பிறப்புக்கும் இறப்புக்குமான நேரத்தையும் இடத்தையும் நாமா தேர்ந்து கொள்கிறோம்? நம்முடைய சூழ்நிலையை நாம் தேர்ந்து கொள்வதென்பது சாத்தியமா?" செஹ்மத் அவர் பேச்சில் காட்டிய ஆர்வம் தீவிரமாகிக் கொண்டே சென்றது. மேலே தொடர்ந்து பேசும்படி அவளது கண்கள் அவரைத் தூண்டிக் கொண்டிருந்தன.

"ஆமாம். எந்தச் செயல்களை முடிப்பதற்காக இங்கே நாம் அனுப்பப்பட்டோமோ அவற்றை முடித்துவிட்டோம் என்பது தெரிந்த பின், நமது காலம் முடிந்துவிட்டது என்று நமக்குத் தெரிந்து விடுகிறது. பிறகு மரணம் வரும்போது அதை ஏற்றுக் கொள்ள நாம் தயாராகி விடுகிறோம். ஏனென்றால் இதற்கு மேல் இனி இந்த வாழ்வில் செய்வதற்கு ஏதுமில்லை என்பது அப்போது உங்களுக்குத் தெரிந்து போய்விடுகிறது. ஓய்வெடுக்கவும், ஆன்மாவைப் புதுப்பித்துக் கொள்ளவும் நேரம் கிடைத்த பிறகு மீண்டும் ஸ்தூல வடிவில் திரும்ப வந்துவிட முடிவு செய்து கொண்டு விடுகிறோம்."

"சரியான பாதையை நாம் தேர்ந்துகொள்வது எவ்வாறு?"

"சொல்லப் போனால் எல்லோரது பாதையும் ஒரே மாதிரியானதுதான். கருணையோடு இருக்கவும், நம்பிக்கையோடு இருக்கவும், பிறருக்கு நம்பிக்கை அளிக்கவும், அன்பைப் பகிர்ந்து கொள்ளவும் நாமெல்லாம் கட்டாயம் கற்றுக் கொள்ள வேண்டும். இந்த ஸ்தூல உடம்பில் இருக்கும்போதே அவ்வாறு செய்வதோடு இறை வழியில் நடக்க வேண்டும். நம்மில் சிலர், மற்றவர்களை விட விரைவாக சிலவற்றை ஏற்றுக் கொள்ளவும் கற்றுக் கொள்ளவும் செய்கிறோம். அது ஒரு குறிப்பிட்ட வழியையோ, ஒரு நம்பிக்கையையோ ஒரு அன்பையோ சார்ந்ததல்ல. அந்தப் பாதையில் பயணம் செல்பவர்கள் வேறு பலன்களை எதிர்பார்ப்பதில்லை. தங்களுக்குக் கிடைக்கும் பயனே அப்படிப் பயணப்படுவது தான் என்பதை அவர்கள் அறிந்திருக்கிறார்கள். ஆனால் உலகியல் களியாட்டங்களில்

ஆழ்ந்திருக்கும் நம்மில் பலரோ வெகுமதிகளை எதிர்பார்க்கிறோம்; நம்மை நாமே நியாயப்படுத்திக் கொள்ளவும் செய்கிறோம்."

"உன் மனதிலுள்ள அச்சங்களையெல்லாம் முதலில் அடித்து விரட்ட வேண்டும். அச்சம் என்பது ஆற்றலை வீணாக்குவது மட்டுமே. இங்கே எதற்காக வந்திருக்கிறோமோ அதை நிறைவேற்றுவதற்கு அது தடையாகி விடுகிறது. அச்சத்தோடு நாம் ஆன்மாவை எட்ட முடியாது. நாம் எல்லோரும் அடைய முயற்சிக்க வேண்டிய இடம் அதுதான்."

"எப்படி" என்று கேட்டாள் செஹ்மத். தனது குருவின் வாயிலிருந்து வந்த ஒவ்வொரு சொல்லையும் உட் செரித்துக் கொண்டு ஆழ்ந்த தியானத்தில் இலேசாக முணுமுணுத்தாள் அவள்.

"மலையைப் பார்த்திருக்கிறாயல்லவா? வெளியிலிருந்து பார்க்கும் போது அது அமைதியாக, திடமாகத் தெரிகிறது. ஆனால் அதன் உள்ளே எரிமலையும் அளவற்ற ஆற்றலும் பொதிந்திருக்கிறது. மனிதர்களால் வெளியிலிருப்பதை மட்டுமே பார்க்க முடியும். ஆனால் அது மட்டுமே உண்மையாகி விடுவதில்லை. உண்மை உள்ளேதான் பொதிந்து கிடக்கிறது; அதனால் மிகுந்த ஆழம் வரை சென்றுதான் அதைக் காண வேண்டியிருக்கிறது. அப்போது நீங்கள் எரிமலையையும் பார்க்க வேண்டியிருக்கும். நாமெல்லாம் நினைத்துக் கொண்டிருப்பது போல ஸ்தூல நிலையில் இருப்பதுதான் இயல்பான நிலை என்று கருதுவது சரியில்லை. சூட்சும நிலைதான் ஓர் ஆன்மாவின் மிகமிக இயல்பான நிலை."

பக்கிரியின் குரல் சீராக இருந்தது. அவரது உடல் தளர்வான, ஓய்வான நிலையில் இருந்தது. உதடுகளின் அசைவைத் தவிர மற்ற எல்லாம் அமைதியாக, மோன நிலையில் இருந்தன.

"கற்றல் என்பது எப்போது விரைவாக நடக்கிறது? ஸ்தூல நிலையிலா, சூட்சும நிலையிலா? சூட்சும நிலைதான் இயல்புநிலையென்றால் எல்லோரும் அந்த நிலையில் இருப்பதில்லையே. அதற்கென்ன காரணம்?"

"ஆன்மீக சூட்சும நிலையில் மனிதர்கள் இல்லாமலிருப்பதற்குக் காரணம் அவர்கள் மாயையால் ஈர்க்கப்படுவதுதான். அவர்களை ஈர்ப்பது புறவயமான இந்த உலகம்தான் என்பதை அவர்கள் உணர்வதில்லை."

அவர் கூறிய கருத்துக்களையெல்லாம் மனதுக்குள் செலுத்தி ஆராய்ந்து கொண்டிருந்தாள் செஹ்மத். அவளுக்கும், அவளைச் சார்ந்தவர்களுக்கும் நடந்த எல்லாமே அவளது 'கர்ம' வினையால்தான். இந்த நிலைக்கு அவளை இட்டு வந்திருப்பவை அவைதான்.

அவளது தீர்வுக்குத் தேவைப்படுபவை ஆன்மீக விடைகள்தான். சில நிமிட நேரம் அவள் முழு அமைதியில் உறைந்திருந்தாள்.

தான் செய்ய வேண்டுவது இன்னதென்று அவளுக்குத் தெரிந்திருந்தது. கடந்த இரண்டு வருடங்களாகத் தன் வாழ்வில் நடந்தவற்றை மனதுக்குள் ஓட்டிப் பார்த்துக் கொண்டிருந்த அவள் மனம், இம்முறை அச்சமின்றி இருந்தது. தியானம் முடிந்து தெளிந்த ஒளியோடு அவள் எழுந்து பார்த்தபோது அந்தப் பக்கிரியை எங்கும் காணவில்லை.

பக்கிரியின் தீர்க்கதரிசனம் மீண்டும் உண்மையாயிற்று; மறுநாள் காலையே தன் மகனைப் பற்றி விசாரித்தாள் செஹ்மத். அருகிலிருந்த தொலைபேசி அருகே மகிழ்ச்சியோடு ஓடிய தேஜ், அபியை அழைத்தாள். அவளுக்கிருந்த ஆனந்த மிகுதியில் மாளிகைக்கு மிக அருகிலேயே நடந்து கொண்டிருந்த ஒரு பஞ்சாயத்துக் கூட்டத்தைப் பற்றி அவள் அறிந்திருக்கவில்லை.

கிராமத் தலைவரான லியாகத் அலி, தன் வீட்டுக்கு வெளியிலிருந்த பெரிய மரத்துக்கு அடியில் கூடியிருந்த சில முஸ்லிம் மத குருமார்களோடும், வேறு சில கிராமத்துப் பெரியவர்களோடும் பேசிக் கொண்டிருந்தார்.

"இந்த பக்கிரி நம் மதத்துக்குப் பொருந்தாததைச் செய்கிறான். நம் மதத்தின் முக்கியத்துவத்தைக் குறைக்கிறான். அவன் செய்யும் பஜனைகளையும், பாடல்களையும் வைத்துப் பார்க்கும்போது அவன் ஒரு முஸ்லிமா என்பதே எனக்கு சந்தேகமாக இருக்கிறது. அவனுடைய மதிப்பும் மரியாதையும் நாளுக்கு நாள் கூடிக் கொண்டு போவதே எனக்குப் பெருங்கவலை தருகிறது. ஒருவேளை அவனுக்கு மந்திரவித்தை ஏதும் தெரிந்திருக்கலாம், அதன் வழி மக்களிடம் அவன் செல்வாக்கு பெற்றிருக்கலாமென்று நினைக்கிறேன். அவனுடைய இந்த முட்டாள்தனத்தைத் தடுக்க நாம் உடனே ஏதாவது செய்தாக வேண்டும்; இல்லாவிட்டால் நம் மக்களுக்கு அவன் ஒரு பெரிய அபாயமாக மாறிவிடக் கூடும்."

எதிரிலிருக்கும் பார்வையாளர்களின் கருத்தை அறிவதற்காக அலி சற்றே பேச்சை நிறுத்தினார். தனக்கு எதிராகப் பேசும் துணிச்சல் அவர்களில் பெரும்பாலோருக்கு இருக்காது என்பது அவருக்கு நன்றாகவே தெரியும். மதகுருமார்கள் அவர் சொன்னதை அங்கீகரித்தபடி தலையாட்டிக் கொண்டிருந்தார்கள். இன்னும் கூடப் பேசுமாறு அலியைத் தூண்டினர்.

“அப்புறம் இங்கே உள்ள அந்த ‘அரை இந்துக் குடும்பம்’ வேறு பக்கிரியையும், அவரது சீடர்களையும் ஆதரித்துக் கொண்டிருக்கிறது. அவர்களை எச்சரிக்குமாறு என் மகன் சலீமையும் அவனது நண்பர் களையும் அனுப்பப் போகிறேன். அந்த எச்சரிக்கையைக் காதில் போட்டுக் கொள்ளாவிட்டால் அவர்களுடைய பாதுகாப்புக்கு அவர்கள்தான் பொறுப்பு.”

அலியின் அச்சுறுத்தலை அங்கிருந்தவர்களால் அத்தனை இலேசாக எடுத்துக் கொள்ள முடியவில்லை. அலியின் மகன், அந்தப் பகுதியில் மிகப் பெரிய ரௌடியாக அறியப்பட்டவன்; அவனது தீய நடவடிக்கைகளைக் கண்டு அங்குள்ள எல்லோருமே பயந்து கொண்டுதான் இருந்தார்கள். தன் தந்தைக்கு ஒருகாலத்தில் எதிரிகளாக இருந்தவர்களைத் தீர்த்துக் கட்டக்கூட அவன் தயங்கிய தில்லை. உள்ளூர்க் காவல்துறையோடும் அவனுக்கு நல்ல நட்பும் தொடர்பும் இருந்தது. அலியின் மகன் ஈடுபடும் கூட்டத்துக்குப் புறம்பான செயல்களைக் கண்டுகொள்ளாமல் இருக்க ஒவ்வொரு மாதமும் கணிசமான தொகையை அவர்கள் பெற்று வந்தனர்.

அலி வெற்றிப் பெருமிதத்தோடு மேடையிலிருந்து குதித்தபடி தன் மகனருகே சென்றார். அவனது தோள்களைப் பற்றித் திருப்பி, ஒரு வெற்றிக் கோப்பையைக் காட்டுவது போல அவனது முகத்தைக் கூட்டத்தாரிடம் காட்டினார்.

“நம்முடைய சமுதாயத்தின் நலனையும், நம்முடைய சமயத்தின் நலனையும் கவனித்துக் கொள்ள என் மகனைப் பொறுப்பேற்றுக் கொள்ளச் சொல்லியிருக்கிறேன்.”

பிறகு முதல் வரிசையில் அமர்ந்திருந்த மதகுருமார்களைப் பார்த்துப் புன்னகை செய்தபடி தன் வீட்டை நோக்கிச் சென்றார். ஒரு மணி நேரம் கழித்து சலீம், தன் கூட்டாளிகளான முரடர்கள் சிலரோடு செஹ்மத் வசிக்கும் மாளிகையின் கதவைத் தட்டிக் கொண்டிருந்தான்.

24

கையில் ரிசீவரைப் பிடித்திருந்த மிர் மறு பக்கத்திலிருந்து பேசுவதை மட்டும் கவனமாகக் கேட்டுக் கொண்டிருந்தார். அவ்வப்போது "ம்... ம்... ம்..." என்று சொல்வதைத் தவிர அவர் வேறேதும் பேசவில்லை. அவரது முகத்தைப் பார்க்கும்போது, அவர் மிக முக்கியமான செயலில் ஈடுபட்டிருக்கிறார் என்பது தெரிந்தது. இரு தரப்பிலும் ஒரு நீண்ட இடைவெளி, அமைதி நிலவியது. அதற்குப் பிறகு சுருக்கமான, உறுதியான தொனியில்

"எல்லோரையும் பிடியுங்கள், எத்தனை சீக்கிரம் முடியுமோ அத்தனை சீக்கிரம்" என்று சொல்லி அந்த உரையாடலை முடித்துக் கொண்டார் மிர்.

"எஸ் சார்" என்ற சுருக்கமான பதில் மறுமுனையிலிருந்து எழுந்தது. ரிசீவரை வைத்த பிறகு மிர், தன் உதவியாளரை அழைத்தார்.

"நான் இப்போதே மலெர் கோட்லாவுக்குப் போக வேண்டும்" என்றார்.

அவரது உதவியாளர் அனுபவசாலி. மிர்ருடன் பல ஆண்டு காலம் பணிபுரிந்ததால், தன் தலைமை அதிகாரியின் மனம் அவருக்கு தெளிவாகத் தெரிந்தது. மலெர் கோட்லாவுக்கு ஒரு தனிச் சிறப்பு உண்டு என்பதும், அது ஏன் என்பதும் கூட அவருக்குத் தெரியும். மிர் சொன்ன ஆணையை ஏற்கும் வகையில் தலையை ஆட்டிவிட்டுத் தனிமையான தனது சிறிய கூண்டு போன்ற அறைக்குள் புகுந்து கொண்டார். தன் மேஜை மீதிருந்த வெவ்வேறு வகையான சாதனங்களை இயக்கினார். சில எண்களைத் தொலைபேசியில் சுழற்றிப் பேசினார். தொடர்ந்து நடக்கப் போகும் பல சம்பவங்களைக் கச்சிதமாக ஒருங்கிணைத்தார்.

தன் தலைமை அதிகாரியின் சார்பாக வெவ்வேறு தரங்களிலும், உயர் பதவிகளிலும் இருக்கும் பல அதிகாரிகளை அழைத்தார். எந்த

நேரத்தில் எது தேவைப்படக் கூடும் என்பதை அவர் துல்லியமாக அறிந்திருந்தார். சில நிமிடங்களுக்குப் பிறகு மிர்ரின் அறைக்குத் திரும்பியிருந்தார் அவர்.

"சார் இன்னும் இரண்டு மணிநேரத்தில் தாக்குதலுக்குத் தேவையான வசதியை விமானப்படை செய்து தந்துவிடும். நீங்கள் கிளம்பும் நேரத்தை மூன்று மணி என்று உறுதிப்படுத்தியிருக்கிறேன். இப்போதிலிருந்து இன்னும் இரண்டு மணிநேரம்" தான் கூறிய தகவல்களைத் தலைமை அதிகாரி அங்கீகரிக்கிறாரா என்று பார்க்கக் காத்துக் கொண்டிராமல் உதவியாளர் தொடர்ந்து பேசிக் கொண்டே சென்றார்.

"நம் பிரிவைச் சேர்ந்த அதிகாரிகள், குறிப்பிட்ட இடத்தில் உங்கள் வரவுக்குக் காத்திருப்பார்கள். அந்தப் பகுதியிலிருக்கும் காவல் துறை உயர் அதிகாரிகளையும் அந்த இடத்துக்கு வரச் சொல்லி விட்டோம். காவல் துறைத் துணை ஆணையரும் அங்கே இருப்பார்."

"நன்றி" மிர்ரின் பதில் மிகச் சுருக்கமாக வெளிப்பட்டது. தனது உதவியாளரின் நடவடிக்கைகளில் அவர் திருப்தியடைந்திருந்தாரா என்று அனுமானிப்பது கஷ்டமாக இருந்தது.

சில மணிநேரங்களுக்குப் பிறகு மலெர் கோட்லாவின் புறநகர்ப் பகுதியில் மிர் வந்த ஹெலிகாப்டர் வட்டமடித்துக் கொண்டிருந்தது; பிறகு தற்காலிகமாக அமைக்கப்பட்ட 'ஹெலிபேட்' தளத்தில் இறங்கியது. ஹெலிகாப்டரின் சக்கரங்கள் கிளப்பி விட்டிருந்த தூசியிலிருந்து காப்பாற்றிக் கொள்வதற்காகத் தன் கண்களைப் பொத்திக் கொண்டிருந்தார் அவர். ஹெலிகாப்டர் சிறகுகள் இருந்த இடத்திலிருந்து அவர் நகர்ந்து கொண்ட பிறகு அது கிளம்பி வானில் சென்றது. அவரும், அவருக்குத் துணையாய் உடன் வந்த இரு அதிகாரிகளும் தங்கள் வரவுக்காக நடுக்கத்தோடு காத்திருந்த உள்ளூர் அதிகாரிகளுடன் இருந்தனர். அங்கிருந்தவர்களில் பலரும் ஒரு ஹெலிகாப்டர் வந்து இறங்கும் காட்சியை இதுவரை அத்தனை நெருக்கத்தில் பார்த்ததில்லை. மிர் வகித்த உயர் பதவியின் செல்வாக்கைக் கண்டு பிரமித்திருந்த அவர்கள் ஏதோ சொல்லத் தெரியாத ஒரு பயத்துக்கும் ஆட்பட்டிருந்தனர். அவரோடு கைகுலுக்க முன் வந்தபோது அவர்களது கால்களில் நடுக்கம் இருந்தது.

முகமன்களைப் பரிமாறிக் கொண்ட பின், தலையில் சிவப்பு விளக்கு எரியும் ஒரு வெள்ளைநிற காரில் ஏறி அமர்ந்தார் மிர். அவரோடு வந்த வாகன வரிசைக்குப் பாதுகாப்பாக, ஆயுதம்

தாங்கிய வீரர்களோடு ஒரு ‘பைலட் ஜீப்’பும் சென்று கொண்டிருக்க அந்த வாகனங்கள், புழுதியைக் கிளப்பி விட்டதோடு, அங்கிருந்த எளிய விவசாய மக்களை வியப்பிலும் ஆழ்த்தியிருந்தன.

அரை மணி நேரம் சென்ற பிறகு ஒரு அதிகாரிகள் கூட்டத்தின் நடுவே அமர்ந்திருந்தார் மிர். அவரது வருகைக்கான காரணத்தை அவர்களால் இன்னமும் கூட அனுமானிக்க முடிந்திருக்கவில்லை. அவர், கடுமையான முகத்தோடு அவர்களையே கவனமாகப் பார்த்துக் கொண்டிருந்தார். பதவி அடுக்கைப் பொறுத்தவரை மிகவும் மூத்தவரான மாவட்ட ஆட்சித் தலைவர் மிர்ரின் அருகில் அமர்ந்திருந்தார். கையில் பேனாவுடனும், கத்தைகத்தையாய்த் தாள்களுடனும் டிக்டேஷனுக்காகக் காத்துக் கொண்டிருக்கும் அலுவலக ‘ஸ்டெனோ’வைப் போலத் தோன்றினார் அவர். மற்ற அனைவரும் அவர் எதிரே எந்த உணர்ச்சியையும் காட்டாத முக பாவனையோடு அமர்ந்திருந்தனர். ஏதேனும் ஊகிக்க முடிகிறதா என்பதை ஒருவர் முகத்தை ஒருவர் பார்த்தபடி தேடிக் கொண்டி ருந்தனர்.

“நீங்கள் தானே இந்தப் பகுதிக்குப் பொறுப்பு வகிப்பவர்?” – மிர் தொடுத்த முதல் கேள்வியே காவல்துறை அதிகாரியை வியப்பில் ஆழ்த்தியது.

“ஆமாம்... ஆமாம் சார்... நான்தான். என் பெயர் சஞ்சய் நருலா சார். நான்தான் துணை ஆணையர்.”

“சப்–இன்ஸ்பெக்டர் முனாவர் ஹுசைன் பற்றிக் கொஞ்சம் சொல்லுங்கள்” மிர்ரின் குரலில் கடுமையான கோபம் தொனித்ததை அறையிலிருந்த எல்லோராலும் அறிந்துகொள்ள முடிந்தது.

துணை ஆணையர் அதைக் கேட்டதும் திகைப்பில் ஊமை யாகிப் போன படி பேசத் தடுமாறினார். தில்லியிலுள்ள உயர் அதிகாரிகள் இந்த எல்லை வரை வர வேண்டுமென்றால், முனாவர் என்ன செய்திருக்கக் கூடுமென்று அவர் ஆச்சரியப்பட்டார். சட்டத் துக்கு விரோதமாக அந்த சப்–இன்ஸ்பெக்டர் வசூல் செய்திருந்த பணத்தில் தானும் ஒரு பங்குதாரராக இருந்திருந்ததை எண்ணிப் பார்த்தபோது அவரும் கூட உள்ளுக்குள் சற்று பயந்தார்.

“சார், அவர் ஒரு சாதாரண எஸ்.ஐ. தான். அவர் வேலையை அவர் செய்கிறார், சட்டம், ஒழுங்கு கெடாமல் பார்த்துக் கொள் கிறார். அவருக்கு எதிராக இதுவரை எந்தப் புகாரும் எனக்கு வந்த தில்லை. சொல்லப் போனால் இந்த கிராமத்திலுள்ளவர்கள் அவ ரது வேலையில் சந்தோஷமாகவே இருக்கிறார்கள்.

"கிராம மக்களோடு தனிப்பட்ட முறையில் நீங்கள் எப்போ தாவது பேசிப் பார்த்ததுண்டா"

மீண்டும் அதிர்ச்சியடைந்தார் துணை ஆணையர். முனாவர் ஏதோ ஒரு முக்கியமான விஷயத்தில் மாட்டிக் கொண்டிருக்கிறான் என்பதும் அது அவன் வேலைக்கே உலை வைக்கக் கூடியதாக இருக்கலாம் என்பதும் இப்போது அவருக்கு உறுதியாகத் தெரிந்தது. அவனைப் பற்றிப் புகழ்ந்து கொண்டிருக்காமல் உள்ள விஷயங்களை மட்டும் வெறுமனே சொன்னால் போதும் என்று அவரது 'ஆறாவது அறிவு' அவருக்கு எடுத்துரைத்துக் கொண்டிருந்தது.

"இல்லை சார். நான் கிராம மக்களோடு அப்படிப் பேசிய தில்லை. ஆனால் ஆவணங்களை ஒழுங்காகப் பரிசோதனை செய்து கொண்டுதான் இருக்கிறேன். அவற்றைக் கொண்டு பார்க்கும்போது குற்றச் செயல்கள் கூடுதலாகவில்லை என்றே தெரிகிறது."

"சாட்சிகளே இல்லாதபோது குற்றங்கள் எப்படிக் கூடுதலாகும்? தஸ்தாவேஜ், லாக்புக். எதுவுமே இல்லையே"

"சார் ஒரே நிமிடம் சார். இதோ ஒரு முறை சரிபார்க்கிறேன் சார். சரி பார்த்துவிட்டுச் சொல்கிறேன் சார்."

"எதை எப்போது சரிபார்ப்பது? நீங்கள் கொஞ்சம் வெளியே காத்திருங்கள். சிறிது நேரத்தில் கூப்பிடுகிறேன்" துண்டிப்பது போல சட்டென்று பேசினார் மிர். துணை ஆணையரை அறையை விட்டு வெளியே அனுப்பியபோது அவரது கண்கள் கோபத்தில் கனன்று கொண்டிருந்தன.

"எஸ் சார்" என்றபடி விரைவாக இருக்கையை விட்டு எழுந்து கொண்ட துணை ஆணையர், அவருக்கு 'சல்யூட்' அடித்து விட்டு அறைக்கு வெளியே சென்றார். அவர் குழம்பிப் போயிருந்தார்; முனாவரிடம் உடனே பேசி விஷயங்களைத் தெரிந்து கொள்ள வேண்டுமென்றும் தன்னைப் பாதுகாத்துக் கொள்ள வேண்டு மென்றும் அவருக்குத் தவிப்பாக இருந்தது.

தாழ்வாரத்தில் குறுக்கும் நெடுக்குமாய் நடந்தபடி அவர் மூளையைக் குழப்பிக் கொண்டிருந்தபோது அறைக்குள் இருந்த எல்லா அதிகாரிகளும் விரைவாக வெளியே வந்து கொண்டிருந்ததை அவர் கவனித்தார். துணை ஆணையர் மட்டுமே மிர்ருடன் உள்ளே இருந்தார். வெளியே வருவதற்கு முன்பு மேலும் பத்து நிமிடங்கள் அவர்கள் தங்களுக்குள் பேசிக் கொண்டிருந்தனர். பிறகு அவரவர் வாகனங்களை நோக்கிச் சென்றனர். மிர் துணை ஆணையரை ஏறெ டுத்துக் கூடப் பார்க்கவில்லை. அங்கே காத்திருந்த அதிகாரிகளும்

அவரவர் வாகனங்களில் ஏறிக் கொண்டனர். பைலட் ஜீப்புக்கு அடுத்தாற் போலத் தனது வாகனம் செல்லுமாறு ஏற்பாடு செய் திருந்த துணை ஆணையர் மற்ற வாகனங்களின் வரிசையை மலெர் கோட்லாவை நோக்கி வழிநடத்திச் சென்று கொண்டிருந்தார். தன் காரில் தான் மட்டுமே பயணித்தபடி, வாக்கி டாக்கியை ஏந்திக் கொண்டு மலெர் கோட்லாவின் காவல் நிலையத்தை எல்லா வாகனங்களும் சென்று சேரும் வரை தொடர்ந்து உத்தரவுகளைப் பிறப்பித்துக் கொண்டே வந்தார் அவர்.

மலெர் கோட்லா காவல்நிலையம் உச்சபட்ச ஒழுங்கீனத்தோடு தாறுமாறாக இருந்தது, அது கிட்டத்தட்ட ஒரு பழைய மாட்டுக் கொட்டகை போல இருந்ததென்றே சொல்லி விடலாம். காவல் நிலைய வளாகத்துக்குள் இரண்டு பசுக்களும், மூன்று எருமை மாடு களும் அங்கே வளர்ந்திருந்த காட்டுப் புல்லையும் அங்கே கிடந்த வைக்கோலையும் மேய்ந்து கொண்டிருந்தன. காவல் நிலையத்துக்கு வெளியிலிருந்த பெயர்ப்பலகை கீழ்மேலாகத் தொங்கிக் கொண்டி ருந்தது. கதவுக்கு இடப்புறம் ஒன்றின் மேல் ஒன்றாகத் துருப்பிடித்த சைக்கிள்கள் டஜன் கணக்கில் அடுக்கி வைக்கப்பட்டிருந்தன. ஒரு சிறிய குப்பை மலைபோல அது இருந்தது. அங்கிருந்த ஒரு பெரிய மரத்துக்கடியில் காய்ந்து உதிர்ந்த இலைக்குவியல்களுக்கு நடுவே ஒரு சில கட்டில்கள் கோணல் மாணலாகக் கிடந்தன. காவல் நிலையத்தில் எவராவது இருக்கிறார்களா, இல்லையா என்ற சந்தேகத்தைத் தூண்டுவதாக இருந்தது அந்தக் காட்சி.

காவல் நிலையத்திற்குள்ளேயோ நிலைமை மேலும் மோசமாக இருந்தது. தனக்காகக் காத்துக் கொண்டிருக்கும் சிக்கலைப் பற்றி அறியாதவனாய் ஆழ்ந்த உறக்கத்தில் இருந்தார் சப்–இன்ஸ்பெக்டர் முனாவர் ஹுசைன். அவருக்கு எதிரே ஒரு காலி மது புட்டி கிடந் தது. அவரது கண்கள் பாதி மூடியிருந்தன; வாய் பாதி திறந்த நிலை யில் இருந்தது; அவர் விடும் குறட்டை ஒலிகள் வெற்றிலைக் கறை படிந்த அவரது உதடுகளின் வழியே வெளிப்பட்டுக் கொண்டி ருந்தன. அவரது சட்டை திறந்து கிடந்தபடி அவரது தொந்தியின் இருபுறம் தளர்வாகத் தொங்கிக் கொண்டிருக்க, அவர் விடும் உரத்த குறட்டை ஒலிகளுக்கேற்ற வகையில் தொந்தி மேலும், கீழும் ஏறி இறங்கிக் கொண்டிருந்தது. அவரது காலணிகள் அவரருகே தலை குப்புறக் கவிழ்ந்து கிடந்தன. மேஜைமீது எண்ணற்ற கோப்புக்கள் குவிந்து கிடக்க, அவரது கால்கள் ‘பேப்பர் வெயிட்’டைப் போல அவற்றின் மீது இருந்தன.

மிர், முதலில் உள்ளே நுழைந்தார். பிற அதிகாரிகள் அவரைப் பின்தொடர்ந்தனர். கடைசியாக உள்ளே நுழைந்த துணை ஆணையர் முனாவர் ஹுசைனை முணுமுணுப்பாகத் திட்டிக் கொண்டே பயத்தோடு உள்ளே நுழைந்தார். அவரது விதி எழுதப் பட்டுவிட்டது அவருக்குத் தெரிந்திருந்தது. கோப்புக்களும், கறை படிந்த தேநீர்க் கோப்பைகளும், பாத்திரங்களும் அறையெங்கும் இறைந்து கிடந்தபடி அவலட்சணமாகக் காட்சியளித்தன. சுவர் முழுவதும் சிலந்தி வலைப் பின்னல்களும், ஒட்டடையும் மிகுந்திருந்தன. 'லாக் அப்' அறைகள் திறந்து கிடந்தன. அழுக்கான சட்டைத் துணிகள் தாறு மாறாக ஒரு மெல்லிய கொடியில் தொங்கிக் கொண்டிருந்தன. அங்கே காவல் காப்பவர்கள் என்று யாருமே இல்லையென்றாலும் 'பணியில் இருப்பவர்கள் ஆறுபேர்' என்று சுவர்ப்பலகையில் எழுதப் பட்டிருந்தது.

மிர், தன்னைச் சுற்றிலும் ஒருமுறை பார்த்துவிட்டுக் காவலனின் மேஜையிலிருந்த வருகைப் பதிவேட்டின் அருகே சென்றார். அந்த தடிமனான புத்தகம் அவனுக்குத் தலையணையாகப் பயன்பட்டுக் கொண்டிருந்தது. மிர் அதை இழுத்ததும் அவன் தலை, மேலே எழும்பியது. அவர் அதை மேஜை மீது ஓங்கியடித்தார். அதில் அந்த மரமேஜை பலத்த ஒலிஎழுப்பிக் குலுங்கிய போதும் அந்தக் காவலன் உறக்கம் கலைந்து எழுந்திருக்கவில்லை. அந்த ரிஜிஸ்டரை வேகமாகப் புரட்டிப் பார்த்த மிர் துணை ஆணையரின் பக்கம் திரும்பி அவர் மீது அதை வீசியெறிந்தார். தடிமனாகப் பறந்து வரும் அந்தப் புத்தகத்தை துணை ஆணையரால் தாவித்தான் பிடிக்க முடிந்தது. தன் கையில் எடுத்துக் கொண்டு, அதன் வெற்றுப் பக்கங்களின் மீது பார்வையைச் செலுத்தினார் அவர். கிட்டத்தட்ட ஒரு மாதத்துக்கு மேல் அதில் எதுவுமே பதிவாகியிருக்கவில்லை. முகத்தை எங்கே கொண்டு போய் வைத்துக் கொள்வது என்று தெரியாமல் மிர்ரைக் கூச்சத்தோடு பார்த்தார் அவர். "மன்னித்துக் கொள்ளுங்கள் சார்" என்பதற்கு மேல் அவரால் வேறேதும் கூற முடியவில்லை.

"எதற்கு மன்னிக்க.? இப்படிப்பட்ட ஆளுடைய உதவியால் உங்கள் பெட்டகத்தை நிரப்பிக் கொள்வதற்கா? அல்லது தவறான செயல்களைச் செய்வதை ஊக்கப்படுத்தியபடி சட்டத்தின் பெயரால் மக்களை அச்சுறுத்திக் கொண்டிருப்பதற்கா? இந்தக் கோமாளிகளைக் கைது செய்து, சரியான ஆட்களை இங்கே நியமியுங்கள். இந்தக் காவல் நிலையத்தை இதே நிலையில் புகைப்படம் எடுத்து ஒரு முழுமையான அறிக்கையைத் தயார் செய்யுங்கள். நாளைக் காலை

முதல் வேலையாக அது உங்கள் தலைமை அலுவலகத்துக்குச் சென்றாக வேண்டும். டி.சி.க்கும் ஒரு பிரதி அனுப்பி வைக்க வேண்டும்" துணை ஆணையரின் முதுகுத் தண்டு சில்லிட்டுப் போகும் வகையில் மிர் பயங்கரமாக உறுமினார்.

"எஸ் சார்" என்று பலவீனமான ஒரு பதில் வெளிப்பட்டது. உறைந்துபோய்க் கிடக்கும் மீனைப் போல துணை ஆணையர் அந்தப் பதிவேட்டையே உற்றுப் பார்த்துக் கொண்டிருந்தார். அந்தப் பக்கங்கள் காலியாகத்தான் இருந்தன. ஆனால் தன்னைத் தற்காலிகப் பதவி நீக்கம் செய்யும் ஆணை அதில் கொட்டை எழுத்துக்களில் எழுதப்பட்டிருந்தது போல அவரால் கற்பனை செய்துகொள்ள முடிந்தது. அருகே ஒரு வாகனம் நெருங்கிக் கொண்டிருந்த ஓசையைக் கேட்ட மிர் காவல் நிலையத்தை விட்டு வெளியே வந்தார். சீருடை அணிந்திராத ஒரு அதிகாரி காரிலிருந்து குதித்து அவர் முன் 'அட்டென்' ஷனில் நின்றார்.

"சார் எல்லோரையும் கைது செய்தாயிற்று, அந்தத் தந்தை, மகன் உட்பட. அவர்களை விசாரணைக்கு அழைத்துப் போயிருக்கிறார்கள். சோதனை நடத்தியதில் சட்ட அனுமதி பெறாமல் வைத்திருந்த மது வகைகள், ஆயுதங்கள், இராணுவத் தளவாடங்கள் என்று பலவும் மீட்கப்பட்டிருக்கின்றன. மாளிகையின் உட்புறம் கொஞ்சம் சேதமடைந்திருக்கிறது. அது மோசமான நிலையில்தான் இருக்கிறது. திருமதி தேஜ் காயமடைந்திருந்தாலும், அவரது உடல் நிலை சீராகத்தான் இருக்கிறது. மருத்துவமனையில் அனுமதிக்கப்பட்டு சிகிச்சை பெற்று வருகிறார் அவர். செஹ்மத் அதிசயமான வகையில் உயிர் தப்பியிருக்கிறார். அவர் இப்போது தன் தாயுடன் இருக்கிறார்" இவ்வாறு சொல்லி முடித்த அந்த அதிகாரி, மிர் என்ன சொல்லப் போகிறாரென்பதை அறிந்து கொள்ளக் காத்திருந்தார்.

செஹ்மத் நன்றாக இருக்கிறாள் என்பதை அறிந்து அமைதிப் பெருமூச்சு விட்டார் மிர்.

"தேஜ் எப்படியிருக்கிறார்கள்? பயப்படும்படியாக ஏதுமில்லையே?"

"சார், இப்போது அவர்கள் மருத்துவப் பரிசோதனையில் இருக்கிறார்கள். பெரிய காயம் ஏதுமில்லை என்றாலும் வேறொரு நல்ல மருத்துவமனைக்கு மாற்றப்பட்டு சிறப்பு சிகிச்சை அளிக்க வேண்டிய தேவை இருக்கிறது."

“செஹ்மத் இதை எப்படி எடுத்துக் கொண்டாள்? அவள் நன்றாக இருக்கிறாளல்லவா? இந்தத் தாக்குதலிலிருந்து அவள் எவ்வாறு தப்பித்தாள்” அத்தனை நேரமும் கோபமும், இறுக்கமுமாய் இருந்த மிர்ரின் முகம் சற்று அமைதியடையத் தொடங்கியிருந்தது.

அந்த அதிகாரி தொடர்ந்து பேசினார்.

“அது உண்மையிலேயே ஒரு அதிசயம்தான் சார். யாரோ ஒரு ஆன்மீக குரு அங்கே தன் சீடர்களோடு அதே சமயத்தில் வந்து சேர்ந்திருக்கிறார். மாளிகைக்கு உள்ளிருந்த தாக்குதல் நடத்தியவர்களை அவர் எதிர்கொண்டு போராடியிருக்கிறார். மாடிப் படியிலிருந்த திருமதி தேஜால் எதுவும் செய்ய முடியவில்லை. மாளிகையின் உள்ளே இருந்தவற்றையெல்லாம் தங்கள் மனம் போல அவர்கள் சேதம் செய்ய விட்டுவிட்டாள். ஆனால் அந்த ஆன்மீக குருவோ செஹ்மத்துக்கும் தாக்குதல் நடத்த வந்தவர்களுக்கும் குறுக்கே உறுதியாக நின்று அவர்களைத் தடுத்தபடி, செஹ்மத் ஓய்வெடுத்துக் கொண்டிருந்த முதல் தளத்துக்கு ஏறிச் செல்ல முடியாமல் செய்து விட்டார். மூடிய கதவுகளுக்குப் பின்னால் செஹ்மத் தியானத்தில் இருந்ததாகப் பிறகு அறிந்து கொண்டேன். மாளிகைக்குள் நடந்த அமளி, துமளியெல்லாம் கூட அவருக்குக் கேட்கவில்லை போலிருக்கிறது. குண்டர்களால் வீட்டுக்கு ஏற்பட்ட சேதத்தைப் பற்றி அறிந்த பிறகும் கூட அவர் அமைதியாகவே காணப்பட்டார். இன்னும் சொல்லப்போனால் இப்போது மருத்துவமனையில் பொறுப்பாக இருந்து தாயைக் கவனித்தபடி மருத்துவர்களுக்கும், தாதிகளுக்கும் கூட ஆலோசனை சொல்லிக் கொண்டிருக்கிறார். அவர் முழு உற்சாகத்துடனும், எல்லாவற்றையும் முழுக் கட்டுப்பாட்டில் வைத்தபடியும் இருக்கிறார்.”

‘நன்றி. இப்போது எங்களை மருத்துவமனைக்கு அழைத்துச் செல்லுங்கள்” மிர்ரின் குரலில் இப்போது நிம்மதி தெரிந்தது. அவரது முகத்தில் ஆறுதலும் மகிழ்ச்சியும் நிறைந்திருந்தது.

அந்த அதிகாரி, முன் இருக்கையில் ஏறிக் கொண்டபடி அவரது ஆணையை நிறைவேற்றினார். மிர் காரின் பின் இருக்கையில் அமர்ந்துகொள்ள, அந்த வாகனத் தொடர் மீண்டும் அடுத்த இடம் நோக்கி விரைந்தது. அதற்குள் காவல் நிலைய வாயிலில் ஒரு பெரிய மக்கள் கூட்டம் கூடியிருந்தது. கையில் விலங்கிடப்பட்ட முனாவர் ஹுசைனையும், அவரது உதவியாளரையும் அங்கே காத்திருந்த

வேனுக்குள் தள்ளிக் கொண்டிருந்ததைப் பார்த்ததும் கூட்டத்திலிருந்தவர்களின் கண்கள் மகிழ்ச்சியை வெளிப்படுத்தியபடி ஒளிர்ந்தன. விரைவாகச் சென்று மறைந்த கார்கள் கிளப்பி விட்டிருந்த புழுதிப் படலம் அடங்கிய பிறகும் கூட அந்தக் கிராமத்தவர்கள் அங்கேயே நின்று கொண்டிருந்தார்கள்.

சற்று தூரத்திலிருந்து அங்கே நடப்பதையெல்லாம் பார்த்துக் கொண்டிருந்தார் ஒரு முதியவர். அவர் கண்களில் வேதனை இருந்தது. லியாகத் அலியின் மீதும், அவனது மகன் மீதும் புகார் பதிவு செய்ய அடுத்தடுத்துப் பல முறை முயன்று தோற்றுப் போயிருந்தவர் அவர். அந்த இரண்டு ரௌடிகளும் அவரது நிலத்தை வலிந்து கைப்பற்றிக் கொண்டதோடு அவரது மனைவியையும், மகளையும் இரக்கமின்றி அடித்து துவைத்தும் இருந்தனர். இப்போது முனாவர் கைது செய்யப்பட்டிருப்பது, அவருக்குத் தன் வாழ்வே திரும்பிக் கிடைத்து விட்டதைப் போலிருந்தது. தன்னுடைய கைத் தடியை எட்ட வைத்து விட்டு அவர் கைதட்ட ஆரம்பித்தார்.

அவரைத் தொடர்ந்தபடி அங்கிருந்த பார்வையாளர்களும் சீக்கிரமே அவரோடு சேர்ந்து கைதட்டத் தொடங்கியிருந்தனர். சரியான தருணத்துக்குக் காத்துக்கொண்டிருந்தது போல வானிலிருந்த மேகங்களும் முழங்கத் தொடங்கின. அதற்குள் கிராமத்திலிருந்த நிறையப் பேர் அங்கே கூடிவிட்டிருந்தனர். கைதட்டல் ஒரு முழக்கமாக மாறியது; பிறகு அந்த முழக்கத்தோடு கூடவே முன் தயாரிப்புக்கள் இல்லாத ஒரு நடனமும் தொடங்கிவிட்டிருந்தது. அவர்களது கண்ணீர்த் துளிகள், மழைத் துளிகளோடு இணைந்தபடி அவர்களின் முகங்களிலிருந்து வழிந்து கொண்டிருந்தன. அவர்களது உற்சாக ஆரவாரத்துக்கு முன் அந்த இடியோசையும் கூட எடுபடவில்லை. மகிழ்வும், மனநிம்மதியும் ஒருங்கே சேர்ந்து கொள்ள அவர்கள் அழுது கொண்டிருந்தார்கள். மழை நடனம் தொடர்ந்து நடந்து கொண்டிருந்தது; நூற்றுக்கணக்கானவர்கள் பரவசத்தில் குதித் தாடியபடி வானுலகிலிருந்து நேரே விழுந்து கொண்டிருக்கும் மழை நீரை ஒருவர் மீது ஒருவர் வாரி இறைத்துக் கொண்டிருந்தனர். ஒரே ஒருவர் மட்டும் வருத்தமாகவும், மனச் சோர்வுடனும் இருந்தார். அவமானத்தால் கூசியபடி தன் தலையைப் பிடித்துக் கொண்டிருந்த அந்தத் துணை ஆணையர் தான் அவர். நடனமாடிக் கொண்டிருந்த அந்தக் கூட்டத்தைத் தாண்டி தூரத்தில் மறைந்தார் அவர்.

கூட்டத்திலிருந்து வெகு தூரத்தில் ஒரு மரத்தடியின் கீழ் தன்னந் தனியாக நின்று கொண்டிருந்தார் பக்கிரி. அவர் முகத்தில் எந்த விதமான உணர்ச்சி பாவமும் இல்லை. அவரது கண்கள் அரை மயக்க நிலையிலிருக்க, அவர் கையிலிருந்த இசைக்கருவி ஒரு புதிய ராகத்தை இசைத்துக் கொண்டிருந்தது.

“இதற்கெல்லாம் காரணம் செஹ்மத். அவளுக்கு நன்றி செலுத்துங்கள்” என்று திரும்பத் திரும்பக் கூறினார் அவர். பரவச மிகுதியிலும், உணர்ச்சிப் பெருக்கோடும் இருந்த கூட்டத்தினருக்கு அவரது சொற்கள் கேட்கவில்லை. ஆனாலும் அவர் கூறிய அந்த உண்மையைப் புரிந்து கொள்ள அந்தக் கிராம மக்களுக்கு அதிக நாளாகவில்லை. செஹ்மத்தே அவர்களுக்குப் பாதுகாவலாய் வந்தவள். அவர்கள் வாழ்ந்து வந்த கொடூரமான சூழலிலிருந்து அவர்களை மீட்டெடுக்க வானுலகிலிருந்து இறங்கி வந்தவள் அவள். அவளே மலெர் கோட்லாவின் அரசி.

முடிவில்

கௌரவ் கேயும் அவரது மனைவி அஞ்சலியும் கைது செய்யப் பட்ட பின்பு பாகிஸ்தானை விட்டு வெளியேறுமாறு அவர்களுக்கு ஆணை பிறப்பிக்கப்பட்டது.

நீதிமன்ற வழக்கையும், தண்டனையையும் எதிர்கொள்ளாமல் தளபதி சையீது தலையில் சுட்டுக்கொண்டு தற்கொலை செய்து கொண்டார்.

சஃப்ரஸ் கான் இருக்குமிடமே பல மாதங்களாகத் தெரிய வில்லை. பிறகு வெகுநாள் சென்றபின் லாகூர் அருகிலிருக்கும் ஒரு கால்வாயில் அவரது சடலம் கண்டெடுக்கப்பட்டது.

தன் மகள் செஹ்மத் இறந்த ஒரு சில வருடங்களுக்குப் பின் தேஜும் மரணமடைந்தாள். பிரிய மகளான செஹ்மத் அருகிலேயே அவளது உடலும் அடக்கம் செய்யப்பட்டது.

செஹ்மத்தின் மகன் சமர்கான், முறையான ஓய்வு பெறுவதற்கு முன்னதாகவே இந்திய இராணுவத்தை விட்டு விலகி ஒரு தன்னார்வத் தொண்டு நிறுவனத்துக்காகப் பணியாற்றத் தொடங்கி யிருந்தான். வறுமைக் கோட்டுக்குக் கீழே வாழும் குழந்தைகளின் ஒட்டுமொத்த முன்னேற்றத்துக்காகச் செயல்படும் அமைப்பு அது. குறிப்பாக மலெர் கோட்லாவை மையமிட்டபடி அதன் செயல்பாடு கள் அமைந்திருந்தன.

அபி இறுதிவரை திருமணம் செய்து கொள்ளவே இல்லை. செஹ்மத்தின் கனவுகளை நனவாக்கும் வகையில் தன் வளர்ப்பு மகனான சமருக்கு ஆதரவாக மட்டுமே அவன் இருந்தான்.

❑